ஆசாத் எஸ்ஸா, இந்நூலை எழுதிய ஆசாத் எஸ்ஸா, பல விருதுகளைப் பெற்ற ஒரு பத்திரிகையாளரும் எழுத்தாளரும் ஆவார். அவர் தற்போது நியூயார்க்கில் இருந்து இயங்கிவரும் 'மிடில் ஈஸ்ட் ஐ' என்கிற இதழில் பணிபுரிந்து வருகிறார். இதற்கு முன்னர் அல்ஜசீராவின் ஆங்கில செய்தித் தொலைக்காட்சியில் மத்திய மற்றும் தெற்கு ஆப்பிரிக்க செய்திகளை சேகரிக்கும் நிருபராகப் பணியாற்றியிருக்கிறார். 'முஸ்லிம்ஸ் ஆர் கம்மிங்' மற்றும் 'சுமாஸ் பாஸ்டர்ட்' ஆகிய நூல்களையும், வாஷிங்டன் போஸ்ட், ஃபாரின் பாலிசி மற்றும் கார்டியன் உள்ளிட்ட இதழ்களில் ஏராளமான கட்டுரைகளையும் அவர் எழுதியிருக்கிறார்.

லினா அல்சாஃபின். பாலஸ்தீனப் பத்திரிகையாளராகவும் எழுத்தாளராகவும் இருக்கும் லினா அல்சாஃபின், ஓப்பன் டெமாக்ரசி, அல் மானிட்டர், மிடில் ஈஸ்ட் ஐ, தி டைம்ஸ் லிட்டரசி சப்ளிமண்ட் மற்றும் அல்ஜசீரா உள்ளிட்ட பலவற்றுக்கும் தனது பங்களிப்பை செலுத்தியிருக்கிறார்.

இ.பா. சிந்தன்

மென்பொருள் வல்லுனராகப் பணிபுரிந்துவரும் இ.பா.சிந்தன், சர்வதேச அரசியலில் கொண்ட ஆர்வத்தின் காரணமாக பல நாடுகளின் அரசியல் சூழல் குறித்து இணையத்திலும் பத்திரிகைகளிலும் தொடர்ந்து எழுதிவருகிறார். 'அரசியல் பேசும் அயல்சினிமா', 'பாலஸ்தீன வரலாறும் சினிமாவும்', 'உக்ரைனில் என்ன நடக்கிறது', 'ஜானகி அம்மாள்' 'பல்வங்கர் பலூ' என இதுவரை ஐந்து நூல்களை எழுதியிருக்கிறார்.

மொழிபெயர்ப்புகள்:

1. நிழல் இராணுவங்கள்
2. இந்தியா ஏமாற்றப்படுகிறது
3. இந்தியத் தேர்தல்களை வெல்வது எப்படி
4. ஆன்மிக அரசியல்
5. நாதுராம் கோட்சே

கைவிடப்பட்ட காஷ்மீரும், பறிக்கப்பட்ட பாலஸ்தீனமும்

[கைகோர்த்திருக்கும் இந்திய-இஸ்ரேலிய புதுக்கூட்டணி]

ஆசாத் எஸ்ஸா

தமிழில்:

இ.பா. சிந்தன்

எதிர் வெளியீடு

கைவிடப்பட்ட காஷ்மீரும் பறிக்கப்பட்ட பாலஸ்தீனமும்
(கைகோர்த்திருக்கும் இந்திய–இஸ்ரேலிய புதுக்கூட்டணி)
ஆசாத் எஸ்ஸா
தமிழில் இ.பா. சிந்தன்

முதல் பதிப்பு: ஜனவரி 2024

எதிர் வெளியீடு,
96, நியூ ஸ்கீம் ரோடு, பொள்ளாச்சி – 642 002
தொலைபேசி: 04259 226012, 99425 11302

விலை: ரூ. 399

Hostile Homelands
The New Alliance Between India and Israel
Azad Essa

'Hostile Homelands: The New Alliance Between India and Israel © Azad Essa, 2023. First published by Pluto Press, London. www.plutobooks.com'

Translated by EP. Chinthan
First Edition: January 2024

Published by
Ethir Veliyeedu, 96, New Scheme Road, Pollachi – 2
email: ethirveliyedu@gmail.com
www.ethirveliyeedu.com

ISBN: 978-81-19576-79-1
Cover Design: Santhosh Narayanan
Printed at Jothy Enterprises, Chennai.

All rights reserved. No part of this book may be reprinted or reproduced or utilised in any form or by any electronic, mechanical or other means, now known or hereafter invented, including photocopying and recording, or in any information storage or retrieval system, without permission in writing from the Publisher.

எனது ஹஃப்சாவிற்காக

"தாய்நாடு என்பது கடந்தகாலத்தின் நினைவுகள் மட்டுமே என்று நாங்கள் தவறுதலாக நினைத்திருந்தோம். ஆனால், அது எதிர்காலத்தின் கனவாகும்"
– கஸன் கனஃபானி, பாலஸ்தீன எழுத்தாளர்

பொருளடக்கம்

முன்னுரை — 09

1. இந்தியாவும் பாலஸ்தீனமும்:
   பிரிவினையை சந்தித்த இருநாடுகளின் கதை — 17

2. இராணுவம், அரசு மற்றும் ஆயுத உற்பத்தி
   நிறுவனங்களின் தொழிற்கூட்டு — 53

3. இந்துத்துவமும் சியோனிசமும்: நெருங்கிய உறவின் கதை — 123

4. அமெரிக்கவாழ் இந்தியர்களும் இஸ்ரேலியர்களும் — 158

5. காஷ்மீரும் பாலஸ்தீனமும்:
   இரண்டு ஆக்கிரமிப்பு நிலங்களின் கதை — 215

பின்குறிப்பும் நன்றிகளும் — 261

குறிப்புகள் — 269

முன்னுரை

லினா அல்ஸாஃபின்

சுமார் பத்தாண்டுகளுக்கு முன்னர் பாலஸ்தீனத்திற்கு இந்நூலின் ஆசிரியர் ஆசாத் எஸ்ஸா வந்திருந்தார். அப்போது துவங்கிய எங்களது நட்பு இன்றுவரை தொடர்கிறது. இடையில் சிலகாலம் ஒன்றாக ஒரே நிறுவனத்தில் சக ஊழியர்களாகவும் வேலை செய்திருக்கிறோம். முதலில் அவரை நேரடியாக எனக்குத் தெரியாது. அவர் என்னுடைய சகோதரரின் நண்பர். அவர் பாலஸ்தீனத்தின் இரமல்லா நகருக்கு வந்திருந்தபோது, அந்த ஊரைச் சுற்றிக்காட்ட வேண்டிய என் சகோதரரால், வெஸ்ட் பேங்கின் ஒரு பகுதியாக இருக்கும் இரமல்லாவுக்கு செல்லமுடியாத நிலை இருந்தது. இங்கே ஒவ்வொரு பாலஸ்தீனரும் எந்தெந்த எல்லைக்குள் இருக்கவேண்டும் என்பதை இஸ்ரேலிய இராணுவம் தீர்மானித்து அடையாள அட்டைகள் கொடுத்திருக்கிறது. அப்படியாக என்னுடைய சகோதரருக்கு கொடுக்கப்பட்ட அடையாள அட்டையின்படி, அவரால் வெஸ்ட் பேங்கில் நுழையமுடியாது. அதனால் ஆசாத் எஸ்ஸாவுக்கு வெஸ்ட் பேங்கைச் சுற்றிக்காட்டுமாறு எனது சகோதரர் என்னிடம் கேட்டுக்கொண்டார். அப்படித்தான் ஆசாத் எஸ்ஸாவை நான் முதன்முதலில் சந்தித்தேன். அடுத்த ஒரு வாரத்திற்கு வெஸ்ட் பேங்க் முழுவதும் நிறைந்திருக்கும் சோதனைச்சாவடிகள், உள்ளே நுழையமுடியாமல் தூரத்தில் இருந்து வேடிக்கை பார்க்கமுடிகிற யூதக்குடியிருப்புகள், எங்கேயும் நின்றுகொண்டிருக்கிற யூத இராணுவப் படையினர் என பலவற்றை நான் அவருக்குக் காட்டினேன். இந்தக் கொடூரமான முகத்திற்குப் பின்னால் இருக்கிற அழகான பாலஸ்தீனத்தையும் நான் சுற்றிக்காட்டினேன். நப்லஸ் நகரின் வரலாற்றையும், அதன் அழகான சின்னஞ்சிறு தெருக்களையும், பெத்லகமில் இருக்கும் பழங்காலத்து தேவாலயங்களையும், ஹெப்ரானின் பழம்பெரும் நகரையும் நாங்கள் சுற்றிவந்தோம்.

எனக்கு இஸ்ரேல் வழங்கியிருக்கும் அடையாள அட்டையை வைத்துக்கொண்டு வெஸ்ட் பேங்கைத் தாண்டமுடியாது என்பதால், ஜெருசலேம் மற்றும் யாஃபா ஆகிய ஊர்களுக்கு அவருடன் நான் செல்லமுடியவில்லை. எங்கெல்லாம் செல்லலாம், எப்படியெல்லாம் செல்லலாம் என்று ஆலோசனைகள் மட்டுமே கூறினேன். 1948ஆம் ஆண்டு வரையிலுமே 'கடலின் தேவதை' என்று பெயர் பெற்றிருந்த யாஃபா நகரம் இன்றைக்கு வெறுமனே ஒரு நிராகரிக்கப்பட்ட புறநகர்ப் பகுதியாக மட்டுமே காட்சியளிக்கிறது. அதற்கு அருகில்தான் இன்றைய இஸ்ரேலிய தலைநகரான டெல்-அவீவ் இருக்கிறது. ஆறு பாலஸ்தீன கிராமங்களில் வாழ்ந்த மக்களை விரட்டியும் கொன்றும் உருவாக்கப்பட்டது தான் இன்றைக்கு இருக்கிற டெல்-அவீவ் நகரம். அவரது அந்த பயணத்தின்மூலம், இஸ்ரேல் என்கிற ஒரு காலனியாதிக்க நாட்டின் கொடூரங்களை அவரால் நேரில் பார்க்கமுடிந்தது மட்டுமல்லாமல், அதற்கு உலகின் பல நாடுகள் வழங்கிவரும் ஆதரவினையும் அவரால் உணரமுடிந்தது.

அதிலும் மிகமுக்கியமாக, மற்ற பல நாடுகளை முந்திக்கொண்டு ஒரு நாடு மட்டும் இஸ்ரேலுடன் அதிவேகமாக நெருங்கிக்கொண்டு இருந்தது. அது வேறு யாருமல்ல. இந்தியாதான். இஸ்ரேல் உருவான காலத்திலிருந்து மெதுமெதுவாக அந்த உறவில் முன்னேற்றம் ஏற்பட்டுக்கொண்டே வந்திருக்கிறது என்றாலும், இது குறித்து பெரிதாக யாரும் விரிவாக எழுதவில்லை என்பது எனக்கு சோகம் கலந்த ஆச்சர்யமாகத்தான் இருக்கிறது.

உலகின் மிகப்பெரிய மக்களாட்சியைக் கொண்ட நாடான இந்தியா, பாலஸ்தீனத்திற்கு பல தருணங்களில் ஆதரவு வழங்கியிருக்கிறது. ஆனால், அந்த ஆதரவின் அடிப்படையாக இந்திய நலன்களே அதற்குப் பின்னால் இருந்துவந்திருக்கின்றன என்பதை இந்நூல் ஆதாரத்துடன் விரிவாகப் பேசியிருக்கிறது. இனவாதத்தை அடிப்படையாகக் கொண்ட தத்துவங்களான சியோனிசத்திற்கும் இந்துத்துவத்திற்கும் இடையிலான ஆழமான உறவின் காரணமாக, இந்தியாவின் வெளியுறவுத்துறைக் கொள்கையில் மிகப்பெரிய மாற்றத்தை இந்திய இந்து தேசியவாதம் அதிவேகமாக ஏற்படுத்திக்கொண்டே இருக்கிறது.

இருவேறு நிலப்பரப்பில் உலவிக்கொண்டிருக்கும் இவ்விரு சகோதரத் தத்துவங்களுக்கும் நெருக்கமான நீண்டநெடிய வரலாறு இருக்கிறது.

"பாலஸ்தீன நிலத்தில் யூதர்களுக்கான ஒரு தேசம் அமைக்கும் சியோனிசவாதிகளின் கனவுகள் நனவாகிவிட்டால், நம்முடைய

யூத நண்பர்களுக்கு இணையாக அதிகமான மகிழ்ச்சிகொள்பவர்கள் நாமாகத்தான் இருப்போம்"

என்று 1920களிலேயே கூறினார் இந்துத்துவக் கருத்தியலுக்கு பெயர்சூட்டி வடிவம் கொடுத்த விநாயக் சாவர்க்கர். ஒற்றை அடையாளத்தை முன்னிறுத்தி, அதனையே தேசத்தின் அடையாளமாக மாற்றி, அந்த தேசத்தை ஒரு இனவாத அடிப்படையிலான தேசமாக உருவாக்கவேண்டும் என்பதில் சியோனிசமும் இந்துத்துவமும் ஒரேமாதிரியான இலக்கைக் கொண்டிருந்தன. "யூதர்களின் இயற்கையான, பண்பாட்டுரீதியான, வரலாற்றுரீதியான உரிமைதான் இஸ்ரேல்" என்று தன்னுடைய சட்டத்திலேயே அதிகாரப்பூர்வமாக எழுதிவைத்திருக்கிறது இஸ்ரேல்.

ஒருகாலத்தில் சியோனிசத்தை ஒரு இனவெறிக் கருத்தியலாகவே பார்த்தது இந்தியா. ஆனால், இன்றைக்கோ, இஸ்ரேலின் ஒட்டுமொத்த ஆயுத ஏற்றுமதியில் 42%த்தை இறக்குமதி செய்யும் நாடாக இந்தியா மாறியது எப்படி? அதுவும் 2014ஆம் ஆண்டில் மோடி ஆட்சிக்கு வந்தபிறகுதான் இது பலமடங்கு உயர்ந்திருக்கிறது.

யாசர் அராஃபத் தலைமையிலான பாலஸ்தீன விடுதலை இயக்கத்தை அங்கீகரித்த முதல் அரபு தேசமல்லாத ஒரு நாடாகவும், அணிசேரா நாடுகளை உருவாக்கியதில் முக்கியப் பங்காற்றி காலனியாதிக்கத்தையும் இனவாதத்தையும் எதிர்த்த நாடாகவும் இருந்த இந்தியா, தன்னுடைய சொந்த நாட்டிலேயே காஷ்மீர் மக்களை ஒடுக்கி வந்தது எப்படி? பாலஸ்தீன மக்களின் மீது இஸ்ரேல் செயல்படுத்திய திட்டங்களையெல்லாம், இந்தியா தன் சொந்த நாட்டு மக்களுக்கு எதிராகவே பயன்படுத்த முடிந்தது எப்படி?

இந்தியா தன்னை எத்தகைய நாடாக வெளியுறவுக் கொள்கைகளில் காட்டிக்கொண்டதோ, அதற்கு நேரெதிராக உள்நாட்டில் நடந்துகொள்ளும்விதம் பெரிய முரணாகவே தெரிகிறது. இரண்டாம் உலகப்போர் காலத்தில் ஐரோப்பாவில் தோன்றிய கொடூரமான தத்துவங்களினால் ஈர்க்கப்பட்டு, அதன் பாரம்பரியத்தில் இப்போது இந்தியாவில் ஆட்சிக்கு வந்திருக்கும் நரேந்திர மோடியின் அரசின் தலைகீழான கொள்கைமுடிவுகளையும், சர்வதேச அரசியலில் ஏற்பட்ட சில மாற்றங்களையும் பகுப்பாய்வு செய்யவேண்டியிருக்கிறது. இந்துத்துவ வரலாற்றின் வேர்களை விவரிப்பதுடன், இந்திய ஆட்சியதிகாரத்தில் உயரிய பதவிகளில் இருந்துவரும் அதிகாரிகளால் அது எவ்வாறு இந்தியாவில்

உயிர்ப்புடன் வைக்கப்பட்டுக்கொண்டே இருக்கிறது என்பதையும் இந்நூல் விரிவாகப் பேசுகிறது. சியோனிச இனவாதத் தத்துவத்தை இஸ்ரேலில் அம்மக்களிடம் அரசே முன்நின்று கொண்டு சென்றதை இந்திய அதிகாரவர்க்கம் ஒரு முன்னுதாரணமாக எடுத்துக்கொண்டிருக்கிறது. 1950களில் துவங்கி, பின்னர் இந்திய-இஸ்ரேலிய உளவு அமைப்புகளான 'ரா'வும் 'மொசாட்'டும் மறைமுகமாக இணைந்து பணியாற்றி வருவதையும், இஸ்ரேலிடம் கோடிக்கணக்கில் ஆயுதங்களை இந்தியா வாங்கிக் குவிப்பதையும், பின்னர் அரசுமுறை உறவினை இஸ்ரேலுடன் இந்தியா ஏற்படுத்தியதையும் இந்நூல் ஒவ்வொன்றாக அலசி ஆராய்கிறது.

"இந்தியாவுக்கும் இஸ்ரேலுக்கும் இடையிலான உறவென்பது அடிப்படை அறத்திற்கே எதிரான அரசியல் சீரழிவு" என்கிறார் எழுத்தாளரும் சமூக ஆர்வலருமான அச்சின் வனைக். ஆனால், எகிப்திய ஆய்வாளர் முஸ்தபா ஷாலாஷோ, "அமெரிக்க ஆட்சியாளர்களுடனான நெருக்கத்தை அதிகரித்துக்கொள்வதற்கான ஒரு இணைப்பாக இஸ்ரேலை இந்தியா பார்க்கிறது என்பது மட்டுமல்லாமல், சர்வதேச அரங்கில் தன்னை நிலைநிறுத்திக்கொள்வதற்குத் தேவையான தொழிற்நுட்பத்தையும் ஆயுதங்களையும் இஸ்ரேலால்தான் வழங்கமுடியும் என்றும் இந்தியா நம்புகிறது" என்கிறார்.

1980களிலிருந்து இந்தியப் பொருளாதாரத்தில் தனியார்மயத்திற்கு அதிகமான முக்கியத்துவம் கொடுக்கப்பட்டு வருகிறது. அதன் தொடர்ச்சியாக, இந்தியாவிற்கு சர்வதேச பெருமுதலாளிகள் அதிரடியாகப் படையெடுத்து வந்தனர். அதுவே அமெரிக்காவைத் தன்னுடைய கூட்டாளியாக இந்தியாவை ஏற்கவைத்தது. 'அந்நிய நாடுகளில் இருந்து வரும் முதலீடுகளால் விவசாயம், தொழிற்நுட்பம், பாதுகாப்பு உள்ளிட்ட துறைகளில் நிறைய புதிய வாய்ப்புகள் வந்துசேரும்' என்று சொல்லப்பட்டு புதிய தாராளமயக் கொள்கைகள் அறிமுகப்படுத்தப்பட்டன. அதனைப் பயன்படுத்திக்கொண்டு, இந்தியாவுக்குள் இஸ்ரேல் நுழைந்து, சுமார் 5 பில்லியன் டாலர்கள் (சுமார் 40 ஆயிரம் கோடிக்கும் மேல்) வரையிலுமான வர்த்தக உறவினை இந்தியாவுடன் ஏற்படுத்திக்கொண்டது.

அதிதீவிர வலதுசாரிக் கட்சியான பாஜகவின் ஆட்சியில், இஸ்ரேலின் அனுபவங்களையும் வழிமுறைகளையும் பின்பற்றத் துவங்கியது இந்தியா. மக்கள் போராட்டங்களை எல்லாம் பயங்கரவாத எதிர்ப்பு என்கிற பெயரில் ஒடுக்குவதும், தொழிற்நுட்பதைக் கொண்டு

புதியவகையிலான பாதுகாப்பு முறைகளை அமல்படுத்துவதுமாக இஸ்ரேலின் பாதையிலேயே இந்தியா பயணிக்கத் துவங்கியிருக்கிறது. உலகெங்கிலுமுள்ள யூதர்களெல்லாம் எவ்விதத் தடையுமின்றி குடியுரிமை பெறலாம் என்கிற இஸ்ரேலின் சட்டத்தைப் பின்பற்றி, அப்படியே 2019ஆம் ஆண்டில் மற்ற நாடுகளிலுள்ள இந்துக்கள் மட்டுமே இந்தியாவுக்கு வந்து குடியுரிமை பெறலாம் என்பது போன்றதொரு 'சிஏஏ' சட்டத்தை இந்தியா உருவாக்கியது. (இச்சட்டத்தின் மூலம் முஸ்லிம்கள் பெரும்பான்மையாக இருக்கிற மூன்று நாடுகளில் வாழும் இந்துக்கள், இந்தியாவுக்கு வந்து விரைவாகக் குடியுரிமை பெறும் வசதியினை இந்திய அரசு உருவாக்கியது)

மூன்றாவதாக, சிறப்புரிமைகளுடன் இந்தியாவுடன் இணைந்திருந்த காஷ்மீரை, சில சட்டங்களின் மூலமாக அவ்வுரிமைகளைப் பறித்துக்கொண்டு முழுவதுமாக தன்னுடன் இந்தியா இணைத்துக்கொண்டது. பாலஸ்தீனர்கள் வாழும் பகுதிகளில் வலுக்கட்டாயமாக இஸ்ரேல் மக்களுக்கான குடியிருப்புகளை அமைப்பதற்கு ஒப்பான திட்டத்தின் துவக்கப்புள்ளியாக இதனை பார்க்கலாம். உலகிலேயே அதிகளவிலான இராணுவப்படையினர் குவிக்கப்பட்ட பகுதியாக இருந்துவருகிற காஷ்மீர் நிலப்பரப்பிற்கு, கொஞ்சமாவது மிஞ்சியிருந்த சிறப்புரிமைகளை 2019ஆம் ஆண்டில் மோடி அரசு நீக்கியபின்னர், நிலைமை தற்போது மேலும் மோசமாகியுள்ளது. கடந்த ஆண்டு காஷ்மீருக்குச் சென்றிருந்தேன். அப்போது, சில நூறு மீட்டர் இடைவெளிகளுக்குள் ஏராளமான ஆயுதமேந்திய இராணுவப் படையினர் நிற்பதைப் பார்ப்பதற்கே அதிர்ச்சியாக இருந்தது. ஸ்ரீநகரின் தெருக்களிலே நடக்கையில், குண்டுகள் துளைக்கப்பட்ட கட்டிடங்களையும், இடித்து தரைமட்டமாக்கப்பட்ட இடிபாடுகளையும் பார்க்க முடிந்தது. நான் காலங்காலமாக பாலஸ்தீனத்தில் பார்த்துவரும் இஸ்ரேலிய இராணுவத்தின் அதிரடி சோதனைகள், கைதுகள், இலக்கு நிர்ணயிக்கப்பட்டு நடத்தப்படும் கொலைகள் ஆகியவை காஷ்மீரிலும் நடப்பது குறித்து கேள்விப்பட நேர்ந்தது.

காஷ்மீரில் தங்களால் முடிந்த இயல்பு வாழ்க்கையை மக்கள் வாழ முயன்றாலும், சிறுவர்கள் கிரிக்கெட் விளையாடிக் கொண்டு இருந்தாலும், ஆங்காங்கே கடைகள் திறக்கப்பட்டிருந்தாலும், குடும்பத்தில் சிலரை இழந்துவிட்டு அடுத்தடுத்த வேலையைப் பார்க்க அம்மக்கள் ஓடிக்கொண்டே இருந்தாலும், அவர்கள் அனைவரது உடல்மொழியிலும் ஒருவித பயமும் கலக்கமும்

ஏமாற்றமும் நிரந்தரமாக ஒட்டிக்கொண்டிருப்பதைப் பார்க்கமுடிந்தது. இப்போது சிறப்புரிமைகளெல்லாம் நீக்கப்பட்டுவிட்டதால், காஷ்மீரல்லாத மற்ற மாநிலங்களில் இருந்து, புதிய மக்கள் கூட்டத்தைக் கொண்டுவந்து, புதிய குடியிருப்புகள் அமைத்து, அவர்களை காஷ்மீரில் குடிவைப்பதன் மூலம், காஷ்மீர் முஸ்லிம்களின் சதவிகிதத்தைக் குறைக்க முற்படுகிறார்களோ என்றும் எண்ணத் தோன்றுகிறது. இது தொடருமானால், காலப்போக்கில் சொந்த மண்ணிலேயே காஷ்மீர் மக்கள் சிறுபான்மையினர் ஆவதற்கான வாய்ப்புகள் இருக்கத்தான் செய்கிறது.

இதையெல்லாம் கவனித்துவந்த ஆசாத் எஸ்ஸா, இஸ்ரேலைப் போலவே மாறுவதற்கு மோடியின் அரசு எதற்காக முயற்சி செய்கிறது என்கிற கேள்விக்கான விடையினைக் கண்டறிய நினைத்தார். 2012ஆம் ஆண்டில் அவர் பாலஸ்தீனம் வந்தபோதே, அப்பயணம் அவரிடம் ஏற்படுத்திய தாக்கங்களையும், பாலஸ்தீனம் குறித்த அவரது மேலான பார்வையினையும் எழுதச் சொல்லி நான் வற்புறுத்தியது எனக்கு நினைவுக்கு வருகிறது. இந்த இரண்டு புள்ளிகளையும் இணைக்கும் விதமாக இந்நூலை அவர் எழுதியிருக்கிறார். இந்தியா, இஸ்ரேல், பாலஸ்தீனம், காஷ்மீர் ஆகிய நிலப்பரப்புகளின் அரசியல் சூழலைத் தெரிந்துகொள்ள முடிவதோடு, அவற்றுக்கிடையிலான ஒற்றுமைகளையும் உறவுகளையும் காலனியாதிக்க மனோபாவத்தையும் நமக்கு மிகத்தெளிவாக இந்நூல் எடுத்துச் சொல்கிறது. காலனியாதிக்கம், இனவாதம், பிரிவினைவாதம் ஆகியவற்றுக்கு எதிராக, நாடுகளின் எல்லைகள் கடந்த போராட்டங்களை நடத்துவதற்கேற்ப மக்களை ஒருங்கிணைக்க வேண்டிய அவசியத்தையும் அவசரத்தையும் இந்நூல் நமக்குக் கோடிட்டுக் காட்டுகிறது. நம் எல்லோருடைய பிரச்சனைகளும் போராட்டங்களும் ஒன்றுக்கொன்று தொடர்புடையவை என்பதையும் இந்நூல் நமக்குப் புரியவைக்கிறது. நம்மை ஒடுக்குகிறவர்களெல்லாம் கூட்டணி அமைத்து செயல்படுகையில், ஒடுக்கப்படுகிற நாமெல்லாம் கைகோர்க்க வேண்டிய தேவையையும் நமக்கு உணர்த்துகிறது.

நான் அவரை அறிந்த நாள் முதல், எனக்கு பத்திரிக்கைத் துறையில் பயிற்சி கொடுப்பவராக இருந்து, பின்னர் என்னையும் செய்திக்கட்டுரைகள் எழுதத் தூண்டியவராக மாறி, சிறந்த பத்திரிக்கையாளருக்கான விருதுகளையெல்லாம் வாங்கும் அளவிற்கு அவர் உயர்ந்துகொண்டே இருப்பதை நான் கண்கூடாகப் பார்த்து வருகிறேன். அவருடைய சொந்த நாடான தென்னாப்பிரிக்காவில் ஒரு செய்தி இணையதளத்தையும் அவர் துவங்கி இருக்கிறார்.

மிகச்சமீபத்தில் குழந்தைகளுக்கான நூல்களை வெளியிடும் ஒரு பதிப்பகத்தையும் உருவாக்கி இருக்கிறார்.

அவருடைய தேடலும் விடாமுயற்சியும் புத்திகூர்மையும் ஒன்றிணைந்து, ஆப்பிரிக்க வறட்சிகளின் காரணங்கள், அகதிகளின் பிரச்சனைகள், ஆப்பிரிக்க நிலத்தின் பொருளாதாரப் பிரச்சனைகள் என எழுத்தில் அவர் தொடாத பிரச்சனைகளே இல்லையென்கிற நிலைக்கு அவரை அழைத்துச் சென்றிருக்கின்றன.

ஆவணக் காப்பகங்களில் தேடியெடுத்த ஆவணங்கள், முக்கியமான நபர்களின் உரைகள், அறிக்கைகள், அவ்வப்போது மாறிவரும் ஆட்சியாளர்களின் கொள்கைகள், சில தத்துவங்களின் வளர்ச்சிகள் ஆகியவற்றை மிகத்துல்லியமாகக் கணக்கிலெடுத்து, இந்திய-இஸ்ரேலிய புதுக் கூட்டணிக்கான காரணங்களை இந்நூலின் வழியாக வரலாற்றுப்பூர்வமாக ஆய்வு செய்திருக்கிறார் ஆசாத். உண்மையிலேயே பாலஸ்தீனத்தின் மீது இந்தியா அக்கறை கொண்டிருக்கிறதா இல்லையா? என்கிற சமகாலத்துக் கேள்விக்கான விடையைத் தெரிந்துகொள்வதற்கேற்ற தகவல்களைக்கூட அவர் நம் முன்னே வைக்கிறார். இந்தியாவுக்கும் இஸ்ரேலுக்குமான உறவினால் இன்றைக்கு உலகில் ஏற்பட்டிருக்கிற மாற்றங்களையும் அது சர்வதேச சமூகத்திற்கு எந்தளவுக்கு கேடுவிளைவித்துக் கொண்டிருக்கிறது என்பதையும் ஆதாரங்களைக் கொண்டு நம்மை சிந்திக்க வைத்திருக்கிறார் ஆசாத்.

(பாலஸ்தீனப் பத்திரிக்கையாளராகவும் எழுத்தாளராகவும் இருக்கிறார் லினா அல்சாஃபின்.)

1

இந்தியாவும் பாலஸ்தீனமும்: பிரிவினையை சந்தித்த இருநாடுகளின் கதை

"பாலஸ்தீனத்தில் அரபு மக்களுக்கும் யூதர்களுக்கும் இடையில் இன்றளவும் நடக்கும் மோதலை உருவாக்கியதே பிரிட்டிஷ் ஏகாதிபத்தியம் தான். யூதர்களின் மீது எனக்கு அனுதாபம் இருக்கத்தான் செய்கிறது. ஆனால் அதேவேளையில் ஆங்கிலேய அரசாங்கத்தின் தவறான கொள்கைகளுடன் அவர்கள் உடன்பாடு ஏற்படுத்திக்கொண்டு, பாலஸ்தீன மக்களிடம் கூட பேச்சுவார்த்தை நடத்தாமல் விட்டிருக்கின்றனர்"

- மகாத்மா காந்தி[1]

"பாலஸ்தீன நிலத்தில் யூதர்களுக்கான தேசத்தை உருவாக்கியது எந்நாளும் ஏற்றுக்கொள்ளமுடியாதது. பாலஸ்தீனமென்பது மனிதர்களே வாழாத ஒரு அடர்ந்த காட்டுப்பகுதியெல்லாம் இல்லை. யூதர்களுக்கு பெருந்தன்மையாக பிரிட்டிஷ் அரசாங்கம் வழங்கிய நிலத்தில் பாலஸ்தீனர்கள் பன்னெடுங்காலமாக வாழ்ந்து வந்தார்கள் என்பதை வசதியாக மறைத்துவிடுகிறார்கள்"

- ஜவஹர்லால் நேரு[2]

1936ஆம் ஆண்டு செப்டம்பர் மாதம் 27ஆம் தேதியன்றே பாலஸ்தீனம் குறித்து இந்திய தேசிய காங்கிரசின் தலைவராக இருந்த ஜவஹர்லால் நேரு பேசியிருக்கிறார். அப்போது இந்தியாவில் ஆங்கிலேய ஆட்சியை எதிர்த்த இந்திய மக்களின் போராட்டம் உச்சத்தில் இருந்தது. இரண்டாம் உலகப்போரை நோக்கி ஐரோப்பா நகர்ந்துகொண்டிருந்ததும் அதே காலகட்டத்தில்தான். வரலாற்றுச் சிறப்புமிக்க அலகாபாத் நகரில் நேரு ஆற்றிய உரையில், ஆங்கிலேயர்களுக்கு எதிரான போராட்டத்தில் பாலஸ்தீனர்களுக்கும் இந்தியர்களுக்கும் இருக்கிற ஒற்றுமையை கோடிட்டுக் காட்டினார்.

"பாலஸ்தீனம் என்கிற சிறிய நாட்டையும் அதன் பிரச்சனைகளையும் குறித்து பேசுவதற்காக நாம் இங்கே

கூடியிருக்கிறோம். உலகில் தற்போது நடந்துகொண்டிருக்கும் பெரிய பிரச்சனைகளுக்கு நடுவில் பாலஸ்தீனப் பிரச்சனை பெரியளவில் முக்கியத்துவம்இல்லாதது போலத் தோன்றலாம். ஆனால் அந்தப் பிரச்சனைக்கு அதனளவில் நிச்சயமாக முக்கியத்துவம் இருக்கத்தான் செய்கிறது. உலகில் ஏகாதிபத்தியம் எப்படி இயங்குகிறது என்பதை பாலஸ்தீனப் பிரச்சனையும் நமக்கு வெளிச்சம்போட்டுக் காட்டுகிறது. இன்றைக்கு அதே மாதிரியானதொரு பிரச்சனையில்தான் சிக்கிக்கொண்டு நாமும் பாதிக்கப்பட்டிருக்கிறோம்"

என்றார் நேரு[3].

அந்தக் காலகட்டத்தில் இரண்டு விதமான பிரச்சனைகளை பாலஸ்தீனம் எதிர்கொள்ள வேண்டியிருந்தது. ஒருபுறம், ஆங்கிலேய ஆட்சிக்கு எதிராகப் பாலஸ்தீனர்கள் போராடிக்கொண்டிருந்தார்கள். மறுபுறமோ, பாசிசத்திலிருந்தும் இனவெறியிலிருந்தும் தப்பிப்பதற்காக ஐரோப்பாவிலிருந்து வெளியேறி பாலஸ்தீனத்திற்கு கூட்டங்கூட்டமாக இடம்பெயர்ந்து வந்துகொண்டிருந்த யூதர்களை என்னசெய்வதென்றும் தெரியாமல் இருந்தனர் பாலஸ்தீனர்கள். பாலஸ்தீன நிலத்தில் அரபு மக்களுக்கும் யூதர்களுக்கும் நடைபெற்றுக்கொண்டிருந்த சண்டைக்குப் பின்னால் ஆங்கிலேய ஏகாதிபத்தியத்தின் கைதான் ஒளிந்திருக்கிறது என்பதை அப்போதே சரியாகக் கணித்தார் நேரு.

"இந்தியாவில் ஒரு குறிப்பிட்ட சமூகத்தினரை மற்றொரு சமூகத்தினருக்கு எதிராகத் திருப்பி குளிர்காய்ந்ததைப் போலவே, பாலஸ்தீனத்திலும் அரபு மக்களுக்கு எதிராக யூதர்களைத் தூண்டியதும் ஆங்கிலேய ஏகாதிபத்தியம்தான்"

என்றார் நேரு[4].

ஐரோப்பாவில் பாசிசத்தால் கடுமையாக பாதிக்கப்பட்டிருந்த போதிலும், ஆங்கிலேயர்களின் உதவியுடன் பாலஸ்தீன நிலத்தை ஆக்கிரமிப்பதற்கு யூதர்கள் களமிறங்கிவிட்டனர் என்றும் நேரு குறிப்பிட்டார். பாலஸ்தீனப் பிரச்சனையைத் தீர்ப்பதற்கு ஆங்கிலேயர்களுடன் கைகோர்ப்பதற்கு பதிலாக அரபு மக்களிடம்தான் சியோனிசவாதிகள் பேச்சுவார்த்தை நடத்தவேண்டும் என்றார். பாலஸ்தீனத்தில் வாழும் அரபு மக்களின் சுயநிர்ணய உரிமையில் தலையிடும் ஆங்கிலேயர்களுக்கு எதிரான நிலைப்பாட்டைத்தான் நேரு எடுத்தார். பாலஸ்தீன அரபு

மக்களுடன் நட்புறவு கொள்வதற்கு யூதர்களுக்கு எதுவுமே தடையாக இருக்காது என்றார். 1936இல் நேரு ஆற்றிய உரையிலிருந்து இந்திய தேசிய காங்கிரசும் முரண்பட்டிருக்கவில்லை. 1885ஆம் ஆண்டு துவங்கப்பட்டதில் இருந்தே சர்வதேசப் பிரச்சனைகளில் கருத்து சொல்லியும், எகிப்து, சிரியா, ஈராக் உள்ளிட்ட பல்வேறு நாடுகளில் இயங்கிவந்த விடுதலை இயக்கங்களுக்கு ஆதரவளித்தும், ஒரு சர்வதேச ஏகாதிபத்திய எதிர்ப்பு இயக்கமாகவே காங்கிரஸ் இயக்கம் இயங்கி வந்திருக்கிறது⁵.

"ஆங்கிலேய ஏகாதிபத்தியத்தை அரபுலகில் இருக்கும் நாடுகளும் எதிர்த்ததாலேயே அவர்களுடன் அரசியல்ரீதியான நட்பினை இந்தியப் போராட்ட இயக்கங்களும் கொண்டிருந்தன"

என்கிறார் ஆய்வாளர் ஆர்த்தர் ஜி.ரூபினாஃப்⁶.

1922ஆம் ஆண்டில் முதன்முதலாக பாலஸ்தீனப் பிரச்சனை குறித்து இந்திய தேசிய காங்கிரஸ் ஒரு அறிக்கை வெளியிட்டது. அந்தக் காலகட்டத்தில் அரபுலகில் ஒட்டோமன் பேரரசை முற்றிலுமாக அழித்துவிட்டு ஆட்சியதிகாரத்தைப் பிடிக்க ஆங்கிலேய அரசு அனைத்து விதமான தந்திர வேலைகளையும் செய்துகொண்டிருந்தது. அதனைக் கண்டித்து இந்தியாவில் கிலாஃபத் இயக்கம் துவங்கப்பட்டது. அப்போராட்டத்திற்கு மகாத்மா காந்தி ஆதரவு தெரிவித்தார். இந்துக்களே அதிகமாக இருந்த இந்திய தேசிய காங்கிரசும் கிலாஃபத் போராட்டத்தை ஆதரித்தது. அதன்மூலமாக இந்திய முஸ்லிம்களை தங்களுடைய இயக்கத்திற்குள் கொண்டுவந்து ஆங்கிலேயர்களுக்கு எதிராக ஒருங்கிணைத்துப் போராட வைப்பது காங்கிரசின் திட்டமாக இருந்தது.

பாலஸ்தீனத்தை முழுவதுமாக யூதர்களின் தேசமாக மாற்றும் முயற்சியில் சியோனிச இயக்கம் தீவிரமாக ஈடுபட்டிருந்தது. உலக அரசியலில் இந்தியாவின் செல்வாக்கைக் கருத்தில் கொண்டு, இந்திய தேசிய காங்கிரசின் ஆதரவைத் திரட்டுவதற்கு சியோனிச இயக்கம் கடுமையாக முயன்றது. 'பாலஸ்தீனத்தை யூத தேசமாக மாற்றுவதற்கான குரலும் தேசிய விடுதலைப் போராட்டக்குரல் தான்' என்று சியோனிசவாதிகள் நம்பினர். மற்றவர்களையும் அவ்வாறே நம்பவைக்கவும் முயற்சிசெய்தனர். நேருவிடமும் காந்தியிடமும் தங்களுடைய கோரிக்கையை ஆதரிக்கக் கோரினர்.

எளிய உடையுடனும் தோற்றத்துடனும் 'இந்தியா' என்கிற மிகப்பெரிய தேசத்தின் விடுதலைப் போராட்டத்தை ஒருங்கிணைத்துக்

கொண்டிருந்த காந்தியின் ஆளுமைக்கும் பாலஸ்தீனத்தை ஆங்கிலேயர்களிடம் கேட்டுப்பெற்றுவிட வேண்டும் என்று நினைத்த யூத சியோனிசவாதிகளுக்கும் ஏணி வைத்தாலும் எட்டாத அளவிற்கான வேறுபாடுகள் இருந்தன. இருப்பினும் காந்திக்கு சர்வதேச அளவில் இருந்த நற்பெயரினாலும் நம்பகத்தன்மையினாலும், எப்படியாவது காந்தியின் ஆதரவைப் பெற்றுவிட வேண்டும் என்பதில் யூத சியோனிசவாதிகள் முனைப்புடன் இருந்தனர். சியோனிசத் திட்டங்களுக்கு இந்தியாவின் ஒப்புதல் அவசியமானதென்று சொல்லிவிடமுடியாது. இஸ்ரேலின் முதல் பிரதமரான டேவிட் பென் குரியனுமே கூட, 'சீனாவும் இந்தியாவும் ஆதரித்தால்தான் சியோனிச தேசம் அமையுமென்பதெல்லாம்இல்லை' என்றே குறிப்பிட்டிருக்கிறார்[7]. இருப்பினும் ஆங்கிலேயப் பேரரசின் முக்கியப் பகுதியாகவும், அரசியல் தலைவர்களான காந்தி, நேரு உள்ளிட்டோரும், இலக்கிய பேராளுமையான இரபீந்திரநாத் தாகூர் போன்றோரும் வாழும் தேசத்தின் ஆதரவென்பது முக்கியமானதாகப் பார்க்கப்பட்டது.

அதனால் இந்தியத் தலைவர்களை பின்தொடர்ந்தபடியே இஸ்ரேலுக்கான ஆதரவை யூத சியோனிசவாதிகள் கோரிக்கொண்டே இருந்தனர்.

> *"இன்றைக்கு உலகில் வாழும் இந்துக்களிலேயே மிகமுக்கியமானவர் காந்தி. உலகிலேயே அதிகமான முஸ்லிம்களை உள்ளடக்கிய பிரிவினைக்கு முந்தைய இந்தியாவின் மாபெரும் தலைவர் நேரு"*

என்று பாராட்டுச் சான்றிதழெல்லாம் வழங்கினார் இஸ்ரேலின் இரண்டாவது பிரதமரான மோஷர் ஷாரெத்.[8]

'யூத நிறுவனம்' என்கிற பெயரில் அமைக்கப்பட்டிருந்த அமைப்பின் சார்பாக இமானுவேல் ஓல்ஸ்வாங்கர் என்பவரை அனுப்பி காந்தியிடமும் நேருவிடமும் யூத சியோனிச இயக்கத்திற்கு ஆதரவுதிரட்ட முயற்சி செய்தனர். ஆனால் அது தோல்வியில் முடிந்தது. அதேபோல மார்டின் பூபர், ஜூடா எல். மேக்னஸ், ஆல்பர்ட் ஐன்ஸ்டைன் உள்ளிட்ட ஏராளமானோரை வைத்து காந்திக்கும் நேருவுக்கும் தொடர்ச்சியாகக் கடிதங்கள் எழுத வைக்கப்பட்டன. ஆனால் அனைத்து முயற்சிகளும் தோல்வியடைந்தன. இப்படியாக யூத இயக்கங்கள் செய்த தொடர் முயற்சிகளுக்கு பதிலளிக்கும்விதமாக 'அரிஜன்' என்கிற வார இதழில் 1938ஆம் ஆண்டு நவம்பர் மாதத்தில் ஒரு கட்டுரையை

காந்தி எழுதினார். யூத தேசம் அமைக்க ஆர்வமாக இருந்தவர்களுக்கு அக்கட்டுரை கோபத்தை வரவழைத்திருக்கக்கூடும்.

"யூதர்களின் நிலையை நினைத்து நான் மனதார வருத்தப்படுகிறேன். ஆனால், அதற்காக நீதியையும் நேர்மையையும் மறந்துவிட்டு கண்ணை மூடிக்கொண்டு இருக்கமாட்டேன். யூதர்களுக்கென்று தனியான தேசம் அமைக்கிற கோரிக்கை என்னைப் பெரிதாக ஈர்க்கவில்லை... அரபு மக்களின் தேசத்தை அபகரித்து யூதர்களின் தேசம் அமைப்பது தவறு மட்டுமல்ல, மனித விரோதச் செயலுமாகும். இன்றைக்கு பாலஸ்தீனத்தில் நடத்தப்படும் அநீதியை எவராலும் எப்படியும் நியாயப்படுத்திவிடவே முடியாது"

என்று அக்கட்டுரையில் எழுதினார் காந்தி[9].

இருப்பினும் யூத தேசம் அமைப்பதை காந்தி ஏற்காமல் போனதை நேரடியாக எளிதாகப் புரிந்துகொள்வது கடினம்தான். இந்தியாவில் சுதந்திரப் போராட்டத்தில் முக்கியப் பங்களித்துவந்த காங்கிரஸ் அமைப்பின் பெரும்பான்மையான உறுப்பினர்கள் இந்துக்களாக இருந்து வந்ததால், அதில் அதிகப்படியான முஸ்லிம்களையும் இணைத்து, ஒரு மதச்சார்பற்ற இந்திய அரசை உருவாக்கவே காந்தி விரும்பினார். அது சாத்தியப்படும்போதுதான் இந்தியாவில் வாழும் முஸ்லிம்கள் அனைவரும் தங்களை இந்துதேசத்தின் சிறுபான்மையினராக உணராமல் சொந்ததேசமாக நினைத்து வாழமுடியும் என்பதையும் காந்தி நம்பினார். அந்த நம்பிக்கையை உருவாக்குவதற்காகவே பாலஸ்தீனர்களின் பிரச்சனைக்கு ஆதரவளித்து யூத தேசத்தை எதிர்த்தார் காந்தி.

"பாலஸ்தீனத்தில் யூதர்கள் வாழவேண்டுமென்றால், அங்கு ஏற்கனவே வாழும் அரபு மக்களின் ஆதரவோடுதான் வாழவேண்டும்"

என்றார் காந்தி.

பிற்காலத்தில் காந்தியின் நிலைப்பாட்டில் கொஞ்சம் மாற்றம் தென்பட்டது. 1946ஆம் ஆண்டு யூத தேசம் குறித்த கேள்விக்கு ஒரு அமெரிக்க பத்திரிக்கையாளரிடம் காந்தி பதிலளித்தார். அதில்,

"யூதர்களின் கோரிக்கையில் ஒரு நியாயம் இருக்கத்தான் செய்கிறது. பாலஸ்தீனத்தில் அரபு மக்களுக்கு உரிமை இருக்கிறது என்பது உண்மைதான். அதேவேளையில் பழைய வரலாற்றைப்

பார்த்தால், யூதர்களுக்கும் அந்த நிலத்தில் கொஞ்சம் உரிமை இருக்கத்தான் செய்கிறது"

என்று தன்னுடைய முந்தைய நிலைப்பாட்டில் இருந்து கொஞ்சம் விலகித் தடுமாறினார் காந்தி[10].

ஆனால் இதற்கு முன்னர் முதன்முதலில், 1938ஆம் ஆண்டு அரிஜன் இதழில் பாலஸ்தீனத்துக்கு ஆதரவாக காந்தி எழுதிய கட்டுரையை வைத்தே இந்தியாவின் அயல்நாட்டுக் கொள்கை வகுக்கப்பட்டது. 1946இல் காந்தியின் தடுமாற்றக் கருத்தை இந்திய நலனுக்கு எதிராக இருப்பதாகக் கணித்து, அதனை இந்தியா ஏற்றுக்கொள்ளாமல் புறக்கணித்து புதைத்துவிட்டது என்கிறார் எழுத்தாளர் பி.ஆர். குமாரசாமி. அதனால் இந்தியாவின் பாலஸ்தீன ஆதரவு நிலைப்பாடே தொடர்ந்தது என்று எழுதியிருக்கிறார் எழுத்தாளர் குமாரசாமி.[11]

உலகெங்கிலும் காலனியாதிக்கத்தை எதிர்த்துப் போராடும் இயக்கங்களுக்கெல்லாம் ஆதரவளிக்கிற நிலைப்பாட்டை காங்கிரஸ் எடுத்துக்கொண்டிருந்ததால், அதனையொட்டியே பாலஸ்தீன மக்களின் பக்கம் நின்றார் நேரு. பாலஸ்தீனத்தில் ஒரு இனமுரண்பாட்டினை துவங்கியதே ஆங்கிலேயர்கள்தான் என்பதை அவர் உறுதியாக நம்பினார். அதனால்தான் ஆங்கிலேயர்களுடன் யூத சியோனிசவாதிகள் கைகோர்ப்பதை அவர் வன்மையாகக் கண்டித்ததுடன் அவர்களின் நோக்கமே தவறென்றும் வாதிட்டார் நேரு.

மேலும் மதத்தின் அடிப்படையிலான தேசியவாதத்தை அவர் எப்போதும் ஏற்றுக்கொண்டதேஇல்லை. அதே நேரத்தில்தான் இந்தியாவிலும் முஸ்லிம்களுக்கு தனியதிகாரம் வேண்டுமென்கிற கோரிக்கையில் துவங்கி, தனிநாடு வேண்டுமென்று கேட்கிற அளவிற்குச் சென்று கொண்டிருந்ததை இந்திய தேசிய காங்கிரஸ் எதிர்கொள்ள வேண்டியிருந்தது[12]. 1937ஆம் ஆண்டு அக்டோபர் மாதத்தில் பாலஸ்தீனத்தை இரண்டாகப் பிரிக்கிற திட்டத்தை முன்வைத்த பீல் கமிசனின் ஆலோசனையை அகில இந்திய காங்கிரஸ் கமிட்டி முற்றிலுமாக நிராகரித்தது[13]. "பாலஸ்தீனர்களின் தேசிய விடுதலைப் போராட்டத்திற்கு இந்திய மக்களின் முழு ஆதரவும் உண்டு" என்று காங்கிரஸ் இயக்கம் அறிவித்தது[14]. அதன் பின்னர் 1938ஆம் ஆண்டு பிப்ரவரி மாதத்தில், "பாலஸ்தீனத்தில் வாழும் அரபு மக்களின் விருப்பத்திற்கு மாறாக கட்டாயப்படுத்தி அவர்களை வெளியேற்றும் பிரிவினைத் திட்டத்தை உடனடியாகக்

கைவிடவேண்டும்" என்று ஆங்கிலேய அரசுக்கு இந்திய தேசிய காங்கிரஸ் கடுமையான கண்டனத்தையும் தெரிவித்தது[15].

1938ஆம் ஆண்டு செப்டம்பர் மாதத்தில், "ஆங்கிலேய ஏகாதிபத்தியத்தின் பின்னால் ஒளிந்துகொண்டு அடைக்கலம் தேட வேண்டாம்" என்று யூதர்களுக்கு இந்திய தேசிய காங்கிரஸ் மீண்டுமொரு எச்சரிக்கை விடுத்தது[16].

இப்படியான தொடர்ச்சியான அறிக்கைகளுக்கும் கண்டனங்களுக்கும் 1936ஆம் ஆண்டு செப்டம்பர் மாதம் 27ஆம் தேதியன்று அலகாபாத் நகரில் பாலஸ்தீனம் குறித்து நேரு ஆற்றிய உரைதான் முக்கியக் காரணியாக இருந்தது.

> "பாலஸ்தீனத்திலும் இந்தியாவிலும் ஆங்கிலேயர்களுக்கு எதிராக நடைபெறும் போராட்டங்களையும், உலகெங்கிலும் ஏகாதிபத்தியத்தையும் பாசிசத்தையும் எதிர்த்து நடைபெறும் போராட்டங்களின் ஒரு பகுதியாகத்தான் பார்க்க வேண்டும்"

என்றார் நேரு[17].

மேலும், பாலஸ்தீனத்தில் ஆண்டாண்டுகாலமாக வாழ்ந்துவரும் அரபுமக்களையும், ஐரோப்பாவில் இருந்து அடித்துவிரட்டப்பட்டதால் பாலஸ்தீனத்திற்கு இடம்பெயர்ந்து வந்த யூதர்களையும் நேரெதிராக மோதவிட்டதே ஆங்கிலேய ஏகாதிபத்தியத்தின் தந்திரம்தான் என்றார் நேரு. மதங்களுக்கும் இனங்களுக்கும் இடையிலான முரண்பாட்டை ஆங்கிலேயர்கள்உருவாக்கியிருப்பதாக நேரு தெரிவித்திருந்த கருத்தே பின்னாளில் பாலஸ்தீனம் குறித்த இந்தியாவின் அயல்நாட்டுக் கொள்கையாக மாறியது[18]. பாலஸ்தீனத்தில் செய்ததுபோலவே இந்தியாவிலும் ஒரு முரண்பாட்டினையும் உள்நாட்டுப் போரையும் ஆங்கிலேயர்கள் உருவாக்கிவிடக்கூடும் என்று அஞ்சியே, "இந்தியாவில் எவ்வித மத முரண்பாடுகளோ பண்பாட்டு முரண்பாடுகளோஇல்லை. பல்லாயிரம் ஆண்டுகளாக வேற்றுமையில் ஒற்றுமையாக கூடிவாழ்வதே இந்திய நிலப்பரப்பின் அடிப்படையாகும்" என்று 1938ஆம் ஆண்டில் நேரு விளக்கிப் பேசினார்[19 20].

இந்திய விடுதலைக்கு முந்தைய காலகட்டத்தில் சியோனிசவாதிகளும் இந்திய முஸ்லிம்களும் ஆங்கிலேயர்களின் பிரித்தாளும் சூழ்ச்சியில் சிக்கிவிட்டார்கள் என்கிற முடிவுக்கு நேரு வந்திருந்தார். அதனால்தான் பாலஸ்தீனத்தில் அரபு மக்கள் ஒடுக்கப்படுவதாகவும், முஸ்லிம்களை உள்ளடக்கிய ஒருங்கிணைந்த இந்தியா உருவாகமுடியாமல்

தடுக்கப்படுவதாகவும் நேரு நினைத்தார். அதனை சரிசெய்யும் நோக்கிலேயே இந்திய முஸ்லிம்களை முஸ்லீம் லீக்கிலிருந்து தள்ளியிருக்க வைக்க காங்கிரசும் நேருவும் கடுமையான முயற்சிகளை மேற்கொண்டனர். அதன் ஒருபகுதியாகவே காங்கிரசும் நேருவும் மிகவும் அழுத்தமாக பாலஸ்தீனப் பிரச்சனையில் முஸ்லிம்களுக்கு ஆதரவாக இருந்திருக்கக்கூடும்.

முஸ்லிம்களின் ஆதரவு கிடைக்கவேண்டும் என்பதற்காகவே பாலஸ்தீனப் பிரச்சனையை தன்னுடைய பிரச்சனையாக காங்கிரஸ் ஏற்றுக்கொண்டதாக வலதுசாரி இந்து அமைப்புகள் குற்றஞ்சாட்டின. காங்கிரஸின் முயற்சிகளைத் தாண்டியும் முஸ்லிம்களுக்கான தனிநாடு கோரும் கருத்தியல் ஆங்கிலேய காலத்து இந்தியாவில் பரவத் துவங்கியிருந்தது. இருப்பினும் மிகச்சிறிய தேசமாக உருவாகியிருந்த யூத இஸ்ரேலிய தேசத்தை ஆதரிப்பதைவிடவும் மிகப்பெரிய நிலப்பரப்பைக் கொண்ட அரபு நாடுகளோடு பொருளாதார, அரசியல் மற்றும் சமூக நட்புறவினை ஏற்படுத்திக்கொண்டால்தான், விடுதலைக்குப் பின்னரான இந்தியாவின் நலனுக்கு ஏற்றதாக இருக்குமென்று காங்கிரஸ் யூகித்திருந்தது. அதனால், 'முஸ்லிம்களின் ஆதரவைப் பெறுவதற்காகத்தான் இஸ்ரேலுடன் நெருக்கமான உறவினை இந்தியா பேணாமல் தவிர்த்தது' என்கிற வலதுசாரிகளின் வாதத்தை ரூபினாஃப் மறுக்கிறார்[21].

பாலஸ்தீனப் பிரச்சனையில் இந்தியா எடுத்த நிலைப்பாட்டின் காரணமாக விடுதலை பெற்ற இந்தியாவுக்கு சர்வதேச அரங்கில் 'ஏகாதிபத்திய எதிர்ப்பு தேசம்' என்கிற ஒரு அடையாளமும் கிடைத்தது.

"ஆங்கிலேயர்களின் வெளியேற்றத்திற்குப் பிறகு, இந்தியாவும் பாலஸ்தீனமும் மதத்தின் காரணமாக பிரிவினையை சந்தித்திருந்தபோதும், முஸ்லிம் லீகை விடவும் இந்திய அரசுடன்தான் அதிகமான நெருக்கத்தை பாலஸ்தீன அரபுமக்கள் ஏற்படுத்திக் கொண்டனர்."

என்கிறார் ரூபினாஃப்[22].

இந்தியாவில் ஆங்கிலேய அரசை முழுவதுமாக புறக்கணிப்பதாக இந்திய தேசிய காங்கிரஸ் இயக்கம் அறிவித்ததைப் போலவே பாலஸ்தீனத்திலும் பாலஸ்தீன தேசியக் கட்சியான சுதந்திரக் கட்சியும் அறிவித்தது[23]. அதற்கு முன்னரெல்லாம் ஆங்கிலேய அரசுடன் கைகோர்த்துக் கொண்டிருந்த யூத சியோனிச இயக்கங்களெல்லாம் திடீரென்று அதேகாலகட்டத்தில் ஆங்கிலேய

அரசை எதிர்க்கத் துவங்கியிருந்தன. ஆங்கிலேய அரசிடம் போராடி யூதர்களுக்காக பாலஸ்தீன நிலத்தை மீட்கப்போவதாக அவர்கள் சொல்லிக்கொண்டனர். ஆங்கிலேய எதிர்ப்புக்கு, இந்திய தேசிய காங்கிரஸுடன் நட்புறவு பாராட்டி யூத சியோனிசவாதி அமைப்பினர் கைகோர்க்க விரும்பினர்.

1947ஆம் ஆண்டு ஏப்ரல் மாதத்தில் அமெரிக்காவின் நியூயார்க் நகர 15வது மாவட்ட பிரதிநிதியான இமானுவேல் செல்லர் நேருவுக்கு ஒரு கடிதம் எழுதினார்.

> *“பாலஸ்தீனப் பிரச்சனையில் அரபு நாடுகள் கூட்டமைப்புடன் இந்தியா கைகோர்த்திருப்பது அமெரிக்காவிற்கு வருத்தமளிக்கிறது. இந்தியாவில் தொடங்கியிருக்கும் பிரிவினைகளால் சர்வதேச பிரச்சனைகளில் எந்த நிலைப்பாட்டினை எடுப்பதென்பதில் உங்களுக்கு குழப்பம் இருப்பதைப் புரிந்துகொள்ளமுடிகிறது. ஆனால் அதற்காக கொள்கையைக் கைவிட்டு சந்தர்ப்பவாத முடிவினை எடுப்பது சரியல்ல. இந்தியாவில் வாழும் 9 கோடி முஸ்லிம்களின் நம்பிக்கையை பெறவேண்டிய கட்டாயத்தில் நீங்கள் இருக்கிறீர்கள் என்பது எனக்குப் புரிகிறது. ஆனால் நீங்கள் பாலஸ்தீனப் பிரச்சனையில் அரபு மக்களுடன் கைகோர்ப்பதால், முஸ்லிம் லீகின் தலைவரான முகமது அலி ஜின்னாவின் மனதில் எவ்வித மாற்றத்தையும் அது உருவாக்கிவிடாது என்று என்னால் உறுதியளிக்க முடியும். அதனால் உங்களுடைய முடிவென்பது முழுக்க சந்தர்ப்பவாதம் நிறைந்த அரசியல் நோக்கம் கொண்டதுதான் என்பதை என்னால் உறுதியாகக் கூறமுடியும்”*

என்று அதில் இமானுவேல் குறிப்பிட்டிருந்தார்[24].

1928ஆம் ஆண்டில் இருந்து காங்கிரஸ் கட்சியின் தலைவராகவும் அதன் அயல்நாட்டு விவகாரங்களை வகுக்கும் பொறுப்பாளராகவும் இருந்துவந்தபடியால், 1947ஆம் ஆண்டில் புதிதாக உதயமாகவிருந்த இந்திய தேசத்தின் கொள்கைகளை தீர்மானிப்பதில் நேரு முக்கியப் பங்குவகித்தார். யூத சியோனிசத்தை செயற்கையாகவும் போலியாகவும் உருவாக்கப்பட்ட ஒரு தேசியக் கருத்தியலாகத்தான் பார்த்தார். அதனை இந்திய தேசியத்திற்கே எதிரானதாகவும் அவர் கருதினார்[25].

கூட்டாட்சித் திட்டமும் பிரிவினையும்

1947ஆம் ஆண்டு இந்தியத் துணைக்கண்டத்தில் பிரிவினை நடந்தவேளையில்தான், ஐநா சபையில் பாலஸ்தீனப் பிரச்சனைக்கான தீர்வினைக் கண்டறிவதற்காக பதினொரு நாடுகளின் பிரதிநிதிகளைக் கொண்ட 'பாலஸ்தீனப் பிரச்சனைக்கான ஐநா சபையின் சிறப்புக்குழு' (UNSCOP) ஒன்று அமைக்கப்பட்டது. அதில் இந்தியாவுக்கும் ஒரு உறுப்பினர் பதவி கொடுக்கப்பட்டது. நேருவின் வழிகாட்டுதலில் ஈரான், இந்தியா, மற்றும் அன்றைக்கிருந்த யுகோஸ்லாவியா உள்ளிட்ட நாடுகளின் உதவியோடு பாலஸ்தீனப் பிரிவினை கடுமையாக எதிர்க்கப்பட்டது. அதற்கு பதிலாக இந்தியாவைப் போன்று ஒரு ஒன்றிய அரசை பாலஸ்தீன நிலப்பரப்பில் உருவாக்கவும், அதில் அதிகப்படியான சுயநிர்ணய உரிமைகளோடு அரபுமக்களுக்கும் யூதர்களுக்கும் தனித்தனியாக இரண்டு மாகாணங்கள் அமைக்கவும் ஒரு பரிந்துரை முன்வைக்கப்பட்டது. அத்திட்டத்தின்படி அரபுமக்களுக்கு 56% நிலமும், யூதர்களுக்கு 44% நிலமும் கிடைக்க வழிவகை செய்யலாம் என்று முன்மொழியப்பட்டிருந்தது.

ஒன்றிய அரசின் கட்டுப்பாட்டில் இராணுவம், பாதுகாப்பு, குடியுரிமை, அயல்துறை ஆகியவை இருக்குமெனவும், மாநில அரசுகளின் கட்டுப்பாட்டில் கல்வி, நிலம், வீட்டுவசதி போன்ற துறைகள் இருக்குமெனவும் பரிந்துரைக்கப்பட்டது.

> "ஒன்றிய அரசொன்றை உருவாக்கி, அதற்குள்ளாக இருவேறு இனமக்களுக்கு தனித்தனியாக மாநிலங்கள் உருவாக்குவதன்மூலம், அவர்களுடைய பண்பாட்டையும் அடையாளத்தையும் தனித்தனியாக அவர்களுக்கென்று ஒதுக்கப்பட்ட நிலப்பரப்பில் நிறுவிக்கொண்டு வாழலாம். அதே நேரத்தில், பாலஸ்தீனம் என்கிற ஒற்றை தேசத்தின் மக்களாகவும் தங்களைப் பொதுவாக அடையாளப்படுத்தமுடியும் என்பதால், அரபு மக்களிடமும் யூத மக்களிடமும் ஒரு ஒற்றுமையையும் உருவாக்க முடியும்"

என்பதே அந்தப் பரிந்துரையின் நோக்கமாகும். ஆனால், அக்குழுவில் இருக்கும் பெரும்பான்மையானோரால் ஆதரிக்கப்படாத ஒரு பரிந்துரையாக அது இருந்தது. பாலஸ்தீன நிலத்தை துண்டுபோட்டு இருநாடுகளாகப் பிரிப்பதை அரபு மக்களும் விரும்பவில்லை என்பதையும், யூத மதத்தின் தலைவர்களும், யூத அமைப்புகளுமே கூட பாலஸ்தீனப் பகுதியில் இருநாடுகள் உருவாக்கப்படுவதை ஆதரிக்கவில்லை என்பதையும் இந்தியாவின் முன்முயற்சியில் தயாரிக்கப்பட்ட அப்பரிந்துரையில் குறிப்பிடப்பட்டிருந்தது. பாலஸ்தீனத்தை இருநாடுகளாகப் பிரித்தால், அது நிச்சயமாக அரபு

மக்களுக்கு எதிரானதாகத்தான் போய்முடியும் என்பதும் அதில் அழுத்தமாக சொல்லப்பட்டது.

அத்துடன்,

> *"இரு மாநிலங்களை உள்ளடக்கிய ஒன்றிய அரசுக்கு ஒரு அரசியலமைப்புச் சட்டத்தையும் உருவாக்க வேண்டும். அதில் எந்த மாநிலத்திலும் அரபு மக்களையும் அல்லது யூத மக்களையும் அல்லது மற்ற இனத்தின் மக்களையும் ஒடுக்கவோ, பாகுபாடு காட்டவோ கூடாது என்றும், மதங்களையும் இனங்களையும் தாண்டி அனைவருக்கும் சமமான வாய்ப்புகளும் உரிமைகளும் வழங்கப்படவேண்டும்"*

என்றும் அந்த பரிந்துரை முன்மொழிந்தது[26].

பாலஸ்தீன நிலத்தில் ஏற்கனவே வாழ்ந்த மக்களை முற்றிலுமாக புறக்கணித்துவிட்டு, புதிதாக புலம்பெயர்ந்துவந்த யூதர்கள் பாலஸ்தீன நிலத்திற்கு உரிமைகோரும் நிலைமைக்குக் கொண்டுவந்துவிட்டதே 1917ஆம் ஆண்டில் ஆங்கிலேய அரசின் முயற்சியால் கொண்டுவரப்பட்டு செயல்படுத்தப்பட்ட பெல்ஃபோர் பிரகடனம்தான் காரணம் என்று ஐநா சபையின் சிறப்புக்குழுவில் அங்கம்வகித்த இந்தியா பகிரங்கமாகவே குற்றச்சாட்டு வைத்தது[27].

இந்தியாவின் ஆலோசனையின் பேரில் உருவாக்கப்பட்ட ஒருங்கிணைந்த பாலஸ்தீனத் திட்டத்தை அரபு மக்களின் இயக்கங்களும் ஏற்கவில்லை, யூத அமைப்புகளும் ஏற்கவில்லை. இத்திட்டத்தின் மூலமாக தங்களுடைய நிலத்தின் பெரும்பகுதியை யூதர்களுக்கு கொடுக்கவேண்டியிருப்பதாக அரபு மக்கள் நினைத்தனர். அதேபோல, தங்களுக்கே தங்களுக்கான ஒரு தனி யூததேசம் அமைக்கிற ஆசையும், இந்த ஒருங்கிணைந்த தேசம் உருவாக்கும் திட்டத்தால் நடக்காமல் போய்விடும் என்று யூத அமைப்புகள் நம்பின[28].

பாலஸ்தீன நிலத்தில் ஒரு யூததேசம் அமைக்கப்பட்ட பின்னர், உலகெங்கிலுமுள்ள யூதர்கள் அந்த புதிய இஸ்ரேலிய தேசத்திற்கு இடம்பெயர நினைத்தால் எவ்விதத்தடையுமின்றி வந்துசேருவதற்கு அனுமதிப்பதே யூத தேசியவாதிகளின் திட்டமாகும். ஆனால், ஒருங்கிணைந்த பாலஸ்தீனம் உருவாக்கினால், அங்கே புதிய யூத அகதிகளை அனுமதிப்பதற்கும் அரபு மக்களின் ஆதரவையும் கோரவேண்டியிருக்கும். அதற்காகவே ஒருங்கிணைந்த பாலஸ்தீன ஒன்றிய அரசு அமைப்பதை யூதர்கள் கடுமையாக எதிர்த்தனர்[29].

தனியான யூததேசம் அமைக்கிற திட்டத்திற்கு ஆதரவளிக்கக்கோரி தொடர்ந்து நேருவுக்கு நெருக்கடி கொடுத்துக்கொண்டே இருந்தார்கள் யூத சியோனிச அமைப்பினர். அதேவேளையில் யூத தேசத்திற்கு ஆதரவளிக்கும் ஒரு சில இந்தியர்களோ, எக்காரணம் கொண்டும் பெரிய யூததேசம் அமைக்கும் எண்ணத்தைக் கைவிடாதீர்களென்று சியோனிசவாதிகளுக்கே கடிதமெல்லாமும் எழுதினார்கள்[30]. 1947ஆம் ஆண்டு நவம்பர் மாதத்தில் பாலஸ்தீன நிலத்தை இரண்டாகப் பிரிக்கும் தீர்மானம் ஐநா சபையில் நிறைவேற்றப்பட்டது. மிகச்சமீபத்தில் உருவாகியிருந்த இளம் நாடுகளான இந்தியாவும் பாகிஸ்தானும் அரபுலக நாடுகளுடன் சேர்ந்து ஐநா சபையில் கொண்டுவரப்பட்ட திட்டத்தை எதிர்த்து வாக்களித்தார்கள். ஆனால் பெரும்பான்மை வாக்குகள் கிடைக்காததால், அவை வீணாகப்போயின. அதனைத் தொடர்ந்து பல்லாயிரக்கணக்கான பாலஸ்தீனர்கள் கைது செய்யப்பட்டனர், அவர்களது நிலத்திலிருந்தும் வெளியேற்றப்பட்டனர். 1948ஆம் ஆண்டு பிரிவினை அமல்படுத்தப்பட்டவுடன், அப்போது பாலஸ்தீன நிலத்தில் வாழ்ந்து வந்த 13 இலட்சம் பாலஸ்தீனர்களில் சுமார் 7 இலட்சத்து இருபதாயிரம் பாலஸ்தீனர்கள் நாடற்ற அகதிகளாயினர்[31].

பாலஸ்தீன நிலத்தை இரண்டாகப் பிரிக்கிற நடவடிக்கைகள் துவங்கப்பட்டதின் தொடர்ச்சியாக இந்திய துணைக்கண்டத்தையும் பிரிக்கிற பணியினை ஆங்கிலேய அரசு ஆதரித்து முடுக்கிவிட்டது.

காலனி ஆட்சிக்காலத்தில் இந்திய துணைக்கண்டத்தை தன்னுடைய கட்டுப்பாட்டிலேயே நேரடியாக வைத்து பல பகுதிகளை ஆட்சி செய்தது. அந்தப் பகுதிகளெல்லாம் ‘பிரிட்டிஷ் இந்தியா’ என்று அழைக்கப்பட்டது. அதேபோல 500க்கும் மேற்பட்ட பகுதிகளை மன்னர்கள் ஆட்சிசெய்ய, அவற்றை மறைமுகமாக தன்னுடைய கட்டுப்பாட்டில் வைத்திருந்தது ஆங்கிலேய அரசாங்கம். அந்த மன்னர்களெல்லாம் ஆங்கிலேய அரசுக்கு வரிசெலுத்தியும், அவர்களின் அதிகாரத்திற்கு அடிபணிந்தும் ஆட்சி நடத்தினர். ஆக, இந்தியா என்பது ஒரே தேசமாக ஆங்கிலேயர் காலத்திலேயேகூட இருக்கவில்லை. “இந்தியா என்கிற குடியரசு தேசத்தை உருவாக்குவதற்கு முன்னர், அதனை ஒன்றாக்க வேண்டியதே முதல் வேலை” என்றார் சுனில் புருசோத்தமன்[32].

இந்தியாவில் பல்வேறு சமூகங்களுக்கிடையில் பதற்றத்தை உருவாக்கியதில் ஆங்கிலேய அரசுக்கு முக்கியப் பங்குண்டு. 1871-72ஆம் ஆண்டுகளில் நாடு முழுக்க வயது, சாதி, மதம்,

வேலைவாரியாக ஆங்கிலேய அரசு ஒரு கணக்கெடுப்பு நடத்தியது. அதன் முடிவுகளை மக்களிடம் கொண்டு சென்றவிதத்தில் நிர்வாகரீதியாகவும், அரசியல்ரீதியாகவும் சில விளைவுகளை ஏற்படுத்தியது. இந்தியா என்கிற நிலப்பரப்பில் சிறுபான்மையாக முஸ்லிம்கள் இருப்பதாகவும், இந்துக்கள் பெரும்பான்மையாக இருப்பதாகவும், அவர்கள் இருவரும் தனித்தனி அடையாளம் கொண்ட மக்கள் குழுக்கள் என்றும் வலுவான பிரச்சாரம் மக்களிடம் கொண்டுசெல்லப்பட்டது. அதன் தொடர்ச்சியாக முஸ்லிம்களிடம் அச்ச உணர்வையும் அது தோற்றுவித்தது[33].

"தாங்கள் ஆதிக்கம் செலுத்தும் நிலப்பரப்பில் இருக்கும் முரண்பாடுகளை பெரிதாக்கிக் காட்டுவதை காலனியாதிக்க நாடுகள் வழக்கமாக்கியிருந்தன. அதனைப் பல்வேறு வடிவங்களிலும் முறைகளிலும் செய்தன"

என்கிறார் ஆர்.பி.பகத்[34].

"1872ஆம் ஆண்டு நடத்தப்பட்ட மக்கள் தொகைக் கணக்கெடுப்பு முடிவுகளை வைத்துக்கொண்டு, இந்திய நிலப்பரப்பில் வாழும் மக்களை பெரும்பான்மையோர்-சிறுபான்மையோர் என்கிற பிரிவினையோடு பிரச்சாரம் செய்யத் துவங்கியது ஆங்கிலேய அரசு. இருபத்தியோராம் நூற்றாண்டின் துவக்கத்தில் மக்களை அடையாளங்களுக்குள் சிக்கவைக்க அந்த பிரச்சாரங்கள் ஆங்கிலேயர்களுக்கு உதவின"

என்கிறார் பகத்[35]. இது தொடர்பாக மேலும் விரிவான தகவல்களை இந்நூலின் மூன்றாம் பகுதியில் பார்க்கலாம்.

அதனைத் தொடர்ந்து, இந்திய துணைக்கண்டத்தில் வடமேற்கு மற்றும் கிழக்குப்பகுதிகளில் மட்டும்தான் முஸ்லிம்கள் பெரும்பான்மையானோராக இருக்கமுடியும் என்பதை முஸ்லிம் தலைவர்களான முகமது இக்பால் மற்றும் முகமது அலி ஜின்னா உள்ளிட்டோர் அறிந்துவைத்திருந்தனர். அதனால் அந்தப் பகுதிகளிலெல்லாம் சுயமான பொருளாதார சுதந்திரத்தை முஸ்லிம்களுக்கு கிடைப்பதற்கான கோரிக்கைகளை அவர்கள் முன்வைத்தனர். இந்தியா என்கிற தேசம் உருவான பின்னர், ஆங்கிலேய ஆட்சியை அப்படியே மாற்றி இந்திய தேசிய காங்கிரஸ் தலைமையில்தான் ஒரு ஆட்சி அமைக்கவேண்டும் என்று நேரு விரும்பினார். அப்படியாக உருவாக்கப்படும் ஒரு ஒன்றிய அரசு மிகவும் வலுவானதாக இருக்கவேண்டும் என்று அவர் நினைத்தார்.

ஒரு வலுவான ஒன்றிய அரசு அமைய வேண்டுமென்றால், மாநில அரசுளிடம் அதிகமான அதிகாரத்தை வழங்கக்கூடாது என்பதும் அவரது கருத்தாக இருந்தது. அதனால் முஸ்லிம் மக்கள் பெரும்பான்மையாக வாழும் பகுதிகளில் அதிக சுயநிர்ணய உரிமை கோரிய முகமது அலி ஜின்னாவின் கோரிக்கையை மறைமுகமாக நேரு மறுத்திருக்கிறார்.

அதனைத் தொடர்ந்து இந்திய துணைகண்டம் என்பதே இருபெரும் மத அடையாளங்களைக் கொண்ட மக்கள் வாழும் பகுதியாகவே பார்க்கப்பட்டது. அதில் பெரிய பகுதிகளாக இருந்த பஞ்சாபும் வங்கமும் பிரிக்கப்பட்டன. அதுவும் காலாவதியாகிப்போன மக்கள் தொகைக் கணக்கெடுப்பு புள்ளிவிவரங்களை வைத்துக்கொண்டு கொஞ்சமும் பொறுப்பற்ற முறையில் ஆங்கிலேய அரசால் பிரிவினை எல்லைக்கோடுகள் தீர்மானிக்கப்பட்டன. அதனால் வன்முறை, இடப்பெயர்வு, நிலப்பகிர்வு, சண்டை என பலவிதமான பிரச்சனைகளை மக்கள் எதிர்கொள்ள வேண்டிவந்தது. மனிதகுல வரலாற்றிலேயே மிகப்பெரிய எண்ணிக்கையிலான மக்கள் இடம்பெயர்ந்தது அப்போதுதான். சுமார் 1.79 கோடி இந்துக்களும் முஸ்லிம்களும் இங்குமங்குமாக இடம்பெயர வேண்டிய கட்டாயத்திற்குத் தள்ளப்பட்டனர்[36].

1947ஆம் ஆண்டு மார்ச் மாதம் துவங்கி 1948ஆம் ஆண்டு ஜனவரி மாதம் வரையிலும் இந்திய துணைகண்டத்தில் ஏறத்தாழ பத்து இலட்சம் மக்கள் உயிரிழக்க வேண்டிவந்தது.

> *“மக்களிடத்தில் பகையென்கிற தீயைப் பரப்புவதற்கு காரணமாக இருந்துவிட்டு, இந்தக் கலவரத்திற்கும் தங்களுக்கும் எவ்விதத் தொடர்புமில்லை என்பதுபோல, இரண்டு தேசங்களின் ஆட்சியதிகாரத்தையும் கட்டிடங்களையும் அந்தந்த உரிமையாளர்களிடம் ஒப்படைத்துவிட்டுச் சென்றார் அப்போது அதிகாரத்தில் இருந்த மவுண்ட்பேட்டன். இங்கிலாந்துப் பேரரசின் மிகப்பெரிய மனித நேயமிக்க செயல்பாடாகவும் அதனைக் காட்டிக் கொண்டது ஆங்கிலேய அரசு”*

என்கிறார் பெரி ஆண்டர்சன்.[37]

இந்தியா விடுதலைபெற்ற இரண்டாண்டுகளுக்குப் பிறகு, 1950ஆம் ஆண்டு செப்டம்பர் மாதம் 17ஆம் தேதியன்று இஸ்ரேல் என்கிற தேசத்தை அங்கீகரித்தது இந்திய அரசு.

இருப்பினும் இஸ்ரேலுடன் எவ்வித அரசுமுறை உறவுகளையோ வர்த்தக ஒப்பந்தங்களையோ கூட்டு செயல்பாடுகளையோ இந்திய அரசு மேற்கொள்ளவில்லை. இந்தியாவின் அரசியல் தலைநகரான டெல்லியில் இருந்து ஆயிரத்திற்கும் மேற்பட்ட கிலோமீட்டர் தள்ளியிருக்கும் மும்பை நகரில் ஒரேயொரு தூதரக அலுவலகத்தைத் திறப்பதற்கு மட்டும் இஸ்ரேலிய அரசுக்கு இந்திய அரசு அனுமதி கொடுத்தது. அதற்கடுத்த 40 ஆண்டுகளாக வெளிப்படைத்தன்மையோ தெளிவோஇல்லாததொரு உறவினைத்தான் இருநாடுகளும் கொண்டிருந்தன.

இஸ்ரேலை அங்கீகரிக்கலாமா, வேண்டாமா என்று அதன் சாதக பாதகங்களை மிகவிரிவாக இந்தியா ஆய்வுசெய்தது. மூன்று முக்கியமான பிரச்சனைகளை மையமாக வைத்தே முடிவெடுக்கப்பட்டது. சர்வதேச அரங்கில் இந்தியாவின் மரியாதை, இந்தியப் பொருளாதாராம், பாகிஸ்தானை முந்தவேண்டிய கட்டாயம் என இந்த மூன்று விவகாரங்களில் எவ்விதப் பிரச்சனையும் வந்துவிடாதபடியான ஒரு முடிவினை எடுக்கவேண்டும் என்பதிலேயே இந்தியா முனைப்பாக இருந்தது. இஸ்ரேலை அங்கீகரிப்பதன் மூலம் எகிப்து, லெபனான், ஈராக், ஈரான் மற்றும் ஜோர்டான் ஆகிய மத்திய கிழக்கு நாடுகளுடனான உறவும் பாதிக்கப்பட்டுவிடக்கூடாது என்பதற்காக அதிகாரிகளை அனுப்பி கருத்துகேட்டு விவரம் சேகரித்தது இந்திய அரசு.

> *"இஸ்ரேலை இந்தியா அங்கீகரித்தே ஆகவேண்டும். அப்படிச் செய்தால், பிரிட்டனிலும் அமெரிக்காவிலும் யூதர்களின் கட்டுப்பாட்டில் இருக்கும் ஊடகங்களால் மேற்குலகில் இந்தியாவிற்கு நற்பெயர் கிடைக்கச் செய்துவிடமுடியும்."*

என்றார் எகிப்திற்கான இந்தியத் தூதராக இருந்த டாக்டர் ஃபைசி[38].

> *"ஈரானும் துருக்கியுமே இஸ்ரேலை அங்கீகரித்துவிட்டன. அதனால் இனிமேலும் இஸ்ரேலை நாம் அங்கீகரிக்கவில்லையென்றால், அந்த நாடுகளெல்லாம் நேரடியாகவோ அல்லது மறைமுகமாகவோ நமக்குத் தடை விதிக்கப்படவும் வாய்ப்பிருக்கிறது."*

என்றார் ஈரானுக்கான இந்தியத் தூதராக இருந்த அலி ஜாஹிர். ஆனால், இப்படியாக இந்திய அரசுக்கு வந்த எந்தப் பரிந்துரையிலுமே பாலஸ்தீனர்களின் எதிர்காலம் குறித்து எதுவுமே குறிப்பிடப்படவேஇல்லை[39].

1950ஆம் ஆண்டு ஏப்ரல் மாதத்தில் இந்தியாவின் வெளியுறவுத்துறை இணையமைச்சராக இருந்த பிவி.கேஸ்கர் நேருவுக்கு ஒரு கடிதம் எழுதினார்.

> "இஸ்ரேலை இனிமேலும் அங்கீகரிக்காமல் இருந்தால், அரபுலக நாடுகளில் இருந்து இந்தியாவுக்கு ஏதாவது பலன்கள் உண்டா என்பதை மட்டுமே நாம் பார்க்கவேண்டும்."

என்று அக்கடிதத்தில் பிவி.கேஸ்கர் குறிப்பிட்டிருந்தார்[40].

> "மத்திய கிழக்கில் வாழ்ந்துவந்த முப்பது இலட்சம் யூதர்களையும் பன்னிரண்டு கோடி அரபு மக்களையும் கணக்கிலெடுத்துதான் இந்திய அரசு முடிவெடிப்பதில் குழப்பமான நிலையில் இருந்தது. அரபுலகைப் பகைத்துக்கொண்டால் எரிசக்தி கிடைக்கும் வாய்ப்பு குறைந்துவிடுமோ என்கிற அச்சமும் இந்தியாவுக்கு இருந்தது"

என்றார் ரூபினாஃப்[41].

இந்தியா விடுதலையடைந்த பிறகான சில ஆண்டுகளில் இந்தியாவின் ஏற்றுமதியிலும் இறக்குமதியிலும் சுமார் 70% அளவிற்கு, சூயஸ் கால்வாய் வழியாகத்தான் நடந்து கொண்டிருந்தது[42]. இருப்பினும் விடுதலையின்போது ஏற்பட்ட பிரிவினையால் இந்திய துணைக்கண்டத்தில் ஏற்பட்ட ஆறாத வடுவும், அதனால் ஏற்பட்ட கசப்பான அனுபவங்களும் ஏதோவொரு வகையில் இந்திய தேசிய காங்கிரசின் தார்மீகத் தோல்வியாகவே முன்னிறுத்தப்பட்டது. இஸ்ரேலை அங்கீகரிப்பதன் மூலம், பிரிவினையையும், பாகிஸ்தானையும் முழுமையாக ஏற்றுக்கொள்ளும் நிலைக்கு இந்தியா தள்ளப்படும் சூழலும் உருவானது. அத்துடன், வியாபார ரீதியில் மிகமுக்கியப் பங்குவகிக்கக்கூடிய அரபுலக நாடுகளின் அன்பைப் பெறுவதில் தனக்குப் போட்டியாக இருக்கும் பாகிஸ்தானை முந்த வேண்டிய அவசியமும் இந்தியாவுக்கு இருந்தது[43].

> "அரபுலக நாடுகளுடன் பாகிஸ்தானை விடவும் அதிக நெருக்கமாக இருக்கவேண்டுமானால், இஸ்ரேலிடம் இருந்து தள்ளி இருந்தே ஆகவேண்டிய கட்டாயம் இந்தியாவுக்கு இருந்தது"

என்கிறார் ரூபினாஃப்[44]. இந்த நிலைப்பாடு யாருக்கு பயன்பட்டதோஇல்லையோ, இந்தியாவின் அதிதீவிர இந்து வலதுசாரிக் குழுக்களுக்கு நன்றாகப் பயன்பட்டது. முஸ்லிம்களுக்கு ஆதரவாக இந்திய தேசிய காங்கிரஸ் செயல்படுவதாகக் குற்றஞ்சாட்டி எதிர்ப்புப் பிரச்சாரத்தைத் துவங்கிவிட்டனர் இந்துத்துவவாதிகள்.

அதேபோல,

“இஸ்ரேலை ஒரு நாடாக இந்தியா அங்கீகரித்துவிட்டால், ஐ.நா சபையில் கொண்டுவரப்படும் தீர்மானங்களில் இந்தியாவுக்கு ஆதரவாக எப்போதும் கிடைக்கும் ஆதரவு குறைய வாய்ப்பிருக்கிறது. குறிப்பாக இந்தியா-பாகிஸ்தான் பிரச்சனை தொடர்பாக ஐ.நா சபையில் ஏதேனும் தீர்மானம் கொண்டுவரப்பட்டால், இந்தியாவின் இஸ்ரேலிய ஆதரவு நிலைப்பாட்டின் காரணமாக இந்தியாவுக்கு எதிராகவும் பாகிஸ்தானுக்கு ஆதரவாகவும் அரபுலக நாடுகள் வாக்களிக்கும் நிலை ஏற்படலாம்.”

என்றும் இந்தியத் தூதராக எகிப்து நாட்டில் பணிபுரிந்த டாக்டர் ஃபைசர் இந்திய அரசுக்கு எச்சரிக்கையும் விடுத்திருந்தார்.

“அரபுலகத்திற்கு இசைந்துபோகிற முடிவுகளை எடுப்பதன்மூலம், அது இந்தியாவுக்கு எந்தளவுக்கு பலனைக் கொடுக்கிறது என்பது தெளிவாகத் தெரியவில்லை. பிற்காலத்தில் வலதுசாரி இந்துத்துவவாதிகளுக்குத்தான் இது சாதகமாக முடியப்போகிறது. அதே வேளையில் அரபுலக நாடுகளை முற்றிலுமாக எதிர்த்துவிட்டால், அதுவே காஷ்மீர் மற்றும் இந்திய எல்லைப் பிரச்சனைகளில் பாகிஸ்தானுக்கு ஆதரவாக அரபு நாடுகள் முழுமையாக மாறுவதற்கும் அதிக வாய்ப்பிருக்கிறது.”

என்று தன்னுடைய கடிதத்தில் குறிப்பிட்டிருக்கிறார் ஒன்றிய அமைச்சர் பிவி.கேஸ்கர்.

“அரபுலக நாடுகளையும் முஸ்லிம்களையும் கைவிட்டு விலகி நிற்பதற்கு நேரு நிச்சயமாகத் தயாராக இருக்கவேமாட்டார். அதுவும் காஷ்மீர் பிரச்சனை கொழுந்துவிட்டு எரியும் இச்சூழலில் அப்படியான முடிவினை எடுக்கமுடியாது என்பதுவும் நேருவுக்குத் தெரியும்”

என்று புன்யபிரியா தாஸ்குப்தா குறிப்பிட்டு எழுதியிருக்கிறார்[45].

இப்படியாக பலருடைய கருத்தையும் கேட்டு, அலசி ஆராய்ந்து இறுதியாக இஸ்ரேலை ஒரு தேசமாக இந்திய அரசு அங்கீகரித்தது. ஆனால் முழுமையாக ஏற்றுக்கொண்டு இஸ்ரேலின் நட்பு நாடாக இந்தியா உருமாறிவிட்டது என்கிற ஒரு பிம்பம் உருவாகிவிடக்கூடாது என்பதிலும் இந்தியா கவனமாக இருந்தது.

“இஸ்ரேலை ஒரு தேசமாக நாங்கள் அங்கீகரிக்கிறோம். ஆனால் இன்றைய சூழலில் இஸ்ரேலுடன் எவ்வித அரசுமுறை உறவினையும் நாங்கள் பேணமாட்டோம். இஸ்ரேலை அங்கீகரிக்கிற இம்முடிவானது, எங்களது கொள்கைசார்ந்து நாங்கள் எடுத்த முடிவல்ல. ஆனால் இருதரப்புக்கும் நடுநிலையாக இருக்க விரும்பி எடுத்த முடிவாகும். மிகவும் கவனமாக பல்வேறு தரப்பு கருத்துகளையும் கேட்டறிந்து ஆலோசித்து எடுத்த இம்முடிவினை மிகவும் சரியான முடிவென்றே நாங்கள் கருதுகிறோம்”

என்று இஸ்ரேலை அங்கீகரிப்பது குறித்து பத்திரிக்கையாளர் சந்திப்பொன்றில் நேரு கூறினார்[46].

அரபுலகத்துடனான நட்புறவை பலப்படுத்துதல்

எகிப்தின் புதிய அதிபராகப் பதவியேற்றிருந்த கமால் அப்துல் நாசருடன் 1954ஆம் ஆண்டில் நேருக்கு நட்பு ஏற்பட்டது. அதன்பிறகு அரபுலக நாடுகளுடனான உறவில் ஒரு புதிய பரிமாணத்தை இந்தியா எட்டியது. காலனி ஆதிக்கத்தை எதிர்க்கும் கருத்தியலில் நேருவுக்கும் நாசருக்கும் இடையில் ஒருமித்த கருத்து இருந்தபடியால் இருவராலும் இணைந்து பணியாற்ற முடிந்தது. வல்லரசு நாடுகளின் பனிப்போரில் எந்தப்பக்கமும் சாயாமல் நடுநிலை வகிக்கிற முடிவினை எடுக்கவேண்டிய ஆப்பிரிக்க மற்றும் ஆசிய நாடுகள் பலவற்றையும் ஒருங்கிணைக்கும் பணியில் இந்தியாவின் நேருவும், எகிப்தின் நாசரும் ஈடுபட்டனர்.

1955ஆம் ஆண்டு இந்தோனேசியாவின் பந்துங்க் நகரில் விடுதலையை முன்னிறுத்தி ஏராளமான நாடுகளின் பிரதிநிதிகளை ஒரே இடத்தில் ஒருங்கிணைக்கும் மிகப்பிரம்மாண்டமான கூட்டத்திற்கு ஏற்பாடு செய்யப்பட்டது. அதற்கு பிரிட்டன், அமெரிக்கா, பிரான்சு உள்ளிட்ட ஆதிக்க நாடுகளுக்கு அழைப்பு விடுக்கப்படவில்லை. பாலஸ்தீன மக்களை அடித்துவிரட்டி அந்த இடத்தையெல்லாம் அதிரடியாக ஆக்கிரமித்த இஸ்ரேலையும் ஒரு நவீன காலனியாதிக்க நாடாகவே அந்த மாநாட்டை ஒருங்கிணைத்தவர்கள் பார்த்தார்கள். அதனால் இஸ்ரேலையும் அழைக்கவில்லை.

பனிப்போரின்போது எந்த வல்லரசு நாட்டுக்கும் ஆதரவளிக்காத சுமார் 120 நாடுகளை ஒருங்கிணைத்து 1961ஆம் ஆண்டில் அணி சேரா நாடுகளின் கூட்டமைப்பு உருவாக்கப்பட்டது. மற்ற நாடுகளின் உள்விவகாரங்களில் தலையிடாமை, எந்த நாட்டையும்

ஆக்கிரமிக்காமை, காலனியாதிக்க நாடுகளுக்கு ஆதரவளிக்காமை போன்றவற்றை முக்கியக் கொள்கைகளாகக் கொண்டு அவ்வமைப்பு துவங்கப்பட்டது.

சர்வதேச அரசியல் சக்தியாக மூன்றாம் உலக நாடுகள் உருவாகத் தொடங்கியதன் குறியீடாகப் பார்க்கலாம்[47]. அணி சேரா நாடுகள் கூட்டமைப்பின் தலைமைப் பதவியை ஏற்றுக்கொண்ட இந்தியாவின் மதிப்பு, சர்வதேச அரங்கில் உயர்ந்தது. காலனியாதிக்கத்தையும் மேற்குலக ஏகாதிபத்தியத்தையும் எதிர்க்கும் தேசமாக இந்தியாவுக்கு ஒரு அடையாளத்தை அது பெற்றுக்கொடுத்தது. இந்திய தேசிய காங்கிரஸ் ஆங்கிலேயர்களை எதிர்த்துப் போராடிய ஒரு காலனியாதிக்க எதிர்ப்பு இயக்கம்தான். ஆனால் அதனைத் தாண்டி ஒரு புரட்சிகர திட்டமெல்லாம் அந்த இயக்கத்திற்கு இருக்கவில்லை. இந்தியாவில் இந்திய தேசிய காங்கிரஸ் எப்படியோ அப்படித்தான் அந்த அணி சேரா நாடுகளில் இணைந்த மற்ற அனைத்து தேசங்களின் தேசிய இயக்கங்களும் இருந்தன. ஏதோவொரு வகையில் அந்தந்த நாடுகளில் ஆதிக்கம் செலுத்திய காலனிய நாடுகளை எதிர்த்தார்களே தவிர, முழுமையான மாற்றுத் திட்டத்தோடு இயங்கிய மக்களுக்கான அரசாகவோ இயக்கங்களாகவோ எல்லாம் அவர்கள் இருக்கவில்லை. அவர்கள் நேருவையும் நாசரையும் காலனியாதிக்கத்தை எதிர்க்கும் தூதர்களாக அங்கீகரித்து அவர்களின் பின்னால் அணிதிரண்டனர்.

"இராணுவ ஆட்சிமுறையை அடிப்படையாகக் கொண்டு இயங்கிய எகிப்து, பெயரளவுக்கு சோசலிச நாடுகளாக அடையாளப்படுத்திக்கொண்ட சிரியா, ஈராக், அல்ஜீரியா, வடக்கு ஏமன், லிபியா மற்றும் சூடான் உள்ளிட்ட நாடுகளெல்லாம் காலனி எதிர்ப்பைக் கொண்டிருந்தாலுமே கூட, உள்நாட்டில் எதிர்க்கருத்தாளர்களை அடக்கி ஒடுக்கத்தான் செய்தார்கள்"

என்கிறார் ஜோயல் பெய்னின்[48]. எகிப்து அதிபரான நாசருமே கூட அஸ்வன் அணையைக் கட்டுவதற்காக 60000 நூபியர் இன மக்களை அடித்துவிரட்டி, 600க்கும் மேற்பட்ட கிராமங்களை 1964ஆம் ஆண்டு அழித்தவர்தான் என்கிறார் அவர்[49].

அதேபோல காஷ்மீரை இந்தியா ஆக்கிரமிப்பு செய்திருப்பதும் அரபுலகத் தலைவர்களுக்கு நன்றாகவே தெரியும்.

"காஷ்மீரை தனி தேசமாக அங்கீகரிக்க வேண்டுமா அல்லது பாகிஸ்தானுடன் இணைக்க வேண்டுமா அல்லது இந்தியாவுடன் இருக்க வேண்டுமா என்று நான் காஷ்மீருக்குச்

சென்றதைப்போலவே, நீங்களும் 1960களில் பயணித்து காஷ்மீரிகளிடம் கேட்டால் என்ன சொல்லியிருப்பார்கள் தெரியுமா? அவர்கள் அப்போது இந்தியாவையே காலனியாதிக்க நாடாகத்தான் பார்த்தார்கள்"

என்றார் ரூபினாஃபீப்[50].

அதேபோல இந்தியாவின் வேறுபல அடக்கமுறைகளுமேகூட சர்வதேச அரங்கில் கவனிக்கப்படாமல் இல்லை. 1958ஆம் ஆண்டு அசாம், மற்றும் மணிப்பூர் ஆகிய வடகிழக்கு மாநிலங்களில் அரசுக்கு எதிராகக் குரல் எழுப்புபவர்களை ஒடுக்குவதற்காக ஆயுதப்படை சிறப்பு அதிகாரச் சட்டம் (AFSPA) உருவாக்கப்பட்டு நடைமுறைப்படுத்தப்பட்டது. எவரையும் சுடுவதற்கும், பெரிய காரணமின்றி கைது செய்யவும், ஆணை எதுவும் பெறாமலே சோதனை நடத்துவதற்கும், எந்தக் கட்டிடத்தையும் இடிக்கவும் விரிவான அதிகாரத்தை இந்தியாவின் ஆயுதப் படைகளுக்கு அச்சட்டம் வழங்கியது[51]. அதன்பிறகு 1973ஆம் ஆண்டில் அச்சட்டம் வடகிழக்கின் மேலும் ஏழு புதிய மாநிலங்களுக்கு விரிவுபடுத்தப்பட்டது. பின்னர் 1983-92 ஆண்டுகளில் பஞ்சாபிலும், 1990இல் காஷ்மீரிலும் அச்சட்டம் கொண்டுவரப்பட்டு இன்று வரையிலும் அது அமலில் இருக்கிறது.

"இந்தியாவின் இப்படியான உள்நாட்டு அடக்குமுறைகளைப் பார்க்கையில், இஸ்ரேலை எதிர்ப்பதாகச் சொல்வதை சுயவிருப்பத்தின் பேரில் செய்ததாக நம்மால் ஏற்றுக்கொள்ளவே முடியவில்லை. சர்வதேச அரங்கில் அறத்தைப் பாதுகாக்கிற ஒரு தேசமாக காட்டிக்கொள்வதற்காக எடுக்கப்பட்ட ஒரு சந்தர்ப்பவாத நிலைப்பாடாகத்தான் இருக்குமோ என்கிற கேள்விதான் எழுகிறது. அதற்கான விடையைத் தேடிப்பெறுவதும் கடினம்தான்"

என்கிறார் புன்யபிரியா தாஸ்குப்தா[52].

அதேபோல, "காலனியாதிக்க எதிர்ப்பைப் பயன்படுத்தி அதிக அதிகாரத்தைப் பெறும் உத்தியையும் இந்தியா கையாண்டது" என்கிறார் சம்பத் பட்நாயக்.

ஆக, "இஸ்ரேலுடன் இந்தியா முரண்பட்டதற்கு கொள்கை மட்டுமே காரணமாக இருக்காமல், சுய இலாபமும் சர்வதேச அரங்கில் ஒரு பிம்பத்தை உருவாக்குவதற்கான தேவையுமே மையக்காரணிகளாக இருந்திருக்கின்றன" என்கிறார் பட்நாயக்[53].

இஸ்ரேலிய ஆயுதங்களும் இந்தியாவும்: ஒரு மறைமுக வரலாறு

பொதுவெளியில் இஸ்ரேலுக்கு எதிரான நிலைப்பாட்டைக் கொண்டிருப்பதைப் போலத் தோன்றினாலும், இந்தியாவின் அறிவார்ந்த சமூகமும் அரசியலில் ஆதிக்கம் செலுத்தியவர்களும் எப்போதுமே இஸ்ரேலிய சியோனிசத் திட்டத்திற்கு ஆதரவாகவே இருந்து வந்திருக்கின்றனர். நோபல் பரிசு வென்ற இரவீந்திரநாத் தாகூருமே கூட சியோனிசத் திட்டத்தை மிகுந்த ஆர்வத்தோடு வரவேற்றிருக்கிறார்.

“சியோனிசவாதிகள் இந்தியாவுக்கு வந்து, இஸ்ரேலில் அவர்கள் நடைமுறைப்படுத்திவரும் கிப்புட்ஸ் கூட்டுப்பண்ணை வாழ்க்கை முறையை இந்திய தேசிய இயக்கங்களுக்குக் கற்றுத்தர வேண்டும்” என்று இரவீந்திரநாத் தாகூர் கூறியதை மேற்கோள்காட்டி தெரிவித்திருக்கிறார் கின்வராஜ் ஜாங்கித் என்பவர். அவர் ஹரியானாவில் இருக்கும் ஓபி ஜிண்டால் பல்கலைக்கழகத்தில் இயங்கிவரும் இஸ்ரேலிய ஆய்வுத் துறையின் இயக்குநராக இருந்துவருகிறார்[54].

1950களின் துவக்கத்தில் சோசலிசத் திட்டங்களை நடைமுறைப்படுத்துவதாகவும், பனிப்போரின் துவக்ககாலத்தில் நடுநிலை வகிப்பதாகவும் இஸ்ரேல் காட்டிக்கொண்டதைப் பார்த்து, இந்தியாவின் அரசியல் அதிகாரத்தில் இருக்கிற பலரும் நம்பி ஈர்க்கப்பட்டனர். 1956ஆம் ஆண்டு சூயஸ் கால்வாயை தேசியமயமாக்கும் முடிவை எகிப்தின் அதிபராக இருந்த நாசர் எடுத்தபோது, பிரட்டனும் பிரான்சும் எகிப்தை ஆக்கிரமிக்கப் படையுடன் கிளம்பின. அவர்களுடன் கைகோர்த்துக்கொண்டு அந்தப் படையெடுப்பில் இஸ்ரேலும் பங்கெடுத்தது. அப்போது இந்தியா அரபுலகத்தோடு நெருக்கம் காட்டியது. இருப்பினும் அப்போதும் இஸ்ரேலுடனான தொடர்புமட்டும் குறையவில்லை.

> *“அந்தப் படையெடுப்பின் போது நேபாளம், பர்மா (மியான்மர்) ஆகிய நாடுகள் இஸ்ரேலுக்கு ஆதரவளித்தன. ஆனால் இந்தியா என்கிற பெரிய பலமிக்க நாட்டின் நேரடி ஆதரவைப் பெறுவதில் இஸ்ரேல் தோல்வி கண்டது. ஆனாலும் இந்தியாவிற்கு பொதுவில் ஒரு கொள்கையும், பின்வாசலில் பின்பற்றுவதற்கு மற்றொரு கொள்கையுமாக இரட்டைக் கொள்கைகள் இருக்கத்தான் செய்தன. அதில் ஆச்சர்யப்படுவதற்கு ஒன்றுமில்லை”*

என்கிறார் ரூபினாஃப்[55].

1958ஆம் ஆண்டில் இந்தியாவில் சமூகப் போராளியாகவும் பின்னர் அரசியல் தலைவராகவும் அறியப்பட்ட ஜெயப்பிரகாஷ் நாராயணன், ஒன்பது நாள் சுற்றுப்பயணமாக இஸ்ரேலுக்குச் சென்றிருந்தார். அப்போது இஸ்ரேலியப் பிரதமராக இருந்த பென் குரியனைச் சந்தித்து இஸ்ரேலிய கூட்டுறவுப் பண்ணைகளையும் சமூக நிறுவனங்களையும் பற்றி விரிவாகக் கற்றுக்கொண்டுவந்தார்.

"இந்தியாவில் இருந்து 300 சோசலிச ஆதரவாளர்களையும் நிலச்சீர்திருத்தப் போராளிகளையும் இஸ்ரேலுக்கு அனுப்பி இஸ்ரேலிய கிப்புட்ஸ் கூட்டுப்பண்ணைகள் குறித்து ஆய்வு செய்துவருவதற்கு அனுப்பினார். அவர்கள் அங்கே ஆறு மாதங்கள் தங்கியிருந்து ஆய்வினை மேற்கொண்டனர். அந்தக் காலகட்டத்தில் இந்திய அரசும் இஸ்ரேலிய அரசும் எவ்வித வியாபாரமும் வர்த்தகமும் பொதுப்படையாக செய்துகொண்டதில்லை. அதற்கு நேருவின் தயக்கமும் காரணமாக இருந்தது."

என்கிறார் ஜாங்கித்.

சமீபத்தில் 2021ஆம் ஆண்டு அக்டோபர் மாதத்தில் இந்தியாவின் வெளியுறவுத்துறை அமைச்சராக இருக்கும் ஜெய்சங்கர் இஸ்ரேலுக்குச் சென்றபோது, ஜெயப்பிரகாஷ் நாராயணின் பழைய பயணத்தை நினைவுகூர்ந்தார்.

"இந்தியாவும் இஸ்ரேலும் ஒரேமாதிரியான வரலாற்றைக் கொண்டிருக்கிற நாடுகளாகும். அந்த வரலாற்றிற்கு போதுமான கவனத்தை கடந்தகால அரசுகள் கொடுக்கவில்லை."

என்றார் அமைச்சர் ஜெய்சங்கர்[56].

ஆஸ்திரிய-இஸ்ரேலிய தத்துவ அறிஞரான மார்ட்டின் பூபரையும் இஸ்ரேலின் முதல் பிரதமரான பென் குரியனையும் நேருவுமே வியந்து பார்த்திருப்பதாக சொல்லப்படுகிறது. ஆனால் அவர்களுடன் அவர் நெருக்கமான நட்பினை எப்போதும் பேணவில்லை.

"பாலஸ்தீன அகதிகளைக் கண்டும் காணாமல் இருந்த இஸ்ரேலுடன் நெருக்கமான உறவினைப் பேணுவது சாத்தியமேஇல்லாமல் போனது நேருவுக்கு. அவரைப் பொறுத்தவரையிலும் இஸ்ரேலுடன் அரசுமுறை உறவினைப்

பேணுவதைவிடவும், மூன்றாம் உலக நாடுகளின் ஒற்றுமைதான் முக்கியமானதாக இருந்தது."

என்கிறார் ஜாங்கித்.

இந்தியப் பாராளுமன்றத்திலுமேகூட பாலஸ்தீனப் பிரச்சனையில் இந்தியாவின் நிலைப்பாடு குறித்து ஏராளமான விவாதங்கள் நடைபெற்றிருக்கின்றன. இஸ்ரேலுடனான வெளியுறவுக் கொள்கையை மேம்படுத்தவும், பாலஸ்தீனப் பிரச்சனையின் நிலைப்பாட்டை மாற்றச்சொல்லியும் சில எதிர்க்கட்சிகள் தொடர்ச்சியாக இந்திய அரசை வற்புறுத்திக்கொண்டே வந்திருக்கின்றன. 1958ஆம் ஆண்டு ஆகஸ்ட் மாதத்தில் மக்களவையில் அப்படியாக நடைபெற்ற ஒரு விவாதத்தில், இஸ்ரேல் பிரச்சனையில் தங்களுடைய நிலைப்பாட்டை மாற்றிக்கொள்ளுமாறு அரபுலக நாடுகளுக்கு காங்கிரஸ் கட்சியின் உறுப்பினரான பிரஜேஷ்வர் பிரசாத் கோரிக்கை விடுத்தார்.

"1948ஆம் ஆண்டில் புதிதாக உருவான சிறிய அகதி நாடான இஸ்ரேலும் பாகிஸ்தானைப் போலத்தான். பாகிஸ்தானும் செயற்கையாக உருவாக்கப்பட்ட நாடுதானே. அதேபோல உருவாக்கப்பட்ட நாடுதான் இஸ்ரேலும். நமக்குப் பிடிக்கிறதோஇல்லையோ, பாகிஸ்தான் என்கிற தேசத்தை காலப்போக்கில் ஏற்றுக்கொண்டுவிட்டோம். அதேபோல இஸ்ரேலையும் அரபுலக நாடுகள் ஏற்றுக்கொண்டாக வேண்டும்."

என்றார் பிரஜேஷ்வர் பிரசாத்[57].

இஸ்ரேலுடைய இராணுவ நிபுணத்துவத்தை பல நாடுகளும் அப்போதே ஆச்சர்யமாகப் பார்த்தன. 1962ஆம் ஆண்டில் இந்தியாவுக்கும் சீனாவுக்கும் இமாலய மலைத்தொடரில் எல்லைப் பிரச்சனையின் காரணமாக சண்டை மூண்டது. இந்தியாவிற்கு ஆதரவளிக்க வேண்டுமென்று கேட்டுக்கொண்டு உலகின் பல நாட்டின் தலைவர்களுக்கு நேரு கடிதம் எழுதினார். நேரடியான அரசுறவுஇல்லாவிட்டாலும், மும்பையில் இருக்கும் இஸ்ரேலிய தூதரக அலுவலகம் வழியாக இஸ்ரேலிய பிரதமரான டேவிட் பென் குரியனுக்கு 1962ஆம் ஆண்டு அக்டோபர் மாதம் 27ஆம் தேதியன்று நேரு ஒரு கடிதம் எழுதி அனுப்பினார். நேரு அனுப்பிய கடிதத்திற்கு ஐந்தே நாட்களில் டேவிட் பென் குரியன் பதில் கடிதமும் அனுப்பினார். அதில் இந்தியாவுக்குத் தன்னுடைய முழுமையான

ஆதரவு இருப்பதாகவும், எந்த உதவி வேண்டுமானாலும் செய்யத்தயாராக இருப்பதாகவும் குறிப்பிடப்பட்டிருந்தது.

"எங்களுடைய பகுதி மட்டுமல்லாமல் ஒட்டுமொத்த உலகிலுமே அமைதியைப் பாதுகாப்பதற்காக தொடர்ச்சியாக நாங்கள் எல்லா முயற்சிகளையும் எடுத்துவருகிறோம். எங்களுடைய தலைநகரமாக நாங்கள் நினைக்கும் ஜெருசலத்திற்கு 'அமைதியின் நகரம்' என்று ஹீப்ரூ மொழியில் பொருளாகும். நீங்கள் எழுதிய கடிதத்தில் குறிப்பிட்டுள்ளதை நான் முழுமையாக ஏற்கிறேன். சிறியதாக இருந்தாலும் பெரியதாக இருந்தாலும் உலகிலுள்ள எல்லா நாடுகளுக்கும் தத்தமது இறையாண்மையைப் பாதுகாப்பதற்கான உரிமை இருக்கிறது. அதனை நிச்சயமாக உறுதி செய்தே ஆகவேண்டும். தங்களுடைய தன்னிகரற்ற தலைமையில் இந்திய தேசத்தின் வளர்ச்சியில் கவனம் செலுத்துவதற்கு தற்போது உருவாகியிருக்கிற எல்லைப் பிரச்சனைகள் அவசியம் தீர்க்கப்பட வேண்டும். அதற்காக எடுக்கப்படுகிற முயற்சிகளுக்கு எத்தகைய உதவியென்றாலும் அனைவரும் செய்யத் தயாராக இருக்கவேண்டும் என்பது எங்களது கருத்தாகும்"

என்று குறிப்பிட்டு எழுதியிருந்தார் டேவிட் பென் குரியன்[58].

1962ஆம் ஆண்டு நவம்பர் மாதம் 18ஆம் தேதியன்று டேவிட் பென் குரியனின் கடிதத்திற்கு பதில் கடிதம் எழுதி நன்றி தெரிவித்தார் நேரு.

"எங்களுடைய எல்லைப் பகுதியில் நாங்கள் எதிர்கொண்டிருக்கும் பிரச்சனை குறித்து தாங்கள் காட்டிய அக்கறைக்கு நாங்கள் நன்றிக்கடன் பட்டிருக்கிறோம். எந்தக் காலத்திலும் அடுத்த நாட்டிற்கு சொந்தமான ஓரேயொரு அங்குல நிலத்தைக் கூட இந்தியா ஆக்கிரமித்ததே இல்லையென்பதையும், அமைதியான நட்புரீதியான உரையாடல்கள் மூலமே எந்தப் பிரச்சனையையும் தீர்க்கமுடியும் என்று நம்புகிற தேசமாக இருப்பதையும் அறிவீர்கள் என்று நம்புகிறேன். அதேவேளையில் இந்தியாவின் நிலம் பறிபோகிறபோது, அதனை சொந்த நிலத்தில் தைரியமாக எதிர்த்து நின்று சர்வதேச சட்டங்களுக்குட்பட்டு இந்தியாவின் தேசிய ஒருமைப்பாட்டையும் இறையாண்மையையும் காக்கவேண்டிய கட்டாயத்தில் நாங்கள் இருக்கிறோம்."

என்று தன்னுடைய பதில் கடிதத்தில் குறிப்பிட்டிருந்தார் நேரு.

இஸ்ரேலியக் கொடியைப் பறக்கவிடாமல் இந்தியாவுக்குத் தேவையான ஆயுதங்களை கப்பலில் ஏற்றி அனுப்பமுடியுமா என்று

நேரு இஸ்ரேலிய அரசிடம் கேட்டார். ஆனால் பென் குரியன் அதற்கு மறுப்புத் தெரிவித்துவிட்டார். வெளிப்படையாக இஸ்ரேல்தான் இந்தியாவுக்கு உதவுகிறது என்று காட்டிக்கொள்ளவே பென் குரியன் விரும்பினார். அதனால் வேறுவழியில்லாமல் இஸ்ரேல் கொடியை ஏந்திய கப்பலில் ஆயுதங்களைக் கொண்டுவர நேரு ஒப்புக்கொள்ள வேண்டிவந்தது.[59]

இஸ்ரேலிடம் இந்தியா ஆயுதங்கள் வாங்கும் தகவல் தெரிந்தவுடன், அதற்கு எகிப்திய அதிபரான நாசர் உடனடியாக இந்தியாவிற்கு எதிர்ப்புத் தெரிவித்தார். நேருவும் நாசரின் கோரிக்கையை ஏற்றுக்கொண்டு, இஸ்ரேலிடம் ஆயுதம் வாங்குவதை இறுதிநேரத்தில் நிறுத்தினார். ஆனால் எகிப்து உள்ளிட்ட உலக நாடுகள் எதுவும் இந்தியாவுக்கு உதவாமல் போயின. அப்போரில் சீனாவிடம் இந்தியா தோல்வியைத் தழுவ வேண்டியதாகிப்போனது. இருப்பினும் அவசர காலத்தில் இஸ்ரேலிடம் ஆயுதம் வாங்க முயற்சி செய்த காரணத்தினால், அதையே போருக்குப் பின்னரும் தொடர இந்தியா விரும்பியது. அதன்படி, 1963ஆம் ஆண்டில் இந்தியாவுக்கும் இஸ்ரேலுக்குமான ஆயுத வர்த்தக உறவு மறைமுகமாகவே அதிகரித்துக் கொண்டிருந்தது.[60] சிறிய பீரங்கிகளையும் அதில் பயன்படுத்தப்படும் வெடிமருந்துகளையும் இஸ்ரேலிய அரசிடம் இருந்து இந்திய அரசு வாங்கியது. ஆனால் வெளிப்படையாக இல்லாமல் மறைமுகமாகவே அந்த இராணுவ வர்த்தகத்தை இருநாடுகளும் மேற்கொண்டன. 1962 மற்றும் 1965ஆம் ஆண்டுகளில் நடைபெற்ற போர்களில் இந்தியாவுக்கு இஸ்ரேல் உதவியது தொடர்பாக, அப்போது இந்தியாவின் பாதுகாப்பு அமைச்சராக இருந்த ஸ்வரன் சிங்கிடம் 1968ஆம் ஆண்டில் ரூபினாஃப் கேள்வி எழுப்பியிருக்கிறார். அந்தக் கேள்விக்கு பதில் சொல்லாமல், உடனடியாக எழுந்து, "இந்த நேர்காணல் இத்துடன் முடிவுபெற்றுவிட்டது" என்று சொல்லிவிட்டு அங்கிருந்து நகர்ந்துவிட்டார் ஸ்வரன் சிங்.[61]

1960கள் முழுவதுமே இருநாடுகளின் உயர்மட்ட அதிகாரிகள் தொடர்ச்சியாக தொடர்பில்தான் இருந்துவந்திருக்கின்றனர். 1963ஆம் ஆண்டு செப்டம்பர் மாதம் 3ஆம் தேதியன்று, அமெரிக்க பாராளுமன்ற உறுப்பினராக இருந்த இம்மானுவேல் செல்லருக்கு இந்தியாவின் அமெரிக்கத் தூதராக இருந்த பிரஜ் குமார் என்பவர் ஒரு கடிதம் எழுதினார். அதில்,

"நாங்கள் இஸ்ரேலை ஒரு சுதந்திரமான இறையாண்மை கொண்ட தேசமாக பல ஆண்டுகளுக்கு முன்பே அறிவித்துவிட்டோம்.

இஸ்ரேலுடன் நாங்கள் எப்போதும் இணக்கமான நட்புறவையே கொண்டிருக்கிறோம். இஸ்ரேலுடனான அரசுமுறை உறவுகளை மேம்படுத்துவதற்கான எல்லா முயற்சிகளையும் எடுக்க இந்தியா ஆர்வமாகவே இருக்கிறது.”

என்று தெரிவித்திருந்தார். இந்தியத் தூதராக இருந்த பிரஜ் குமார் வேறு யாருமல்ல. இந்தியப் பிரதமர் ஜவஹர்லால் நேருவுடைய பெரியப்பாவின் பேரன்தான்.[62]

இஸ்ரேலியப் புலனாய்வுத்துறையின் தலைவர் இந்தியாவிற்கு பயணம் மேற்கொண்டு இந்திய இராணுவத் தலைவர்களை சந்தித்தார். ஆனால், அப்படியொரு சந்திப்பு நடைபெறவே இல்லையென்று அதனையும் இந்திய அரசு மறுத்துவிட்டது[63].

1962ஆம் ஆண்டு சீனாவுடனான போரில் தோல்வியடைந்த பின்னர், இராணுவத்தை நவீனப்படுத்த வேண்டிய அவசியத்தை இந்திய அரசு புரிந்துகொண்டது.

“அடுத்த இரண்டாண்டுகளில் இராணுவ வீரர்களின் எண்ணிக்கை இரண்டு மடங்காக அதிகரிக்கப்பட்டது. தரைப்படை மட்டுமேயல்லாமல், விமானப்படைக்கும் அதிக முக்கியத்துவம் கொடுக்கப்பட்டது. மற்ற நாடுகளுடனான உறவும் பரிசீலிக்கப்பட்டு சரிசெய்யப்பட்டது.”

என்று ஸ்டீபன் பி.கோஹன் மற்றும் சுனில் குப்தா ஆகியோர் குறிப்பிட்டு எழுதியிருக்கிறார்கள்.[64]

இந்தியாவின் பாதுகாப்பிலும் இராணுவத்திலும் இருந்த பிரச்சனைகளை சரிசெய்வதற்கு அமெரிக்காவும் சோவியத் யூனியனும் உதவின. எம்ஜஜி-21 வகைப் போர்விமானங்களை இந்தியாவுக்கு வழங்கியது சோவியத் யூனியன். அத்துடன் அதிநவீன போர்க்கருவிகளை இணைப்பதற்கான பல தொழிற்சாலைகளை இந்தியாவில் கட்டுவதற்கு சோவியத் யூனியன் உதவியாக இருந்தது. சீனாவை மலைப்பகுதிகளில் எதிர்கொள்வதற்கு ஏற்ப, எட்டு புதிய காலாட்படையினை உருவாக்குவதற்கு உதவி செய்ததோடு, சில பாதுகாப்பு உபகரணங்கள் தயாரிக்கும் தொழிற்சாலைகளையும் உருவாக்கிக் கொடுத்தது அமெரிக்கா.

1965ஆம் ஆண்டு இந்தியாவுக்கும் பாகிஸ்தானுக்கும் நடைபெற்ற போரின்போது, இருநாடுகளுக்குமே ஆயுதங்கள் விற்பதை அமெரிக்கா நிறுத்தியது. அதன்மூலம் ஒரு நம்பிக்கையான

ஆயுத விற்பனையாளராக அமெரிக்கா இல்லையென்பதை இந்தியா புரிந்துகொண்டது. 1962ஆம் ஆண்டில் சீனாவுடன் நடந்த போரின்போது சிறிய அளவிலான ஆயுதங்களை இஸ்ரேலிடம் வாங்கியதை அடுத்து, 1965 மற்றும் 1971ஆம் ஆண்டுகளில் பாகிஸ்தானுடன் நடைபெற்ற போர்களின்போது முன்பைவிடவும் அதிகளவிலான ஆயுதங்களை இஸ்ரேலிடம் இருந்து இந்தியா வாங்கியது.

1965ஆம் ஆண்டில் மேற்கு பாகிஸ்தானுடன் நடைபெற்ற போரின்போது, எம்-58 160எம்எம் வகையிலான சிறிய பீரங்கிகளை இந்தியாவுக்கு இஸ்ரேல் வழங்கியது.[65]

"கிழக்கு பாகிஸ்தான் பிரச்சனையில் உலக நாடுகளை ஒருங்கிணைத்து இந்தியா தலையிடுவதற்கு முன்னர், 1971ஆம் ஆண்டில் இஸ்ரேலிடமிருந்து போர்க்கருவிகள் பெறமுடிந்ததை இந்தியாவின் முயற்சிகளுக்கு கிடைத்த சிறு வெற்றியாகப் பார்க்கலாம்"

என்று அப்போதைய இந்தியப் பிரதமரான இந்திரா காந்தியின் முதன்மைச் செயலராக இருந்த பி.என்.ஹக்சர் தெரிவித்தார். இதனை தன்னுடைய 'ப்ளட் டெலிகிராம்' என்கிற நூலில் கேரி பாஸ்[66] குறிப்பிட்டிருக்கிறார். அப்போது இஸ்ரேலிய பிரதமராக இருந்த கோல்டா மேயரின் முயற்சியால் பீரங்கிகளும் வெடிமருந்துகளும் அவற்றைப் பயன்படுத்தக் கற்றுத்தருவதற்கு சில வல்லுநர்களும் இந்தியாவுக்கு அனுப்பப்பட்டனர். இப்படியான உதவியை செய்வதன்மூலம் இந்தியாவுடன் நெருக்கமான உறவினை உருவாக்கிக் கொள்ளலாம் என்பதே இஸ்ரேலின் எதிர்பார்ப்பாக இருந்தது என்கிறார் பாஸ்.

கிழக்கு பாகிஸ்தானாக இருந்த பகுதி, வங்காளதேசமாக விடுதலையடைவதற்கு இந்தியாவும் இன்ன பிற நாடுகளும் இணைந்து உதவி செய்தன. அந்தப் போரில் இந்தியாவுக்கு இராணுவ உதவிகளை இஸ்ரேல் செய்தது. போருக்குப் பின்னர், வங்காளதேசம் உருவானதும் அப்புதிய தேசத்தை முதன்முதலாக அங்கீகரித்த நாடுகளில் இஸ்ரேலும் ஒன்றாகும். 1967ஆம் ஆண்டு இஸ்ரேலுக்கும் அரபுலக நாடுகளுக்கும் இடையிலான 'அறுபது நாள் போர்' என்கிற பெயரில் ஒரு போர் நடைபெற்றது. அப்போது எகிப்தின் சினாய் மற்றும் சிரியாவின் கோலன் பகுதிகளை ஆக்கிரமித்த இஸ்ரேலை வெளிப்படையாக இந்தியா கண்டித்தது. அதேவேளையில் எகிப்து மற்றும் சிரியாவின் இராணுவத்தை

இஸ்ரேல் இராணுவம் எவ்வாறு தகர்த்தெறிந்தது என்பதை மிகவும் கவனமாகக் கண்காணிக்கவும் தன்னுடைய இராணுவ உயரதிகாரிகளை இந்தியா அறிவுறுத்தியிருந்தது[67]. இந்தியப் பாராளுமன்றத்திலும் இப்பிரச்சனை எதிரொலித்தது.

"அறுபது நாள் போரில் இஸ்ரேலைத்தான் இந்தியா வெளிப்படையாக ஆதரித்திருக்க வேண்டும். இந்திய அரசு அரபுலகத்திற்கு ஆதரவாக செயல்படுவது நீதிக்கு எதிரானதாக இருக்கிறது"

என்று சுதந்திரக் கட்சியின் உறுப்பினரான எம்.ஆர்.மாசாணி பாராளுமன்றத்தில் பேசினார்[68]. மாசாணி மற்றுமல்லாமல் வேறுசில எதிர்க்கட்சிகளும் பாலஸ்தீன-இஸ்ரேல் பிரச்சனையில் பாலஸ்தீனத்திற்கு ஆதரவான ஒரே நிலைப்பாட்டை எப்போதும் எடுக்காமல், அவ்வப்போது வருகிற பிரச்சனைக்கேற்ப முடிவெடுக்கவேண்டும் என்று கேட்டுக்கொண்டனர்[69].

"மத்திய கிழக்குப் பகுதியிலேயே இஸ்ரேல்தான் பலம்பொருந்திய நாடு என்பதால், அதனுடன் நெருக்கமான உறவினைப் பேணவேண்டிய அவசியம் இந்தியாவுக்கு இருக்கிறது. மேலும், இஸ்ரேலுடன் அத்தகைய நெருக்கமான நட்பினை ஏற்படுத்தும் திறமையில்லாதவர்கள் இந்தியாவில் ஆட்சியில் இருக்கிறார்கள். இஸ்ரேலுடனும் அரபுலக நாடுகளுடனும் ஒரேமாதிரியான உறவினை இந்திய அரசு பேணவேண்டும் என்றுதான் நாங்கள் சொல்லிக்கொண்டே இருக்கின்றோம். அப்படிச் செய்திருந்தால், பல நேரங்களில் இருள்சூழ்ந்த நிலையில் நாம் இருந்திருக்க வேண்டிய அவசியமே ஏற்பட்டிருக்காது. இஸ்ரேலுக்கு எதிரான நிலைப்பாட்டைக் கொண்டிருப்பதால்தான் தோல்வியடையும் கூட்டத்துடனேயே நாம் உலவிக்கொண்டிருக்க வேண்டியிருக்கிறது. அரபுலக நாடுகளின் நட்பில் எவ்வித பாதிப்பும் ஏற்படாதவாறு சுமார் 87 நாடுகள் இஸ்ரேலுடனும் அரபுலக நாடுகளுடனும் ஒரே நேரத்தில் அரசுமுறை உறவுகளை வைத்திருக்கின்றன என்பது குறிப்பிடத்தக்கது"

என்றார் மாசாணி[70].

1970களில் பாகிஸ்தானுடனான எல்லையோர பதட்டம் அதிகமாகிக்கொண்டிருந்தபோது, இந்திய உயரதிகாரிகள் அடிக்கடி இஸ்ரேலுக்கு பயணம் மேற்கொண்டு மறைமுகமாக இடைத்தரகர்கள் வழியாக ஆயுதங்கள் வாங்கிக்கொண்டிருந்தனர்.

"போரில் நவீன மின் கருவிகளைப் பயன்படுத்துவதில் இஸ்ரேல் வல்லமை பெற்றிருந்தது. அதனால் அத்தகைய உபகரணங்களை இஸ்ரேலிடமிருந்து வாங்குவதற்கு இந்தியா அதிக ஆர்வம் காட்டியது."

என்கிறார்கள் யாக்கோவ் கார்ஸ் மற்றும் அமிர் போஹ்போட். அவர்கள் இருவரும் இணைந்து இஸ்ரேலின் உயர் போர்த் தொழிற்நுட்பம் குறித்து ஒரு நூல் எழுதியிருக்கின்றனர்[71].

"நேரு உள்ளிட்ட பல இந்தியத் தலைவர்களும் இஸ்ரேலை ஏதோவொரு வகையில் நட்பு வட்டத்தில் வைத்திருக்கவே விரும்பினர். தொடர்ச்சியான இராணுவ மற்றும் உளவுத்துறை உதவிகளைப் பெறவில்லையென்றாலும், நெருக்கடியான காலகட்டத்தில் இஸ்ரேலின் உதவிகளைப் பெறும் அளவுக்கான புரிதலை இந்தியா கொண்டிருந்தது."

என்கிறார் குமாரசுவாமி[72].

தேவைப்படும் நேரத்தில் எல்லாம் மறைமுகமாக இஸ்ரேலுடன் நட்புறவு பாராட்டினாலும், பொதுவெளியில் இஸ்ரேலுக்கு எதிரான பாதையில் இந்திய அரசு பயணித்தது. 1974ஆம் ஆண்டு பாலஸ்தீன மக்களின் நம்பகமான ஒரே அதிகாரப்பூர்வ இயக்கமாக பாலஸ்தீன விடுதலை இயக்கத்தை இந்திரா காந்தி தலைமையிலான இந்திய அரசு அங்கீகரித்தது. அதுவும் அரபுலகைத் தாண்டி உலகிலேயே இம்முடிவினை எடுத்த முதல் நாடு இந்தியாதான்[73]. 1975ஆம் ஆண்டில் சியோனிசத்தை ஒரு இனவெறித்தத்துவம் என்று ஐநா சபையில் கொண்டுவரப்பட்ட 3379வது தீர்மானத்தை ஆதரித்து வாக்களித்த 72 நாடுகளில் இந்தியாவும் ஒன்றாகும்[74]. அந்தத் தீர்மானத்தை நிறைவேற்றுவதற்கு மூன்று மாதங்களுக்கு முன்னர் ஆப்பிரிக்க ஒற்றுமைக்கான அமைப்பினால் நிறைவேற்றப்பட்ட ஒரு தீர்மானம் குறித்த விவரங்களும் இதில் குறிப்பிடப்பட்டிருந்தன. ஆப்பிரிக்காவில் நிறைவேற்றப்பட்ட தீர்மானத்தில் தென்னாப்பிரிக்க வெள்ளையின ஆதிக்கத்திற்கும், இஸ்ரேலில் சியோனிசம் பின்பற்றும் கொள்கைக்கும் ஒற்றுமை இருப்பதாக எழுதப்பட்டிருந்தது.

"பாலஸ்தீனத்தை ஆக்கிரமித்திருக்கும் இஸ்ரேலுக்கும், ஜிம்பாப்வேவையும் தென்னாப்பிரிக்காவையும் ஆட்சிசெய்யும் வெள்ளையின ஆதிக்கத்திற்கும் பொதுவான ஏகாதிபத்திய குணங்கள் இருக்கின்றன. மனிதர்களை தரம் பிரித்து, அவர்களில் ஒரு சாராரை கண்ணியக்குறைவானவர்களாகவும்

கீழானவர்களாகவும் நடத்தும் இனவெறித் தத்துவங்களாகத்தான் இரண்டுமே இருக்கின்றன"

என்று ஆப்பிரிக்க ஒற்றுமைக்கான அமைப்பு நிறைவேற்றிய தீர்மானம் 77 (12)இல் குறிப்பிடப்பட்டிருக்கிறது[75]. அந்த ஆப்பிரிக்க ஒற்றுமைக்கான அமைப்புதான் பின்னாளில் ஆப்பிரிக்க யூனியனாக உருவெடுத்து இன்றைக்கும் இயங்கிவருகிறது.

1980ஆம் ஆண்டில் பாலஸ்தீன விடுதலை இயக்கத்தை முழுமையாக அங்கீகரித்து தூதரகம் அமைத்து அரசுமுறை உறவுகளைப் பேணவும் இந்தியா அனுமதி வழங்கியது. 'அரபுலக நாடுகளுடனான அரசியல் மற்றும் வர்த்தகத் தொடர்பினை மேலும் பலப்படுத்துவதற்கான வாய்ப்பினை இம்முடிவின் மூலம் இந்தியா உறுதி செய்திருக்கிறது' என்று அப்போது இந்தியா டுடே நாளிதழில் ஒரு கட்டுரை வெளியாகி இருந்தது. சர்வதேச அரங்கில் இந்தியாவுக்கு எதிரான பாகிஸ்தானின் எந்தவொரு காய்நகர்த்தலுக்கும் ஆதரவாக அரபுலக நாடுகள் சென்றுவிடக்கூடாது என்பதில் இந்தியா கவனமாக இருந்தது[76].

இராஜீவ் காந்தியும் இஸ்ரேலும்

1985ஆம் ஆண்டு அக்டோபர் மாதத்தில் நடைபெற்ற ஐக்கிய நாடுகள் பொதுச்சபையின் நாற்பதாவது கூட்டத்தில் இஸ்ரேலியப் பிரதமரான சிமோன் பெரசும் இராஜீவ் காந்தியும் அருகருகே அமர்ந்திருந்தனர். இரண்டு நாடுகளின் தலைவர்களும் முதன்முதலாக சந்தித்துப் பேசியது அதுவே முதல்முறையாகும். அரசியல் வரலாற்றில் மிகமுக்கியமான ஒரு நிகழ்வாக அது பார்க்கப்பட்டது.

அக்கூட்டம் நடைபெறுவதற்கு ஒருசில நாட்களுக்கு முன்னர்தான் இஸ்ரேலில் இருந்து சுமார் 1500 மைல்கள் தள்ளியிருக்கும் துனிசியாவில் இயங்கிவந்த பாலஸ்தீன விடுதலை இயக்கத்தின் தலைமை அலுவலகத்தை அமெரிக்க ஜெட் போர் விமானங்களைக்கொண்டு வீழ்த்தியிருந்தது இஸ்ரேலிய இராணுவம். அந்தத் தாக்குதலினால் 60க்கும் மேற்பட்டோர் கொல்லப்பட்டனர். அந்தத் தாக்குதலை இந்தியா வன்மையாகக் கண்டித்திருந்தது. இஸ்ரேலை ஒரு ஆதிக்க ஆக்கிரமிப்பு நாடு என்றே அவ்வறிக்கையில் குறிப்பிட்டிருந்தது இந்தியா.

இருப்பினும், கண்டிப்பதையெல்லாம் கண்டித்துவிட்டு, இராஜீவ் காந்தி பெரெஸை புறக்காணிக்காமல் சந்தித்தும்விட்டார்.

அது நடந்து ஒரு மாதத்தில் இஸ்ரேலை ஐநா சபையில் இருந்து வெளியேற்ற வேண்டும் என்கிற தீர்மானத்தை பதினெட்டு அரபு நாடுகள் இணைந்து கொண்டுவந்தன. எந்த சர்வதேச சட்டங்களையும் மதிக்காமல் பாலஸ்தீனத்தை ஆக்கிரமித்து அம்மக்கள் மீது கொடூர வன்முறைகளை நடத்திக்கொண்டிருப்பதால், ஐநா சபையின் எவ்வித விதிகளையும் மதிக்காத இஸ்ரேலை ஐநா சபையில் இருந்தே நீக்குவதுதான் சரியாக இருக்கும் என்று அத்தீர்மானத்தில் குறிப்பிடப்பட்டிருந்தது. இனவெறிக் கொள்கையைப் பின்பற்றிக்கொண்டிருந்த தென்னாப்பிரிக்காவை 1974ஆம் ஆண்டு ஐநா சபையில் இருந்து நீக்கியதையும் அத்தீர்மானத்தில் நினைவுகூறப்பட்டிருந்தது. ஆனால், இஸ்ரேலைக் காப்பாற்ற ஸ்வீடன் ஓடோடி வந்துவிட்டது. இஸ்ரேலை ஐநா சபையில் இருந்தும் நீக்கும் தீர்மானம் கொண்டுவரப்படக்கூடாது என்றும், இஸ்ரேலை நீக்கவே கூடாது என்றும் ஒரு தீர்மானத்தை ஸ்வீடன் கொண்டுவந்தது. அந்தத் தீர்மானத்தை 80 நாடுகள் ஆதரித்தும், 40 நாடுகள் எதிர்த்தும் வாக்களித்தன. மேலும் 20 நாடுகள் எந்த சார்பையும் எடுக்காமல் வாக்களிக்காமல் வெளியேறிவிட்டன. அந்த நாடுகளில் இந்தியாவும் ஒன்று. ஆக, இஸ்ரேலுக்கு ஆதரவான தீர்மானம் நிறைவேற இந்தியாவும் மறைமுகமாக ஆதரவளித்திருந்தது[77].

1985ஆம் ஆண்டு இராஜீவ் காந்திக்கும் பெரெஸுக்கும் இடையில் நடைபெற்ற அந்த சந்திப்புதான் இருநாடுகளுக்கு இடையிலான உறவில்பெரிய மாற்றத்தையும் திருப்பத்தையும் முதன்முதலாகக் கொண்டுவந்தது. இந்தியப் பொருளாதாரம், அயல்துறை விவகாரம், இந்தியாவில் பெரும்பான்மையான இந்துக்கள் தொடர்பான பார்வை என பல்வேறு தொடர்பற்ற புள்ளிகளெல்லாம் ஓரிடத்தில் இணையத்துவங்கியது அதன்பின்னர்தான். இந்தியாவின் பாதையைத் தீர்மானிப்பதில் இராஜீவ் காந்திக்கு தனியானதொரு புதிய பார்வை இருந்தது. அது அமெரிக்காவுடனான உறவை பலப்படுத்துவதற்கு முக்கியத்துவம் கொடுத்தது. இந்தியாவின் கடந்தகால அனுபவங்களையும் கொள்கைப் பாதைகளையும் பின்பற்றுவதில் அவருக்கு பெரிய ஈடுபாடெல்லாம் இருக்கவில்லை. இந்தியாவை நவீனமயப்படுத்துவதற்கான வழிகளைக் கண்டறிந்து, அதற்குத் தேவையான எதையும் செய்வதற்குத் தயாராக இருந்தார்[78].

1984ஆம் ஆண்டில் இந்தியாவின் பிரதமரானபோது, உலக அரங்கிலேயே மிக இளமையான பிரதமர்களில் ஒருவராக இருந்தார் இராஜீவ் காந்தி. இந்தியா சுதந்திரம் பெற்றதிலிருந்தான பாதையினால் சோர்வுற்றிருந்த நடுத்தரவர்க்க இளைஞர்களின் கனவையும் நம்பிக்கையையும் சுமந்துகொண்டிருந்த ஒரு அரசியல் தலைவராக முன்னிறுத்தப்பட்டார் அவர். இந்தியாவின் சுதந்திரப் போராட்டகால வரலாறையோ, எந்த நிலையில் இருந்து இந்தியா இன்றைய இந்த நிலைக்கு வந்து சேர்ந்திருக்கிறது என்பதையோ அறியாதவர்களாகத்தான் அந்த இளைஞர்கள் இருந்தனர். இராஜீவ் காந்திக்கு முந்தைய இந்தியாவை, சோசலிசத்தின் பின்னால் சென்று, கொஞ்சமும் முன்னேறாமல் தேங்கிநிற்கும் ஒரு தேசமாகத்தான் அந்த இளைஞர்கள் பார்க்கவைக்கப்பட்டார்கள். அறம்சார்ந்த தத்துவங்களை அடிப்படையாகக் கொண்ட இந்தியாவின் நிலைப்பாட்டில் இருந்து, வளர்ச்சியை நோக்கிய இந்தியாவாக மாற்ற இந்தியாவின் இளையதலைமுறை அரசியல் தலைவர்கள் முயற்சி செய்வதாக அப்போதைய இந்திய நிலையினை 1986ஆம் நியூயார்க் டைம்ஸ் இதழில் எழுதிவந்த ஸ்டீவன் ஆர். வேய்ஸ்மன் குறிப்பிடுகிறார். அத்தகையதொரு முன்னேற்றத்தை இந்தியா அடையவேண்டுமென்றால், புதிய பொருளாதார மற்றும் தொழிற்நுட்ப வளர்ச்சிக்காக மேற்குலக நாடுகளுடன் கைகோர்க்க இந்தியா தயாராக இருக்கவேண்டும் என்று சொல்கிற தொனியிலேயே இந்திய அரசியல்வாதிகள் பேசத்துவங்கி இருந்தனர்.

உள்நாட்டு அரசியல் முரண்பாடுகளையும் மோதல்களையும், கண்டுகொள்ளாமலும் கவனிக்காமலும், அதிவேக உற்பத்தியை மேற்கொண்டாலே இந்தியா முன்னேறிவிடும் என்கிற கருத்தாக்கம் பரவியிருந்ததாக வேய்ஸ்மன் குறிப்பிடுகிறார்.

> "இந்திய வரலாற்றிலேயே முதன்முறையாக மத்தியதர வர்க்கம்தான் முக்கியமான அரசியல் சக்தியாக இருக்கப்போகிறது என்று பிரதமர் நம்பும் சூழல் உருவாகியிருக்கிறது. மத்தியதர வர்க்க மக்களின் எண்ணிக்கை இதற்கு முன்னர் எப்போதும் இல்லாத அளவிற்கு அதிகரித்திருக்கிறது. அதனால் அவர்களின் விருப்பங்களுக்கு முக்கியத்துவம் கொடுப்பது முக்கியமானதாக மாறியிருக்கிறது. அப்படிச் செய்வதன்மூலம், ஏழைகளின் எதிர்ப்பாளர்கள் என்கிற பெயரைப் பெறவேண்டிய சூழலுமேகூட வரவாய்ப்பிருந்தும், மத்தியதரவர்க்க நலனுக்காக கொள்கை மாற்றம் செய்யத் தயாராக இருக்கிறார்கள் ஆட்சியாளர்கள்"

என்று ஆட்சியாளர்களின் வர்க்கப் பார்வையில் ஏற்பட்டிருக்கும் மாற்றம் குறித்து இந்தியா டுடேவின் கட்டுரையொன்றில் குறிப்பிடப்பட்டிருந்தது[79].

காங்கிரஸ் கட்சியில் பாரம்பரியாக இருந்துவந்த கொள்கையாளர்களின் எதிர்ப்புக் குரலை சமாளிப்பதற்காகவே, இந்தியாவின் அயல்துறை விவகாரங்களை நேரடியாக தன்னுடைய அலுவலகக் கட்டுப்பாட்டிலேயே எடுத்துக்கொண்டார் இராஜீவ் காந்தி. அதேபோல உளவுத்துறையுடன் மிகவும் நெருக்கமாக இருந்ததோடு மட்டுமல்லாமல், தனக்கு ஆலோசனைகள் சொல்வதற்கான குழுவை அவரே நேரடியாகத் தேர்ந்தெடுத்தார்[80]. அவர்களில் சுப்ரமணிய சாமிக்கு முக்கியமான இடம் கொடுத்திருந்தார். இன்றைக்கு அது ஆச்சர்யமாக இருக்கலாம். ஹார்வர்ட் பல்கலைக்கழகத்தில் பொருளாதாரம் பயின்று, இந்துத்துவக் கருத்தியலின்மீது தீவிரப் பற்றுகொண்டிருந்த சுப்ரமணிய சுவாமி, பின்னாளில் ஜனதா கட்சியின் சார்பாக பாராளுமன்றத்திற்கு தேர்ந்தெடுக்கப்பட்டவர் ஆவார். ஆரம்பகால இஸ்ரேலுடனான அரசுமுறை உறவுகளை ஏற்படுத்துவதற்கு பெரிதும் உதவிய இடைத்தரகர் அவர் என்றே சொல்லலாம். இந்திரா காந்தி இந்தியாவை ஆட்சி செய்த காலத்தில் அமல்படுத்தப்பட்ட அவசரகால சட்டத்தின்போது, பல எதிர்க்கட்சியினரைப் போல அவருக்கும் நெருக்கடி வந்தது. உடனே இந்தியாவில் இருந்து தப்பித்து அமெரிக்கா சென்றுவிட்டார் சுப்ரமணிய சுவாமி. அங்கே இந்திரா காந்திக்கு எதிராக அமெரிக்கவாழ் இந்தியர்களை அவர் ஒருங்கிணைத்தார். அவசர காலமெல்லாம் முடிந்தபின்னர் இந்தியா திரும்பி, இந்திய அரசியலில் மீண்டும் இணைந்தார். அதன்பிறகு இந்திரா காந்தியுடன் நட்புறவு பாராட்டி அவருடன் நெருக்கமாகவும் மாறினார். சீனாவுடன் பேச்சுவார்த்தையைத் துவங்கி உறவைப் பலப்படுத்துவதற்கு தன்னிடம் இந்திரா காந்தியே இறங்கிவந்து உதவிகேட்டதால்தான் அவருடன் நட்பு பாராட்டியதாக சுப்ரமணிய சுவாமி தெரிவித்தார்[81].

இந்தியாவின் உள்நாட்டு அரசியலிலும் அயல்துறைக் கொள்கைகளிலும் சுப்ரமணிய சுவாமியின் தாக்கமும் செல்வாக்கும் எந்தளவிற்கு இருந்தது என்பதை அளவிட்டுக் கூறமுடியாதுதான். இருப்பினும் இந்தியாவுக்கும் இஸ்ரேலுக்குமான உறவை பலப்படுத்தியதிலும் அதனை இயல்பாக்கியதிலும் சுப்ரமணிய சுவாமிக்கு பெரும்பங்குண்டு. 1982ஆம் ஆண்டில் முதன்முறையாக எவ்வித ஒளிவுமறைவுமின்றி இந்தியாவில் இருந்து இஸ்ரேலுக்கு ஒரு இந்தியப் பாராளுமன்ற உறுப்பினர் பயணம் மேற்கொண்டாரென்றால்

அது அவர்தான். அவருக்கு முன்பு யாராவது சென்றிருந்தாலும் அப்பயணத்தை மிகவும் இரகசியமாகத்தான் வைத்திருந்தார்கள். ஆனால் சுப்ரமணிய சுவாமியோ டெல் அவிவ் சென்று, இஸ்ரேலின் முன்னாள் பிரதமரான இட்சக் ரபீனையும் அப்போது பிரதமராக இருந்த மெனசெம் பெகினையும் நேரில் சந்தித்து உரையாடினார். அவர் டெல்லிக்குத் திரும்புவதற்கு முன்னரே, இந்தியாவும் இஸ்ரேலும் முழுமையான அரசுமுறை உறவுகளை மேற்கொள்ள வேண்டும் என்று விரிவான ஒரு கட்டுரையையும் எழுதினார். 1982ஆம் ஆண்டு நவம்பர் மாதம் 'சண்டே' என்கிற வார இதழில் அக்கட்டுரை வெளியானது. அந்த இதழின் ஆசிரியராக இருந்த எம்.ஜே.அக்பர் பின்னாளில் பாஜகவில் இணைந்தார் என்பது குறிப்பிடத்தக்கது. சுப்ரமணிய சுவாமியின் கட்டுரையாலும் கருத்தாலும் ஈர்க்கப்பட்ட எம்.ஜே.அக்பர், இந்திய-இஸ்ரேலிய உறவுகளை ஆதரித்துப் பேசும் முக்கியமான மனிதராக மாறினார்[82].

சுப்ரமணிய சுவாமி வெறுமனே சலசலப்பை மட்டுமே ஏற்படுத்திவிட்டுக் கடந்துசெல்லாமல், இஸ்ரேலின் இடைத்தரகராகவே அவர் செயல்பட்டார். இஸ்ரேலுக்கு எதிரான ஒரு வெறுப்புணர்வு இந்தியாவில் இருப்பதை மாற்றுவதற்காக சுப்ரமணிய சுவாமி எல்லா வழிகளிலும் முயன்றார். 1991ஆம் ஆண்டு செப்டம்பர் மாதத்தில் இந்தியாவைப் பூர்வீகமாகக் கொண்ட இஸ்ரேலியர்கள், இந்தியாவில் இருக்கும் தங்களது உறவினர்களை சந்திக்க விரும்பிய அவர்களுக்கு விசா வழங்காமல் அவர்கள் மீது பாகுபாடுகாட்டியதாக இந்திய வெளியுறவுத்துறை அமைச்சகத்தை குற்றஞ்சாட்டினார் சுப்ரமணிய சுவாமி[83]. அவர் கூறிய குற்றச்சாட்டில் உண்மை இருக்கிறதா என்று அவரை நிரூபிக்கச்சொல்லிக்கூட கேட்காமல், அவருக்கு பொறுமையாக பதிலளித்தது அமைச்சகம்.

"இந்தியாவைப் பூர்வீகமாகக் கொண்டிருக்கும் இஸ்ரேலிய குடிமக்களையும், மற்ற நாட்டுக் குடிமக்களையும் ஒன்றுபோல சமமாகவேதான் நாங்கள் நடத்துகிறோம். இதில் எந்தப் பாகுபாடும் பார்க்கப்படுவதில்லை"

என்று அமைச்சகம் அளித்த பதிலில் சொல்லப்பட்டிருந்தது[84]. 1992ஆம் ஆண்டு ஜனவரி மாதம் இஸ்ரேலுடன் இந்தியா முறையான உறவுகளை துவங்கியதற்குப் பின்னர் கடந்தகால உண்மைகள் பலவும் வெளிவந்தன. மும்பையில் இருந்த இஸ்ரேலிய தூதரகத்திற்கு செல்லமுடியாதவர்களுக்கெல்லாம், டெல்லியில் இருந்த சுப்ரமணிய சுவாமி வீட்டிலேயே இஸ்ரேலுக்கு செல்வதற்கான விசாக்கள்

வழங்கப்பட்டிருக்கின்றன[85]. ஆக, சுப்ரமணிய சுவாமியின் வீடே இஸ்ரேலின் அதிகாரப்பூர்வமற்ற தூதரகமாக செயல்பட்டிருக்கிறது.

இந்து தேசியவாதம் என்கிற பெயரில் இந்துத்துவம் தழைத்தோங்க இராஜீவ் காந்தி உதவியதற்கு சுப்ரமணிய சுவாமியின் பங்களிப்பே காரணம்.

> *“நேரு-காந்தி குடும்பத்திலேயே ஒரேயொரு நல்ல மனிதரென்றால் அது இராஜீவ் காந்திதான். இந்துக்களின் எழுச்சிக்கு அவர் பெரும் பங்களித்திருக்கிறார்”*

என்று 2017ஆம் ஆண்டு சுப்ரமணிய சுவாமி தெரிவித்தார்[86]. அதேபோல 1949ஆம் ஆண்டில் சர்ச்சைக்குரிய இடமாக அறிவிக்கப்பட்டு மூடப்பட்டிருந்த பாபர் மசூதியை இந்துக்களின் வழிபாட்டிற்காக 1986ஆம் ஆண்டில் திறந்துவிட்டதும் இராஜீவ் காந்தியின் ஆட்சியில்தான்.

இந்தியப் பொருளாதாரத்தை தனியார்மயப்படுத்தும் முயற்சியில் முதல்கட்டப் பணிகள் செய்யப்பட்டதும் இராஜீவ் காந்தியின் ஆட்சியில்தான்.

அத்துடன் 1987ஆம் ஆண்டில் இந்தியாவில் இருந்த ஒரே தொலைக்காட்சி அலைவரிசையான தூர்தர்ஷனில் இந்து புராணத் தொலைக்காட்சித் தொடர்களான இராமாயணம் மற்றும் மகாபாரதம் ஆகியவற்றை தயாரித்து ஒளிபரப்ப இராஜீவ் காந்தி ஆட்சிக்காலத்தில்தான் அனுமதி கொடுக்கப்பட்டது. அதனால் அதிக பலனடைந்தது இந்துத்துவக் கூட்டத்தினர்தான். அதற்கும் சுப்ரமணிய சுவாமி 2017இல் நன்றி தெரிவித்திருந்தார்.

> *“தெருக்கள் முழுவதும் வெறிச்சோடிக் கிடந்தன. கடைகள் மூடப்பட்டன. வீடுகளில் தொலைபேசி அழைப்புகளை ஏற்காமல் புறக்கணிப்பதற்காக துண்டித்துவிடப்பட்டிருந்தன. ஞாயிற்றுக்கிழமைகளில் வேலை செய்பவர்களும்கூட, அந்தத் தொடர் ஒளிபரப்பாகும்போதும் வேலையை நிறுத்திவிட்டு தொலைக்காட்சி முன்பு அமரத்துவங்கினர். திரையரங்கங்கள் கூட காலைக்காட்சிகளை இரத்து செய்வது வழக்கமாகிப்போனது. ஒவ்வொரு ஞாயிற்றுக்கிழமைக் காலையும் மக்களே ஏற்றுக்கொண்ட ஒரு பொதுமுடக்கத்தைப் போலத்தான் இருந்தது”*

என்று அப்புராண தொலைக்காட்சித் தொடர்களினால் இந்திய சமூகத்தில் ஏற்பட்ட விளைவுகள் குறித்து நினைவுகூர்கிறார் பூனம் சக்சேனா.

இந்துத்துவத்திற்கான அரசியல் மற்றும் சமூக அடித்தளத்தை இந்து தேசியவாதிகள்தான் அமைத்தார்கள் என்றாலுமே, அந்தத் தத்துவத்தை பொதுமக்களிடம் இயல்பாக்கியதில் காங்கிரஸ் கட்சிக்கு முக்கியப் பங்கிருக்கிறது. அதன் தொடர்ச்சியாக, முன்னேற்றம், தாராளமயம் மற்றும் தொழிற்நுட்ப வளர்ச்சி போன்றவற்றை முன்னிறுத்தி இஸ்ரேலுடன் நெருக்கமான உறவினைப் பேணவேண்டியது இருப்பதாக 1984இல் இராஜீவ் காந்தி பதவியேற்றதும் சொல்லப்பட்டது.

இந்துத்துவம் என்கிற தத்துவம் வெகுமக்களிடம் இயல்பான ஒரு கருத்தியலாக பரவத்துவங்கியதும், அதன் ஆதரவாளர்கள் கையிலெடுத்தது இஸ்ரேல் விவகாரத்தைத்தான். அதன் மூலம் அரபுலக நாடுகளுக்கும் பாலஸ்தீனத்திற்கும் எதிராகப் பேசிக்கொண்டே, உள்நாட்டில் வாழும் முஸ்லிம்களுக்கு எதிரான கருத்தையும் அவர்களால் பரப்பமுடிந்தது. இராஜீவ் காந்தியைப் பொறுத்தவரையிலும் இந்தியாவை நவீனமயமாக்குவதற்கு இஸ்ரேலுடனான அரசுமுறை உறவினை முக்கியமாகக் கருதினார்.[67] வேறுசிலருக்கோ வேறுமாதிரியான நோக்கங்கள் இருந்தன. ஆகமொத்தம், இருவருமே இந்துக்களின் வாக்குகளை தனதாக்கிக் கொள்வதற்காக, இஸ்ரேல் மீது இந்தியா விதித்திருந்த பொருளாதார மற்றும் சமூகத் தடைகளை நீக்கவும் தயாராக இருந்தனர். ஆனால், இவையெல்லாம் ஒரு மிகக்கொடூரமான எதிர்காலத்தை இந்தியாவுக்குக் கொடுக்கப்போகிறது என்பதை அவர்கள் அப்போது எதிர்ப்பார்த்திருக்க மாட்டார்கள்.

2

இராணுவம், அரசு மற்றும் ஆயுத உற்பத்தி நிறுவனங்களின் தொழிற்கூட்டு

"இந்த உலகையும், நம் நாடுகளையும், அவற்றின் அமைதியையும், நிலைத்தன்மையையும் சீர்குலைக்கும் நோக்கில் இயங்கும் பயங்கரவாத சக்திகளெல்லாம் எங்களுக்கு சவால் விட்டுக்கொண்டிருக்கிறார்கள்."

- பெஞ்சமின் நெத்தன்யாஹு[1]

"எங்களுடைய கடந்தகாலமென்பது எப்போதும் ஒரு உந்துதலாக இருக்குமேயொழிய, இனி எந்தக்காலத்திலும் எங்களுடைய எதிர்காலத்தைத் தீர்மானிப்பதாக அது இருக்காது"

- எஸ்.ஜெய்சங்கர், இந்திய வெளியுறவுத்துறை அமைச்சர்[2]

"ஜனநாயக மாண்புகளின் அடிப்படையிலேயே ஒரு தேசத்தை இஸ்ரேலிய மக்கள் கட்டமைத்திருக்கிறார்கள். கடினமான உழைப்பையும் துணிச்சலையும் புதுமையைப் புகுத்தும் திறனையும் கொண்டே அந்த தேசத்தை வளர்த்தெடுத்திருக்கிறார்கள். உங்களுக்கு முன்னால் போடப்பட்டிருக்கும் தடைகளையே வெற்றிக்கான வாய்ப்புகளாகப் பயன்படுத்திக்கொண்டு முன்னேறியிருக்கிறீர்கள். உங்களுடைய சாதனைகளை இந்தியா பாராட்டுகிறது"

- நரேந்திர மோடி[3]

இஸ்ரேல் என்கிற தேசம் உருவாகி சுமார் 40 ஆண்டுகளுக்குப் பிறகு, 1992ஆம் ஆண்டு ஜனவரி 29ஆம் தேதியன்று, அதனுடன் முழுமையான அரசுமுறை உறவுகளைப் பேணுவதற்கு தயாராக இருப்பதாக இந்தியாவின் காங்கிரஸ் அரசாங்கம் அறிவித்தது. அமெரிக்காவின் நியூயார்க் டைம்ஸ் பத்திரிக்கையின் பத்தாவது

பக்கத்து மூலையில் ஒரு சிறிய செய்தியாக அது ஆக்கிரமித்தபோதும், ஒரு புதிய அத்தியாயத்தின் துவக்கமாகத்தான் அது இருந்தது.

இருபத்தியோராம் நூற்றாண்டின் இறுதியில் முதலாளித்துவமும் மத அடிப்படைவாதமும் நெருக்கமாக ஒரே புள்ளியில் இணைந்ததாலும், பனிப்போரின் முடிவில் உலகெங்கிலும் பரவத்துவங்கியிருந்த இராணுவமயமாக்கலின் பாதிப்பினாலும் இஸ்ரேலுடன் நெருங்கி முன்னேறும் சூழலுக்கு இந்தியா தள்ளப்பட்டிருந்தது.

சோவியத் யூனியனின் வீழ்ச்சிக்குப் பின்னர் சர்வதேச அரசியலில் ஏற்பட்ட மாற்றங்களின் காரணமாக இரஷ்யாவுக்கும் சீனாவுக்குமே இஸ்ரேலுடனான அரசுமுறை உறவுகளை ஏற்படுத்தும் நிலை வந்தது⁴. பெர்லின் சுவர் இடிக்கப்பட்டு கிழக்கு ஜெர்மனியும் மேற்கு ஜெர்மனியும் இணைக்கப்பட்டபின்னர், சுதந்திர இந்தியாவுக்கு அதற்கு முன்னர் இருந்த தடைகள் உடைந்துவிட்டது போன்ற தோற்றத்தைக் கொடுத்தன. முன்னாள் பிரதமர்களான இந்திரா காந்தியும் இராஜீவ் காந்தியுமே சர்வதேச பொருளாதார சந்தைக்குள் நுழையும் விருப்பத்தை சூசகமாகத் தெரிவித்தே இருந்தனர். சோவியத் வீழ்ச்சி, பெர்லின் சுவர் இடிப்பு, ஈரான்-ஈராக் போர் என பல்வேறு காரணிகள் ஒன்றிணைந்து இந்தியாவின் பொருளாதாரத்தை பாதிப்படையச் செய்துவிட்டன. அதனால் 1991ஆம் ஆண்டில் பல்வேறு பொருளாதாரச் 'சீர்திருத்தங்களை' முன்மொழிந்து அவற்றை இந்தியா அமல்படுத்தவும் துவங்கிவிட்டது. இந்தியாவின் இறக்குமதி மற்றும் ஏற்றுமதிக் கட்டுப்பாடுகளை வெகுவாகத் தளர்த்தியும் தொழில் உற்பத்தியில் அரசின் பங்கினைக் குறைத்தும் அப்போது புதிய பிரதமராகப் பதவியேற்றிருந்த நரசிம்மராவ் பல நடவடிக்கைகள் எடுத்தார். அவையனைத்தும் ஐஎம்எஃப் உள்ளிட்ட சர்வதேச நிதி அமைப்புகளின் கட்டளைகளை அப்படியே ஏற்றுக்கொள்ளும்படியான சட்டங்களாகத்தான் இருந்தன. சர்வதேச முதலாளித்துவ பொருளாதாரத்திற்கு இந்தியா தன்னை முழுமையாக ஒப்புக்கொடுத்து அடிமையாகத் தயாராகிவிட்டதைத்தான் அவை உணர்த்தின.

சர்வதேச அரசியலில் ஏற்பட்ட மாற்றங்களினாலும் பனிப்போருக்குப் பிந்தைய காலகட்டத்தில் இஸ்ரேலின் மதிப்பு உயரத்துவங்கியதினாலும், இஸ்ரேலை அரவணைத்துச் சென்றால் உலகின் ஒரே வல்லரசாக இருக்கத் துவங்கியிருந்த அமெரிக்காவின் கடைக்கண் பார்வை தனக்கும் கிடைக்கும் என்று இந்தியா நினைத்தது.

"ஐஎம்எஃப் உருவாக்கி வைத்திருந்த புதிய பொருளாதாரக் கொள்கைக் கட்டமைப்பை ஏற்றுக்கொண்டு அதற்கேற்றவாறு இந்தியாவை மாற்றியமைக்க இந்திய தேசிய காங்கிரஸ் கட்சி ஒப்புக்கொண்டுவிட்டது. அமெரிக்காவுடன் நெருக்கமான போக்கினைக் கடைபிடித்து அந்நாட்டுடன் நட்புரீதியாக நெருங்கிப்போவதும், அத்திட்டத்தின் மற்றொரு முக்கிய நோக்கமாக இருந்தது. டாலரும் வலிமை வாய்ந்த இராணுவக் கட்டமைப்பும்தான் அமெரிக்கா முன்வைத்த 'புதிய உலக ஆட்சிமுறை'யாக மாறியது. 1967ஆம் ஆண்டில் நடைபெற்ற இஸ்ரேலியப் போருக்குப் பின்னர், அமெரிக்காவுடன் மிக நெருக்கமான உறவைக் கொண்டிருந்தது இஸ்ரேல். அதனால் இஸ்ரேலுடன் நட்பினை ஏற்படுத்திக் கொண்டாலே, அது அமெரிக்காவின் நட்பையும் பெற்றுத்தந்துவிடும் என்கிற எழுதப்படாத விதியும் உருவானது"

என்கிறார் எழுத்தாளர் விஜய்பிரசாத்[5].

இந்தியாவும் இஸ்ரேலும் முதன்முதலாக ஒருங்கிணைந்து செயல்பட ஏற்றதொரு களமாக இருந்த இடம் எது தெரியுமா?

காஷ்மீர்!

இந்தியக் காஷ்மீரின் கதை

பெரும்பாலான வெகுமக்கள் ஊடகங்களில் காஷ்மீர் குறித்து சொல்லப்படும் கதை என்ன தெரியுமா?

'1947ஆம் ஆண்டு அக்டோபர் மாதம் பாகிஸ்தானின் வடமேற்கு எல்லைப்புற மாகாணத்திலிருந்து காஷ்மீருக்குள் பதான்கள் படைகளுடன் வந்துவிட்டனர். அப்போது இந்தியாவின் உதவியை நாடினார் காஷ்மீரை ஆண்டுவந்த மகாராஜ ஹரி சிங். அதனைத்தொடர்ந்து பாகிஸ்தானின் ஆக்கிரமிப்பில் இருந்து தப்பிப்பதற்காக இந்தியாவுடன் காஷ்மீர் இணைக்கப்பட்டு, முதலாவது இந்தியா-பாகிஸ்தான் போரையும் அது முடுக்கிவிட்டிருந்தது. அதனைத் தொடர்ந்து காஷ்மீரின் நிலப்பகுதிகள் இந்தியாவுக்குள்ளும் பாகிஸ்தானுக்குள்ளும் இரண்டாகப் பிரிந்து சிக்கிக்கொண்டன'

என்பதே இன்று வரையிலும் சொல்லப்பட்டுவரும் கதை. ஆனால் வரலாற்று ரீதியான பல முக்கியத் தகவல்களும் பின்னணியும் இதன்பின்னால் மறைக்கப்பட்டு விடுகின்றன.

இந்தியப் பிரிவினையின்போது ஜம்மு-காஷ்மீர் சமஸ்தானத்தை மகராஜா ஹரி சிங்கின் தலைமையில் இந்து தோக்ரா வம்சம்தான் ஆண்டுவந்தது. 1840ஆம் ஆண்டு சீக்கியர்களுடனான போரில் தங்களுக்கு உதவியதனால், ஜம்மு-காஷ்மீரை டோக்ரா வம்சத்துக்கு இலவசமாக ஆங்கிலேயர்கள் வழங்கினர். அதன் காரணமாகவே முஸ்லிம்கள் பெரும்பான்மையாக இருந்தபோதும், இந்து மன்னர் ஆண்டு வந்தார்.

பிரிவினையின்போது அனைத்து சமஸ்தானங்களையும் அழைத்து, இந்தியாவுடனோ அல்லது மக்களின் மதம் மற்றும் வாழிடத்தைப் பொறுத்து பாகிஸ்தானுடனோ இணைந்துகொள்ளச் சொல்லி ஆங்கிலேயர்கள் ஆலோசனை தெரிவித்தனர். ஜம்மு-காஷ்மீரைப் பொறுத்தவரையிலும் 77% முஸ்லிம்களும், காஷ்மீர் பள்ளத்தாக்கில் மட்டுமே 92% முஸ்லிம்களும் வாழ்ந்து வந்திருந்தபடியால், ஆங்கிலேயர்களின் அறிவுறுத்தலின்படி பாகிஸ்தானுடன் இணைந்திருக்கவேண்டிய பகுதிதான் காஷ்மீர்[6].

இதுகுறித்து முடிவெடுப்பதற்கு கொஞ்சம் கூடுதலான நேரம் தேவைப்படுகிறது என்று மகாராஜா ஹரி சிங் தெரிவித்துவிட்டார். ஆனால், இந்தியாவுடனோ அல்லது பாகிஸ்தானுடனோ இணையாமல் தனிநாடாக இருப்பதற்கே அவர் விரும்பியதாகச் சொல்லப்படுகிறது. அதன்மூலம் அதிக அதிகாரத்தை தொடர்ந்து தக்கவைத்துக்கொள்ள முடியும் என்பது அவரது எண்ணமாக இருந்தது[7]. அவருடைய முடிவினை ஏற்கமுடியாமல், மன்னருக்கு எதிரான போராட்டங்களை ஜம்மு-காஷ்மீரில் இருந்த முஸ்லிம்கள் துவங்கிவிட்டனர். மன்னரும் அவரது டோக்ரா இராணுவமும் முஸ்லிம்களுக்கு எதிரான வன்முறையைக் கட்டவிழ்த்துவிட்டனர். அவர்களுடன் இந்தியாவில் இயங்கிவந்த வலதுசாரி இந்துத்துவவாதிகளும் கைகோர்த்துவிட்டனர். அப்போது நடத்தப்பட்ட இனப்படுகொலையில் இரண்டு இலட்சத்திற்கும் மேற்பட்ட முஸ்லிம்கள் கொல்லப்பட்டனர். ஐந்து இலட்சத்திற்கும் மேற்பட்ட முஸ்லிம்கள் 1947ஆம் ஆண்டின் இறுதி மாதங்களில், அவர்களது இருப்பிடங்களில் இருந்து அடித்துவிரட்டப்பட்டனர். ஒரு சில வாரங்களுக்குள்ளாகவே ஜம்மு நகரில் வாழ்ந்த ஏறத்தாழ அனைத்து முஸ்லிம்களும் துரத்தப்பட்டு, நகரமே வெறிச்சோடிக் காணப்பட்டது.

"ஆர்எஸ்எஸ் இயக்கமும் டோக்ரா ஆட்சியாளர்களும் இணைந்துதான் ஜம்மு படுகொலையை நிகழ்த்தினர்."

என்கிறார் காஷ்மீரைப் பூர்வீகமாகக் கொண்ட மானுடவியலாளரான முகமது ஜுனைத்⁸.

"ஜம்மு பகுதியில் முஸ்லிம்களை முழுவதுமாக துடைத்தெறிந்துவிட்டு அங்கே இந்துக்களை குடிபெயரவைக்கும் திட்டத்தின் ஒருபகுதியாகத்தான் ஜம்மு படுகொலையே நிகழ்த்தப்பட்டிருக்கிறது. அதன்மூலம் காஷ்மீரின் நிலப்பரப்பை முழுவதுமாக இந்தியமயமாக்குவதே அவர்களின் நோக்கமாக இருந்தது"

என்கிறார்கள் காஷ்மீரிய ஆய்வாளர்களான சம்ரீன் முஷ்டாக்கும் முடாசிர் அமீனும்⁹.

ஜம்மு படுகொலையில் முஸ்லிம்கள் கொல்லப்பட்டதற்கு பதிலடியாகவே வடமேற்கு எல்லைப்புற மாகாணத்திலிருந்து ஜம்முவில் இருக்கும் முஸ்லிம்களுக்கு 'விடுதலை' பெற்றுத்தர பதான்கள் படையெடுத்தனர். அவர்களுக்கு புதிதாக உருவாகியிருந்த பாகிஸ்தான் தேசமும் உதவியது.

அப்போது இந்தியாவின் வைசராயாக இருந்த லார்ட் மவுண்ட்பேட்டனுடன் தனக்கிருந்த நெருக்கத்தைப் பயன்படுத்தி, ஜம்மு-காஷ்மீரை முழுவதுமாக இந்தியாவின் கட்டுப்பாட்டில் எடுத்துக்கொள்ள நேரு முயன்றார். அதனால் பதான்களிடம் இருந்து ஜம்மு-காஷ்மீரை காப்பாற்ற வேண்டி, இந்தியாவை நாடிய மன்னர் ஹரிசிங்கின் கோரிக்கையை இந்தியா ஏற்றுக்கொண்டது. ஆனால் அதற்கு நன்றிக்கடனாக மன்னர் ஹரிசிங்கை ஒரு ஒப்பந்தத்தில் கையெழுத்து போடச்சொன்னது இந்தியா. அது என்ன தெரியுமா? ஜம்மு-காஷ்மீரை இந்தியாவுடன் அதிகாரப்பூர்வமாக இணைத்தால்தான், இந்தியாவால் அப்பகுதியைப் பாதுகாக்க இராணுவத்தை அனுப்பமுடியும் என்று இந்தியா தரப்பில் சொல்லப்பட்டது¹⁰.

அந்த ஒப்பந்தத்தின்படி, தகவல்தொடர்பு, இராணுவம், பாதுகாப்பு மற்றும் வெளியுறவுத்துறை ஆகியவற்றில் ஜம்மு-காஷ்மீர் பகுதிக்கான முடிவுகளையும் கொள்கைகளையும் வகுக்க இந்தியாவுக்கு முழு உரிமை வழங்கப்பட்டது. பதான்களை விரட்டியடித்த பின்னர், காஷ்மீர் மக்களின் விருப்பத்தைக் கேட்டறிந்து அவர்களின்

எதிர்காலத்தை அவர்களே தீர்மானிக்கும் வகையில் ஓட்டெடுப்பு நடத்தப்படும் என்றும் இந்தியா உறுதிகூறியது.

காஷ்மீரின் அப்போதைய அவசரகாலத்தை நிர்வகிக்கும் அதிகாரத்தைக் கொண்ட பிரதமர் பதவியினை உருவாக்கி, தேசிய மாநாட்டுக் கட்சியின் தலைவராக இருந்த ஷேக் அப்துல்லாவுக்கு அது வழங்கப்பட்டது. காஷ்மீர் பகுதிக்கான சுயநிர்ணய உரிமைகளை வழங்குவதாக உறுதியளித்தால், இந்தியாவுடன் இணைவதை ஆதரிக்கும் முடிவில் இருந்தார் ஷேக் அப்துல்லா. காஷ்மீருக்கென்று தனியான அரசியல் சட்டங்களை உருவாக்குவதற்கான அரசியல் நிர்ணயசபையைத் தேர்ந்தெடுக்கும் தேர்தல் நடத்தப்படும் என்றும் இந்தியா வாக்குறுதி கொடுத்தது. ஆனால் இந்தியாவுடன் இணைவதை எதிர்க்கும் கட்சிகளும் பாகிஸ்தானுடன் இணையவேண்டும் என்று கோரும் கட்சிகளும் தடைசெய்யப்பட்டு, அக்கட்சி உறுப்பினர்கள் நாடுகடத்தப்பட்டனர். இந்தியாவை ஆதரிக்கும் கட்சிகளுக்கு மட்டுமே காஷ்மீரில் இயங்க அனுமதி வழங்கப்பட்டது. இதன்மூலம் இந்தியாவின் முதல் பொம்மை ஆட்சியாகவே ஷேக் அப்துல்லாவின் நிர்வாகம் பொறுப்பேற்றிருந்தது.

இதையெல்லாம் வேடிக்கை பார்த்துக்கொண்டு இருக்க பாகிஸ்தான் விரும்பவில்லை. அதனால் புதிதாக உருவாகியிருந்த இந்தியாவும் பாகிஸ்தானும் போர் புரிந்தன. இதில் வேடிக்கை என்னவென்றால், இந்தியாவும் பாகிஸ்தானும் ஆங்கிலேயர்களிடம் இருந்து விடுதலை பெற்றிருந்தாலுமே, ஆங்கிலேய இராணுவ அதிகாரிகளின் கட்டுப்பாட்டில்தான் இருநாட்டு இராணுவங்களும் இயங்கிவந்தன. பாகிஸ்தானுக்கான ஆங்கிலேய இராணுவ அதிகாரிகளை பதவிவிலகச் சொல்லி ஆங்கிலேய அரசு கட்டளை இட்டது. அத்துடன் காஷ்மீருக்குள் நுழைய வேண்டாம் என்று பாகிஸ்தானுக்கு உத்தரவும் போட்டது.

காஷ்மீர் பிரச்சனையை ஐக்கிய நாடுகள் பாதுகாப்பு கவுன்சிலில் இந்தியா எழுப்பியது. தனது எல்லைக்குட்பட்ட பகுதியை எல்லைதாண்டிவந்து பாகிஸ்தான் ஆக்கிரமிப்பு செய்வதாக இந்தியாவும் பதிலுக்கு குற்றஞ்சாட்டியது. ஆனால் ஐநா பாதுகாப்பு கவுன்சிலின் தீர்மானம் 47இன் படி, வாக்கெடுப்பு நடத்துவதற்கு முன்னர் இருநாடுகளும் முதலில் பிரச்சனைக்குரிய நிலத்திலிருந்து வெளியேறியாக வேண்டும். அதனால் 1949ஆம் ஆண்டு ஜனவரி மாதத்தில் போர்நிறுத்தம் அமல்படுத்தப்பட்டது. ஆனால் வாக்கெடுப்பு மட்டும் எப்போதுமே நடத்தப்படவே இல்லை.

அதன்பிறகு காஷ்மீர் நிலத்தின் மூன்றில் இரண்டு பங்கு இந்தியாவின் வசமும் ஒருபங்கு பாகிஸ்தான் வசமும் போய்ச்சேர்ந்து விட்டது.

ஜம்மு-காஷ்மீர் பகுதியில் தனக்கு சாதகமான நிர்வாகத் தலைமை இருந்தபடியால், அவர்களுடன் பேச்சுவார்த்தை நடத்தி, 1954ஆம் ஆண்டில் அப்பகுதிக்கென்றே இந்திய அரசியல் அமைப்புச்சட்டத்தில் ஒரு பிரிவு உருவாக்கப்பட்டது. அதன்மூலம் ஜம்மு-காஷ்மீர் பகுதிக்கு முழுமையாக இல்லாவிட்டாலும் ஓரளவுக்கான சுயநிர்ணய உரிமைகள் வழங்கப்பட்டன[11]. காஷ்மீரிகள் அல்லாதவர்கள் காஷ்மீர் பகுதியில் நிலம் வாங்கவும் குடியுரிமை பெறவும் அனுமதிமறுத்து, 35ஏ என்கிற சட்டப்பிரிவையும், 370 பிரிவுடன் சேர்த்தே அமல்படுத்தப்பட்டது. ஜம்மு-காஷ்மீர் பகுதிக்கு வழங்கப்பட்ட சிறப்பு உரிமைகளினால் அம்மாநிலத்திற்கென்றே தனியான பிரதமர், தனியான சட்டமன்றம், தனிக்கொடி, அரசியலமைப்புச் சட்டம் மற்றும் புதிய சட்டங்கள் உருவாக்குவதற்கான அனுமதி ஆகியவை வழங்கப்பட்டன.

அத்துடன் சர்வதேச அரங்கில் ஏகாதிபத்திய எதிர்ப்பு தேசமாகவும் அமைதியை விரும்பும் தேசமாகவும் தன்னை முன்னிறுத்திவந்த இந்தியா, காஷ்மீரைக் காக்கவந்த மீட்பராகவும் சேர்த்தே காட்டிக்கொண்டது.

ஆனால் இப்படியாக வழங்கப்பட்டதாக சொல்லப்பட்ட சிறப்பு 'உரிமைகள்' எல்லாம் கொஞ்சம் கொஞ்சமாக பறிக்கப்பட்டுவிட்டன. காஷ்மீரிகளின் எதிர்காலத்தைத் தீர்மானிக்கும் வாக்கெடுப்பை நடத்துவது குறித்து இந்தியா பேசவேஇல்லை. வாக்கெடுப்பு நடத்துகிற வரையிலுமான ஒரு தற்காலிக ஏற்பாடாகத்தான் சட்டப்பிரிவு 370 அறிமுகப்படுத்தப்பட்டது. ஆனால் 'காஷ்மீர் என்பது இந்தியாவின் பிரிக்கமுடியாத ஒரு அங்கம்தான்' என்று காஷ்மீரிகள் அல்லாத இந்திய தேசியவாதிகள் தொடர்ச்சியாகப் பேசத்துவங்கிவிட்டனர்.

> "இப்படியான பிரச்சாரத்தின் மூலமாக பல தசாப்தங்களாக ஆளும் வர்க்கத்திற்கு எதிரான காஷ்மீர் மக்களின் போராட்டங்கள் புறக்கணிக்கப்பட்டதோடு மட்டுமல்லாமல், இந்திய இராணுவம் காஷ்மீருக்குள் நுழைந்த உண்மையான வரலாற்றுக்கதையும் மறைக்கப்பட்டுவிடுகிறது"

என்கிறார் ஜுனைத்[12].

ஆனால் இந்திய இந்துத்துவவாதிகளைப் பொறுத்தவரையிலும் இந்த இடைப்பட்ட 370 சட்டப்பிரிவு ஏற்பாடெல்லாமே தவறானமுடிவென்றுதான் சொல்கிறார்கள். அது 'வரலாற்றுப்பிழை' என்றும், காஷ்மீரை முழுவதுமாக எந்த சமரசமுமின்றி இந்தியாவுடன் இணைக்க வேண்டும் என்றுமே அவர்கள் தொடர்ச்சியாக வாதிட்டு வந்தனர். ஆனாலும், 'ஒரு மிரட்டலின்பேரில் அடிபணியவைத்துத்தான் காஷ்மீரை இந்தியா பறித்தது' என்பதை ஒட்டுமொத்தமாக எல்லோருமே மறந்தேபோனார்கள்.

> *"இந்தியா-பாகிஸ்தான் பிரிவினையால் தங்களுடைய பகுதி பாதிப்படைவதை காஷ்மீர் மக்கள் விரும்பவேஇல்லை. அத்துடன் அம்மக்களின் நீண்டகால விருப்பங்கள் எதையும் கணக்கிலெடுக்காமலும், எவ்வித சர்வதேச சட்டங்களையும் மதிக்காமலும் காஷ்மீரை இந்தியா தன்து கட்டுப்பாட்டில் எடுத்ததை நாம் கவனத்தில் கொள்ளவேண்டும்"*

என்கிறார் ஜுனைத்.

ஆனால் காஷ்மீரைத் தன்னுடைய கட்டுப்பாட்டில் வைத்துக்கொள்ள இந்தியா எதற்காகத் துடிக்கிறது?

மத்திய ஆசியாவுக்கும் சீனாவுக்குமான மிகமுக்கியமான நுழைவாயிலாக காஷ்மீர் இருக்கிறது என்பது முதலாவது காரணம். இந்தியா என்கிற தேசத்தினுடைய உருவாக்கத்தின் மையக்கருவாக இருக்கிற பகுதிகளில் காஷ்மீரும் ஒன்று என்பதே இரண்டாவது காரணமாகும்.

> *"இந்தியாவை ஒரு மதச்சார்பற்ற நாடாக சர்வதேச அரங்கில் காட்டிக்கொள்வதற்கு காஷ்மீரை தன்னுடன் இணைத்துக்கொள்வது அவசியமானதாக இருந்தது. இந்தியாவை இந்து தேசமாக அறிவிக்கச்சொல்லும் வலதுசாரிகளுக்கு வழங்கமுடிகிற பதிலாகவும் காஷ்மீர் இருந்தது. காஷ்மீர் இல்லாவிட்டால் இந்துக்கள் பெரும்பான்மையாக வாழ்ந்தாலும், இந்தியாவை மதச்சார்பற்ற நாடாக முன்னிறுத்துவது கடினமானதாக இருக்கும். வேறு வார்த்தைகளில் சொல்லவேண்டுமென்றால், தனக்கான அடையாளத்தை உருவாக்கி வெளிக்காட்டுவதற்கு இந்தியாவுக்கு காஷ்மீர் மிகமுக்கியமானதாக இருந்தது"*

என்று மானுடவியலாளர் மோனா பான் வாதிடுகிறார்[13].

உலகிலேயே அதிகமான இராணுவப்படைகள் குவிக்கப்பட்ட பகுதி

1990 முதலே இந்தியாவின் ஆட்சியை எதிர்த்து இந்தியக் காஷ்மீர் முழுவதுமே ஏராளமான ஆயுதந்தாங்கிய போராட்டங்கள் நடைபெறத்துவங்கிவிட்டன. சர்ச்சைக்குரிய காஷ்மீர் பகுதிகளில் அதிகளவிலான இராணுவப் படைகளை இந்தியா குவித்தது. அதன்மூலம், எப்போது வேண்டுமானாலும் அங்கே இந்தியாவுக்கும் பாகிஸ்தானுக்கும் போர் மூளக்கூடும் என்கிற பதட்டமான சூழல் நிலவிக்கொண்டே இருந்தது. அதன் காரணமாக உலகிலேயே அதிகமான இராணுவப்படையின் குவியலை எதிர்கொள்ளும் பகுதியாக காஷ்மீர் மாறியது.

1991ஆம் ஆண்டு ஜூன் மாதத்தில் இந்தியாவின் புதிய பிரதமராக நரசிம்மராவ் பதவியேற்ற இரண்டே வாரத்தில், ஆறு இஸ்ரேலிய சுற்றுலாப் பயணிகளும், ஒரு டச்சு சுற்றுலாப்பயணியும் காஷ்மீரின் ஸ்ரீநகரில் ஆயுதந்தாங்கிய குழுவினரால் கடத்தப்பட்டனர்.

இந்திய அரசை எதிர்த்துப் போராடிவந்த போராளிக் குழுக்களில் ஊடுருவுவதற்காக வந்திருக்கிறார்களோ என்கிற சந்தேகத்தின்பேரில்தான் அவர்களைக் கடத்தியதாக பத்திரிக்கையாளர்களிடம் ஆயுதந்தாங்கிய குழுவினர் தெரிவித்தனர்[14]. கடத்தப்பட்டவர்களை மீட்பதற்காக இந்தியாவின் உயரதிகாரிகளிடம் இஸ்ரேலிய உயரதிகாரிகளும் முன்னர் எப்போதும்இல்லாத அளவுக்கு நெருக்கமாக இணைந்து கூட்டுமுயற்சியில் இறங்கினர். ஏறத்தாழ 70 அயல்நாட்டினரை காஷ்மீர் பகுதியில் இருந்து உடனடியாக வெளியேற்றியதாக இந்திய காவல்துறை அறிவித்தது. அந்த நேரத்தில் சுமார் 40 இஸ்ரேலிய சுற்றுலாப்பயணிகள் காஷ்மீரில் இருந்ததாக இஸ்ரேலிய அரசும் கூறியிருந்தது[15].

அதேபோல பாரதிய ஜனதா கட்சியும் அதனோடு தொடர்புடைய இந்துத்துவ வலதுசாரி இயக்கங்களும் அதிவேகமாக வளர்ந்துவருவதை அப்போது கண்கூடாகத் பார்க்கமுடிந்தது. அதனால் இஸ்ரேலுடனான உறவை ஏற்படுத்திக்கொள்வதால், ஒன்றும் கெட்டுப்போய்விடப்போவதில்லை என்று காங்கிரஸ் நினைத்தது. இஸ்ரேலுடன் கைகோர்த்தால், பெரியளவுக்கு எதிர்ப்பும் வராது என்றே காங்கிரஸ் கணக்குப்போட்டது.

அதேவேளையில் மத்திய கிழக்கு நாடுகளின் அரசியல் சூழலும் மாறத்துவங்கி இருந்தது. 1991ஆம் ஆண்டில் 'மத்திய கிழக்கு மாநாடு' ஏற்பாடு செய்யப்பட்டிருந்தது. அதில் பாலஸ்தீனப்

போராட்டத் தலைமையும் மற்ற அரபுலக நாடுகளும் இஸ்ரேலுடன் பேச்சுவார்த்தை நடத்த ஆயத்தமாகிக்கொண்டிருந்தனர். அவர்களே இஸ்ரேலுடன் நெருங்கிச் செல்லும்போது, இந்தியாவும் இஸ்ரேலுடன் நட்புறவு பேணத்துவங்கினால், அது தவறாகப் பார்க்கப்படாது என்று இந்தியா கருதியது. அரபுலக நாடுகளுடனான வியாபார உறவிலும் அது எந்த பாதிப்பையும் ஏற்படுத்தாது என்று இந்தியா நினைத்தது. இஸ்ரேலுக்கு சாதகமான சலுகைகளை வழங்க ஐநா சபையுமேகூட முன்வந்தது. இருப்பினும் சியோனிசத் தத்துவத்தை ஒரு இனவெறித்தத்துவம் என்று 1975ஆம் ஆண்டில் ஐநா சபையில் நிறைவேற்றப்பட்டிருந்த 3379வது தீர்மானத்தை இரத்து செய்தாலொழிய அரபுலக நாடுகள் ஏற்பாடு செய்த மாநாட்டில் கலந்துகொள்ள முடியாது என்று இஸ்ரேல் அறிவித்துவிட்டது. அதன்படி அத்தீர்மானம் ஐநா சபையில் கொண்டுவரப்பட்டது. 1975ஆம் ஆண்டில் சியோனிசத்தை எதிர்த்து வாக்களித்த இந்தியா, 1991இல் அதே சியோனிசத்தை ஆதரித்து வாக்களித்தது.

'சியோனிசம் ஒரு இனவெறித் தத்துவமல்ல' என்று ஐநா சபையையே சொல்ல வைப்பது சர்வதேச வெறுப்பினில் இருந்து மீள்வதற்கு இஸ்ரேலுக்கு மிகவும் அவசியமாக இருந்தது. இஸ்ரேலைப் புறக்கணிப்பதென்பது உடைந்துபோன பழைய சோவியத் யூனியனின் கருத்தென்பதும், புதிய உலகின் ஒரே வல்லரசாக உருவெடுத்திருக்கொண்டிருந்த அமெரிக்காவுடன் நெருக்கமாக இருப்பதற்கு இஸ்ரேலை ஏற்றே ஆகவேண்டும் என்பதுமே உலகின் மற்ற நாடுகளுடைய பார்வையாக இருந்தது. இந்தியாவைப் பொறுத்தவரையில் சர்வதேச சந்தைக்கு ஏற்றவாறு தன்னை மாற்றிக்கொள்வதற்கு இஸ்ரேலின் நட்பு தேவைப்பட்டது. அதற்காகவே பாலஸ்தீனப் பிரச்சனையில் இரட்டை நிலைப்பாட்டை எடுக்கவும் துணிந்துவிட்டது. சியோனிசத்தற்கு ஆதரவாக ஐநாவில் வாக்கும் அளித்துவிட்டு, "எந்தத் தத்துவமும் கொள்கையும் அமைதியைக் குலைக்கும் வகையில் இருக்கவே கூடாது" என்று அதற்கு தொடர்பற்ற விளக்கவுரையையும் இந்தியா கொடுத்தது.

> *"சியோனிசத்தை இனவெறியுடன் ஒப்பிடுவதென்பது ஆதாரப்பூர்வமற்ற ஒரு தத்துவார்த்தப் புரிதலன்றி வேறில்லை என்று இந்தியா நினைக்குமானால், சில வருடங்களுக்கு முன்னர் சியோனிசமென்பது ஒரு இனவெறித் தத்துவம்தான் என்று கொண்டுவரப்பட்ட தீர்மானத்தை எதற்காக இந்தியா ஆதரித்து வாக்களித்தது? ஒருவேளை இஸ்ரேல் இன்றைக்கு மனம்திருந்தி, முன்புபோல பாலஸ்தீனர்களை அடிமைகளாக நடத்தவில்லை*

என்று இந்தியா நம்புகிறதோ? சியோனிசத் தத்துவத்தை இஸ்ரேல் எப்படியாக நடைமுறைப்படுத்துகிறது என்பதை இஸ்ரேலில் ஊடுருவி இந்தியா கண்டுபிடித்ததா? பாலஸ்தீனர்களை எந்தளவுக்கு இன்றைக்கு இஸ்ரேல் கொடுமைப்படுத்துகிறது என்பதை அறியாத நாடா இந்தியா?"

என்று தொடர்ச்சியாக பல கேள்விகளை எழுப்பினார் இந்திய எழுத்தாளர் புன்யபிரியா தாஸ்குப்தா[16].

"சர்வதேச அரங்கில் மிகச்சிறந்த வெளியுறவுக் கொள்கையைக் கொண்டிருக்கும் நாடாக பெருமைபொங்க பேசிக்கொண்டிருந்த காலமெல்லாம் மாறிவிடும் சூழல் ஏற்பட்டிருக்கிறது"

என்று அவர் மேலும் கவலையுடன் தெரிவித்தார்.[17]

ஆனால் சர்வதேச நாடுகளுடனான உறவுகள் குறித்து ஆய்வுசெய்யும் குமாரசுவாமி உள்ளிட்ட சில ஆய்வாளர்களோ, இப்படியான விமர்சனங்களையெல்லாம் பழைய தத்துவங்களின் மிச்சசொச்சமென்று புறந்தள்ளினர்[18]. அதேபோல், 1991 முதல் 1994 வரையிலும் இந்தியாவின் வெளியுறவுத்துறை விவகாரச் செயலராக பணிபுரிந்த ஜே.என்.தீக்ஷித்தும், இனவெறி தென்னாப்பிரிக்காவுடனும் இஸ்ரேலுடனும் அரசுமுறை உறவினை ஏற்படுத்தியதைத் தன்னுடைய பணிக்காலத்து சாதனையாக அவரது சுயசரிதையில் குறிப்பிட்டு எழுதியிருக்கிறார். ஆக, 'தேசநலனுக்காக எடுக்கப்பட்ட முடிவுகளே இவை' என்கிற கருத்தில் அப்போது அதிகாரத்தில் இருந்தவர்கள் உறுதியாக இருந்திருக்கிறார்கள் என்றும், இஸ்ரேல் தொடர்பாக இரட்டை நிலைப்பாடு என்பதெல்லாம் பொதுவெளியில் காட்டிக்கொள்ளப்பட்ட போலியான மதிப்பீடுதான் என்றும் தெளிவாக நம்மால் அறிந்துகொள்ளமுடிகிறது[19].

இது தொடர்பாக சர்வதேச அரங்கில் இந்தியா எடுத்த முடிவுகெளெல்லாம் தெரியாமல் எடுக்கப்பட்டவை அல்ல. எதைச் செய்கிறோம் என்கிற புரிதலுடன் அனைத்தும் திட்டமிட்டே செய்யப்பட்டவைதான். புதிய ரர்வதேச அதிகார ஒழுங்கில், புதிய தாராளமயப் பொருளாதாரக் கொள்கைகளை வெளியில் இருந்து எட்டிப் பார்க்கும் தேசமாக இருந்த இந்தியாவை, அத்தகைய பொருளாதாரக் கொள்கைகளை ஏற்றுக்கொண்டு முழுவீச்சிலான 'வளர்ச்சி'ப் பாதையில் பயணிக்கவைப்பதே அதன் நோக்கமாக மாறியிருந்தது. சுருக்கமாகச் சொல்லவேண்டுமென்றால், உலகின் அதிகாரமிக்க நாடாக இருக்கப்போகும் அமெரிக்காவிற்குத்

தேவையான பொருட்களை உற்பத்திசெய்தும் விற்றும் வாங்கியும் அதனோடு நெருங்கியிருக்கும் அதிகாரமிக்க நாடுகளில் ஒன்றாகத் திகழவே இந்தியா விரும்பியது. ஆசிய கண்டத்தில் சீனாவின் வளர்ச்சியினால் விழுங்கப்படவோ அல்லது பாகிஸ்தானுடன் சண்டையிட்டும் போட்டிபோட்டும் காணாமல்போய்விடவோ இந்தியா விரும்பவில்லை.[20]

இந்தியா விடுதலை பெற்றதிலிருந்து இனவெறி தென்னாப்பிரிக்காவை எதிர்த்துப் பிரச்சாரம் செய்தும், புறக்கணித்தும், பொருளாதாரத் தடைகளை விதித்தும் வந்த இந்தியா, நரசிம்மராவ் ஆட்சிக்காலத்தில் அதே தென்னாப்பிரிக்காவுடன் நெருங்கிச் செல்லத்துவங்கியது. நடைமுறையில் அதுதான் சாத்தியம் என்பதுபோலவும் இந்தியா காட்டிக்கொண்டது[21]. சர்வதேச பணக்காரர்களின் சொத்துக்களையும் முதலீடுகளையும் வியாபாரத்தையும் கட்டிக்காப்பதற்காக ஏற்படுத்தப்பட்ட நிதி நிறுவனங்களையும் புதிய சட்டங்களையும் கொள்கைகளையும் ஏற்று, அந்தக் கட்டமைப்பில் தன்னையும் இணைத்துக்கொண்டது[22]. அதில் இணைந்தமையால், அதன்மூலமாகவே இஸ்ரேலுடன் நெருங்கிச் சென்று ஆயுதங்களையும் கண்காணிப்புத் தொழிற்நுட்பங்களையும் எளிதாக இந்தியாவால் வாங்கிக்கொள்ளமுடிந்தது.[23] அதேவேளையில் அவ்வப்போது ஐநா சபை நடத்தும் உப்புசப்பில்லாத சில வாக்கெடுப்புகளில் ஆதரித்தும், சில நிதி உதவிகளைச் செய்தும், எப்போதாவது ஆதரவான அறிக்கைகளை வெளியிடுவதன்மூலமும் பாலஸ்தீனத்திற்கும் நட்புநாடாக இந்தியா தன்னைக் காட்டிக்கொண்டது.

‘பாலஸ்தீனத் தலைவராக இருந்த யாசர் அராஃபத்தின் அனுமதி கிடைத்தபிறகுதான் இஸ்ரேலுடன் அரசுமுறை உறவுகளை இந்தியா பேணத்துவங்கியது’ என்று இந்திய ஊடகங்களும் சர்வதேச உறவுகள் குறித்து ஆய்வுசெய்வோரில் பெரும்பாலானோரும் இன்றைய தேதிவரையிலுமே தொடர்ச்சியாக சொல்லிக்கொண்டே இருக்கிறார்கள்[24]. இந்தியாவுக்கும் இஸ்ரேலுக்கும் இடையிலான அரசுமுறை உறவுகளை அதிகாரப்பூர்வமாக துவங்குவதற்கு இரண்டு வாரத்திற்கு முன்புதான் யாசர் அராஃபத் இந்தியாவுக்கு வந்து, தன்னுடைய ஆதரவையும் ஆசியையும் வழங்கினார் என்று அவர்கள் பரப்பிக்கொண்டிருக்கும் பிரச்சாரத்தின் ஊடாக சொல்லப்படுகிறது. ஆனால், உண்மை என்னவென்றால் இந்திய அரசுக்கு கோரிக்கை வைத்து மிரட்டும் அளவிற்கான அதிகாரத்தையெல்லாம் பாலஸ்தீன விடுதலை இயக்கம் என்றைக்குமே பெற்றிருக்கவில்லை. இந்தியாவின் முடிவுகளைத் தீர்மானிக்கும் இடத்திலெல்லாம் யாசர்

அராஃபத்தோ பாலஸ்தீன விடுதலை இயக்கமோ இருக்கவில்லை. யாசர் அராஃபத்தினாலெல்லாம் இந்தியாவின் முடிவினைத் தடுத்திருக்கவே முடியாது என்பதுதான் உண்மை.

இந்தியாவில் இத்தகைய கட்டுக்கதை பரவிய அதே காலகட்டத்தில், பாலஸ்தீனப் பிரச்சனையில் பாலஸ்தீன விடுதலை இயக்கத்தின் நம்பகத்தன்மையும் குறையத் துவங்கியிருந்தது. பாலஸ்தீன மக்களின் ஆதரவையேகூட அவர்கள் இழந்துகொண்டிருந்தார்கள். பாலஸ்தீன நிலத்தை ஒரே தேசமாக முழுவதுமாக மீட்டெடுக்கிற நிலைப்பாட்டிலிருந்து இஸ்ரேல்-பாலஸ்தீனம் என்று இரண்டு தேசங்களும் இருக்கட்டும் என்கிற இரட்டை தேசிய நிலைப்பாட்டை பாலஸ்தீன விடுதலை இயக்கம் 1988இல் ஏற்றுக்கொண்டது. அதனால், பாலஸ்தீன விடுதலை இயக்கத்தை அங்கீகரித்து, அதனுடன் பேச்சுவார்த்தை நடத்துவதற்குமேகூட இஸ்ரேல் தயாரானது. இஸ்ரேலை முழுவதுமாக அங்கீகரித்ததன் காரணமாக, பாலஸ்தீன விடுதலை இயக்கத்தின் மையப்புள்ளியாக இருந்த இலட்சக்கணக்கான பாலஸ்தீன அகதிகளின் நாடுதிரும்பும் கோரிக்கையே நீர்த்துப்போனது.

1993ஆம் ஆண்டு நார்வேயில் கையெழுத்திடப்பட்ட ஓஸ்லோ அமைதி ஒப்பந்தத்தின் மூலமாக, ‘பாலஸ்தீன தேசிய ஆணையம்’ என்கிற ஒரு இடைக்கால அதிகார மையம் அமைக்கப்பட்டது. அதன் அதிகார எல்லை மிகவும் சுருக்கப்பட்டு, பாலஸ்தீன நிலத்தின் அதிகாரம், வளங்களின் கட்டுப்பாடு, பொருளாதாரத்தை தீர்மானிக்கும் உரிமை போன்றவற்றை இஸ்ரேலுக்கு அதிகாரப்பூர்வமாக எழுதிக்கொடுத்த ஒப்பந்தமாக அது மாறியது. மேற்குக் கரையிலும் காஸாவிலும் வாழ்ந்த இலட்சக்கணக்கான பாலஸ்தீன மக்களின் வாழ்வாதாரத்தை மேலும் கொடூரமாக்கி, இஸ்ரேலின் ஆக்கிரமிப்பை அங்கீகரிப்பதாக மாறிப்போனது. ஆனால் அதேவேளையில் பாலஸ்தீனத்திற்கென்று சுயநிர்ணய உரிமையுடன் கூடிய ஒரு தனிதேசத்தை ஓஸ்லோ ஒப்பந்தம் வெளிப்படையாக அங்கீகரிக்கவே இல்லை. அதற்கு பதிலாக, மேற்குக் கரையிலும் காஸாவிலும் ஒரு சிறிய உள்ளூர் மாகாணத்தைப் போன்றதொரு நிர்வாகத்திற்குத்தான் அனுமதி வழங்கப்பட்டது. பாலஸ்தீனம் என்கிற ஒரு தேசத்தை கட்டமைப்பதற்கான வழிவகைகளை உருவாக்கவேண்டிய பாலஸ்தீன தேசிய ஆணையமோ, இஸ்ரேலுக்கு அடிபணிந்து நடக்கும் ஒரு ஒப்பந்தக்கார அமைப்பாக மாறியது. இஸ்ரேலிய ஆக்கிரமிப்பை ஏற்றுக்கொண்டு, அதனோடு இணைந்து இயங்கும் நிலைக்குத் தள்ளப்பட்டது. சுயத்தை மீட்டெடுக்கப் போராடிய

பாலஸ்தீனர்களைக் கைதுசெய்து, தண்டித்து, சிறையில் அடைத்த இஸ்ரேலிய அரசுக்கு உறுதுணையாக செயல்படும் நிலைக்கு பாலஸ்தீன தேசிய ஆணையம் சென்றுவிட்டது.

ஒத்துப்போன இராணுவ நலன்கள்

ஆயுதங்கள் தயாரிப்பை தனியார் வசம் இஸ்ரேல் ஒப்படைக்கத் துவங்கிய அதே 1990களின் காலகட்டத்தில்தான் இஸ்ரேலுடனான நெருக்கமான உறவை இந்தியா பேணத்துவங்கியது. ஒரு தேசத்தின் பாதுகாப்பை தனியார்வசம் ஒப்படைத்தால், அமைதியை நோக்கி நகர்வதற்கு என்றைக்கும் வாய்ப்பே இல்லை. தனியார்மயம் என்பதே வியாபாரத்தையும் இலாபத்தையும் மட்டுமே குறிக்கோளாகக் கொண்டது. ஒரு நிலப்பரப்பில் சண்டையும் சச்சரவுகளும் போர்களும் தொடர்ந்து நடைபெற்றுக்கொண்டிருந்தால்தான் அங்கே ஆயுதங்களை விற்கமுடியும். அதனால் போர்கள் இருக்கும்வரையில்தான் ஆயுதவிற்பனை இருக்கமுடியும். அப்படியான சூழலில் போர்களை முடிவுக்குக்கொண்டுவர ஆயுதவியாபாரிகள் என்றைக்கும் தடையாகவே இருப்பார்கள். ஆயுத வியாபாரத்தைப் பொறுத்தவரையில் மற்றுமொரு புள்ளியிலும் இஸ்ரேல் முன்னணியில் இருந்தது. பல ஆண்டுகளாக தொடர்ச்சியாகவும் வெற்றிகரமாகவும் பாலஸ்தீனத்தை ஆக்கிரமித்து தன்னுடைய கட்டுப்பாட்டில் வைத்திருப்பதற்கு, அதன் ஆயுதத் தயாரிப்பும் நவீன தொழிற்நுட்ப வளர்ச்சியுமே காரணம் என்று பிரச்சாரம் செய்யப்பட்டது. ‘பாலஸ்தீன மக்களின் மீது பரிசோதிக்கப்பட்டு சிறப்பாக வேலைசெய்யும் ஆயுதங்களும் கண்காணிப்பு உபகரணங்களும்’ என்கிற பெருமையுடனும் அடையாளத்துடனுமே ஆயுதங்கள் விற்கப்பட்டன. இந்தியாவும் அந்த சூழ்ச்சியில் விழுந்து சிக்கிக்கொண்டது.

1962ஆம் ஆண்டு சீனாவுடனான போர், 1965 மற்றும் 1971ஆம் ஆண்டுகளில் பாகிஸ்தானுடனான போர்களின்போதே இஸ்ரேலுடன் அரசுமுறை உறவேதும் இல்லையென்றாலுமே, ஆயுதங்களை மறைமுகமாக இந்தியாவால் வாங்கமுடிந்தது. பொதுவாகவே தன்னுடைய சொந்த பாதுகாப்பிற்குத்தான் எந்தவொரு நாடும் ஆயுதங்கள் தயாரிக்கும். அதனைத் தாண்டி தன்னுடைய நட்பு நாடுகளுக்கு சிலப்பல கட்டுப்பாடுகளுடன் அவற்றை விற்கவும் செய்வார்கள். ஆனால், இஸ்ரேல் மட்டும்தான் புதுவிதமான ஒரு மாற்று ஆயுதவிற்பனைமுறையைத் துவக்கிவைத்தது[25]. எந்த

நாட்டிற்கும், எப்படி வேண்டுமானாலும், கட்டுப்பாடுகளோ விதிமுறைகளோ இன்றி ஆயுதங்கள் விற்கும் முறையினை இஸ்ரேல் அமல்படுத்தியது. அதனால் இஸ்ரேலிடம் ஆயுதம் வாங்குவது எளிதாக இருந்தது.

1960களின் இறுதியிலும் 1970களிலும் நவீன தொழிற்நுட்பத்தைப் பயன்படுத்தி புதுமைகள் பல புகுத்தப்பட்ட ஆயுதங்களை இஸ்ரேல் தயாரித்தது. துவக்கத்தில் அவையெல்லாம் தன்னுடைய சுயதேவைக்காகவே பயன்படுத்தப்பட்டன. ஆனால், 1967ஆம் ஆண்டில் ஒட்டுமொத்த அரபுலக நாடுகளுடனும் நடைபெற்ற போரில் வெறும் ஆறே நாட்களில் வெற்றிபெற்ற பின்னர், இஸ்ரேலின் இராணுவ மதிப்பு பலமடங்கு கூடியது. அதனைத் தொடர்ந்தே வர்த்தக ரீதியிலான ஆயுதத் தயாரிப்பை மிகப்பெரிய அளவில் இஸ்ரேல் விரிவுபடுத்தியது. அதற்கு முன்புவரையிலும் பிரான்சிடமிருந்தே அதிகளவிலான இராணுவ உபகரணங்களை இஸ்ரேல் வாங்கிக்கொண்டிருந்தது குறிப்பிடத்தக்கது.

எகிப்து மற்றும் சிரியப் படைகளைத் தோற்கடித்திருந்தது இஸ்ரேல். அதன் தொடர்ச்சியாக எகிப்தில் ஒரு மதச்சார்பற்ற தேசியவாத கருத்தியலை கமால் அப்துல் நாசரின் தலைமையிலான அரசு வளர்த்தெடுத்தது. அந்த அரசை எதிர்த்து நின்ற சவுதி அரேபியாவுக்கு, அமெரிக்காவும் பிரிட்டனும் எல்லாவிதமான உதவிகளையும் செய்தன. 1947இல் இஸ்ரேலுக்கும் பாலஸ்தீனத்திற்கும் தனித்தனியாக நிலப்பகுதிகளை ஐநா சபை அளித்திருந்தபோதும், பாலஸ்தீனப் பகுதிகளையும் சேர்த்தே இஸ்ரேல் ஆக்கிரமித்ததைக் கண்டித்து, இஸ்ரேலுடனான எவ்வித அரசுமுறை உறவுகளையும் பேணாமலே இருந்தது சோவியத் யூனியன்[26]. இஸ்ரேலை சோவியத் புறக்கணித்த அதே வேளையில், அமெரிக்காவோ இராணுவ, நிதி, மூலதன உதவிகளைத் தொடர்ந்து இஸ்ரேலுக்கு செய்துகொண்டிருந்தது. அமெரிக்க தொழிற்நுட்ப வல்லுநர்களும் ஆய்வாளர்களும் இஸ்ரேலுக்கு புலம்பெயர்ந்து அங்கேயே தங்கி பெருமளவில் ஆய்வுகளுக்கு உதவினர். ஆயுத உற்பத்தியில் முக்கியமான நாடாக சர்வதேச அரங்கில் இஸ்ரேல் முன்னிறுத்தப்பட்டது[27]. 1967ஆம் ஆண்டில் நடைபெற்ற போரில் வெற்றிபெற்றதன்மூலம், மத்திய கிழக்குப் பகுதியில் நம்பகத்தன்மையுடன் கூடிய அமெரிக்காவின் முக்கியமான உளவாளியாக இஸ்ரேல் மாறியது.

அப்போதிலிருந்து இராணுவ அறிவிலும் தொழிற்நுட்பத் திறனிலும் முன்னணியில் இருக்கும் நாடாக இஸ்ரேல் தொடர்ச்சியாகப்

பெயர்பெற்றிருந்தது. 1970ஆம் ஆண்டில் இஸ்ரேலின் ஒட்டுமொத்த உற்பத்தியில் 10 சதவிகிதம் அளவிற்கு அதன் ஆயுத விற்பனையே இருந்தது. அன்றைக்கே, சுமார் 70 மில்லியன் டாலருக்கு உலகெங்கிலும் ஆயுதங்களை விற்று காசு சம்பாதித்திருந்தது இஸ்ரேல்[28].

இருப்பினும் தன்னைச் சுற்றிலும் ஏராளமான அரபுலக நாடுகள் சூழ்ந்திருப்பதாகவும், எப்போது வேண்டுமானாலும் அவர்களால் ஆபத்து நேரலாம் என்று சொல்லியே ஒருவித பரிதாபப் பார்வையையும் தன்மீது விழவைக்க முயற்சி செய்துகொண்டிருந்தது இஸ்ரேல். ஆனாலும் இராணுவ ஆயுதந்தயாரிப்பில் ஈடுபடும் மிகப்பிரம்மாண்டமான தொழிற்சாலைகளை உருவாக்கிக் கொண்டே இருந்தது. தன்னுடைய ஆயுதத் தொழிற்சாலைகள் தொடர்ச்சியாக இயங்க வேண்டுமென்றால், உள்ளூர் தேவைகளைத் தாண்டி, மற்ற நாடுகளுக்கும் விற்பனை செய்தாக வேண்டியிருந்தது. உள்ளூர் தேவைகள், மற்ற நாடுகளுக்கான விற்பனை என இரண்டுமாக சேர்ந்து, இஸ்ரேலிய இராணுவத்திற்கான ஆயுத உற்பத்தி செலவினையும் குறைத்திருக்கிறது. அது மட்டுமல்லாமல் பல்லாயிரக்கணக்கான இஸ்ரேலிய மக்களுக்கும் அது வேலை வாய்ப்பினை உருவாக்கிக் கொடுத்தது. அதுவே இராணுவ வல்லரசாக மாறுவதற்கான பாதையில் அதிவேகமாக நடைபோட இஸ்ரேலுக்கு உதவியது.

1966 முதல் 1972ஆம் ஆண்டுகளுக்கிடையில் மட்டுமே சுமார் 20000 புதிய வேலைவாய்ப்புகளை பாதுகாப்புத் துறையில் இஸ்ரேல் உருவாக்கியது. உள்ளூர்த் தொழிற்சாலைகள் உற்பத்திசெய்த பொருட்களின் விற்பனையுமே 86% அளவிற்கு உயர்ந்தது[29]. அதனால் இஸ்ரேலின் பொருளாதாரமும் வலுப்பெற்றது. அதுவே இஸ்ரேலிய அரசின் கொள்கைகளிலும் ஆதிக்கம் செலுத்தியது.

இவையெல்லாம் அதிரடியாக ஒரே நாளில் நடக்கவில்லையென்றாலும், 1960களின் இறுதியிலும் 1970களின் துவக்கத்திலும் இஸ்ரேலிய பாதுகாப்புத்துறையில் கொஞ்சம் கொஞ்சமாக தனியார்மயம் நுழைந்தது. அப்போது முளைக்கத்துவங்கிய தனியார் நிறுவனங்களெல்லாம், ஓய்வுபெற்ற இஸ்ரேலிய முன்னாள் இராணுவத்தினரை தங்கள் பக்கம் இழுத்துக்கொண்டன. இஸ்ரேலிய பாதுகாப்புத்துறையையும் இராணுவத்தையும் அவர்கள் நன்கு அறிந்தவர்களென்பதால், புதிய தனியார் நிறுவனங்களின் வளர்ச்சிக்கு பெரிதும் உதவினர்.

அதன்மூலம் இராணுவ உபகரண உற்பத்தியாலேயே இஸ்ரேலுக்கு பெரிய வருமானம் கிடைக்க வழிவகை செய்தனர். ஆயுத உற்பத்தித் தொழிலின் மூலமாகவே முழு பொருளாதார சுதந்திரத்தையும் முன்னேற்றத்தையும் இஸ்ரேல் பெறத்துவங்கியது[30].

ஆயுத உற்பத்தித் துறையில் இஸ்ரேலை முன்னணி தேசமாக மாற்றுவதென்பதுதான் சியோனிசத்தின் அடிப்படை இலட்சியங்களில் ஒன்றாகும் என்கிறார் லேரி லாக்வுட்.

"மூன்றாம் உலக நாடுகளில் வியாபார ரீதியாக ஊடுருவுவது இஸ்ரேலின் நீண்டகாலக் கனவாகவே இருந்துவருகிறது. அதேபோல, அந்நிய முதலீட்டாளர்களுக்கோ இஸ்ரேலிய ஆயுத உற்பத்தியை இலாபகரமாக மாற்றுவது இலட்சியமாக இருந்துவருகிறது"

என்கிறார் லேரி லாக்வுட்[31].

1970களின் துவக்கத்திலேயே மற்ற நாடுகளுக்கு இராணுவத் தொழிற்நுட்பப் பயிற்சிகளை கொடுப்பதற்கு இஸ்ரேல் தயாராகிவிட்டது. பல ஆப்பிரிக்க மற்றும் தென்னமெரிக்க நாடுகளுக்கு இராணுவப் பயிற்சிகளை அந்தந்த நாடுகளிலேயே பயிற்சிக் கட்டணத்தை வசூலித்துக்கொண்டு வழங்கியது. பொலிவியா, ஈக்வடார், கோஸ்டா ரிகா உள்ளிட்ட 13 நாடுகளுக்கு இஸ்ரேல் அப்போது முதன்முதலில் பயிற்சி கொடுத்தது. நாடுகளின் தேசிய இராணுவத்திற்கு மட்டுமல்லாமல், பல நாடுகளின் ஆயுதந்தாங்கிய பயங்கரவாத மற்றும் போராளிக் குழுக்களுக்கும் மறைமுகமாக பயிற்சிகளைக் கொடுத்திருக்கிறது இஸ்ரேல். சையர் நாட்டின் மொபுட்டோ சேசே சேகோ (தற்போதைய காங்கோ ஜனநாயகக் குடியரசு), உகாண்டாவின் இடி அமின் (1972 வரையிலும்) ஆகியோரின் படைகளுக்கும் இஸ்ரேல் இராணுவப் பயிற்சியளித்தது.

"அரபுலகம் நம்மைச் சுற்றிவளைப்பதை மட்டுமே கவனித்துக்கொண்டும் சண்டையிட்டுக்கொண்டும் இருக்காமல், அதற்கு வெளியேயும் செல்ல வேண்டும். ஆப்பிரிக்காவின் பல வளர்ந்துவரும் நாடுகளுக்கு இராணுவப் பயிற்சி கொடுத்து, அங்கெல்லாம் நட்பு சக்திகளை ஏற்படுத்திக்கொள்ள வேண்டும்"

என்று கானாவுக்கான முதல் இஸ்ரேலிய தூதர் ஈஹூத் அவ்ரீல் தெரிவித்தார்.

1955 முதல் 1966 வரையிலும் இஸ்ரேலின் வெளியுறவுத்துறை அமைச்சராகவும் 1969 முதல் 1974 வரையிலும் பிரதமராகவும் இருந்த கோல்டா மேயர் என்பவர் ஆப்பிரிக்க கண்டத்திற்கு ஐந்துமுறை பயணித்து இஸ்ரேலிய ஆயுதப் பயிற்சிக்கும் வியாபாரத்திற்கும் அடித்தளமிட்டார். அமைதியை நிலைநாட்டத்தான் அவர் ஆப்பிரிக்கா சென்றதாக வெளியுலகிற்கு அவர்கள் சொல்லிக்கொண்டாலும், ஆயுத உற்பத்தித் துறையின் வளர்ச்சியை முன்னிறுத்தியே அவரது பயணம் இருந்தது.

இஸ்ரேலிய இராணுவத்திடம் பயிற்சி எடுத்துக்கொண்ட நாடுகளெல்லாம், ஆயுதங்கள் தேவைப்படும்போது இஸ்ரேலில் உற்பத்தி செய்யப்பட்ட ஆயுதங்களையே வாங்கவேண்டிய நிர்பந்தத்திற்கு ஆளாகினர். பயிற்சிகளின் போது இஸ்ரேலில் உற்பத்தி செய்யப்பட்ட ஆயுதங்கள்தான் பயன்படுத்தப்பட்டன. அதனால் அவற்றைத்தான் வாங்கியாகவேண்டிய நிலைக்கு ஆப்பிரிக்க நாடுகள் தள்ளப்பட்டன. அமெரிக்க மற்றும் ஐரோப்பிய நாடுகளையே ஆயுதங்கள் வாங்குவதற்கான சந்தைகளாகக்கொண்டு, அவர்களையே சார்ந்திருந்த மூன்றாம் உலக நாடுகளுக்கு, இஸ்ரேலிய ஆயுத விற்பனை ஒரு புதிய வாய்ப்பாக அமைந்தது. பெரிய ஏகாதிபத்திய நாடுகளான அமெரிக்கா மற்றும் ஐரோப்பிய நாடுகளிடம் இருந்து வாங்குவதைவிட இரண்டாம் நிலை ஏகாதிபத்திய நாடாகத் தன்னைக் காட்டிக்கொண்ட இஸ்ரேலிடம் இருந்து வாங்குவது பலவிதங்களில் அவர்களுக்கு இலாபகரமானதாகவும் இருந்தது[32].

1971ஆம் ஆண்டில் கையெழுத்திடப்பட்ட ஒப்பந்தத்தின் காரணமாக, இந்தியாவுக்கு அதிகமாக ஆயுதங்கள் விற்பனை செய்யும் நாடாக சோவியத் யூனியன்தான் இருந்துவந்தது. அதுவும் 1980களின் இறுதியில் அது உச்சத்தை அடைந்தது. ஆனால் சோவியத் யூனியனின் வீழ்ச்சிக்குப்பின்னர் உருவான இரஷ்யாவின் நிலையற்றத் தன்மையினால், ஆயுத வர்த்தகத்திற்கு மாற்று வழியைக் கண்டுபிடிக்க வேண்டிய அவசியம் இந்தியாவுக்கு வந்தது.

ஆயுத உற்பத்தியை சொந்த நாட்டிலேயே முழுமையாகச் செய்யமுடியாமல் இந்திய தவித்துக்கொண்டிருந்தபடியால், அதன் தொழிற்நுட்பமும் உபகரணங்களும் மிகவும் பழமையாகவும் மற்ற நாடுகளுக்கு ஈடுகொடுக்கும் அளவிற்கு நவீனத்தன்மையுடனும் இல்லை. மாறாக, அமெரிக்காவின் உதவியுடன் தன்னுடைய நாட்டிலேயே தனக்குத் தேவையான ஆயுதங்களையும் தொழிற்நுட்பத்தையும் உற்பத்தி செய்துகொள்வதில் பலபடிகள்

இந்தியாவை விட இஸ்ரேல் முன்னேறியிருந்தது. சொந்த தேவைகளைத் தாண்டி மற்ற நாடுகளுக்கும் விற்பனை செய்யும் அளவிற்கு இஸ்ரேல் வளர்ச்சியடைந்திருந்தது. இந்தியா ஏற்கனவே வைத்திருந்த பழைய சோவியத் யூனியன் காலத்து உபகரணங்களையும் ஆயுதங்களையும் தொழிற்நுட்பத்தையும் மேம்படுத்திக்கொடுக்கவும், பெரிதாகக் கேள்வியேதும் கேட்காமல் ஆயுதங்களை விற்பதற்கும், இந்தியாவுக்குள்ளேயே உற்பத்திசெய்ய உதவவும் இஸ்ரேல் தயாராகவே இருந்தது. சோவியத் வீழ்ச்சிக்குப் பின்னர் இரஷ்யாவுடனான ஆயுத வர்த்தகத்தை இந்தியா தொடர்ந்துகொண்டிருந்தபோதும், இஸ்ரேலிடம் இருந்தும் ஆயுதங்கள் வாங்கத் துவங்கியிருந்தது.

1994ஆம் ஆண்டு ஏப்ரல் மாதத்தில் முதன்முதலாக இராணுவம் மற்றும் பாதுகாப்புத் தொடர்பான அதிகாரப்பூர்வ பேச்சுவார்த்தையினை இஸ்ரேலின் டெல் அவிவ் நகரில் இந்தியாவும் இஸ்ரேலும் துவங்கின. அதில் இந்தியாவின் வான்படைத் தளபதியான எஸ்கே. கௌலும் இஸ்ரேலியப் பிரதமரான இட்சக் ராபினும் சந்தித்து உரையாடினர். அதில்,

> *“பாதுகாப்புத் துறையில் இந்தியாவின் நீண்டகாலத் தேவைகள் குறித்து விரிவாக விவாதித்தோம். இரு நாடுகளும் ஒருவருக்கொருவர் உதவிக்கொண்டும் ஒருங்கிணைந்த ஆய்வுகளையும் உற்பத்தியையும் மேற்கொள்வது குறித்தும் பேசினோம்”*

என்று அந்த சந்திப்பு குறித்து இந்திய தரப்பில் சொல்லப்பட்டது[33].

அதே ஆண்டான 1994இல் ஏப்ரல் 5ஆம் தேதியன்று இஸ்ரேலியப் பிரதமர் ராபினும் பாலஸ்தீன விடுதலை இயக்கத்தின் தலைவரான யாசர் அராஃபத்தும் இணைந்து ‘கைரொ ஒப்பந்தம்’ என்கிற பெயரில் புதியதொரு ஒப்பந்தத்தில் கையெழுத்திட்டனர். அதன்படி, 1967ஆம் ஆண்டில் ஆக்கிரமிக்கப்பட்ட காஸாவிலிருந்தும் மேற்குக் கரையின் ஒரு பகுதியான எரிக்கோவிலிருந்தும் இஸ்ரேல் வெளியேறுவது என்று முடிவெடுக்கப்பட்டது. இந்திய காங்கிரஸ் கட்சியின் பாராளுமன்ற உறுப்பினரான ஜான்.எஃப்.பெர்னாண்டஸ் என்பவர் கைரோ ஒப்பந்தத்தைக் குறிப்பிட்டு இந்தியப் பாராளுமன்றத்தில் பேசினார்.

> *“தென்னாப்பிரிக்காவை ஆண்டுவந்த நிறவெறி அரசு வீழ்த்தப்பட்ட இந்நேரத்தில், பாலஸ்தீனத்திலும் அதுபோன்ற ஒப்பந்தம் கையெழுத்தாகி இருப்பது மிகமுக்கியமான வரவேற்கத்தக்க*

நிகழ்வு. இந்த ஒப்பந்தம் முழுமையாக நிறைவேற்றப்படுவதை நாம் உறுதிசெய்ய வேண்டும்"

என்றார் பெர்னாண்டஸ்.

அதேவேளையில், சிபிஎம் என்கிற இந்திய கம்யூனிஸ்ட் கட்சி (மார்க்சிஸ்ட்) இன் பாராளுமன்ற உறுப்பினரான எம்.ஏ.பேபி அவர்களோ,

"அமைதியை முழுமையாக மீட்டெடுப்பதற்கான சாத்தியக்கூறுகள் இந்த ஒப்பந்தத்தில் இருக்கிறதா என்கிற அச்சம் இருக்கத்தான் செய்கிறது. இருப்பினும் நல்ல முடிவுகளை அதுதரவேண்டும் என்று நாம் விரும்பவும் செய்கிறோம்"

என்றார்[34].

ஆனால் ஒப்பந்தம் கையெழுத்திடப்பட்ட ஓராண்டுக்குள் இஸ்ரேலிய பிரதமர் ராபினை 1995ஆம் ஆண்டு நவம்பர் மாதத்தில் இஸ்ரேலிய அதிதீவிர வலதுசாரிகள் கொன்றுவிட்டனர். அவருக்குப் பின்னர் 1996ஆம் ஆண்டு நெத்தன்யாஹூ பிரதமரானார். அவருடைய ஆட்சிக்காலத்தில், பாலஸ்தீனர்களுடன் பேச்சுவார்த்தையின் மூலம் முடிவினை எட்டலாம் என்கிற எண்ணம் ஏறத்தாழ கைவிடப்பட்டுவிட்டது. இஸ்ரேலிய பாராளுமன்றத்தில் வலதுசாரிகளின் கையும் குரலும் எண்ணிக்கையும் உயரத்துவங்கிய காலகட்டமும் அதுதான். இஸ்ரேலிய பாராளுமன்றத்தில் நிலையற்றத்தன்மையும் உருவானது.

இஸ்ரேலில் வலதுசாரிகளின் ஆதிக்கம் அதிகமான சூழலில், இந்தியாவிலும் 1996ஆம் ஆண்டு நடைபெற்ற பாராளுமன்றத் தேர்தலில் அதிகமான தொகுதிகளில் வலதுசாரிக் கட்சியான பாஜக வென்றது. ஆனால் பெரும்பான்மையைப் பெற முடியாத காரணத்தால், ஆட்சியமைத்த வேகத்திலேயே அது கலையவும் செய்தது. 1998ஆம் ஆண்டில் மீண்டும் நடைபெற்ற தேர்தலில் பாஜக வென்று, தேசிய ஜனநாயகக் கூட்டணியின் தலைமைக் கட்சியாக ஆட்சியமைத்தது. அரசியல் நிலையற்றதன்மை இருநாடுகளிலும் இருந்தபோதும், 1990களில்தான் இராணுவத்தை நவீனமயமாக்கும் ஆர்வத்தில் இஸ்ரேலின் மீது அதிகமாக இந்தியா ஈர்க்கப்பட்டுவிட்டது என்றே சொல்லலாம்.

இஸ்ரேலிய ஆயுத உற்பத்தி மற்றும் தொழிற்நுட்ப வளர்ச்சி நிர்வாகமும் (MAFAT) இந்தியாவின் பாதுகாப்பு ஆராய்ச்சி மற்றும்

மேம்பாட்டு நிறுவனமும் இணைந்து பணியாற்றுவதற்கு இந்திய உயரதிகாரிகள் அதிக ஆர்வத்துடன் இருந்தனர்[35].

1995ஆம் ஆண்டில் இஸ்ரேலில் இந்தியாவுக்கான ஒரு பாதுகாப்புத்துறை சார்ந்த அலுவலகத்தைத் திறக்க இந்திய அரசு அனுமதி வழங்கியது. 1997ஆம் ஆண்டில் இந்தியாவிலும் இஸ்ரேலிலும் அத்தகைய அலுவலகங்கள் திறக்கப்பட்டும்விட்டன[36].

மூன்றாண்டுகள் நடத்திய பேச்சுவார்த்தைக்கு பின்னர் 1995ஆம் ஆண்டில் மூன்று ஆளில்லா தானியங்கி விமானங்களை இஸ்ரேல் ஏரோஸ்பேஸ் இண்டஸ்ட்ரி என்கிற இஸ்ரேலிய அரசுத்துறை நிறுவனத்திடம் இருந்து இந்தியா வாங்கியது. 1990களின் இறுதியில் இந்திய-இஸ்ரேலிய மேலாண்மைக் குழு (ஐ2எம்சி) உள்ளிட்ட சில குழுக்களும் உருவாக்கப்பட்டன. அப்போது இந்தியாவின் பாதுகாப்பு அமைச்சரின் அறிவியல் ஆலோசகராகவும் இந்திய பாதுகாப்பு மற்றும் ஆராய்ச்சிக் கழகத்தின் செயலாளராகவும் இருந்த டாக்டர். ஏபிஜெ அப்துல்கலாம்தான் அந்த மேலாண்மைக் குழுவை உருவாக்கினார்[37]. இருநாடுகளுக்கும் இடையிலான பாதுகாப்பு விவகாரங்கள் குறித்துப் பேசுவதற்கும் இருநாடுகளுடைய கூட்டுநிதியின் மூலமாகத் திட்டங்களை செயல்படுத்துவதற்கும் அத்தகைய மேலாண்மைக் குழு உருவாக்கப்பட்டது. தனக்குத் தேவையான இராணுவ மற்றும் பாதுகாப்பு உபகரணங்களையும் ஆயுதங்களையும் சொந்தமாக உள்நாட்டிலேயே தயாரிக்கும் அளவிற்கு முன்னேறிவிடவேண்டும் என்பதுதான் அத்தகைய குழுக்கள் அமைக்கப்பட்டதற்கான இலட்சியமாகும்.

தரையில் இருந்து வானில் தொலைதூரத்தில் பறக்கும் விமானங்களைக் குறிபார்த்துத் தாக்கும் ஏவுகணை (LRSAM), ஓரளவுக்கு மிதமான தூரத்தில் பறப்பவற்றைத் தாக்கும் ஏவுகணை (MRSAM), கிரீன் பைன் கண்காணிப்பு ரேடார் ஆகியவை இந்திய-இஸ்ரேலிய கூட்டு ஆய்வு முயற்சியினால் உருவாக்கப்பட்டவை.

இந்தியாவின் இராணுவ நலன்களை சீரமைப்பதற்கான முயற்சிகளை எடுத்ததற்கு மூன்று முக்கியமான காரணங்கள் இருக்கின்றன.

முதலாவது காரணம், 1998ஆம் ஆண்டில் இந்தியத் தேர்தலில் வெற்றிபெற்று பாஜக ஆட்சிக்கு வந்தது. இஸ்ரேலுடன் இந்தியா ஏற்படுத்தத்துவங்கிய உறவினை மறைக்கவோ பொதுவெளியில் வந்த விமர்சனங்களுக்கு அஞ்சி நிறுத்தவோ அடல் பிகாரி வாஜ்பாய் மற்றும் எல்.கே.அத்வானி தலைமையிலான பாஜக அரசு

முயற்சி செய்யவேஇல்லை. இஸ்ரேலுடன் நெருங்கிச் செல்வதைப் பெருமையாகக் கருதியது பாஜக அரசு. 2000ஆம் ஆண்டில் இந்தியாவின் துணைப் பிரதமராக இருந்த அத்வானி, அரசுமுறை சுற்றுப்பயணமாக இஸ்ரேல் சென்றார். ஒரு இந்திய அமைச்சர் அதிகாரப்பூர்வப் பயணமாக இஸ்ரேல் சென்றது அதுவே முதல்முறை. இஸ்ரேல் பயணத்தை முடித்துக்கொண்டு டெல்லி திரும்புகையில், பயங்கரவாதத்தின் நவீன வடிவம் குறித்துப் பேசிய அத்வானி, பயங்கரவாதத்தை எதிர்கொள்வதற்கான கூட்டு செயல்பாட்டுக் குழு ஒன்றை இஸ்ரேலும் இந்தியாவும் இணைந்து உருவாக்கவிருப்பதாக அறிவித்தார்[38]. இஸ்ரேலிய நிலத்திற்கும் இஸ்ரேல் ஆக்கிரமித்து வைத்திருக்கும் பாலஸ்தீனப் பகுதிகளுக்குமான இடையில் இருக்கும் எல்லைக்கோட்டில் செயல்படுத்தப்பட்டிருக்கும் 'ஒருங்கிணைந்த எல்லை மேலாண்மை திட்ட'த்தை அத்வானி வெகுவாகப் பாராட்டினார்.

அதே ஆண்டின் இறுதியில் இந்தியாவின் வெளியுறவுத்துறை அமைச்சராக இருந்த ஜஸ்வந்த் சின்ஹாவும் முதன்முறையாக இஸ்ரேலுக்கு பயணம் மேற்கொண்டார். இஸ்ரேலிய அரசுடன் அவர் நடத்திய பேச்சுவார்த்தைகளின் முடிவாக, பயங்கரவாத எதிர்ப்புக் கூட்டுக்குழுவை இந்தியாவும் இஸ்ரேலும் அமைத்தன.

பயங்கரவாதத்தை எதிர்க்கிறோம் என்று கூறிய இருநாடுகளின் அரசுகளும் நேரடியாகப் பேசியதென்னவோ முஸ்லிம் எதிர்ப்பைத்தான். 2001ஆம் ஆண்டு ஆகஸ்ட் மாதத்தில் தென்னாப்பிரிக்காவின் டர்பன் நகரில் நடைபெற்ற ஐநா சபையின் மாநாட்டில், இஸ்ரேலிய சியோனிசத் தத்துவத்தை இனவெறித் தத்துவமாக அறிவிக்கக்கோரி எழுந்த கோரிக்கைக்கு ஆதரவளிக்க இந்தியா மறுத்துவிட்டது[39]. அதேபோல இந்தியாவில் இருக்கும் சாதி அமைப்பை இனவெறியோடு ஒப்பிடுவதற்கும் இந்தியா எதிர்ப்புத் தெரிவித்தது[40].

இரண்டாவது காரணமாக, 1998ஆம் ஆண்டு மே மாதம் 11 முதல் 13 தேதி வரையிலும் இராஜஸ்தானில் இந்தியா நடத்திய அணுகுண்டு பரிசோதனையைச் சொல்லலாம். அதற்கு எதிர்ப்பு தெரிவித்து இந்தியா மீது பொருளாதாரத் தடையினை அமெரிக்கா விதித்தது. இந்தியாவின் அணுகுண்டுப் பரிசோதனையைக் கண்டிக்க மறுத்த வெகுசில நாடுகளில் இஸ்ரேலும் ஒன்றாகும். அதனைத் தொடர்ந்து 1999ஆம் ஆண்டில் இந்தியாவுக்கும் பாகிஸ்தானுக்கும் இடையில் நடைபெற்ற கார்கில் போரையும், இந்தியாவுடனான

தன்னுடைய நட்பின் ஆழத்தை நிரூபிக்கக் கிடைத்த வாய்ப்பாகப் பயன்படுத்திக்கொண்டது இஸ்ரேல். இந்தியக் கட்டுப்பாட்டில் இருக்கும் காஷ்மீர் பகுதியின் மிக உயரிய மலைப்பிரதேச எல்லைகளில் போரைக் கையாள்வதற்கு அப்போது இந்தியா தயாராக இருக்கவில்லை என்பதை பல்வேறு ஆவணங்களின் வழியாக அறிந்துகொள்ளமுடிகிறது. வெளியில் இருந்து ஏதேனும் உதவிகிடைக்காதா என்று இந்திய அரசு எதிர்பார்த்துக் காத்திருந்தது. அமெரிக்காவும் மேற்குலக ஐரோப்பிய நாடுகளும் இந்தியா மீது பொருளாதாரத் தடை விதித்திருந்தபடியால், அதற்கு அடுத்தபடியாக உதவிவேண்டி இந்தியா நாடியது இஸ்ரேலைத்தான்[41]. எல்லையோரத்தின் துல்லியமான செயற்கைக்கோள் நிழற்படங்களைக் கொடுத்தும், ஆளில்லா வானூர்தியிலிருந்து வீசுவதற்குத் தேவையான வெடிமருந்துகளையும் வெடிகுண்டுகளையும் உடனடியாக இந்தியாவிற்குக் கொடுத்தும் தன்னுடைய விசுவாசத்தைக் காட்டியது இஸ்ரேல்[42].

"பொக்ரான் அணுகுண்டு பரிசோதனையினால் இந்தியாவுக்கு விதிக்கப்பட்ட சர்வதேச தற்காலிகத் தடையினால், இஸ்ரேல்தான் அதிகப் பலனடைந்தது. அதனை 1999ஆம் ஆண்டு நடைபெற்ற கார்கில் போரில் காணமுடிந்தது. 155 மில்லிமீட்டர் அளவிலான சுமார் 40000 குண்டுகளையும், 160 மில்லிமீட்டர் அளவிலான சுமார் 30000 குண்டுகளையும் இந்திய இராணுவத்திற்கு இஸ்ரேல் வழங்கியிருக்கிறது. இந்தியா கேட்டவுடனேயே அதற்கு செவிசாய்த்து உடனடியாக உதவிசெய்ததன் மூலம், இந்தியாவின் நம்பகத்தன்மையான ஆயுத விற்பனை நாடாகத் தன்னை இஸ்ரேல் முன்னிறுத்துக்கொண்டதுடன், இந்தியாவின் நட்புநாடாகவும் தன்னைக் காட்டிக்கொண்டது"

என்கிறார் இந்தியாவின் வான்படைத் தளபதியாக இருந்த என்.ஏ.கே. பிரவுன்[43].

கார்கில் போர்தான் இந்தியாவை இஸ்ரேலுடன் அதிக நெருக்கமான நட்புநாடாக்கியது. 1990களின் துவக்கத்திலேயே இஸ்ரேலிடமிருந்து ஆயுதங்களை இந்தியா வாங்கிவந்தபோதிலும், இஸ்ரேலை ஆயுதத்தயாரிப்பில் ஒரு மறைமுகப் போட்டியாளராகத்தான் இந்தியா பார்த்துவந்தது. ஆனால், 1998-99 ஆண்டுகளின் நிகழ்வுகள்தான் அதனை மாற்றிப்போட்டது. இந்தியாவுக்கு விதிக்கப்பட்ட தடைகளைத் தாண்டியும் இஸ்ரேல் உதவ முன்வந்ததும், கார்கில்

போருக்கு முன்னரும் பின்னரும் உதவி செய்ததும் இஸ்ரேலுடனான கூட்டணியை பலப்படுத்தியது.

மூன்றாவது காரணமாக 2001ஆம் ஆண்டு செப்டம்பர் மாதம் 11ஆம் தேதியன்று அமெரிக்காவில் நடந்த நிகழ்வுகளைக் கூறலாம். இரண்டு விமானங்களைக் கொண்டு உலக வர்த்தக மையக் கட்டிடத்தையும் பெண்டகனின் அலுவலகக் கட்டிடத்தையும் தாக்கித் தரைமட்டமாக்கினார்கள் அல்கொய்தா பயங்கரவாதிகள். அமெரிக்க மண்ணில் நடத்தப்பட்ட மிகப்பெரிய தாக்குதலாக அது இருந்தது. அதுவே, 'பயங்கரவாதத்திற்கு எதிரான போர்' என்கிற பெயரில் சுமார் 80 நாடுகளில் புகுந்து 9 இலட்சத்திற்கும் மேற்பட்ட மக்களை கொன்றுபோட அமெரிக்காவிற்கு உதவுவதாக அமைந்துவிட்டது[44]. முஸ்லிம் மக்கள் அதிகம் வாழும் உலகத்தைக் குறிவைத்த அமெரிக்காவின் இத்தகைய கொடூரத் திட்டத்தை, தனக்கு சாதகமாகப் பயன்படுத்திக்கொள்ள நினைத்த இந்தியா, காஷ்மீரில் போராடிவந்த இயக்கங்களையும் 'சர்வதேச பயங்கரவாத இயக்க'ங்களின் பட்டியலுக்குள் கொண்டுவரும் பணியில் இறங்கியது.

2001ஆம் ஆண்டு டிசம்பர் மாதம் 13ஆம் தேதியன்று இந்தியப் பாராளுமன்றத்தில் நடத்தப்பட்ட தாக்குதலுக்குப் பிறகு இந்தியாவின் வாய்ப்புகளை அது மேலும் அதிகரித்தது. பாகிஸ்தான் குடிமக்களின் மீது முழுப்பழியையும் சுமத்திவிட்டு, 'பயங்கரவாதத் தடுப்புச் சட்டம்' (பொடா) என்கிற புதிய சட்டத்தை இந்தியா கொண்டுவந்தது. அச்சட்டத்தின் மூலம் பாதுகாப்புத்துறையின் அதிகாரத்தை அதிகரித்தும், எவரொருவரையும் கைதுசெய்துவைப்பதில் நீதிமன்றத் தலையீட்டைக் குறைத்தும், வழக்குகளில் வெளிப்படைத்தன்மையை இல்லாமல் செய்யும் தனக்கு சாதகமான சூழலை வாஜ்பாய் தலைமையிலான இந்திய அரசு உருவாக்கிக்கொண்டது. இவை அனைத்தையுமே பயங்கரவாதத்தை எதிர்ப்பதற்காக மட்டுமே செய்வதாகவும் இந்திய அரசு காட்டிக்கொண்டது[45].

'பொடா' சட்டமென்பது அமெரிக்காவில் ஜார்ஜ் புஷ்ஷினால் கொண்டுவரப்பட்ட 'பேட்ரியாட்' சட்டத்துக்கு இணையானதொரு சட்டமாகும். இரட்டை கோபுர இடிப்பிற்குப் பின்னர், அமெரிக்க அரசுக்கு மக்கள் மீதான அதிகாரத்தையும் கட்டுப்பாட்டையும் அதிகரிப்பதற்காக போடப்பட்ட சட்டம்தான் 'பேட்ரியாட்' சட்டம். அதுவும் இரட்டை கோபுரம் இடிக்கப்பட்ட 45 நாட்களிலேயே அச்சட்டம் வரையறுக்கப்பட்டு நிறைவேற்றப்பட்டும்விட்டது. அச்சட்டத்தின் மூலம், மக்களின் அனைத்து அசைவுகளையும்,

தனிப்பட்ட வாழ்க்கையையும் முழுவதுமாகக் கண்காணிக்கும் உரிமை அரசுக்குக் கிடைத்துவிட்டது. சமூக இயக்கங்களையும், மக்கள் கூட்டமாக இயங்குவதையுமேகூட அரசினால் முழுமையாகக் கட்டுப்படுத்த முடிகிற அதிகாரத்தை அச்சட்டம் அரசுக்கு வழங்கிவிட்டது. அதற்கு இணையானதொரு சட்டமாகத்தான் 'பொடா சட்டம்' என்கிற பெயரில் இந்தியாவிலும் அமல்படுத்தப்பட்டது.

இராணுவ உதவிகளுக்காக இஸ்ரேலை நம்பியே இருக்கத் துவங்கிய இந்தியாவுக்கு, அமெரிக்கா துவங்கிய 'பயங்கரவாதத்திற்கு எதிரான போரரில்' இணைந்துகொள்வது கடினமானதாக இல்லை. அதுவும் பாஜக தலைமையிலான வலதுசாரி அரசுக்கு அது இயல்பானதொரு கூட்டணியாகத்தான் தெரிந்தது. அமெரிக்காவின் வாஷிங்டனில் இஸ்ரேலின் தூதர்களாக சியோனிசவாதிகளும், இந்திய பாஜகவின் தூதர்களாக இந்துத்துவவாதிகளும் செயல்பட்டு இக்கூட்டணியை உறுதிசெய்தனர். இதுகுறித்து நான்காவது அத்தியாயத்தில் விரிவாகப் பார்க்கலாம். இந்தியப் பாராளுமன்றத்தில் நடைபெற்ற தாக்குதலுக்குப் பின்னர், அமெரிக்காவின் தூதராக இந்தியா மாறுவதற்கு வழிவகுத்துவிட்டது[46].

அணுகுண்டு பரிசோதனை செய்வதற்கு முன்னர், 1990களின் மத்தியிலேயே அமெரிக்காவுடன் இராணுவ உறவினை இந்தியா துவக்கியிருந்தது. 1992, 1995 மற்றும் 1996 ஆகிய ஆண்டுகளில் இந்தியக் கப்பற்படையும் அமெரிக்க கப்பற்படையும் கூட்டுப்பயிற்சியை மேற்கொண்டார்கள். அத்துடன் நிற்காமல், அமெரிக்காவின் கப்பற்படைத் தளத்தையும், நவீன கப்பற்படையின் தொழிற்நுட்ப வளர்ச்சியையும் நேரில் சென்று பார்ப்பதற்கு இந்திய கப்பற்படை அதிகாரிகளுக்கு அனுமதி வழங்கப்பட்டிருந்தது[47].

மேலும் இந்தியாவுக்கு எதிராக விதிக்கப்பட்ட தடைகளை அமெரிக்கா நீக்கப்போவதாக அதிகாரவட்டத்தில் வதந்திகள் பரவிக்கொண்டேதான் இருந்தன. இரட்டை கோபுரம் இடிக்கப்படுவதற்கு சில வாரங்களுக்கு முன்பே, இந்தியாவுக்கு எதிரான தடைகள் அனைத்தையும் நீக்கச்சொல்லி, அமெரிக்க அதிபராக இருந்த ஜார்ஜ் புஷ்ஷுக்கு அப்போதைய அமெரிக்க செனட் குழுவின் தலைவராக இருந்த ஜோ பைடன் ஒரு கடிதம் எழுதியிருந்தார். அதே ஆண்டின் டிசம்பர் மாதத்தில் தடைகள் அனைத்தையும் ஜார்ஜ் புஷ் நீக்கி உத்தரவிட்டார். ஆயுதங்கள் வாங்கத் தயாராக இருக்கிற இந்தியா போன்ற ஒரு தேசத்திற்கு பொருளாதார தடை விதிப்பதால் அமெரிக்காவுக்கும்தான் இழப்பு என்பதாலேயே

தடைகள் நீக்கப்பட்டிருக்கலாம். இதன்மூலம் காஷ்மீர் எல்லைப் பிரச்சனையில் எதிரெதிராக மோதிக்கொண்டிருக்கும் இந்தியா மற்றும் பாகிஸ்தான் என இருதேசங்களுக்கும் ஒரே நேரத்தில் ஆயுதங்களை விற்று காசு பார்த்துக்கொண்டிருந்தது அமெரிக்கா.

அமெரிக்கா முடுக்கிவிட்ட பயங்கரவாதத்திற்கு எதிரான போரின் காரணமாக, பாகிஸ்தானின் கவனமெல்லாம் காஷ்மீரின் பக்கத்திலிருந்து ஆப்கானிஸ்தான் பக்கமும் அதன் எல்லைகள் நோக்கியும் நகர்ந்தது. அதனால் காஷ்மீரில் கிளர்ச்சியும் குறைவாக இருந்தது. ஆனால் இந்தியாவோ காஷ்மீரிலிருந்து தனது கவனத்தைத் திசைதிருப்பவே விரும்பவில்லை. பாகிஸ்தானின் பங்களிப்பு குறைந்தாலும், உள்ளூரில் பலரையும் பயங்கரவாத இயக்கங்களோடு இணைத்து, அவர்களை வீரியமாக எதிர்த்துக்கொண்டிருந்தது இந்தியா.

"இந்தியாவுக்கு எதிராக விதிக்கப்பட்ட தடைகளை நீக்குவதற்கான ஒரு வாய்ப்பாக, செப்டம்பர் 11ஆம் தேதியன்று நடைபெற்ற நிகழ்வுகளை அமெரிக்கா பயன்படுத்திக் கொண்டது. அதைவிடவும், இந்தியாவும் இஸ்ரேலும் நெருங்கி வந்திருப்பதைப் பார்த்த அமெரிக்கா, தன்னுடைய கூட்டாளியாக இந்தியாவை இணைத்துக்கொள்வதற்கான நம்பிக்கையையும் பெற்றுவிட்டது"

என்கிறார் விஜய் பிரசாத்.

இருநாடுகளின் ஒருங்கிணைந்த பயணம்

இரட்டை கோபுரத் தாக்குதல் நடைபெற்று இரண்டாண்டுகள் கழித்து இஸ்ரேலியப் பிரதமரான ஏரியல் ஷரோன் இந்தியாவுக்கு அரசுமுறைப் பயணம் மேற்கொண்டார். ஒரு இஸ்ரேலியப் பிரதமர் இந்தியா வருவது அதுதான் முதல்முறை.

வரலாற்றில் அதற்கு முன்னர் எப்போதும் பார்த்திராத ஒரு கூட்டணியாக இந்தியாவும் இஸ்ரேலும் அமெரிக்காவும் கைகோர்த்து செயல்படத்துவங்கின[48]. பயங்கரவாதத்திற்கு எதிரான போரை அமெரிக்காவின் தலைமையில் அந்நாடுகள் நடத்திக்கொண்டிருக்க, அதேவேளையில் அந்த மூன்று நாடுகளிலும் வலதுசாரிகள் ஆட்சிக்கட்டிலில் அமர்ந்திருந்தனர். இரண்டாம் உலகப்போரில் ஜெர்மனி, ஜப்பான், இத்தாலி உள்ளிட்ட 'அச்சு அணி நாடுகள்'

கூட்டாக வலதுசாரித்தன்மையுடன் செயல்பட்டதைப்போல 'நவீன அச்சு அணி'யாக இம்மூன்று நாடுகளும் இணைந்து செயல்பட்டன.

மூன்று அமைச்சர்களும், பாதுகாப்புத்துறை, தொழிற்நுட்பம், விவசாயத்துறை சார்ந்த நிறுவனங்களைச் சேர்ந்தவர்களுமாக ஒட்டுமொத்தமாக 35 பேரை அழைத்துக்கொண்டு இந்தியாவுக்கு சுற்றுப்பயணம் மேற்கொண்டார் இஸ்ரேலியப் பிரதமரான ஏரியல் ஷரோன். இந்தியப் பிரதமரான வாஜ்பாயையும், அவரது அமைச்சரவையின் முக்கிய அமைச்சர்களையும், எதிர்க்கட்சித் தலைவராக இருந்த காங்கிரஸ் தலைவர் சோனியா காந்தியையும் ஷரோன் தலைமையிலான குழுவினர் சந்தித்து உரையாடினர். இந்திய ஜனாதிபதியின் டெல்லி மாளிகையில் பத்திரிக்கையாளர் சந்திப்பில் ஷரோன் உரையாற்றினார்.

> *"யூதர்களின் 3000 ஆண்டுகாலத் தலைநகரான ஜெருசலத்தில் இருந்து இந்தியாவுக்கான எங்களது வாழ்த்துகளை எங்களோடு எடுத்துக்கொண்டு வந்திருக்கிறோம்"*

என்றார் ஷரோன்.

அந்த சந்திப்பும் உரையாடலும் இயல்பான அன்பினால் உருவானதாகவே இருக்கவில்லை. இருநாட்டு இராணுவத் தலைவர்களும் படைத்தளபதிலும் சிப்பாய்களும் இணைந்து சண்டை செய்வதுகுறித்து பேசிக்கொண்டதைப் போலத்தான் இருந்தது. வாஜ்பாயைக் குறிப்பிட்டு ஷரோன் பேசுகையில்கூட, "பிரதமர்" என்று அவரது பதவியை மட்டுமே குறிப்பிட்டுப் பேசினார். வாஜ்பாய் என்கிற பெயரைக்கூட எங்கேயும் குறிப்பிடவில்லை. வாஜ்பாயுமே அதைக் கண்டுகொண்டதாகத் தெரியவில்லை. நட்பின் அடிப்படையில் உருவான உறவாக இல்லாமல், வியாபாரத்திற்காக ஒன்றுசேர்ந்தவர்களாகத்தான் தெரிந்தார்கள்.

ஏரியல் ஷரோனுக்கு பல அடுக்குப் பாதுகாப்பு வழங்கப்பட்டிருந்தது. நான்கு குண்டுதுளைக்காத வாகனங்கள், தனிச்சிறப்புவாய்ந்த விமானம் உள்ளிட்ட கடுமையான பாதுகாப்பு வளையத்துடன் ஒரு இராணுவ அணிவகுப்பாகத்தான் அது காட்சியளித்தது. அப்போது புது டெல்லி, மும்பை மற்றும் இந்தியப்பகுதி காஷ்மீர் உள்ளிட்ட பகுதிகளில் பல்லாயிரக்கணக்கான மக்கள் தெருவில் இறங்கி ஷரோனின் வருகைக்கு எதிர்ப்புத் தெரிவித்துப் போராடினர்.

> *"ஜனநாயகத்தை விரும்பும் இந்திய மக்களாகிய எங்களால் மதவெறிபிடித்த பாஜகவையும் ஏற்கமுடியாது, இன்றைய தேதியில்*

உலகிலேயே மிகமோசமான இனவெறியும் ஆதிக்கவெறியும் பிடித்த ஷரோனுடனான கூட்டணியையும் ஏற்கமுடியாது''

என்று இந்திய கம்யூனிஸ்ட் கட்சி (மார்க்ஸ்சிஸ்ட்) இன் செய்தித்தொடர்பாளரான இரஞ்சித் அபிக்யான் தெரிவித்தார்[49].

"இந்தியாவுக்கும் இஸ்ரேலுக்கும் இடையிலான நட்பு மற்றும் ஒத்துழைப்புக்கான ஒப்பந்தம்'' என்கிற பெயரிலான ஒரு ஒப்பந்தத்தில் இரண்டு அரசுகளும் கையெழுத்திட்டன. அத்துடன் சுற்றுச்சூழல், கல்வி, பண்பாடு, உயரதிகாரிகளுக்கு விசா தள்ளுபடி செய்தல் உள்ளிட்டவை தொடர்பாக மேலும் ஆறு ஒப்பந்தங்களில் கையெழுத்திட்டனர். அந்த ஒப்பந்தங்கள் கையெழுத்தாவதற்கு ஒருவாரத்திற்கு முன்னர்தான், இஸ்ரேலிடமிருந்து இந்திய கப்பற்படைக்காக மின்னணு தொழிற்நுட்ப ஆயுதங்கள் வாங்குவதற்காக 97 மில்லியன் டாலரை ஒதுக்கீடு செய்து இந்திய அமைச்சரவை ஒப்புதல் வழங்கியிருந்தது குறிப்பிடத்தக்கது[50].

இந்தியாவிலிருந்து இஸ்ரேலுக்கு ஷரோன் திரும்பிச்செல்வதற்கு முன்னர், இருநாடுகளும் வெளியிட்ட கூட்டறிக்கையில் "நாகரீகம்'', "ஜனநாயகம்'', "ஒருங்கிணைந்த இலட்சியங்கள்'', "பயங்கரவாதம்'' போன்ற வார்த்தைகள் பலமுறை பயன்படுத்தப்பட்டிருந்தன. இருநாடுகளின் உறவுகுறித்த கதையாடல்களில் அடுத்த இருபதாண்டுகளுக்கு இவ்வார்த்தைகள்தான் எங்குபார்த்தாலும் ஆக்கிரமித்தன.

"பண்டையகாலக் கலாச்சாரத்தையும் வாழ்வியலையும் கொண்டிருக்கும் வகையில் இருநாடுகளுக்குமே பெரிய ஒற்றுமை உண்டு. அத்துடன் சுதந்திரம் மற்றும் ஜனநாயகத்தின் மீதான நம்பிக்கையை ஒரேமாதிரியாகக் கொண்டிருக்கும் நாடுகளாகவும் இருக்கிறோம். இருநாடுகளும் ஒரே காலகட்டத்தில் விடுதலைபெற்று, மக்களின் தேவைகளைப் பூர்த்திசெய்வதற்காகவும் நவீன தேசத்தைக் கட்டமைப்பதற்காகவும் கடுமையான சவால்களை சந்திக்கும் தேசங்களாகவும் இருக்கிறோம்''

என்று அறிக்கையின் ஒரு பகுதியில் குறிப்பிடப்பட்டிருந்தன[51].

ஷரோனின் இந்தியப் பயணத்தை அமெரிக்காவும் வெகுவாக வரவேற்றிருந்தது. ஆப்கானிஸ்தான் மற்றும் ஈராக் போன்ற நாடுகளில் நுழைந்து அமெரிக்கா போர்களைத் துவக்கிய அக்காலகட்டத்தில் உலக நாடுகளிடம் அமெரிக்காவிற்கான வரவேற்பு குறைந்திருந்தது.

அந்த சூழலில், ஈராக்கில் அமெரிக்கா நுழைந்ததை இந்தியா ஆதரிக்கவில்லையென்றாலும், பயங்கரவாதத்திற்கு எதிரான போரில் அமெரிக்காவுடன் கைகோர்த்திருப்பதுடன் இஸ்ரேலுடனும் நெருங்கிச் செல்வதை அமெரிக்கா சாதகமான ஒன்றாகவே பார்த்தது[52].

இந்தியாவின் இந்த நிலைப்பாட்டைப் பாராட்டி 'ஹ்யூமன் ஈவண்ட்ஸ்' என்கிற அமெரிக்காவின் பழமைவாத பத்திரிக்கையில் ஒரு கட்டுரையை ஜோசப் ஏ.அகஸ்டினோ என்பவர் எழுதியிருந்தார்.

> *"சீனாவை எதிர்க்கிற போரில் அமெரிக்காவுக்கு மிகமுக்கியமான நட்பு நாடாக இந்தியா இருக்கும் என்கிற நம்பிக்கை ஏற்படுகிறது. கடந்த காலத்தில் சோவியத் யூனியனுடன் நெருக்கமாக இருந்தபோதும், தற்போது அந்த வட்டத்திலிருந்து வெளியேறவே இந்தியா விரும்புவதை நாம் வரவேற்றே ஆகவேண்டும். அமெரிக்காவின் வழியில் அதனோடு நெருக்கமாகஇருக்கும் நாடுகளாகிய பிரிட்டன், இஸ்ரேல் மற்றும் முன்னாள் சோவியத் யூனியனில் அங்கம்வகித்த கிழக்கு ஐரோப்பிய நாடுகள் ஆகியவற்றுடன் இந்தியா நெருங்கிவருவது வரவேற்கத்தக்க முன்னேற்றமாகும். இந்தியாவும் இஸ்ரேலும் கைகோர்த்து ஒப்பந்தங்களைக் கையெழுத்திடுவதைப் பார்க்கையில், உலகம் நம் பக்கமாக மாறிக்கொண்டிருப்பது கண்கூடாகத் தெரிகிறது'*

என்று அக்கட்டுரையில் எழுதப்பட்டிருந்தது[53].

2004ஆம் ஆண்டு நடைபெற்ற அடுத்த மக்களவைத் தேர்தலில் பாஜக தோல்வியடைந்தது. காங்கிரஸ் தலைமையிலான ஐக்கிய முற்போக்குக் கூட்டணி வெற்றிபெற்று புதிய பிரதமராக மன்மோகன் சிங் பதவியேற்றார். முந்தைய பாஜக அரசு கையெழுத்திட்ட ஒப்பந்தங்களை புதிய பிரதமர் நிராகரித்துவிடப்போகிறார் என்கிற வதந்திகள் இஸ்ரேலிய உயர்மட்டத்தில் பரவத்துவங்கியது. ஆனால், அதற்கு மாறாக, பாஜக ஆட்சியில் இருந்தபோது துவங்கப்பட்ட கூட்டுத் திட்டங்களெல்லாம் காங்கிரஸ் ஆட்சிக்கு வந்தபோதும் தொடரப்பட்டு, வெற்றிகரமாக முடிக்கப்பட்டன. உதாரணத்திற்கு, பாஜக ஆட்சியில் காஷ்மீர் எல்லையில் வேலி அமைக்கும் பணி இஸ்ரேலின் உதவியுடன் துவங்கப்பட்டிருந்தது. காங்கிரஸ் ஆட்சியில் அத்திட்டம் வேகமெடுத்து, முடிக்கப்பட்டும்விட்டது. 'பாகிஸ்தான் ஊடுருவலாளர்கள்' இந்தியாவுக்குள் நுழைவதைத் தடுக்கவே அந்த வேலி போடப்பட்டதாக இந்திய தரப்பில் சொல்லப்பட்டது.

“இஸ்ரேலிய அரசினால் பாலஸ்தீனப் போராளிகளைத் தடுக்கும் வகையில் போடப்பட்ட வேலிகளை ஒத்ததாகவே காஷ்மீர் எல்லையிலும் போடப்பட்டிருக்கின்றன. ஆனால், இஸ்ரேல் அமைத்த வேலிகளை கேள்வி கேட்டதைப்போல இந்தியா அமைத்த வேலிகளை சர்வதேச சமூகம் கண்டுகொள்ளவில்லை. பாகிஸ்தானின் எதிர்ப்பையும் எப்படியோ இந்தியாவால் மட்டுப்படுத்த முடிந்திருக்கிறது”

என்று நியூயார்க் டைம்ஸ் இதழில் எழுதப்பட்டிருந்தது[54].

அதேபோல,

“2004ஆம் ஆண்டிலேயே இஸ்ரேலிய உபகரணங்களையும் எல்லையோரத்தைக் கையாளும் இஸ்ரேலிய மேலாண்மை உத்திகளையும் காஷ்மீரில் இந்தியா பயன்படுத்தத் துவங்கிவிட்டது. சிறப்புவாய்ந்த ரேடார்களையும் அலைபேசி சமிக்ஞைகளை முடக்கும் உபகரணங்களையும் காஷ்மீரில் பயன்படுத்த இந்தியாவுக்கு வழங்கியது இஸ்ரேல். அதுமட்டுமல்லாமல் இரவில் வெளிச்சமில்லாதபோதும் அணிந்துகொண்டால் பார்வைதரும் வசதிகளைக்கொண்ட கருவிகளைத்தான் இஸ்ரேல் முதன்முதலாக இந்தியாவுக்கு அன்பளிப்பாக வழங்கியது”

என்கிறார் ஆய்வாளர் ஜத்தின் குமார்[55].

2000ஆம் ஆண்டுமுதல் 2010ஆம் ஆண்டுவரையிலும் 10 பில்லியன் டாலர் மதிப்பிலான ஆயுதங்களை இஸ்ரேலிடமிருந்து இந்தியா விலைகொடுத்து வாங்கியிருக்கிறது[56]. விவசாயத்துறையிலும் இருநாடுகளும் ஒருங்கிணைந்து செயல்பட்டன. ‘நான்டண்’ என்கிற இஸ்ரேலிய நிறுவனத்தின் 50% பங்குகளை விலைக்கு வாங்கி நான்டண் ஜெயின் இரிகேசன்ஸ் என்று நிறுவனத்தின் பெயரையே ‘ஜெயின் இரிகேசன்ஸ் சிஸ்டம்ஸ்’ என்கிற இந்திய நிறுவனம் மாற்றியது. இஸ்ரேலில் அந்நிறுவனம் தயாரித்து இந்தியாவிற்கு ஏற்றுமதி செய்வதை, மூன்றாண்டுகளுக்குப் பிறகு இஸ்ரேலுக்கு பயணம் மேற்கொண்ட இந்திய தொழிற்நுட்ப அமைச்சரான பிரித்திவிராஜ் சவான் பாராட்டிப் பேசினார்[57]. இத்தகைய கூட்டுமுயற்சியினை முன்னுதாரணமாக எடுத்துக்கொண்டு பல நிறுவனங்களும் அதேபோல முயற்சிசெய்ய வேண்டும் என்று பிரித்திவிராஜ் சவான் கூறினார். இஸ்ரேலில் இயங்கும் பல பெரிய விவசாய தொழிற்நுட்ப நிறுவனங்களைப் போல, இந்நிறுவனமும் இஸ்ரேல் ஆக்கிரமித்து வைத்திருக்கிற பாலஸ்தீனப் பகுதியிலும்

கோலன் பகுதிகளிலும் மட்டுமல்லாமல், சட்டவிரோத ஆக்கிரமிப்புப் பகுதிகளிலும்தான் செயல்படுகின்றன.

இந்தியாவின் 9/11

2008ஆம் ஆண்டு நவம்பர் மாதம் 26ஆம் தேதியன்று, பாகிஸ்தானை அடிப்படையாகக் கொண்ட லஷ்கர்-ஈ-தொய்பா என்கிற இயக்கத்தைச் சேர்ந்த பத்து பேரால் இந்தியாவின் பொருளாதாரத் தலைநகரான மும்பையில் பல்வேறு இடங்களில் வெடிகுண்டுத் தாக்குதல்கள் நடத்தப்பட்டன. அதில் ஒன்பது இஸ்ரேலியர்கள் உள்ளிட்ட 195 பேர் கொல்லப்பட்டனர். ‘இந்தியாவின் 9/11’ அல்லது ‘26/11’ என்று அழைக்கப்படும் அத்தாக்குதல் பல்வேறு காரணங்களுக்காக முக்கியத்துவம் பெற்றிருக்கிறது. இப்படியானதொரு மிகப்பெரிய தாக்குதலினால், இந்திய அரசின் உளவுத்துறையும் இராணுவமும் காவல்துறையும் பெரியளவுக்குத் தோல்வியடைந்ததாக பார்க்கப்பட்டது. அதுவும் மூன்று நாட்களுக்கு அத்தாக்குதல்கள் நிறுத்தப்படமுடியாமல் தொடர்ந்தன. அதிக பலமிக்க ஒரு இராணுவ அரசாக இந்தியா செயல்படவேண்டும் என்கிற கோரிக்கைகளும் எழத்துவங்கின. இஸ்ரேலிய குடிமக்களும் கொல்லப்பட்டிருப்பதால், இந்தியாவின் சோகத்தோடு இஸ்ரேலையும் இணைத்த நிகழ்வாகிப்போனது[58]. அத்துடன், இதன்மூலம் பயங்கரவாதத்தை எதிர்க்கும் களத்தில் இந்தியாவுக்கு உதவுகிற வகையில் ஒரு பெரிய வியாபார வாய்ப்பு கிடைத்திருப்பதாகவும் இஸ்ரேல் இதனைப் பார்த்தது. பொதுமக்களை அதிக எண்ணிக்கையில் கண்காணிப்பதற்கான கருவிகளை வாங்குவதென்று முடிவுசெய்து முன்பைவிட மேலும் அதிகமாக இஸ்ரேலிடம் நெருங்கிச் சென்றது இந்தியா. பெருநகரங்களில் பயங்கரவாதத்தை எதிர்ப்பதற்கும் உள்நாட்டு பாதுகாப்பை உறுதி செய்வதற்குமான ஆலோசனைகளைப் பெறுவதற்காக சில பிரதிநிதிகளை இஸ்ரேலுக்கு மகாராஷ்டிர அரசு அனுப்பியது[59]. இந்திய கமாண்டோ படைகளுக்கு இஸ்ரேலிய இராணுவத்தினர் பயிற்சி அளிக்கவும் துவங்கிவிட்டனர். இதெல்லாம் 2008ஆம் ஆண்டுக்கு முன்னர் நடைபெற்றதே இல்லை[60].

26/11 பயங்கரவாதத் தாக்குதலுக்குப் பிறகு இஸ்ரேல் எடுத்த நடவடிக்கைகளும், கொடுக்கப்பட்ட அரசுமுறை நெருக்கடிகளுமே, அதனைச் சார்ந்திருக்கிற நிலையினை மகாராஷ்டிர அரசுக்கு

ஏற்படுத்தியது. இஸ்ரேலின் உள்நாட்டு பாதுகாப்பு சிறப்பாக இருப்பதாகவும், அதனைப் பின்பற்றினால் இந்தியாவும் பாதுகாப்பான தேசமாக மாறும் என்பதாகவும் இஸ்ரேலிய அரசு ஒரு அழுத்தத்தை இந்திய அரசுக்குக் கொடுத்துவிட்டது[61].

இஸ்ரேலில் கொடுக்கப்பட்ட பயிற்சிகளை ஆகா ஓகோவெனப் புகழ்ந்து பேசினார் மும்பை காவல்துறை ஆணையராக இருந்த டி.சிவானந்தன். அவருடைய குழுவினருக்கு இஸ்ரேலின் பாதுகாப்பு முறைகள் குறித்து விரிவான பயிற்சி கொடுக்கப்பட்டிருந்தது. இஸ்ரேலில் அமலில் இருந்த தொழிற்நுட்பக் கருவிகள் குறித்தும் அவர்கள் தெரிந்துகொண்டனர்.

"ஆயிரமாயிரம் ஆண்டுகளாக நம் (இந்தியா) மீதான பயங்கரவாதத் தாக்குதல்களை அமைதியாக ஏற்றுக்கொண்டு வேடிக்கைதான் பார்த்துக்கொண்டு இருக்கிறோம். எவருடனும் சண்டைக்குப் போகக்கூடாது என்றே இத்தனை காலம் இருந்துவந்திருக்கிறோம். அதுதான் நம்முடைய முக்கியமான பிரச்சனையே. அடித்து நொறுக்கும் தைரியமோ ஆர்வமோ நம்மிடம் இல்லை. அதனால், இந்தியாவிலும் இஸ்ரேலிய பாதுகாப்பு வழிமுறைகளைப் பின்பற்றியே ஆகவேண்டும்."

என்று டி.சிவானந்தன் வெளிப்படையாகவே இந்தியன் எக்ஸ்பிரஸ் நாளிதழுக்கு வழங்கிய நேர்காணலில் தெரிவித்தார்.[62][63]

2001ஆம் ஆண்டில் இந்தியப் பாராளுமன்றத்தில் நிகழ்த்தப்பட்ட தாக்குதலுக்குப் பின்னர், 'நைஸ் சிஸ்டம்ஸ்' என்கிற இஸ்ரேலிய நிறுவனத்துடன் இணைந்து இந்திய உயரதிகாரிகள் செயல்படத் துவங்கிவிட்டனர். பிரான்சு நாட்டின் தலைநகரான பாரிஸில் இருக்கும் ஈஃபில் டவர், அமெரிக்காவில் இருக்கும் சுதந்திர தேவி சிலை, உலகின் மிகப்பெரிய விமான நிலையங்கள் என பலவற்றிலும் கண்காணிப்புப் பணியைச் செய்யும் ஒப்பந்தத்தைப் பெற்ற நிறுவனம்தான் நைஸ் சிஸ்டம்ஸ். மும்பையில் நடைபெற்ற 26/11 தாக்குதலுக்குப் பின்னர், இந்திய மக்களின் செல்போன் அழைப்புகளையும் குறுஞ்செய்திகளையும் கண்காணிப்பதற்கு இந்திய அரசு அனுமதி வழங்கியிருந்தது. அதனைத் தொடர்ந்து மத்திய கண்காணிப்பு அமைப்புமுறையும் துவங்கப்பட்டது.

"சிஎம்எஸ் என்கிற மத்திய கண்காணிப்பு அமைப்பு முறையின் மூலமாக செல்போன் அழைப்புகளையும், இணைய பயன்பாடுகளையும், தேடல்களையும், ஆன்லைன்

செயல்பாடுகளையும் உடனுக்குடன் கண்காணிக்க முடியும். இந்தியாவில் எந்த செல்போனாக இருந்தாலும், எங்கிருந்து இணையத்தைப் பயன்படுத்தினாலும் கண்காணிக்கும் அதிகாரமும் திறனும் கொண்டது அது"

என்கிறார் சர்வதேச மற்றும் உள்ளூர் ஆய்வுகள் குறித்தான ஜெர்மன் பயிற்சி நிறுவனத்தில் பணிபுரிந்துவந்த சங்கீதா மகாபத்ரா என்பவர்.

அதனை அடிப்படையாக வைத்துக்கொண்டு, அதற்கடுத்து வந்த அரசுகளெல்லாம் கண்காணிப்பினை மேலும் பல அடுக்குகளுக்கு அதிகப்படுத்தி பலப்படுத்தின. பயோமெட்ரிக் அடையாள அட்டைகளில் துவங்கி, தெருக்களில் நடமாடும் மக்களின் முகங்களை அடையாளம் காணும் கேமராக்கள் வைக்கும் அளவிற்கு பல புதிய தொழிற்நுட்பங்கள் நிறுவப்பட்டன.

"ஒரு குறிப்பிட்ட பகுதியில் சந்தேகத்திற்குரிய நபர்களை மட்டுமே கண்காணிப்பதாகத் துவங்கிய இப்பணியை வலுவாக்கி, ஒட்டுமொத்த மக்களையும் அரசின் கண்காணிப்பு வளையத்திற்குள்ளேயே வைத்திருக்கும் நிலைக்கு அரசுகள் கொண்டுசென்றுவிட்டன"

என்கிறார் சங்கீதா மகாபத்ரா.

இவையெல்லாமும் சேர்ந்துதான், உலகிலேயே சொந்த மக்களை அதிகமாகக் கண்காணிக்கும் தேசங்களின் பட்டியலில் முதல் மூன்று இடங்களுக்குள் இந்தியாவைக் கொண்டுசேர்த்திருக்கிறது[64]. 2010ஆம் ஆண்டில் சத்தீஸ்கர், ஒரிசா மற்றும் ஆந்திரப் பிரதேச மாநிலங்களில் நக்சலைட் இயக்கப் போராளிகளைத் தேடுவதற்காக இஸ்ரேலின் ட்ரோன்களைப் பயன்படுத்தியது இந்தியா[65]. அதேபோல 2009ஆம் ஆண்டில் இருந்தே இந்திய அரசுக்கு எதிராகப் போராடிக்கொண்டிருக்கும் பழங்குடி மக்களை ஒடுக்குவதற்காக இஸ்ரேலியத் தயாரிப்பான தாவர் மற்றும் கலில் வகைத் துப்பாக்கிகளை இந்திய ஆயுதப்படைகள் பயன்படுத்தத் துவங்கிவிட்டன. இந்திய விண்வெளி ஆய்வு மையமான இஸ்ரோவும் இஸ்ரேலிய ஏரோஸ்பேஸ் இன்டஸ்ட்ரீஸ் லிமிட்டட் நிறுவனமும் இணைந்து தயாரித்த வேவுபார்க்கும் செயற்கைக்கோளை 2010ஆம் ஆண்டில் விண்ணில் செலுத்தி இந்தியாவின் எல்லையோரப் பகுதிகளை இந்திய அரசு கண்காணிக்கத் துவங்கிவிட்டது. அதன் அடுத்தகட்டமாக இந்திய உள்துறை அமைச்சகமும் இஸ்ரேலிய பொதுப்பாதுகாப்பு அமைச்சகமும் பலகட்ட ஆலோசனைகளையும்

நடத்தின. இருநாடுகளுக்கிடையிலும் மேலும் பல துறைகளில் நெருக்கமான நட்புறவு ஏற்படத் துவங்கியது. 2012ஆம் ஆண்டில் இந்தியாவின் பல்கலைக்கழக மானியக்குழுவான யூஜிசியும் இஸ்ரேலிய அறிவியல் அறக்கட்டளையும் இணைந்து பல்வேறு தலைப்புகளிலும் துறைகளிலும் கூட்டாக ஆய்வு செய்வது குறித்தான ஒரு புரிந்துணர்வு ஒப்பந்தத்தில் கையெழுத்திட்டன.

இருநாட்டு பாதுகாப்புத் துறைகளே ஒருங்கிணைந்து பணியாற்றத் துவங்கியபிறகு, சிறு-குறு நிறுவனங்கள் மட்டுமல்லாமல் பெரிய கார்ப்பரேட் நிறுவனங்களும் இருநாட்டிலும் வியாபாரம் செய்யத்துவங்கிவிட்டன. அதற்கு முன்னர் அரசின் நேரடி உதவியில்லாமல், பல ஆண்டுகளாகவே தங்களது சக்திக்கேற்ப இருநாட்டு நிறுவனங்களும் வியாபாரம் செய்துவந்தபோதிலும், 1990களின் மத்தியில்தான் இந்தியாவில் தயாரிக்கப்பட்ட பொருட்களை வாங்குமாறு இஸ்ரேலிய நிறுவனங்களிடம் அதிகாரப்பூர்வமாக இந்திய அரசு வேண்டுகோள் விடுத்தது. 1992-93 நிதியாண்டில் பஞ்சு, கைவினைப்பொருட்கள் மற்றும் பஞ்சிலிருந்து கையால் தயாரிக்கப்பட்ட நூல் போன்றவற்றை இந்தியாவிலிருந்து சுமார் 90 மில்லியன் டாலர் அளவிற்கு இஸ்ரேல் இறக்குமதி செய்தது. அதுவே அடுத்த நிதியாண்டில் 130 மில்லியன் டாலர் மதிப்பிலான பொருட்களாக உயர்ந்தது. அதேபோல, உரங்கள், முத்துக்கள், ஓரளவுக்கு விலையுயர்ந்த கற்கள், சிறிய இயந்திரங்கள் ஆகியவற்றை சுமார் 140 மில்லியன் டாலர் அளவிற்கு 1992/3ஆம் ஆண்டில் இஸ்ரேலில் இருந்து இந்தியா இறக்குமதி செய்தது. அடுத்த ஒரே ஆண்டில் அதன் இறக்குமதியானது 300 மில்லியன் டாலர் அளவிற்கு உயர்ந்தது.[66] 2000ஆம் ஆண்டின் துவக்கத்தில் அது அப்படியே 1.5 பில்லியன் டாலர் அளவிற்கு பலமடங்காக உயர்ந்தது. பின்னர் 2008/9ஆம் ஆண்டிலோ அது 3.5 பில்லியன் டாலராக உயர்ந்து, 2011/12ஆம் ஆண்டில் 6.6 பில்லியன் டாலராக புதிய உச்சத்தைத் தொட்டது.

2014ஆம் ஆண்டு 4.52 பில்லியன் டாலர் மதிப்பிற்கு வர்த்தகம் செய்ததில் மிகப்பெருமளவுக்கு ஆயுதங்கள்தான் வாங்கப்பட்டிருந்தன.

1997ஆம் ஆண்டு முதல் 2000ஆம் ஆண்டு வரையிலும், இஸ்ரேலின் ஒட்டுமொத்த ஆயுத ஏற்றுமதியில் 15% இந்தியாவிற்குத்தான் வந்துசேர்ந்திருந்தது. அதுவே அடுத்த ஐந்தாண்டுகளில் 27% ஆக உயர்ந்தது. 2006ஆம் ஆண்டில் இஸ்ரேலின் ஒட்டுமொத்த ஆயுத ஏற்றுமதி 4.2 பில்லியன் டாலராக இருந்தது. அதில் இந்தியாவுக்கு

ஏற்றுமதி செய்த ஆயுதங்களின் மதிப்பு மட்டுமே 1.5 பில்லியன் டாலர் அளவிற்கு இருந்தது. அப்படியே கொஞ்சம் கொஞ்சமாக உயர்ந்து 2013ஆம் ஆண்டில், இஸ்ரேலின் மிகப்பெரிய ஆயுத ஏற்றுமதி நாடாக இந்தியா மாறிவிட்டது. இஸ்ரேலிய தேசத்தால் தயாரிக்கப்பட்டு ஏற்றுமதி செய்யப்பட்ட ஆயுதங்களை மூன்றில் ஒரு பங்கை இந்தியாவே வாங்கிக் குவிக்கத் துவங்கியது. அதேபோல, இரஷ்யாவை அடுத்து, இஸ்ரேலிடம் இருந்துதான் அதிகளவிலான இராணுவ ஆயுதங்களை இந்தியா இறக்குமதி செய்யும் அளவிற்கு இஸ்ரேலுடன் நெருக்கமாகிவிட்டது.

'ஒருகட்டத்தில் தன்னுடைய சொந்த இராணுவத்திற்கு வழங்கும் ஆயுதங்களின் மதிப்பைவிடவும் இந்தியாவுக்கு அதிகமான ஆயுதங்களை வழங்க ஆரம்பித்திருந்தது இஸ்ரேல்' என்கிறார் பிரபீர் புர்க்கயஸ்தா[67]. 1980களில் சுமார் ஒரு பில்லியன் டாலர் அளவிற்கே இஸ்ரேலிடம் இருந்து ஆயுதங்கள் வாங்கி வந்திருந்த இந்தியா, 2000 முதல் 2007 வரையிலான காலகட்டத்தில் மட்டும் 29.7 பில்லியன் டாலர் அளவிற்கு ஆயுதங்களை வாங்கிக் குவித்திருக்கிறது. 2012ஆம் ஆண்டில் அதன் முந்தைய ஆண்டை விடவுமே சுமார் 129% அதிகரித்திருந்தது இஸ்ரேலின் ஒட்டுமொத்த ஆயுத ஏற்றுமதி[68]. அப்போது அதிகமாக ஆயுத ஏற்றுமதி செய்யும் உலகின் முதல் பத்து நாடுகளின் பட்டியலுக்குள் இஸ்ரேலும் நுழைந்துவிட்டது. அதற்கு இந்தியாதான் மிகமுக்கியமாக இஸ்ரேலுக்கு உதவியது.

இந்திய-இஸ்ரேலிய ஆயுத வர்த்தகத்தின் ஒரு பகுதியாக இந்திய அரசும் இஸ்ரேலிய ஆயுத உற்பத்தியாளர்களும் நடத்திய சிலப்பல பெரிய ஊழல்களெல்லாமும் அரங்கேறுவதை அப்போதிலிருந்தே பார்க்கமுடிகிறது. இஸ்ரேலிய அரசு இதையெல்லாம் கண்டுகொள்ளத் தயாராகவே இல்லை. அந்தளவுக்கு இஸ்ரேலிய ஆயுத உற்பத்தியாளர்களுடன் எவ்விதமான வர்த்தக உறவையும் பேணுவதற்கான உரிமையை இந்திய பாதுகாப்புத் துறைக்கு இஸ்ரேலிய அரசு வழங்கிவிட்டது[69].

2008ஆம் ஆண்டில் மும்பை ஓட்டலில் நடத்தப்பட்ட பயங்கரவாதத் தாக்குதலுக்குப் பின்னர், நினைத்துப் பார்க்கமுடியாத அளவிற்கான ஆயுதங்களை இந்தியா வாங்கத் துவங்கியது. சென்சார்களில் துவங்கி, கண்காணிப்பு கேமராக்கள், ஆயதந்தாங்கிய ட்ரோன்கள், தரையிலிருந்து வானில் நீண்டதூர இலக்கியனைத் தாக்கும் ஏவுகணைகள், பாகிஸ்தான் எல்லையில் பறக்கும் பலூன்களின் வழியாகக் கண்காணிக்கும் எந்திரங்கள் வரையிலும் வாங்கிக்

குவிக்கப்பட்டது. 130 மில்லிமீட்டர் எம்46 வகை துப்பாக்கிகளும் நிறைய வாங்கப்பட்டன. இவற்றுக்கெல்லாம் சேர்த்து 2000 முதல் 2007 வரையிலான ஆண்டுகளில் மட்டும் 10 பில்லியன் டாலர் அளவிற்கு செலவிடப்பட்டிருந்தது[70].

தேசப் பாதுகாப்புக்குத் தேவையான தொழிற்நுட்பத்தை சொந்தமாகத் தயாரிக்கும் அளவிற்கான வளர்ச்சியை இந்தியா கண்டிருக்காத சூழலில், அதற்கு உதவுகிற வகையில் தன்னுடைய வியாபாரத்தை வளர்த்துக்கொண்டது இஸ்ரேல். இந்தியாவுக்கும் இஸ்ரேலுக்குமான ஆயுத வியாபார உறவென்பது வியாபாரத்தையும் தாண்டிய நெருக்கமான உறவென்கிறார் ரிச்சர்ட் பிட்சிங்கர்[71].

> "இந்தியாவின் தொழிற்நுட்பத் தேவையும் இஸ்ரேலின் ஆயுத வியாபார வேட்கையும் ஒரு புள்ளியில் இணைந்திருக்கின்றன"

என்கிறார் என்.ஏ.கே. பிரவுன்[72].

2013ஆம் ஆண்டுவாக்கில் இந்தியாவும் இஸ்ரேலும் வர்த்தக நண்பர்களாக மாறியிருந்தபோதும், பொதுவெளியில் நெருக்கமாக இருப்பதுபோன்று காட்டிக்கொள்ளவே இல்லை. இஸ்ரேலிய அரசு அதிகாரிகளையோ அமைச்சர்களையோ அல்லது மிக முக்கியமாக இஸ்ரேலியப் பிரதமரான நெத்தன்யாஹுவையோ சந்திப்பதை அப்போதைய இந்தியப் பிரதமரான மன்மோகன்சிங் கவனமாகவே தவிர்த்து வந்தார்.

இருப்பினும் 2005இல் அமெரிக்காவுடன் அணு ஆயுத ஒப்பந்தத்தில் கையெழுத்திட்டதில் இருந்தே அமெரிக்காவில் வாழும் சியோனிசக் குழுக்களுடன் நெருக்கமான உறவினை மன்மோகன் சிங்கின் அரசு மேற்கொள்ளத் துவங்கிவிட்டது. 2008/9 மற்றும் 2012ஆம் ஆண்டுகளில் மிகக்கொடூரமாக பாலஸ்தீன காஸாவில் இஸ்ரேல் குண்டுவீசிக் கொண்டிருந்தபோதும், இஸ்ரேலுடனான பொருளாதார உறவினைத் தொடர்ந்துகொண்டேதான் இருந்தது இந்தியா. பொதுவெளியில் மட்டும் பாலஸ்தீனத்திற்கு ஆதரவான நிலைப்பாட்டை எடுப்பதுபோன்றும் காட்டிக்கொண்டது இந்தியா.

> "இஸ்ரேலுக்கும் பாலஸ்தீனத்திற்கும் இடையிலான சண்டையானது வன்முறையாக வெடித்து காஸாவை காவுவாங்கிக் கொண்டிருப்பதற்கு கடுமையான கண்டனங்களைத் தெரிவித்துக்கொள்கிறோம். அதன் மூலம் அந்நிலப்பகுதியின் அமைதியும் பாதுகாப்பும் பாதிக்கப்பட்டிருப்பது வருத்தமளிக்கிறது"

என்று இந்தியாவின் வெளியுறவுத்துறை அமைச்சர் 2012ஆம் ஆண்டு நவம்பர் மாதத்தில் அறிக்கையொன்றை வெளியிட்டிருந்தார்[73].

2013ஆம் ஆண்டு டிசம்பர் மாதம் நடைபெற்ற பாராளுமன்ற அவைக்கூட்டத்தில் இந்திய வெளியுறவுத்துறை இணையமைச்சரிடம் இந்திய இஸ்ரேலிய உறவு தொடர்பாக ஒரு கேள்வி எழுப்பப்பட்டது. அதற்கு பதிலளிக்கையில்,

> *"அரபுலகத்துடனான மிக நீண்ட நெடிய வரலாற்றைக் கொண்ட உறவில் எந்த விரிசலும் ஏற்படாத அளவிற்குத் தனியானதொரு உறவைத்தான் இஸ்ரேலுடன் இந்தியா பேணிவருகிறது. இஸ்ரேலுடனான உறவில் எவ்வளவு பெரிய முன்னேற்றத்தைக் கண்டாலும், அது அரபுலகத்திற்கும் பாலஸ்தீனத்திற்கும் இந்தியா வழங்கிவரும் ஆதரவில் எவ்விதமாற்றமும் இல்லை"*

என்றார்[74].

தேசிய அரசியலில் மோடியின் வருகை

2014ஆம் ஆண்டு தேர்தலுக்குத் தயாராகிக் கொண்டிருந்த பாஜகவுக்கு தேர்தலில் வெல்வது மட்டுமே குறிக்கோளாக இல்லாமல் எதிர்க்கட்சிகளை முற்றிலுமாக அழித்துவிடுவதுமே முக்கியமான இலக்காக இருந்ததைப் பார்க்கமுடிந்தது.

"இந்தியாவே முக்கியம்" என்றும் "இது மாற்றத்திற்கான நேரம், இது மோடிக்கான நேரம்" என்பன போன்ற முழக்கங்களை எழுப்பினர். இந்தியப் பொருளாதார மந்தநிலைக்கு அப்போதைய தவறுகள் மட்டுமே காரணமென்று சுட்டிக்காட்டாமல், சுதந்திர இந்தியாவின் வரலாறு முழுக்கவே காங்கிரஸ் மேற்கொண்ட தவறான முடிவுகளும், கொள்கைகளும், திட்டங்களுமே ஆகும் என்று காங்கிரஸ் கட்சியை ஒட்டுமொத்தமாக அடித்துநொறுக்கும் வேலையை பாஜக செய்யத்துவங்கியது. "இந்தியாவை சீரழித்தது காங்கிரசே" என்கிற பிரச்சாரத்தையும் பாஜக முன்னெடுத்தது.

காங்கிரஸை செல்வந்தர்களின் கட்சியாகவும், மோடியை எளிய மனிதர்களிடம் இருந்தே வந்தவராகவும் பாஜக காட்டியது[75]. அந்த வகையில் பாஜகதான் உண்மையான மக்களின் கட்சி என்று பிரச்சாரம் செய்தது பாஜக. இந்தியாவை பல தசாப்தங்களாக ஊழல்மிகுந்த, வளர்ச்சியடையாத, ஒரு ஏழை நாடாகவே

காங்கிரஸ் வைத்திருந்ததாகவும் பாஜக குற்றஞ்சாட்டியது. அதற்கான ஒரே மாற்றாக, 'குஜராத் மாடலை' இந்தியா முழுக்க அமல்படுத்தப்போவதாகவும் பாஜக உறுதியளித்தது. அதேபோல இந்தியாவில் இருக்கும் சிறுபான்மையினரிடம் அதிகமாக வளைந்துபோய், ஒட்டுமொத்த இந்தியர்களையும் கண்டுகொள்ளாமல் காங்கிரஸ் விட்டுவிட்டதாகவும் பாஜக குறைகூறியது. நூற்றாண்டுகளில் கிடைத்த அபூர்வ நாயகனாகவும், இந்தியா இழந்த வாய்ப்புகளையெல்லாம் மீட்டெடுத்து நாட்டை முன்னேற்றப்போகும் தலைவனாகவும் மோடி முன்நிறுத்தப்பட்டார்.

தேர்தலில் வாக்குகளைப் பெறுவதற்காக, வளர்ச்சியை முன்வைத்துக்கொண்டே சிறுபான்மையினர் மீதான வன்மத்தையும் வெளிப்படுத்தி பெரும்பான்மையின மக்களை தன்வசம் ஈர்க்கும் முயற்சியில் பாஜக இறங்கியது. அந்நிய சக்திகள் இந்தியாவைத் தாக்கிக்கொண்டிருப்பதான பயத்தையும் மக்களிடம் விதைத்தது. இந்தியாவின் ஒவ்வொரு மாநிலத்தையும் நவீனப்படுத்தி, ஒவ்வொரு மாவட்டத்திலும் மாற்றத்தை ஏற்படுத்தி, எல்லா வீடுகளையும் மோடி செழிப்பாக்குவார் என்று பாஜக பிரச்சாரம் செய்தது. இந்தியாவிலிருந்து புலம்பெயர்ந்து வாழும் இந்தியர்களின் உதவியுடன் இந்தியாவில் நவீன தொழிற்நுட்பத்தையெல்லாம் பயன்படுத்தி தொலைக்காட்சிக் காணொளிகளுடன் மோடிக்கு ஆதரவான ஊர்வலங்களெல்லாம் நாடு முழுவதும் நடத்தப்பட்டன. வெகுமக்களை ஈர்ப்பதில் புதிய வழிமுறைகள் எல்லாம் பிரச்சாரத்தில் அறிமுகப்படுத்தப்பட்டன.

> *"இந்திய விடுதலைப் போராட்டத்தின்போது மக்களிடையே எழுந்த தேச ஒற்றுமையையும் தேச உணர்வுகளையும் இந்தியா விடுதலை பெற்றதற்குப் பிறகு இங்கே ஆண்ட தலைவர்களெல்லாம் காற்றில் பறக்கவிட்டுவிட்டனர். இந்தியா என்கிற தேசம் அடையவேண்டிய இலக்கை புறந்தள்ளிவிட்டு, ஆங்கிலேயர்களைப் போல வெறுமனே ஒரு அலுவலகத்தை நடத்துவதுபோலவே தேசத்தையும் நடத்தி வந்திருக்கின்றனர். இந்திய வரலாற்றில் இங்கு ஆதிக்கம் செலுத்தவந்த எத்தனையோ ஆக்கிரமிப்பாளர்களை எதிர்த்துப் போராடி இன்னமும் இந்த தேசம் உயிர்ப்போடு இருக்கிறதென்றால், அதற்கு இந்தியா என்கிற தேசத்தின் மீதான மக்களின் பிடிப்புதான் காரணம். அதனைக் கண்டுகொள்ளாமல் நம்மை ஆண்டவர்கள் விட்டுவிட்டனர்."*

என்று பாஜகவின் 2013ஆம் ஆண்டு தேர்தல் அறிக்கையில் குறிப்பிடப்பட்டிருந்தது[76 77].

> "எந்த தேசமாக இருந்தாலும், அதன் வரலாற்றையும் வேர்களையும் பலத்தையும் பலவீனங்களையும் கண்டறியாமல் உள்நாட்டுக் கொள்கைகளையோ வெளியுறவுக் கொள்கைகளையோ வரையறுக்க முடியாது. உலகமயத்தினால் இங்குமங்குமாக மக்கள் இடம்பெயர்ந்துகொண்டிருக்கிற இச்சூழலில், தன்னுடைய வேர்களை ஆய்வுசெய்து புரிந்துவைத்துக்கொள்வதுதான் ஒரு தேசத்தின் முக்கியக் கடமையாகும்"

என்று தன்னுடைய கொள்கை விளக்கமாக 2014ஆம் ஆண்டு தேர்தலின் போது பாஜக தெரிவித்திருந்தது.

"ஒரே தேசம், ஒரே மக்கள், ஒரே நாடு" என்பதான கொள்கையை அடிப்படையாகக் கொண்டே பிரச்சாரம் செய்தது பாஜக. 'அந்தக் கொள்கையை எதிர்க்காத பேச்சுரிமை மட்டுமே அனுமதிக்கப்படும்' என்பதே அவர்களது கருத்தியலாக இருக்கிறது. இந்தியாவின் வெளியுறவுக் கொள்கையுமே கூட அதன் அடிப்படையிலேயே அமைக்கப்படும் என்பதில் உறுதியாக இருந்தனர். "மற்ற நாடுகளில் துன்பப்படும் இந்துக்களுக்காக பேசுவதும், அவர்களை அகதிகளாக இந்தியாவில் வரவேற்று வாழ்வளிப்பதும்தான் இந்திய வெளியுறவுக் கொள்கையின் முக்கியக்கூறு" என்று பாஜகவின் தேர்தல் அறிக்கையிலேயே தெரிவிக்கப்பட்டிருந்தது[78].

இந்தியா என்கிற இளைய தேசத்தின் பொதுத்துறை நிறுவனங்களில் பரவிக்கிடக்கிற ஊழலையும், வளர்ச்சியில் பெரியளவுக்கு முன்னேற்றத்தை அடையாத நிலையையும் சுட்டிக்காட்டியபடியே வானத்தை வில்லாக வளைப்போம், நிலாவைக் காலடியில் கொண்டுவருவோம் என்றெல்லாம் வாக்குறுதிகள் கொடுத்தது பாஜக. 1990களின் துவக்கத்தில் இந்தியாவில் அறிமுகப்படுத்தப்பட்ட புதிய பொருளாதாரக் கொள்கைகளினால் பழைய இந்தியாவின் அடிப்படைக் கொள்கைகளில் மாற்றங்கள் நிகழத் துவங்கியதை காங்கிரஸ் உள்ளிட்ட மதச்சார்பற்ற கட்சிகள் கவனிக்கத் தவறிவிட்டன. மதச்சார்பின்மையையும் மனிதநேயத்தையும் பின்னுக்குத் தள்ளிவிட்டு, 'வளர்ச்சி மட்டுமே முக்கியம்' என்று நினைக்கிற நடுத்தர வர்க்கத்தினரின் எண்ணிக்கையும் அதிகரித்துவிட்டது. அந்தப் பொருளாதார வளர்ச்சிக்கு இராணுவ பலமும் அவசியம் என்கிற கருத்தும் இடைச்செருகலாகத் திணிக்கப்பட்டது.

1980களின் இறுதியில் வளரத்துவங்கிய மதவெறியும், 1990களின் இறுதியில் ஏற்பட்டிருந்த தேசியவாத முதலாளித்துவ சிந்தனையும் ஒன்றிணைந்து ஒரு புதிய கலவையான கருத்தியலை இந்தியாவில் உருவாக்கியிருந்தது. அதனை பயன்படுத்திக்கொண்டு இந்தியாவை சுரண்டுவதற்கேற்றதொரு மனிதராக தேசிய அரசியலில் முன்னுக்கு வந்தார் மோடி. 2014ஆம் ஆண்டில் நடைபெற்ற பாராளுமன்றத் தேர்தலில் மிகப்பெரிய வெற்றியினை மோடியும் அவரது பாஜகவும் பெற்றார்கள். அதற்கு சுமார் முப்பது ஆண்டுகளுக்கு முன்னர் இந்திரா காந்தி பெற்ற வெற்றிக்கு இணையானதொரு வெற்றியினை மோடி பெற்றார். ஆர்எஸ்எஸ் இயக்கத்தில் முழுநேர ஊழியராக தன்னுடைய வாழ்க்கையைத் துவங்கிய மோடி, பின்னர் குஜராத் மாநிலத்தின் முதல்வராகி, கட்சித் தலைமையின் அன்பைப் பெற்றதும் புயல்போல டெல்லிக்குள் நுழைந்து, தேசிய அரசியலில் வெற்றிபெற்றார்.

'இந்தியாவை இந்து தேசமாக்கவேண்டும்' என்று சொல்லிக்கொள்ளும் ஆர்எஸ்எஸ் இயக்கத்தின் அடையாளத்தை அணிந்துகொண்டே இந்தியப் பிரதமரானார் மோடி[79]. இந்துக்களின் தேசமாகவே இந்தியாவை உலக அரங்கில் காட்டுவதற்கான முயற்சிகளை மோடியின் அரசு செய்தது. இந்துக்களின் தேசமாக மாற்ற முயற்சி செய்வதைப் போலத் தோன்றினாலும், இந்துத்துவம் என்கிற ஆர்எஸ்எஸ் அமைப்பின் அடிப்படைக் கொள்கையைக் கொண்ட தேசமாக மாற்றுவதுதான் பாஜகவின் முக்கியக் குறிக்கோளாகும். ஆங்கிலேய காலனியாதிக்கத்தின் மிச்சசொச்சமாகவும், உலக நாடுகளின் உத்தரவுகளை அப்படியே அமல்படுத்தும் அடிமைகளாகவுமே காங்கிரஸ் கட்சியினர் இருந்துவந்ததாகவும், அதையெல்லாம் மாற்றியமைத்து இந்தியாவைப் பாதுகாத்து சரியான இலக்கை நோக்கி அழைத்துச் செல்லவே மோடி வந்திருப்பதாகவும் அவரது ஆதரவாளர்கள் பிரச்சாரம் செய்தனர்.

பீபியை சந்தித்த மோடி

2014ஆம் ஆண்டு செப்டம்பர் மாதத்தில் நடைபெற்ற ஐநா சபைக் கூட்டத்தில் இந்தியப் பிரதமரான நரேந்திர மோடியும் இஸ்ரேலியப் பிரதமரான நெத்தன்யாஹூவும் நேருக்கு நேராக சந்தித்துக்கொண்டனர்.

இந்தியாவின் பிரதமராக மோடி பதவியேற்று அப்போது ஐந்து மாதங்கள்தான் ஆகியிருந்தன. அந்த இடைக்காலத்தில் காஸாவில்

நுழைந்து கொடூரத் தாக்குதலை நடத்தி, 2251 பாலஸ்தீனர்களைக் கொன்றும், 1462 அப்பாவி மக்களை மோசமாகக் காயப்படுத்தியும் இருந்தது இஸ்ரேல்.

அந்த இஸ்ரேலியத் தாக்குதலுக்கு பதில் தாக்குதலை ஹமாஸ் நடத்தியது. அதில் 57 இஸ்ரேலியப் படைவீரர்களும் பொதுமக்களில் ஆறு பேரும் கொல்லப்பட்டிருந்தனர். கடந்தகால வரலாற்றை வைத்துப்பார்க்கையில், இப்படியானதொரு சூழலில், இஸ்ரேலியப் பிரதமரை பொதுவெளியில் இந்தியப் எவ்விதத் தயக்கமும் இன்றி மகிழ்ச்சியாக சந்தித்திருக்கவேமாட்டார். ஆனால், புதிய கொள்கைகளை முன்னிறுத்தும் புதிய இந்தியாவின் புதிய பிரதமரான நரேந்திர மோடி அதையெல்லாம் கண்டுகொள்பவராக இல்லை. அந்த சந்திப்பின்போதுதான், இந்தியா மற்றும் இஸ்ரேலுக்கு இடையில் இருக்கிற மிச்சசொச்ச தடைகளையும் உடைத்துக்கொண்டு இறுக்கமான நட்பினைப் பேணுவது குறித்து இருவரும் பேசிக்கொண்டனர்.

"நாங்கள் இருவரும் கைகுலுக்கிக்கொண்டோம். இனிவரும் காலங்களில் ஒரு வரலாற்றுச் சிறப்புமிக்க நட்புறவை ஏற்படுத்தி வளர்ச்சியை நோக்கி நடைபோடுவதற்கு ஒப்புக்கொண்டோம்"

என்று அந்த சந்திப்பு குறித்து நெத்தன்யாஹூ தெரிவித்தார்[80].

ஒரே தேசம், ஒரே கலாச்சாரம், ஒரே இனம் என்கிற ஒத்தக்கருத்தைக் கொண்டிருக்கும் இருமனிதர்களின் சந்திப்பாக அது இருந்தது. இந்தியாவின் கடந்த காலப் பிரதமர்களெல்லாம் இஸ்ரேலுடன் மிக நெருக்கமான உறவினை ஏற்படுத்திக்கொள்ள தயங்கியவர்களாக இருந்தனர். ஆனால் இஸ்ரேலுடன் நெருங்கிச்செல்ல அதிக ஆர்வத்துடன் இருந்தவராக நெத்தன்யாஹூவுக்குத் தெரிந்தார் மோடி. இஸ்ரேலைத் தனது உண்மையான நட்பு நாடாகவே மோடி பார்க்கிறார் என்பதையும் நெத்தன்யாஹூ புரிந்துகொண்டார்.

"இஸ்ரேலை ஒரு நட்பு நாடாக மோடி பார்க்கத் துவங்கியதற்கு இரண்டு முக்கியமான காரணங்கள் இருக்கின்றன. ஒன்று, எவ்விதத் தயக்கமும் இன்றி ஒரே மதத்தை முன்னிறுத்திய தேசமாக இஸ்ரேல் இருப்பதால், அதைப் போலவே இந்தியாவை மாற்றத்துடிக்கிற மோடிக்கு இஸ்ரேல் ஒரு முன்னுதாரண நாடாகத் தெரிந்தது. இரண்டாவதாக, உலகிலேயே மிகவும் பலமான இராணுவத்தைக் கொண்ட நாடுகளில் ஒன்றாக இஸ்ரேல் இருப்பதும் மோடி அரசை வெகுவாக ஈர்த்தது. அத்தகைய

இராணுவ பலத்தை முக்கியமானதாகக் கருதும் ஒரு கட்சியில் இருந்து பிரதமரானவர்தானே மோடி. அதனால் இஸ்ரேலை தனக்கு நெருங்கிய நாடாக அவர் கருதினார்."

என்கிறார் இந்திய ஆய்வாளரான கின்வராஜ் ஜான்கித்[81].

2014ஆம் ஆண்டு மோடி ஆட்சிப்பொறுப்பை ஏற்ற ஓரிரு மாதங்களிலேயே பாலஸ்தீன காஸாவில் இஸ்ரேல் குண்டுவீசத்துவங்கி இருந்தது. அப்போது இந்தியாவின் வெளியுறவுத்துறை அமைச்சகம் எப்படியான அறிக்கையை வெளியிட்டது தெரியுமா? "இஸ்ரேல் மற்றும் பாலஸ்தீனம் இடையில் நடக்கிற வன்முறை அத்துமீறல்கள் குறித்தும் அதனால் ஏற்பட்டிருக்கிற உயிரிழப்புகள் குறித்தும் ஆழ்ந்த கவலையைத் தெரிவித்துக்கொள்கிறோம்" என்று அந்த அறிக்கையில் பொத்தாம்பொதுவாகக் குறிப்பிடப்பட்டிருந்தது. அத்துடன், "எல்லைதாண்டி வீசப்பட்ட ராக்கெட்டுகளால் தூண்டப்பட்டுதான் பதிலடி தாக்குதலாக காஸா மீது குண்டுகள் வீசப்பட்டுருக்கின்றன" என்றும் கூடுதலாக அந்த அறிக்கையில் சொல்லப்பட்டிருந்தது[82].

அந்த அறிக்கை வெளியான சில நாட்களில், பாலஸ்தீன காஸாவில் இஸ்ரேல் நடத்தும் தாக்குதலைக் கண்டித்து இந்தியப் பாராளுமன்றத்தில் ஒரு தீர்மானம் நிறைவேற்ற வேண்டுமென எதிர்க்கட்சிகள் கோரிக்கை வைத்தன. ஆனால் அதனைத் தன்னுடைய பெரும்பான்மையினைக் கொண்டு தகர்த்தும் தடுத்தும்விட்டது மோடி அரசு. அதன்பிற்கு இஸ்ரேல் நடத்திய குண்டுமழைத் தாக்குதலை விசாரிக்கக்கோரி ஐநா சபையில் கொண்டுவரப்பட்ட தீர்மானத்தை ஆதரித்து ஓட்டுப் போட்டிருந்தது. இருப்பினும், அந்த விசாரணையின் இறுதியில் சமர்ப்பிக்கப்பட்ட அறிக்கையை ஏற்றுக்கொள்வதா வேண்டாமா என்று 2015ஆம் ஆண்டின் மத்தியில் கொண்டுவரப்பட்ட ஐநா சபைத் தீர்மானத்தில் (ஏ/ஹெச்ஆர்சி/29/எல்.35) வாக்களிக்காமல் வெளிநடப்பு செய்து இஸ்ரேலுக்கு மறைமுகமாக உதவியது இந்தியா. அப்போதெல்லாம் மோடியும் நெத்தன்யாஹூவும் அடிக்கடி தொலைபேசியில் தொடர்புகொள்வதையும், இருநாடுகளும் இணைந்து பணியாற்றுவது குறித்து உரையாடுவதையும் வாடிக்கையாக்கிவிட்டனர். அந்த வாக்கெடுப்பு நடைபெறுவதற்கு முன்னரே இஸ்ரேலுக்கு ஒருமுறை அரசுமுறைப் பயணமாக வருகைதருமாறு மோடிக்கு நெத்தன்யாஹூ அழைப்பே விடுத்திருந்ததாக இஸ்ரேலிய நாளிதழான ஹாரேட்ஸ் தெரிவித்திருந்தது[83].

இந்தியாவின் வெளியுறவுக் கொள்கையில் ஏற்பட்டிருக்கிற மாற்றத்தை விளக்கவேண்டுமென்று காங்கிரஸ் மற்றும் இந்திய கம்யூனிஸ்ட் கட்சி (மார்க்சிஸ்ட்) போன்ற எதிர்க்கட்சிகளின் தலைவர்கள் மோடி அரசை நோக்கிக் கேள்வி எழுப்பினர். இந்தியாவின் வெளியுறவுக் கொள்கையில் ஏற்பட்டிருக்கும் மாற்றத்தின் காரணமாகவே இப்படியாக இஸ்ரேலுக்கு எதிரான தீர்மானத்தில் வாக்களிக்காமல் இந்தியா வெளியேறியதாக இந்தியாவின் இந்து பத்திரிக்கையும் இஸ்ரேலின் ஹாரேட்ஸ் பத்திரிக்கையும் ஒரேமாதிரி செய்தி வெளியிட்டன[84].

ஆனால், இஸ்ரேல் மீது சர்வதேச குற்றவியல் நீதிமன்றத்தில் வழக்கு தொடுக்கவேண்டும் என்று அந்த தீர்மானத்தில் கூறப்பட்டிருப்பதை மட்டுமே இந்தியா ஏற்கவில்லை என்றும், அதனால்தான் வாக்களிக்காமல் வெளியேறியதாகவும் மோடி அரசு பதிலளித்தது. இன்னொரு நாட்டின் மீது வழக்கெல்லாம் தொடுப்பது இந்தியாவுக்கு ஏற்புடையதல்ல என்றும் மோடி அரசு கூறியது[85].

> "2014ஆம் ஆண்டு பாலஸ்தீனர்களுக்கு எதிராக இஸ்ரேல் நடத்திய போரின்போது இந்தியா நடந்துகொண்ட விதத்தைப் பார்த்தால், எதற்கும் தயங்காமல் பொதுவெளியில் வந்து இஸ்ரேலை ஆதரிக்கிற நிலைப்பாட்டை இந்தியா எடுத்திருப்பதாகத்தான் தெரிகிறது. பாலஸ்தீனர்களுக்கு ஆதரவாக இருப்பதைவிடவும் இஸ்ரேலுடன் கைகோர்ப்பதே இந்தியாவுக்கு முக்கியமானதாகப் படுகிறது"

என்று வால் ஸ்ட்ரீட் ஜர்னல் பத்திரிக்கையில் சதானந்த் துபே எழுதினார்[86].

காஸாவில் இஸ்ரேல் குண்டுவீசித் தாக்கிக்கொண்டிருந்த வேளையில், இஸ்ரேலுக்கு ஆதரவு தெரிவிக்கும்விதமாக தெருவில் இறங்கி இஸ்ரேலியக் கொடிகளை பாஜக ஆதரவாளர்கள் அசைத்ததையும், #IndiaWithIsrael என்கிற ஹேஷ்டேகை ட்விட்டரில் அவர்கள் அதிதீவிரமாகப் பரப்பியதையும் காணமுடிந்தது. அதன் மூலம் இஸ்ரேல்தான் இந்தியாவின் இயல்பான நட்புநாடு என்பதை இந்தியர்களின் பொதுப்புத்தியில் பதியவைக்க பாஜக எடுக்கிற முயற்சிகளாகத்தான் அவை தெரிந்தது. அதனை உறுதிசெய்யும் வகையில், உடனடியாக இஸ்ரேலுக்கு பயணம் மேற்கொள்ளுமாறு மோடிக்கு வால் ஸ்ட்ரீட் ஜர்னல் பத்திரிக்கையே கோரிக்கையும் வைத்திருந்தது. மோடிக்குப் பின்னால் வரும் பிரதமர்கள் நினைத்தாலும் மாற்றமுடியாத அளவிற்கு இஸ்ரேலுடன் இப்போதே

நெருங்கிச் செல்வது அவசியம் என்றும் அக்கட்டுரையில் குறிப்பிடப்பட்டிருந்தது. ஏற்கனவே இந்தியாவில் வாழ்கிற முஸ்லிம்களையே பலிகடா ஆக்கித்தான் மோடியும் அவரது கட்சியும் பெரும்பான்மை பெற்று ஆட்சிக்கு வந்திருக்கிறார்கள். அதனால் பாலஸ்தீனத்தில் வாழும் முஸ்லிம்களை கைகழுவுவதற்கு மோடி அரசுக்கு எவ்விதத் தயக்கமோ வருத்தமோ இருந்திருக்காது என்பதை எளிதாகப் புரிந்துகொள்ளலாம். சர்வதேச சந்தையில் இந்தியாவை ஒரு விற்பனைப் பொருளாக விற்றுவிட விருப்பம்கொண்ட ஒரு அரசாக மோடியரசு இருந்தபடியால், அதற்கேற்றபடி அச்சந்தையில் இஸ்ரேலுடன் கைகோர்ப்பதே இந்தியாவுக்கு ஏற்ற முடிவென்று மோடியரசு தீர்மானித்திருந்தது.

காஸாவில் இஸ்ரேல் நடத்திய தாக்குதலைக் கண்டித்து பாராளுமன்றத்தில் ஒரு தீர்மானம் இயற்றுவதற்கு மறுத்ததும், ஐநா சபையில் இஸ்ரேலுக்கு எதிரான ஆதாரங்களுடன் முன்வைக்கப்பட்ட அறிக்கைக்கு ஆதரவாக வாக்களிக்க மறுத்து வெளியேறியதும், இனியெப்போதும் பாலஸ்தீன மக்களுக்காக பெயரளவில் கூட ஆதரவாக நிற்பதற்கு இந்தியா தயாராகஇல்லை என்பதை வெட்டவெளிச்சம் போட்டுக் காட்டியது. பாலஸ்தீனம்தான் ஆக்கிரமிக்கப்பட்ட நாடு என்கிற கருத்திலிருந்து விலகி, இருநாடுகளும் அமைதியை நிலைநாட்ட வேண்டும் என்று பொதுவாகச் சொல்லித் தப்பித்து, பாலஸ்தீன விடுதலையை முழுவதுமாகப் புறக்கணிக்கும் நிலைக்கு இந்தியா வந்துசேர்ந்துவிட்டது. 1992ஆம் ஆண்டிலேயே இஸ்ரேலுடனான உறவை இயல்பாக்கும் வேலையை இந்தியா துவங்கிவிட்டதுதான் என்றாலும், 2014ஆம் ஆண்டிலே அது பல படிகள் அதிரடியாக எடுத்துவைத்து முன்நகர்ந்துவிட்டது.

இஸ்ரேலிய இனவெறித் தத்துவமான சியோனிசத்தையும், இஸ்ரேல் என்கிற தேசத்தையும் பொதுவெளியில் பாராட்டிப் பேசுவதும், பாலஸ்தீனர்கள் மீது அரசியல் முக்கியத்துவமற்ற வெற்று பரிதாபத்தை மட்டுமே காட்டுவதுமாக இந்திய அரசின் வெளியுறவுக் கொள்கையில் மாற்றம் ஏற்பட்டுவிட்டது. அதன் அடுத்தகட்டமாக, இஸ்ரேலிய அரசின் கொள்கைகளை அப்படியே பிரதியெடுத்து உள்ளூரிலும் அமல்படுத்துவதற்கும் இந்திய அரசு தயாராகிவிட்டது. பஞ்சாப் மாநிலக் காவல்துறையினரை இஸ்ரேலுக்கு அனுப்பி, ‘பாதுகாப்பு மற்றும் பயங்கரவாத எதிர்ப்பு நடவடிக்கைகளை செயல்படுத்துவது’ குறித்து பாடம் கற்றுக்கொண்டுவர பணிக்கப்பட்டது[87].

இந்தியக் காவல்பணி அதிகாரிகளுக்கு அளிக்கப்படும் பயிற்சியின் ஒரு பகுதியாக, 'போராட்டங்களை ஒடுக்குவது, சிறியளவிலான போர்களை எதிர்கொள்வது, காவல்துறைக் கண்காணிப்பில் தொழிற்நுட்பத்தைப் பயன்படுத்துவது' ஆகியவற்றில் கூடுதல் பயிற்சி பெற்றுவருவதற்காக இஸ்ரேலுக்கு ஒரு வாரம் அழைத்துச்செல்லப்பட்டு இஸ்ரேலிய தேசிய காவல் பயிற்சிக்கூடத்தில் பயிற்சி பெறும் நடைமுறை உருவாக்கப்பட்டது[88]. 2015ஆம் ஆண்டில் இந்தியாவுக்கும் அண்டை நாடுகளுக்கும் இடையில் ஸ்மார்ட் எல்லைக் கோடுகளை அமைப்பதற்கான திட்டத்தைத் துவங்கியது இந்திய அரசு. அதற்கு இஸ்ரேலின் உதவியையும் இந்தியா நாடியிருந்தது. இப்படியாக, மெதுமெதுவாக இஸ்ரேலுடன் மறைமுகமாக நட்புபாராட்டி வந்த இந்தியா, இறுதியாக இஸ்ரேலின் காலனியாதிக்கத் திமிரையெல்லாம் தற்காப்பு என்றும் தேசப்பாதுகாப்பு என்றும் இஸ்ரேல் கூறுவதை அப்படியே ஏற்றுக்கொள்ளத் துவங்கிவிட்டது.

கைகோர்த்துக்கொண்ட சகோதரர்கள்

இப்படியாக இருநாடுகளுடைய உறவை வளர்த்தெடுக்கும் ஆரம்பகட்ட பணிகளையெல்லாம் முடித்த பின்னர், அடுத்தகட்டத்திற்கு நகர்ந்தனர். மோடியை இஸ்ரேலுக்கு அழைத்துவந்துவிட்டால் அதுதான் இந்திய-இஸ்ரேலிய நாடுகளின் அதிகாரப்பூர்வ உறவின் துவக்கப்புள்ளியாக இருக்கும். 'இந்தியாவே முதலில் முக்கியம்' என்கிற கொள்கையின் அடிப்படையில் சர்வதேச அளவில் பல நாடுகளுடன் நட்புறவு மேற்கொள்ளப் போவதாக மோடி அரசு காட்டிக்கொண்டது. ஐக்கிய அரபு அமீரகம், துருக்கி, சவுதி அரேபியா, ஈரான் மற்றும் கத்தார் உள்ளிட்ட முஸ்லிம்களைப் பெரும்பான்மையாகக் கொண்ட பல மத்திய கிழக்கு நாடுகளுக்கு பயணம் மேற்கொண்டார் மோடி.

பொதுவாகவே எல்லா நாடுகளுடனும் நட்புறவைப் பேணும் ஒரு பிரதமராகத் தன்னைக் காட்டிக்கொண்டே, எப்படியாவது இஸ்ரேலுக்குப் பயணம் மேற்கொண்டுவிட வேண்டும் என்று நினைத்தார் மோடி. அந்தத் திட்டத்தின் ஒரு பகுதியாகத்தான், 2014ஆம் ஆண்டில் இந்திய உள்துறை அமைச்சராக இருந்த இராஜ்நாத் சிங், அரசுமுறைப் பயணமாக இஸ்ரேல் சென்றார். இந்திய வரலாற்றில் இஸ்ரேலுக்குச் சென்ற இரண்டாவது உள்துறை அமைச்சர் அவர்தான். அவருக்கு முன்னர் இஸ்ரேல் சென்ற ஒரே

உள்துறை அமைச்சர் வேறுயாருமல்ல, பாஜகவின் எல்.கே. அத்வானிதான். வாஜ்பாய் பிரதமராக இருந்தபோது அத்வானி இஸ்ரேல் சென்றிருந்தார். வாஜ்பாய் ஆட்சியில் இந்தியாவின் பாதுகாப்புக்காக தொழிற்நுட்பத்தைப் பகிர்ந்து உதவியதைப் போல, இப்போதும் உதவவேண்டும் என்று இஸ்ரேலிடம் கேட்பதற்காக சென்றிருந்ததாக இராஜ்நாத் சிங் தெரிவித்தார். சென்சார் எனப்படும் உணரிகள், தரமான காணொளிகளைப் பதிவு செய்யும் கண்காணிப்புக் கேமராக்கள், தொலைதூரத்தில் இருந்து இயக்கக்கூடிய துப்பாக்கிகளைக் கொண்டிருக்கும் ஆளில்லா கண்காணிப்பு கோபுரங்கள் ஆகியவற்றைக் கொண்ட ஸ்மார்ட் சுவர்களை உருவாக்கும் தொழிற்நுட்பமெல்லாம் இஸ்ரேலிடம் உண்டு. அவற்றைக் கொண்டுதான் பாலஸ்தீனத்தை முழுவதுமாக எப்போதும் இஸ்ரேல் கண்காணித்துவருகிறது. காஸா எல்லைப் பகுதியில் இஸ்ரேல் உருவாக்கிவைத்திருக்கிற இத்தகைய கட்டமைப்பைப் பார்த்து இராஜ்நாத் சிங் மலைத்துப் போயிருக்கிறார். இராஜ்நாத் சிங் பயணத்தின் ஓராண்டு முடிவிற்குள்ளாகவே இந்தியாவின் மேற்குப் பகுதியில் பாகிஸ்தானுடனான எல்லையில் ஒரு ஸ்மார்ட் எல்லைச் சுவரினை உருவாக்குவதற்கு இஸ்ரேல் உதவியிருக்கிறது[89].

இரும்பு வேலிகளை அமைக்க முடியாத இடங்களிலெல்லாம் லேசர் கதிர்களால் அமைக்கப்பட்ட வேலிகள் பொருத்தப்பட்டன. அந்த எல்லைக் கோட்டினைத் தாண்டி யாரேனும் வர முயற்சி செய்தால், உடனே அதனை இந்திய அதிகாரிகளுக்கு சத்தமெழுப்பிக் காட்டிக்கொடுத்துவிடும்.

அதன்பிறகு 2015ஆம் ஆண்டிலேயே இஸ்ரேலிய கப்பற்படை மற்றும் விமானப்படைத் தளபதிகள் இந்தியா வந்து மோடியைச் சந்தித்தனர். அவர்கள் வந்துசென்ற பின்னர், இஸ்ரேலிய விமானப்படையின் 70ஆம் ஆண்டு நிறைவையொட்டி, விமானப்படை த் தளபதிகளின் மாநாடு இஸ்ரேலில் நடைபெற்றது. அதில் கலந்துகொள்வதற்காக இந்திய கப்பற்படை மற்றும் விமானப்படைத் தளபதிகள் சென்றிருந்தனர்[90].

2015ஆம் ஆண்டு அக்டோபர் மாதத்தில் இந்தியாவின் ஜனாதிபதியான பிரனாப் முகர்ஜியும் இஸ்ரேலுக்கு பயணம் மேற்கொண்டார். அங்கே இஸ்ரேலிய பாராளுமன்றத்தில் உரையாற்றிவிட்டு, ஜெருசலேம் பல்கலைக்கழகத்தில் வழங்கப்பட்ட கௌரவ டாக்டர் பட்டத்தைப் பெற்றுக்கொண்டு, இந்தியாவைப் பூர்வீகமாகக்

கொண்ட இஸ்ரேலியர்களை சந்தித்துவிட்டு, சியோனிசத்தின் தந்தையாகக் கருதப்படுகிற தியோடர் ஹசலின் நினைவிடத்தில் ஒரு மலர்வளையத்தை வைத்து மரியாதையும் செலுத்தினார் பிரனாப் முகர்ஜி.

“‘மேக் இன் இந்தியா’, ‘டிஜிட்டல் இந்தியா’, ‘க்ளீன் கங்கா’, ‘ஸ்மார்ட் சிட்டீஸ்’, ‘ஸ்டார்ட்டப் இந்தியா’ போன்ற பல்வேறு புதிய திட்டங்களை இந்தியா அமல்படுத்துவதையும் அவற்றில் முதலீடு செய்வதற்கு இஸ்ரேலிய நிறுவனங்களை வரவேற்க இந்தியா தயாராக இருப்பதையும் இஸ்ரேலிய தலைவர்களிடம் வலியுறுத்திக் கூறிவிட்டு வந்தேன்”

என்றார் பிரனாப் முகர்ஜி[91].

அங்கிருந்து அப்படியே இஸ்ரேல் ஆக்கிரமித்து வைத்திருக்கிற பாலஸ்தீனப் பகுதியில் இருக்கும் இரமல்லா நகருக்குச் சென்று பாலஸ்தீன அதிபராக இருக்கும் முகமது அப்பாசையும் சந்தித்தார் பிரனாப் முகர்ஜி. அங்கே அல்-குத்ஸ் பல்கலைக்கழகத்தில் அவருக்கு கௌரவ டாக்டர் பட்டம் வழங்கப்பட்டது. அதன் பின்னர் பாலஸ்தீனத் தலைவரான யாசர் அராஃபத்தின் சமாதியில் மலர்வளையம் வைத்தார் பிரனாப் முகர்ஜி.

ஆண்டுக்கு பத்து பாலஸ்தீன மாணவர்களுக்கு இந்திய பண்பாட்டு உறவுகளுக்கான மையம் சார்பாக உதவித்தொகை வழங்கப்பட்டு வந்திருந்தது. அதனை இனிமேல் 25 மாணவர்களுக்கு வழங்கப்போவதாக பிரனாப் அறிவித்தார். ஆண்டுக்கு 50 பாலஸ்தீன மாணவர்களுக்கு ஒதுக்கிவந்த தொழிற்நுட்பக் கல்விக்கான பயிற்சியிடங்களை 100 ஆக இந்தியா உயர்த்தியிருப்பதாகவும் அவர் தெரிவித்தார். அத்துடன் 5 மில்லியன் டாலர் உதவித் தொகையையும் பாலஸ்தீன அரசுக்கு வழங்கினார். ஆனால் அதேகாலகட்டத்தில் அந்தத் தொகையை விடவும் இருநூறு மடங்கு அதிகமாக ஒரு பில்லியன் டாலர் அளவிற்கான ஆயுதங்களை இஸ்ரேலிடம் வாங்கிக் கொண்டிருந்தது இந்தியா என்பது எவ்வளவு பெரிய முரண்[92].

பிரனாப் முகர்ஜியின் இப்பயணத்தை வைத்தே இந்தியாவின் வெளியுறவுக் கொள்கையில் ஏற்படத்துவங்கிய மாற்றத்தினை எளிதாகப் புரிந்துகொள்ளமுடியும். அரசியல், இராணுவம் மற்றும் பொருளாதாரத் துறைகளில் இஸ்ரேலுடன் நெருக்கமான உறவினையும், பரிதாபப்பட்டு சில தொண்டு உதவிகளைச் செய்யும் நிலையில் பாலஸ்தீன உறவினையும் பேணும் வகையில் இந்தியாவின்

வெளியுறவுக் கொள்கை உருமாயிருப்பதைப் பார்க்கலாம். 2016ஆம் ஆண்டில் இந்தியாவின் அப்போதைய வெளியுறவுத் துறை அமைச்சராக இருந்த சுஸ்மா சுவராஜ், பாலஸ்தீனத்தின் இரமல்லா நகருக்குச் சென்று பாலஸ்தீன அதிபரைச் சந்தித்துவிட்டு, அங்கிருந்து ஜெருசலேம் நகருக்குச் சென்று இஸ்ரேலிய பிரதமரான நெதன்யாஹூ உள்ளிட்ட பல இஸ்ரேலிய தலைவர்களுடன் உரையாடிவிட்டு இந்தியா திரும்பினார். இஸ்ரேல் சென்றபோது பிரனாப் முகர்ஜி விடுத்த அழைப்பின்பேரில், இஸ்ரேலிய அதிபராக இருந்த ரூவன் ரிவ்லினும் ஏராளமான இஸ்ரேலிய பெருமுதலாளிகளும் 2016ஆம் ஆண்டின் நவம்பர் மாதத்தில் வியாபார வாய்ப்புகளை ஆய்வு செய்ய இந்தியா வந்திருந்தனர்.

புது டெல்லி வந்தடைந்த அதிபர் ரிவ்லின், காந்தி நினைவிடத்திற்கு சென்று மரியாதை செலுத்தினார்[93]. அங்கிருந்து மும்பை சென்ற அவர், 2008ஆம் ஆண்டில் பயங்கரவாதத் தாக்குதல் நடைபெற்ற இடங்களைப் பார்வையிட்டார்.

> *"மரியாதைக்குரிய இந்தியப் பிரதமர் அவர்களே,*
>
> *இந்தியாவும் இஸ்ரேலும் கடந்தகாலத்தில் வரலாற்றையே மாற்றி எழுதிய நாடுகள். அதை மீண்டும் செய்ய வேண்டிய காலகட்டத்தில் நாம் இருக்கிறோம். இருவரும் இணைந்தே வரலாற்றை மாற்றி எழுதுவோம். மேக் இன் இந்தியாவில் பங்கெடுக்க உலக நாடுகளுக்கு அழைப்பு விடுத்திருக்கிறீர்கள். இந்தியாவில் உற்பத்தி செய்யவும், இந்தியாவுடன் இணைந்து உற்பத்தி செய்யவும் இஸ்ரேலாகிய நாங்கள் தயாராக இருக்கிறோம் என்பதைத் தெரிவித்துகொள்கிறோம்"*

என்று உரையாற்றினார் இஸ்ரேலிய அதிபராக இருந்த ரிவ்லின்[94].

வெளியுறவுத்துறை அமைச்சர், ஜனாதிபதி, விமானப்படைத் தளபதி, இராணுவப்படைத் தளபதி என ஒவ்வொருவரையாக அனுப்பிவைத்துவிட்டு, இறுதியாக 2017ஆம் ஆண்டில் இஸ்ரேலுக்கு வந்திறங்கினார் நரேந்திர மோடி.

> *"வாருங்கள் இந்தியப் பிரதமரே, உங்களுடைய வருகைக்காக நாங்கள் நீண்ட நாட்களாக காத்துக்கொண்டிருந்தோம்"*

என்று சொல்லி மோடியைக் கட்டிப்பிடித்து அன்பைப் பரிமாறியபடியே வரவேற்றார் இஸ்ரேலியப் பிரதமரான நெத்தன்யாஹூ. இஸ்ரேலுக்கு பயணம் மேற்கொண்ட மோடி,

அங்கிருந்து பாலஸ்தீனத்திற்கு செல்லவில்லை. அதன்மூலம் இஸ்ரேலை மட்டுமே அந்தப் பகுதியின் ஒரே அதிகாரப்பூர்வ நாடாக அங்கீகரித்தார் மோடி. பாலஸ்தீனர்களுடன் பேசுவதற்கு ஒன்றுமில்லை என்பதாகவே காட்டிக்கொண்டார். இஸ்ரேலுக்கு செல்வதற்கு முன்னர் சில முக்கியமான அரபு நாடுகளுக்குச் சென்றது, அதிகாரமற்ற இந்திய அதிகாரிகள் மூலமாக பாலஸ்தீனத்திற்கு சில நன்கொடைகளை வழங்கியது, பாலஸ்தீன அதிபர் அப்பாசை டெல்லிக்கு அழைத்து பாலஸ்தீனம்-இஸ்ரேல் என இருநாடுகள் தனித்தனியே உருவாவதை ஆதரிப்பதாக வெறும் வாய்வார்த்தைகளை மட்டுமே உதிர்த்தது என அனைத்துத் தரப்பினரையும் அரவணைத்துப் போவதைப் போன்ற தோற்றத்தையும் மோடியரசு ஏற்படுத்திக்கொண்டது.

இதையேதான் இஸ்ரேலும் நெத்தன்யாஹூவும் இந்தியாவிடமிருந்து எதிர்பார்த்தார்கள். பாலஸ்தீனத்திற்கு வெறுமனே சில உதவிகளைச் செய்வதோடு இந்தியா நிறுத்திக்கொள்ளவேண்டும் என்பதும், அரசுமுறை அரசியல் உறவெல்லாம் இருக்கவே கூடாது என்பதுவும்தான் இஸ்ரேலின் விருப்பம்.

அதை அப்படியே மோடியும் செயல்படுத்திக் காட்டினார். நெத்தன்யாஹூவும் மோடியும் சந்தித்து உரையாடியதைப் பார்க்கையில் இவ்விரு நாடுகளும் இனிவரும் காலங்களில் பல்வேறு துறைகளில் இணைந்து ஒரு கூட்டணியாக செயல்படப்போகின்றன என்பது வெளிப்படையாகவே தெரிந்தது[95].

அரசுமுறை உறவினை அதிகாரப்பூர்வமாகத் துவங்கியபின்னர், விவசாயம், தொழிற்நுட்பம் மற்றும் நீர் மேலாண்மை ஆகிய துறைகளிலெல்லாம் ஏராளமான ஒப்பந்தங்களை இந்தியாவும் இஸ்ரேலும் கையெழுத்திட்டன.

இந்திய-இஸ்ரேலிய பெருமுதலாளிகள் கூட்டாக இணைந்து 'சிஇஒ ஃபோரம்' என்கிற அமைப்பை உருவாக்கினர். அதன் முதல் கூட்டத்தில், 4.3 பில்லியன் டாலருக்கும் மேலான மதிப்புடைய பன்னிரண்டு புரிந்துணர்வு ஒப்பந்தங்கள் கையெழுத்திடப்பட்டன. இந்திய வர்த்தகம் மற்றும் தொழிற்துறை அமைச்சகத்தின் 'இன்வெஸ்ட் இந்தியா'[96] என்கிற அமைப்பின் சார்பில் இந்திய-இஸ்ரேலிய பொருளாதார நட்புறவைப் பேணுவதற்காகவே சிறப்புப் பிரிவொன்றை அமைப்பது என்றும் முடிவெடுக்கப்பட்டது. இஸ்ரேலிய முதலீட்டை ஈர்ப்பதற்குத் தடையாக இருக்கும் எந்தப் பிரச்சனையையும் உடனடியாகத் தீர்ப்பதே அதன் நோக்கம்.

இந்தியாவுக்கும் இஸ்ரேலுக்கும் இடையிலான பொருளாதார வர்த்தக உறவினைப் பேணிக்காப்பதில் 'இன்வெஸ்ட் இந்தியா' என்கிற அமைப்புக்கு முக்கியப் பொறுப்பு வழங்கப்பட்டது. அதேவேளையில், இந்தியாவில் மூன்று முக்கியமான இடங்களைத் தேர்வு செய்து அவற்றை மையமாகக் கொண்டு வர்த்தக உறவை வளர்க்க இஸ்ரேல் முடிவுசெய்தது. அப்போது இந்தியாவுக்கும் இஸ்ரேலுக்கும் இடையிலான வர்த்தக மதிப்பு சுமார் 4 பில்லியன் டாலராக இருந்தது. அதற்கடுத்த ஐந்தாண்டுகளில் அதனை 20 பில்லியன் டாலர் அளவிற்கு உயர்த்த வேண்டும் என்று தீர்மானிக்கப்பட்டது.

பண்பாட்டுத்தளத்திலும் இருநாடுகளும் நெருங்கிவரவேண்டும் என்று முடிவெடுக்கப்பட்டு, இஸ்ரேலில் இந்திய பண்பாட்டு மையம் ஒன்றைத் திறக்கப்போவதாக மோடி அறிவித்தார். அதேபோல, விவசாயத்திலும் நீர் மேலாண்மையிலும் இணைந்து செயல்படுவதென இருநாடுகளும் ஒப்புக்கொண்டன. இவையெல்லாம் ஒரு புறம் இருந்தாலும், பாதுகாப்பு, பயங்கரவாத எதிர்ப்பு போன்றவற்றில்தான் அதிகமாக இணைந்து பணியாற்றவேண்டும் என்று தீர்மானித்து அதுகுறித்தே நிறைய கவனம் செலுத்தி விவாதிக்கப்பட்டன.

இருவரும் இணைந்து ஆயுதங்கள் தயாரிப்பில் ஈடுபடுவது என்றும், இஸ்ரேலிய தொழிற்நுட்பத்தை இந்தியாவுக்குப் பகிர்வது என்றும், 'மேக் இன் இந்தியா' வுக்கு உதவும் வகையில் இந்தியாவில் உற்பத்தியை மேற்கொள்ள இஸ்ரேல் உதவுவது என்றும் தீர்மானிக்கப்பட்டன. 'பயங்கரவாதிகளையும் பயங்கரவாத இயக்கங்களையும், அவற்றின் வலைப்பின்னல்களையும், அவர்களை ஆதரிப்பவர்களையும், உதவி செய்பவர்களையும், அவர்களது நிதி ஆதாரங்களையும்' அழிப்பதற்கான விரிவான திட்டங்களை உருவாக்கி, இந்தியாவும் இஸ்ரேலும் பயங்கரவாத எதிர்ப்பில் இணைந்து செயல்படுவதெனவும் ஒப்புக்கொண்டன. இஸ்ரேலுக்கு மோடி சென்றுவந்த நான்கு மாதங்களுக்குள்ளாகவே, இஸ்ரேலிய இராணுவத்துடன் இணைந்து ஒரு கூட்டுப் பயிற்சியினை இந்திய விமானப்படை நடத்தியது[97].

அதேபோல 2017ஆம் ஆண்டில் இந்தியக் காவல்துறையும் பயங்கரவாத எதிர்ப்புக்காக உருவாக்கப்பட்ட கருடா சிறப்புக் காவல்படையும் இஸ்ரேலிய சிறப்பு இராணுவப் படைகளுடன் இணைந்து பயிற்சி மேற்கொண்டன.

"அதில் கலந்துகொண்ட இருநாட்டு இராணுவப் படை வீரர்களின் பணியும் ஒன்றுதான். மற்றவர்களால் செய்யமுடியாததை எல்லாம் செய்வது இப்படைகளின் அடிப்படைக் குறிக்கோளாகும்."

என்று தி ஜெருசலேம் போஸ்ட் என்கிற இஸ்ரேலிய பத்திரிகையிடம் தெரிவித்தார் கருடா சிறப்புக்காவல் படையின் வீரர் கே.பகாரத்.

மேலும் அதே நேர்காணலில்,

"நாங்கள் அமைதியை விரும்பும் நாடுதான் என்றாலும், எதையும் எதிர்கொள்ளத் தயாராக இருக்க வேண்டுமல்லவா. அதனால்தான் அந்தப் பயிற்சியெல்லாம்"

என்றார்[98].

மோடி துவங்கிவைத்ததை முறையாக முடித்துவைப்பதற்காக நெத்தன்யாஹூவும் 2018ஆம் ஆண்டு ஜனவரி மாதத்தில் இந்தியாவிற்கு பயணம் மேற்கொண்டார். டெல்லியில் இருவரும் இருநாட்டு ஊடகங்களுக்கு தீனிபோடும் வகையில் இணைபிரியா நண்பர்களாகக் காட்டிக்கொள்வதற்கான அனைத்துவகை வேடிக்கை விளையாட்டுகளையும் அரங்கேற்றினர்.

"நான் ஒரு வரலாற்று ஆய்வாளரின் மகனாகப் பிறந்தவன். இஸ்ரேலிய மக்களுக்கு பல்லாயிரக்கணக்கான ஆண்டு வரலாறு இருக்கிறது. இந்த பூமியிலேயே மிகப்பழமையான நாகரிகத்தையும் வரலாற்றையும் கொண்டிருக்கும் நாடுகள் இஸ்ரேலும் இந்தியாவும்தான். ஆனால் 3000 ஆண்டுகள் இறையாண்மையையும் வரலாற்றையும் கொண்ட இஸ்ரேல் என்கிற தேசத்திற்கு உங்களுக்கு முன்னர் ஒரேயொரு இந்தியப் பிரதமர் கூட வருகை தரவில்லை"

என்று மோடியிடம் தெரிவித்தார் நெத்தன்யாஹூ[99].

இணைய பாதுகாப்பு, எரிசக்தி உற்பத்தி, விண்வெளித் தொழிற்நுட்பம் மற்றும் திரைப்படத் தயாரிப்பு உள்ளிட்ட பல்வேறு துறைகளில் இருநாடுகளும் இணைந்து பணிபுரிவதற்கேற்ப ஒன்பது புரிந்துணர்வு ஒப்பந்தங்களில் மோடியும் நெத்தன்யாஹூவும் கையெழுத்திட்டனர்.

ஒத்தக்கருத்தும் ஒரே நோக்கமும் கொண்டவர்களாக மோடியும் நெத்தன்யாஹூவும் காட்டிக்கொண்டதன் விளைவாக, இருநாடுகளின் அரசியல் மற்றும் பண்பாட்டுத் தளங்களில் நிகழ்ந்திருக்கக்கூடாத மிகப்பெரிய முன்னேற்றங்கள் எல்லாம் நடந்தேறின. 2014ஆம்

ஆண்டில் இருநாடுகளுக்கு இடையில் 4.52 பில்லியன் டாலர் அளவிற்கு இருந்த வர்த்தகம், 2018ஆம் ஆண்டில் 5.43 பில்லியன் டாலர் மதிப்பிற்கு உயர்ந்தது. 2015 ஐ ஒப்பிடுகையில் 2019இல் சுமார் 175% அளவிற்கு இஸ்ரேலிடமிருந்து அதிகமான ஆயுதங்களை இந்தியா வாங்கிக் குவித்தது[100].

பாதுகாப்பு, இராணுவம், பொருளாதாரம், கொள்கைமுடிவுகளைத் தீர்மானித்தல் போன்ற பலவற்றிலும் இந்திய அரசியலில் இஸ்ரேலின் தாக்கம் அதிகரித்துக்கொண்டே இருக்கிறது. அது எளிய மனிதர்களின் பார்வையிலும் படுகிற அளவுக்கு வெளிப்படையாகவே செய்யப்படுகிறது. இராணுவக் கூட்டுஒத்துழைப்பே இவை அனைத்தின் மையமாக இருந்தபோதிலும், ஒட்டுமொத்த மக்களையும் கட்டுக்குள் வைக்கிற ஒரு அதிகாரமிக்க தேசத்தைக் கட்டமைப்பதுதான் இருநாடுகளின் நீண்டகாலத்து கனவும் இலட்சியமும் ஆகும். அதன் அடிப்படையிலான நட்பாகவே இருநாடுகளின் உறவும் இருந்தது.

> *“நீங்கள் ஒரு புரட்சிகரமான தலைவர். சிறப்பான எதிர்காலத்தை நோக்கிய பாதையில் இந்தியாவை அழைத்துச் செல்கிறீர்கள். அத்துடன் இந்தியாவுக்கும் இஸ்ரேலுக்குமான அழகான உறவினை உருவாக்கியும் இருக்கிறீர்கள்”*

என்று மோடியைப் பாராட்டிவிட்டுத்தான் சென்றார் நெத்தன்யாஹூ.

அதற்கடுத்த மாதமே பாலஸ்தீனத்திற்கு அரசுமுறைப் பயணம் மேற்கொண்டார் மோடி. அங்கே மோடிக்கு பாராட்டு விழா நடத்தப்பட்டு, பாலஸ்தீனத்தின் உயரிய விருதான ‘கிராண்ட் காலர் விருது’ வழங்கப்பட்டது. அவருக்கு முன்னர், சவுதி அரேபிய மன்னர் சால்மன், பஹ்ரைன் மன்னர் ஹமாத், சீன அதிபர் ஜீ ஜின்பிங் ஆகியோருக்கு வழங்கப்பட்டிருந்த ஒரு விருதினை மோடிக்கும் வழங்கி சிறப்பித்தனர்[101].

“இந்தியாவுக்கும் பாலஸ்தீனத்திற்குமான நெருங்கிய உறவினை உறுதிசெய்யவே மோடி வந்திருந்ததாக” பாலஸ்தீனத்தின் வெளியுறவுத்துறை அமைச்சக இணைச்செயலாளரான தைசீர் ஜராதத் தெரிவித்தார்.

ஜெருசலத்தை இஸ்ரேலின் தலைநகராக ஏற்றுக்கொண்டு தன்னுடைய தூதரகத்தை ஜெருசலத்திற்கு அமெரிக்கா மாற்றியபோது, அதற்கெதிரான தீர்மானத்தை பலநாடுகள் இணைந்து ஐநா சபையில் கொண்டு வந்தன. அப்போது அந்த தீர்மானத்தை

ஆதரித்தும் அமெரிக்காவை எதிர்த்தும் இந்தியா வாக்களித்தது கண்டு, இன்னமும் இந்தியா தனக்கு ஆதரவாகத்தான் இருக்கிறது என்று பாலஸ்தீனர்கள் நம்பினர். அதுவும் கூட மோடிக்கு விருது கொடுக்க முடிவெடுத்ததற்குக் காரணமாக இருக்கலாம்[102]. மோடியும் மகிழ்ச்சியாக இன்முகத்துடன் அந்த விருதை ஏற்றுக்கொண்டார். பாலஸ்தீனத்தை மோடி கைவிடவில்லை என்று ஒருசாராரும், உலகரங்கில் மோடியின் மதிப்பு உயர்ந்திருப்பதால் அவருக்கு விருதுகொடுத்தே ஆகவேண்டிய கட்டாயத்தில் பாலஸ்தீனர்கள் இருந்ததாக இன்னொரு தரப்பினரும் அந்த விருதின் நோக்கத்தை பல்வேறு விதமாக நியாயப்படுத்தியதைப் பார்க்க முடிந்தது[103].

ஆபிரகாம் ஒப்பந்தம்

2020ஆம் ஆண்டு ஆகஸ்ட் 13ஆம் தேதியன்று ஐக்கிய அரபு அமீரகமும் இஸ்ரேலும் முழுமையான அரசுமுறை உறவினைப் பேணுவதற்கான ஒப்பந்தத்தில் கையெழுத்திட்டிருப்பதாக அமெரிக்க அதிபராக இருந்த டொனால்ட் ட்ரம்ப் அறிவித்தார். 'ஆபிரகாம் ஒப்பந்தம்: அமைதி, ஒத்துழைப்பு மற்றும் ஆக்கப்பூர்வமான அரசுறவும் நட்புறவும்' என்று அந்த ஒப்பந்தத்திற்கு மிகநீளமான அதிகாரப்பூர்வ பெயரொன்றையும் வைத்திருந்தார்கள். மத்திய கிழக்காசியாவின் இருபெரும் முக்கியமான பொருளாதாரப் பகுதிகளை கைகோர்க்க வைக்கும் ஒரு மிகமுக்கியமான ஒப்பந்தம் இதுவென்று அமெரிக்க வெள்ளை மாளிகை பெருமையோடு தெரிவித்துக்கொண்டது. இதன்மூலம் அப்பகுதியை முன்னேற்றப் பாதையில் எடுத்துச் செல்வதே நோக்கமென்று அமெரிக்கா தெரிவித்தது[104].

இதனால், எகிப்து மற்றும் ஜோர்டானுக்குப் பிறகு இஸ்ரேலுடன் நட்புறவு ஒப்பந்தத்தில் கையெழுத்திட்ட மூன்றாவது அரபு நாடாக அப்பட்டியலில் இணைந்தது ஐக்கிய அரபு அமீரகம். அதனைத் தொடர்ந்து அதே ஆண்டு செப்டம்பரில் பஹ்ரைனும், டிசம்பரில் மொரோக்கோவும் அதேபோன்று இஸ்ரேலுடன் அரசுமுறை உறவைத் துவக்கும் ஒப்பந்தத்தில் கையெழுத்திட்டன. ஏற்கனவே மேற்கு சகாரா என்கிற பகுதியை ஆக்கிரமிப்பு செய்துவைத்துக்கொண்டு விடுதலை கொடுக்க மறுக்கும் மொரோக்காவால் அமெரிக்காவின் அழுத்தத்தில் இருந்து தப்பிக்கமுடியவில்லை. அமெரிக்காவை எதிர்த்தால், மேற்கு சகாராவை ஆக்கிரமித்திருக்கும் தன்மீது அமெரிக்கா ஏதும் குற்றச்சாட்டு வைத்து தனிமைப்படுத்திவிடுமோ என்கிற அச்சம் மொரோக்கோவுக்கு இருந்தது. அதனால் இஸ்ரேலுடனான

ஒப்பந்தத்தில் கையெழுத்துப்போட மொரோக்கோ எளிதாக ஒப்புக்கொண்டுவிட்டது[105]. 2021ஆம் ஆண்டு ஜனவரி மாதத்தில் சூடானும் இஸ்ரேலுடன் அரசுமுறை உறவை ஏற்படுத்தும் ஒப்பந்தத்தில் கையெழுத்துவிட்டது. அந்த ஒரு கையெழுத்தைப் போடுவதற்காக, இலட்சக்கணக்கான டாலர்களை நிதியுதவியாகவும், கடனுதவியாகவும் ட்ரம்பிடம் இருந்து பெற்றுக்கொண்டது சூடான். அத்துடன் பயங்கரவாதத்திற்கு துணைபோகும் நாடுகளின் பட்டியலில் இருந்து சூடானை நீக்கிவிடுவதாகவும் அமெரிக்கா உறுதிமொழி கொடுத்தது[106].

ஆக, இந்த ஆபிரகாம் ஒப்பந்தங்கள் எல்லாமுமே அதிகாரத்தைப் பயன்படுத்தி மிரட்டியோ, பணம் கொடுத்தோ, இலஞ்சம் கொடுத்தோ அல்லது அவரவர் சூழ்நிலைகளைப் பயன்படுத்தியோதான் கையெழுத்திட வைக்கப்பட்டிருக்கின்றன என்பது தெளிவாகவே தெரிகிறது.

இந்த ஒப்பந்தங்கள் பல்வேறு பின்விளைவுகளை உண்டாக்கின. பாலஸ்தீன நிலத்தை ஆக்கிரமித்து வைத்திருக்கிற இஸ்ரேலின் கொடூரத்தை அந்த அரபு நாடுகளெல்லாம் அப்படியே ஒப்புக்கொண்டு ஏற்றுக்கொள்வதாக மாறியது. நீண்டு நெடுங்காலமாக இஸ்ரேலுடன் எவ்வித அரசுமுறை உறவையும் அரபுநாடுகள் வைத்திருக்காமல் இருந்ததற்கே, இஸ்ரேலை ஒரு அதிகாரத் திமிர்பிடித்த ஆக்கிரமிப்பு நாடென்கிற பார்வைதான் காரணம். ஆனால் அதன் அடிப்படையே இந்த ஆபிரகாம் ஒப்பந்தங்களால் துடைத்தெறியப்பட்டுவிட்டது.

> "இந்த ஒப்பந்தங்களின் மூலம் பாலஸ்தீனத்திற்கு எவ்வித பலனையும் பெற்றுத்தரும் நோக்கமெல்லாம் அதில் பங்கெடுத்த அரபு நாடுகளுக்கு இருக்கவில்லை. அதற்கு பதிலாக, இஸ்ரேலுடன் நெருக்கமான நட்புறவை வளர்த்தெடுப்பதை மட்டும்தான் சாத்தியமாக்கும். அத்துடன் இராணுவம் மற்றும் பாதுகாப்பிற்காக உருவாக்கப்பட்ட இஸ்ரேலிய தொழிற்நுட்பத்தை அந்த அரபு நாடுகளும் பெற்றுக்கொள்ள இந்த ஒப்பந்தங்கள் உதவும். அமெரிக்காவாலும் இராணுவத் தொழிற்நுட்பங்களையும் ஆயுதங்களையும் அரபு நாடுகளுக்கு எளிதாக விற்கமுடிகிற சூழல் உருவாகும்"

என்கிறார் பத்திரிக்கையாளர் ஜொனாதன் குக்[107].

2020ஆம் ஆண்டு செப்டம்பர் மாதத்தில் அமெரிக்காவின் வெள்ளை மாளிகையில் ஐக்கிய அரபு அமீரகமும் இஸ்ரேலும்

அதிகாரப்பூர்வமாக கையெழுத்திட்டபிறகு, அதுகுறித்து 'ஆகா ஓகோ' வென்று பிரச்சாரம் செய்யும் பணியில் இறங்கிவிட்டன இருநாடுகளும். அதனைத்தொடர்ந்து நிதி, தொழிற்நுட்பம் உள்ளிட்ட பல்வேறு துறைகளிலும் பல புதிய புரிந்துணர்வு ஒப்பந்தங்களும் கையெழுத்திடப்பட்டன. அத்துடன் எதிரிகளுடனும் கைகோர்க்கும் அளவிற்குத் தங்களை சகிப்புத்தன்மை மிக்கவர்களாகவும் அமைதி விரும்பிகளாகவும் காட்டிக்கொள்ளக் கிடைத்த வாய்ப்பாக இதனைப் பார்த்தன இருநாடுகளும்.

> *"சில காலமாகவே இருநாடுகளும் நெருங்கிக்கொண்டே வந்திருப்பதன் அடுத்தகட்டம்தான் இந்த ஒப்பந்தமெல்லாம்"*

என்கிறார் இஸ்ரேலிய பத்திரிக்கையான ஹாரேட்சில் *(Haaretz)* எழுதும் அன்ஷல் ஃபெஃபர்[108].

அதன்பிறகு அடுத்த ஒன்பது மாதங்களில் இரண்டு இலட்சத்திற்கும் மேற்பட்ட இஸ்ரேலிய சுற்றுலாப் பயணிகள் ஐக்கிய அரபு அமீரகத்திற்குச் சுற்றிப்பார்க்க சென்றிருக்கின்றனர். இஸ்ரேலியக் கொடியையும் ஐக்கிய அமீரகக் கொடியையும் அணிந்துகொண்டு துபாய்க்கு அருகிலுள்ள பாலைவனங்களில் படமெடுத்து சமூக ஊடகங்களில் பகிர்வதைப் பார்க்க முடிந்தது.

இதையெல்லாமும் இஸ்ரேலிய, அமெரிக்க, அமீரக அரசியல்வாதிகளும் ஊடகங்களும் பெருமைபொங்க தங்களது பிரச்சாரங்களுக்குப் பயன்படுத்திக்கொண்டனர். அமெரிக்காவின் 'அசோசியேட்டட் பிரஸ்' பத்திரிக்கையில் அப்படியான ஒரு நிகழ்வு குறித்து விரிவாக எழுதப்பட்டிருந்தது.

> *"டென்மார்க்கில் வசிக்கும் இருபத்தியொரு வயதான மே தேகர் என்கிற இளம் இஸ்ரேலிய மாடல் தன்னுடைய டென்மார்க் கடவுச்சீட்டில் அமீரகம் சென்றார். இப்போதுதான் இஸ்ரேலும் அமீரகமும் ஒப்பந்தம் போட்டிருப்பதால், இஸ்ரேலிய கடவுச்சீட்டை எளிதாகப் பயன்படுத்தும் நிலை வருவதற்கு இன்னும் சில காலம் ஆகலாம். அதனால் மே தேகர் தன்னுடைய டென்மார்க் கடவுச்சீட்டைப் பயன்படுத்தினார். அங்கே துபாய் நகருக்கு சற்றுவெளியே இஸ்ரேலிய இளவரசியைப் போன்று உடையணிந்துகொண்டு கையில் நீலமும் வெள்ளையுமாகக் காட்சியளிக்கும் இஸ்ரேலிய தேசியக்கொடியைப் பிடித்து அசைத்துக்கொண்டே இருந்தார். அவருக்கு அருகில், இரஷ்யாவில் இருந்து துபாய்க்கு புலம்பெயர்ந்திருந்த அனஸ்தாசியா*

பண்டாரென்கா தன்னுடைய கையில் அமீரகத்தின் கொடியைப் பிடித்துக்கொண்டு அசைத்தார். இருவரும் இருநாட்டுக் கொடிகளையும் மகிழ்ச்சியாக அமீரகத்தில் நின்றுகொண்டு அசைப்பதுபோன்ற காட்சி அது"

என்று அச்செய்தியில் எழுதப்பட்டிருந்தது[109].

இரண்டாவதாக, அரபுலகில் ஒரு புதிய கூட்டணியும் உருவாகத் துவங்கியது. இஸ்லாமிய அரசியலை முன்வைப்பதாகக் காட்டி ஈரானையும் கத்தாரையும் துருக்கியையும் ஒருபுறம் வைத்துவிட்டு, அதற்கு எதிரான ஒரு கூட்டணியாக ஐக்கிய அரபு அமீரகமும் இஸ்ரேலும் இணைந்து நிற்பதாகக் காட்டும் நோக்கங்கொண்டதாக ஆபிரகாம் ஒப்பந்தம் மாறியிருந்தது[110]. அரபுலகிலும் வட ஆப்பிரிக்க நாடுகளிலும் மக்களாட்சியை மீட்டெடுக்கக் கோரிய மக்கள் போராட்டங்களெல்லாம் 2011ஆம் ஆண்டில் மிகப்பெரிய அளவில் நடைபெற்றன. அரபுலக சர்வாதிகார அரசுகளையெல்லாம் அப்போராட்டங்கள் எந்தளவுக்கு அசைத்துப்பார்த்தனவோ, அதைவிடவும் இஸ்ரேலின் இருப்புக்கும் அவை அச்சுறுத்தலாக இருந்தன.

இஸ்ரேலைச் சுற்றியுள்ள நாடுகளில் முழுமையான மக்களாட்சி அமைந்துவிட்டால், அது ஆக்கிரமிப்புத்தன்மை கொண்ட இனவெறி இஸ்ரேலுக்கு ஆபத்து என்பதை இஸ்ரேல் நன்கு உணர்ந்துதான் இருந்தது. அப்படியொரு சூழல் வரும்போது, இஸ்ரேலுக்கு மிகப்பெரிய அழுத்தம் எல்லா பக்கத்திலும் வருமென்பது இஸ்ரேலுக்கு நன்கு தெரியும். அதனால், இந்த ஆபிரகாம் ஒப்பந்தமென்பதே, அரபுலகில் மக்களாட்சிக்கு எப்போதும் வழிவிடாத சட்டவிரோத அதிகாரத்தன்மைகொண்ட அரசுகளின் ஆட்சிகளே தொடர்வதை உறுதிசெய்யும் கூட்டணியொன்றை அமைக்கும் நோக்கம் கொண்டதே ஆகும். கோடிக்கணக்கான மக்களின் கனவுகளில் கரியைப் பூசிய ஒப்பந்தம்தான் ஆபிரகாம் ஒப்பந்தம் என்பதில் மாற்றுக்கருத்தே இருக்கமுடியாது.

சகிப்புத்தன்மையையும் சகோதரத்துவத்தையும் அண்டை நாட்டின் இருப்பையும் ஏற்றுக்கொள்வதுமான ஒப்பந்தமாக காட்டிக்கொள்ளப்பட்டதுதான் ஆபிரகாம் ஒப்பந்தம். ஆனால் உண்மையில் அது அமெரிக்காவின் விருப்பத்தின்பேரில் அதன் நலனுக்காகவே உருவாக்கப்பட்டது. காலங்காலமாக தன்னுடன் இணையும் இஸ்லாமிய நாடுகளை 'நல்ல முஸ்லிம்கள்' என்றும், தன்னை எதிர்க்கும் நாடுகளை 'கெட்ட முஸ்லிம்கள்'

என்றும் முத்திரை குத்தும் வழக்கத்தை அமெரிக்கா எப்போதும் கொண்டிருக்கிறது. அப்படியான ஒரு திட்டத்துடன்தான் இஸ்ரேலுடன் கைகோர்க்கும் அரபுலக நாடுகளெல்லாம் நல்ல முஸ்லிம் நாடுகள் என்றும், இஸ்ரேலை எதிர்ப்போரெல்லாம் கெட்ட முஸ்லிம் நாடுகள் என்றும் முத்திரை குத்தவே ஆபிரகாம் ஒப்பந்தத்தைக் கொண்டுவந்தது அமெரிக்கா. அந்த வகையில்தான் கெட்ட முஸ்லிம் நாடுகளாக அமெரிக்காவால் வகைப்படுத்தப்பட்ட ஈரான், லிபியா, சோமாலியா, சிரியா மற்றும் ஏமன் போன்ற நாடுகளில் இருந்து எவருமே அமெரிக்காவிற்கு சுற்றிப்பார்க்கவோ அகதிகளாக தஞ்சம் கோரியோ வரவேமுடியாதென்கிற தடையை டொனால்ட் ட்ரம்பின் ஆட்சியில் ஏற்கனவே அமெரிக்கா அமல்படுத்தியேவிட்டது. இஸ்ரேலை ஏற்காத எந்த அரபுலக நாட்டுக்கும் இதுதான் நிலைமை என்பதை அமெரிக்கா சுட்டிக்காட்டத்தான் இந்தத் தடையும், ஆபிரகாம் ஒப்பந்தங்களும்.

தொடர்ச்சியாக ஈரான் மீது பல்வேறு தடைகளை விதித்தும், அரபுலகில் இயங்கிவரும் பல்வேறு இஸ்லாமிய அரசியல் இயக்கங்களை வில்லன்களாக சித்தரித்தும், ஆபிரகாம் ஒப்பந்தங்களை மட்டுமே அமைதி ஒப்பந்தங்களாகப் பிரச்சாரம் செய்வதும் எதற்காகத் தெரியுமா? பாலஸ்தீன ஆதரவினை மத்திய கிழக்குப் பகுதியில் இருந்து முற்றுமுழுவதுமாக அழித்துவிட்டு, அமெரிக்காவின் தூதர்களாக மத்திய கிழக்கில் இஸ்ரேலும் அமீரகமும் செயல்படுவார்கள் என்பதைப் பறைசாற்றுவதற்குத்தான். இந்த நாடகத்தைப் பொறுத்தவரையில், அமைதி ஒப்பந்தங்கள் என்பதெல்லாம் அமெரிக்காவின் காலடியில் அடிபணிவதற்கான அடிமைசாசனமன்றி வேறில்லை.

அடுத்த கூட்டாளியை இணைக்கும் படலம்

மத்திய கிழக்கில் இஸ்ரேல்தான் தன்னுடைய முதல் முக்கியமான நாடென்பதை பலவழிகளில் மோடி வெளிப்படுத்தி இருந்தாலும், ஐக்கிய அரபு அமீரகமும் இந்தியாவின் வெளியுறவுக் கொள்கையின் மற்றொரு முக்கியத்தூண் என்பதையும் தெளிவாக்கத் தயங்கவில்லை. 2015 முதல் 2019 வரையில் வளைகுடா நாடுகளுக்கு மோடி மேற்கொண்ட ஏராளமான பயணங்களின் இறுதியில் ஐக்கிய அரபு அமீரகம் மட்டும்தான் பெரியளவுக்கு மோடியுடன் நெருக்கம் காட்ட விரும்பியது. 2019 ஆண்டு பிப்ரவரி மாதத்தில் நடைபெற்ற இஸ்லாமிய நாடுகளைச் சேர்ந்த வெளியுறவுத்துறை

அமைச்சர்களின் கூட்டுறவுக் கவுன்சில் மாநாட்டில் சிறப்பு விருந்தினராகப் பங்கேற்குமாறு மோடிக்கு ஐக்கிய அரபு அமீரகத்தின் வெளியுறவுத்துறை அமைச்சரான ஷேக் அப்துல்லா பின் சையத் அழைப்பு விடுத்திருந்தார்.

காஷ்மீருக்கு வழங்கப்பட்டிருந்த சிறப்புரிமைகளை இந்திய அரசு முழுமையாக நீக்கியதற்கு அமீரகம் ஆதரவு தெரிவித்ததுகண்டு பலரும் அதிர்ச்சி அடைந்திருக்கலாம். ஆனால் இருநாடுகளும் அரசுமுறை உறவில் நெருங்கி வந்ததற்கான ஒரு அடையாளம்தான் அது. அதற்கு மூன்று வாரங்களுக்குப் பிறகு, அமீரகத்தின் உயரிய விருதான சேக் ஜாயித் விருதை மோடிக்கு வழங்குவதாக அறிவித்தது அமீரக அரசு.

> *"இந்தியாவுக்கும் அமீரகத்திற்கும் இடையிலான அரசுமுறை உறவினை அடுத்த கட்டத்திற்கு எடுத்துச்செல்லவும் சர்வதேச அளவிலான நட்புநாடுகளாக இருக்கவேண்டும் என்பதை வலியுறுத்த விரும்பியுமே அமீரகத்தின் தலைவரால் இந்த விருது அறிவிக்கப்பட்டிருக்கிறது என்று கருதுகிறோம். இந்திய-அமீரக அரசுமுறை உறவில் இது ஒரு மைல்கல்"*

என்று மோடிக்கு வழங்கப்பட்ட விருது குறித்து இந்தியாவின் அயல்துறை அமைச்சகம் தெரிவித்தது[111].

ஐக்கிய அரபு அமீரகமோ, 2019ஆம் ஆண்டை சகிப்புத்தன்மை மிக்க ஆண்டென்று கூறியது.

பாகிஸ்தானின் பிரதமராக இம்ரான் கான் இருந்தபோது, துருக்கியுடனும் கத்தாருடனும் நெருக்கமான நட்புறவு கொண்டிருந்ததால், மோடியும் நெத்தன்யாஹூவும் அப்துல்லா பின் சையதும் பாகிஸ்தானுக்கு எதிர்ப்புள்ளியில் இணைவதற்கு வசதியாக இருந்திக்கிறது என்கிறார் முகமது சுலைமான். இந்தியாவும் அமீரகமும் இஸ்ரேலும் இணைந்து உருவாக்கியிருக்கும் கூட்டணியே எவ்விதப் பொருத்தமும் இல்லாத கூட்டணியாகத்தான் இருக்கிறது என்கிறார் அவர்[112].

> *"சர்வதேச அளவில் பிற்போக்குத்தனமாக இருக்கிற பல நாடுகளை ஒருங்கிணைத்து அமெரிக்காவின் ஆளுமைக்குக் கீழ் கொண்டுவருவதுதான் டொனால்ட் ட்ரம்பின் சர்வதேச அரசியல் தந்திரமாகும். ஏற்கனவே அப்படியான சாதகமான ஒரு கூட்டணியை அதிகாரப்பூர்வமற்ற முறையில் அமெரிக்கா நிர்வகித்துதான் வந்திருக்கிறது என்றாலும், ஆபிரகாம்*

ஒப்பந்தங்கள்தான் அந்நாடுகளை ஒரு முறையான குடைக்குள் கொண்டு வந்தன. ஹங்கேரியும், இந்தியாவும், இஸ்ரேலும், எகிப்தும், வளைகுடாவிலிருக்கும் மன்னராட்சி நாடுகளும் இந்தக் குடையின் கீழே இயல்பாகவே ஒன்று சேர்ந்துவிட்டன"

என்கிறார் நோம் சோம்ஸ்கி[113].

2021ஆம் ஆண்டின் அக்டோபர் மாதத்தில் இரண்டாம் கட்ட நகர்வுக்கான அடித்தளம் போடப்பட்டது. இஸ்ரேல், அமீரகம் மற்றும் அமெரிக்கா ஆகிய மூன்று நாடுகளின் வெளியுறவுத்துறை அமைச்சர்கள் வாசிங்டனில் சந்தித்து உரையாடினர். 'மத வேறுபாடுகளுடன் இணைந்துவாழ்வது', 'நீர் மற்றும் எரிசக்தி மேலாண்மை' ஆகிய இருதலைப்புகளில் செயல்படுவதற்கான இரண்டு குழுக்களைக் கூட்டாக உருவாக்கினர். அதன்பிறகு சில வாரங்கள் கழித்து, அரசுமுறைப் பயணமாக இந்தியாவின் வெளியுறவுத்துறை அமைச்சரான ஜெய்சங்கர் சுப்பிரமணியம் இஸ்ரேலுக்குச் சென்றார். அதே ஆண்டின் ஜூன் மாதத்தில் நெத்தன்யாஹுவுக்கு பதிலாக இஸ்ரேலின் புதிய பிரதமராகப் பதவியேற்றிருந்த பெருமுதலாளியும் அதிதீவிர சியோனிசவாதியுமான நஃப்தாலி பென்னெட்டை சந்தித்துப் பேசினார் ஜெய்சங்கர். நெத்தன்யாஹுவின் ஆட்சியில் துளிர்விட்ட நட்புறவானது நஃப்தாலியின் ஆட்சியில் அதிவேகமாக வளர்ந்தது.

அமைச்சர் ஜெய்சங்கர் இஸ்ரேல் சென்றிருந்தபோது, அங்கிருந்தே இஸ்ரேலிய வெளியுறவுத்துறை அமைச்சரான யாயிர் லப்பித்துடன் சேர்ந்து அமெரிக்க வெளியுறவுத்துறை செயலரான அந்தோனி பிளின்கன் மற்றும் அமீரக வெளியுறவுத்துறை அமைச்சரான ஷேக் அல் நஹ்யன் ஆகியோருடன் இணையவழியில் சந்தித்து உரையாடினர்.

"மத்திய கிழக்கு மற்றும் ஆசியப் பகுதிகளில் வர்த்தகம், பருவநிலை மாற்றத்தை எதிர்கொள்ளுதல், எரிசக்தி, கடல்வழிப் பாதுகாப்பு ஆகியவற்றில் பொருளாதார மற்றும் அரசியல் ஒத்துழைப்பை நான்கு நாடுகளுக்கிடையில் ஏற்படுத்துவது தொடர்பாகப் பேசினோம்"

என்று அந்த இணையவழி சந்திப்பு குறித்து அமெரிக்க வெளியுறவுத்துறை அறிக்கை வெளியிட்டிருந்தது. இவர்களுடைய பொருளாதார உறவுகள் குறித்து ஏற்கனவே வதந்திகளாக சுற்றிக்கொண்டிருந்த தகவல்களையெல்லாம் உறுதி செய்யும் விதமாகவே அந்த சந்திப்பும் அறிக்கையும் இருந்தது.

அந்த பேச்சுவார்த்தையின்படி, அமீரகத்தின் பணத்தை முதலீடாகக் கொண்டு, இஸ்ரேலின் தொழிற்நுட்பத்தையும் இந்தியத் தொழிலாளர்களின் உடலுழைப்பையும் இணைத்து அமெரிக்காவின் கண்காணிப்பில் உற்பத்தியைத் துவக்குவதே அவர்களின் நோக்கமாக உருவெடுத்தது.

> *"மூன்று நாடுகள் சந்தித்தபோதும் சரி, நான்கு நாடுகள் சந்தித்தபோதும் சரி, பாலஸ்தீனப் பிரச்சனையை மட்டும் மிகவும் கவனமாக அவர்கள் பேசாமல் தவிர்த்துவிட்டனர்"*

என்று தி இந்து நாளிதழ் அப்போது சுட்டிக்காட்டி இருந்தது[114].

> *"இஸ்ரேலுடனான உறவை மேம்படுத்துவதற்கு ஒரு கதவை மெதுவாக 1992ஆம் ஆண்டில் அப்போதைய பிரதமர் மன்மோகன் சிங் திறந்துவைத்தாரென்றால், மற்றொரு கதவு அதிரடியாக ஆபிரகாம் ஒப்பந்தங்கள் வழியாக பலமாகத் திறக்கப்பட்டுவிட்டது. அதற்கு ட்ரம்புக்குத்தான் நன்றி சொல்லவேண்டும்"*

என்கிறார் தி பிரிண்ட் பத்திரிக்கையின் ஆசிரியர் சேகர் குப்தா.

"இஸ்ரேலின் சர்வதேச உறவுகளில் ஒரு புதிய அத்தியாயம் துவங்கி இருக்கிறது. இது ஒரு மிகப்பெரிய அமைதிப்புரட்சி. ஒத்தக்கருத்துடைய நாடுகளெல்லாம் ஒன்று சேர்ந்திருக்கின்றன"

என்று இஸ்ரேலியப் பத்திரிக்கையான தி ஜெருசலேம் போஸ்ட் மகிழ்ச்சிபொங்க கட்டுரை வெளியிட்டது[115].

அடுத்த ஆறே மாதங்களில் இந்தியாவிற்கும் அமீரகத்திற்கும் இடையில் தடையற்ற சுதந்திர வர்த்தக ஒப்பந்தம் கையெழுத்தானது. அதே போன்றதொரு ஒப்பந்தத்தை இஸ்ரேலுடனும் கையெழுத்திடும் திட்டமும் இருப்பதாகத் தெரிவிக்கப்பட்டது[116].

2022ஆம் ஆண்டு ஜூலை மாதம் 12ஆம் தேதியன்று அமெரிக்காவும் இஸ்ரேலும் அமீரகமும் இந்தியாவும் இணைந்து ஐ2யூ2 என்கிற அதிகாரப்பூர்வ அமைப்பொன்றை உருவாக்கினார்கள். அதனை 'மேற்கு ஆசிய நாற்கரக் கூட்டணி' என்றும் அழைத்துக்கொண்டார்கள். அப்படியொரு கூட்டணி உருவாக்கப்பட்ட சில மணி நேரங்களிலேயே இஸ்ரேலின் ஹைஃபா துறைமுகத்தை இந்தியாவின் அதானி துறைமுகத்திற்கு விற்றுவிட்டதாக அறிவிக்கப்பட்டது. அடுத்த சில

நாட்களிலேயே இஸ்ரேலியக் கொடியுடன் இந்தியக் கொடியும் இணைந்தே ஹைஃபா துறைமுகத்தில் பறக்கத்துவங்கி விட்டது.

இந்தக் கூட்டணியின் உண்மையான நோக்கங்களை அறிந்து கொள்வதற்கு, அவர்கள் 2018ஆம் ஆண்டு புதுடெல்லியில் நடத்திய கூட்டமொன்றே போதுமானதாக இருக்கும். ‘அப்சர்வர் ரிசர்ச் ஃபவுண்டேசன்’ என்கிற வலதுசாரி கொள்கை உருவாக்க அமைப்பொன்று நடத்திய மூன்றாவது மாநாட்டில் நெத்தன்யாஹூ கலந்துகொண்டார். அந்த நிகழ்வில் நெத்தன்யாஹூவைப் வெகுவாகப் பாராட்டி அறிமுகப்படுத்தினார் அவ்வமைப்பின் தலைவராக இருந்த சஞ்சய் ஜோஷி.

> *“ஆபத்தானதாகவும் நிலையற்ற தன்மை கொண்டதாகவும் இருக்கிற ஒரு தேசத்தின் பிரதமராக இருக்கிறார் நெத்தன்யாஹூ. இருப்பினும் அந்த தேசத்திலும் மிகப்பெரிய வளர்ச்சியையும் செழிப்பையும் பாதுகாப்பையும் வழங்கமுடிகிறது என்பது பாராட்டத்தக்கதாக இருக்கிறது. நெருக்கடியான சூழலுக்கு நடுவே வாழும் மக்களுக்கு உணவையும் தண்ணீரையும் உறுதிசெய்து, சர்வதேச தரத்திலான தொழிற்நுட்பத்தை உருவாக்கி, நவீன பாதுகாப்பு உத்திகளை அமல்படுத்தி, மக்களின் நலனைக் காத்துவரும் ஒரு அரசை அவர் நிர்வகித்து வருகிறார்”*

என்கிற முன்னுரையுடன் நெத்தன்யாஹூவை அந்நிகழ்வில் அறிமுகப்படுத்தினார்[117].

இந்த ஆர்கனைசர் ரிசர்ச் ஃபவுண்டேசன் என்கிற அமைப்பே மிகமோசமான நோக்கம் கொண்டதொரு அமைப்பாகும். இந்தியாவின் மெகா பணக்கார நிறுவனமான ரிலயன்சின் நிதியினால் உருவாக்கப்பட்ட அமைப்புதான் அது. பெருமுதலாளிகளின் நலனைப் பாதுகாக்கிற வகையிலான வெளியுறவுக் கொள்கைகளை எடுக்கவைக்கிற அழுத்தத்தை இந்திய அரசுக்குக் கொடுக்கவே அந்த அமைப்பு உருவாக்கப்பட்டிருக்கிறது. ஏறத்தாழ அமெரிக்காவில் இயங்கிவரும் ‘ராக்ஃபெல்லர் ஃபவுண்டேசனை’ ஒத்ததான அமைப்புதான் இது என்கிறார் எழுத்தாளர் அருந்ததிராய்[118]. தன்னையொரு அரசியலுக்கு அப்பாற்பட்ட தேசநலன் சார்ந்த அமைப்பாகக் காட்டிக்கொள்ள முயன்றபோதிலும், எப்போதுமே பெருநிறுவனங்களின் இலாபத்தை மட்டுமே மையமாகக் கொண்ட புதிய பொருளாதாரக் கொள்கையையும் ஆயுத உற்பத்தியை தொழிலாகவும் வியாபாரமாகவும் பிரச்சாரம் செய்யும் அமைப்பாகவுமே இயங்கி வருகிறது ஆர்கனைசர் ரிசர்ச் ஃபவுண்டேசன்.

'ஹெரிட்டேஜ் ஃபவுண்டேசன்' மாதிரியான அமெரிக்காவின் வலதுசாரி அமைப்புகளோடெல்லாம் கைகோர்த்து செயல்படுவதே இவர்களின் வலதுசாரி அரசியல் தத்துவ நோக்கத்தை தெளிவாக எடுத்துக்காட்டுகிறது.

அதனால் நெத்தன்யாஹூவுக்கு அந்த அமைப்பின் தலைவரான சஞ்சய் ஜோஷி கொடுத்த அறிமுகமென்பது திட்டமிட்டு இஸ்ரேலைப் புகழ்ந்தும், இந்தியாவுடன் நெருக்கமான நாடாக அதனை மாற்றியே தீரவேண்டுமென்கிற வேட்கையிலும் இருப்பதைக் காட்டுகிறது. இத்தனை ஆண்டுகளாக இஸ்ரேலுடன் கொஞ்சம் தள்ளி இருந்ததே வரலாற்றுப்பிழை என்பதுதான் அவ்வமைப்பின் குற்றச்சாட்டாக இருக்கிறது. ஆகவே இப்போது பாஜக தலைமையிலான அரசு எடுக்கிற நடவடிக்கைகளெல்லாம் அத்தவறை சரிசெய்யும் நடவடிக்கைகளே என்பதாக ஆர்கனைசர் ரிசர்ச் பவுண்டேசன் முன்வைக்கிறது.

எந்தவிதத்திலும் முதலாளித்துவத்திற்கு பாதகமோ பாதிப்போ வந்துவிடவே கூடாது என்பதை உறுதிசெய்வதே அந்த அமைப்பின் மையக்கூறாகும்.

இஸ்ரேலை முன்மாதிரியாகக் காட்டியே தங்களது பிரம்மாண்டமான வியாபார நோக்கங்களை நிறைவேற்றிக்கொள்ள இந்திய முதலாளிகள் முயன்றனர். அதற்கேற்றார்போல, "பலமான இராணுவக் கட்டமைப்பும் சுதந்திரமான சந்தைப் பொருளாதாரமுமே ஒரு தேசத்தைப் பாதுகாப்பானதாகவும் வெற்றிகரமானதாகவும் மாற்றும்" என்று அந்நிகழ்வில் பேசினார் நெத்தன்யாஹூ.

> "பலமில்லாத எதுவும் இங்கே தாக்குப்பிடிக்கவே முடியாது. பலமாக இருந்தால் மட்டும்தான் நீடித்து நிலைக்கமுடியும். பலமானவர்களுடன் சுமூகமான உறவைப் பேணிக்கொள்ள வேண்டும். அவர்களுடன்தான் கூட்டணி அமைத்துக்கொள்ள வேண்டும். அப்போதுதான் உங்களுக்கும் அமைதியான சூழல் வந்துசேரும். பலமான தேசத்திற்குத் தேவையான பாதுகாப்பிற்கு பெரியளவிற்கு செலவாகும்தான். ஆனால் அதனை உறுதி செய்வதற்கான தொழிற்நுட்பத்தையும் புதுமைகளையும் புகுத்துவதற்கு சுதந்திரமான சந்தைப் பொருளாதாரமே அடிப்படையான தேவையாகும்"

என்றார் நெத்தன்யாஹூ.

அடுத்தகட்ட வளர்ச்சியை நோக்கி தன்னுடைய தேசத்தை எடுத்துச்செல்வதற்கு சர்வதேச அளவில் புதிய கூட்டணிகள் தேவைப்படுவதாக அவர் மேலும் கூறினார். பொருளாதாரத்திலும் இராணுவத்திலும் பெரிய அதிகாரத்தைப் பெற்றுவிட்டதால், அடுத்தபடியாக இஸ்ரேலுக்கு அரசியல் அதிகாரம் தேவையாக இருக்கிறது.

"அரசியல் அதிகாரமென்றால் சர்வதேச அளவில் மற்ற நாடுகளுடன் அரசியல் கூட்டணியையும் உறவையும் ஏற்படுத்திக் கொள்வதைத்தான் நான் இங்கே குறிப்பிடுகிறேன்"

என்றார் நெத்தன்யாஹூ[119].

நாடுகளுக்கு இடையிலான அரசியல் கூட்டுகளும் நட்புறவுகளும் கேட்பதற்கு முக்கியமானதாகத் தெரியாமல் இருக்கலாம். ஆனால், அரசியல் அதிகாரம், பொருளாதார அதிகாரம் மற்றும் இராணுவ அதிகாரம் என மூன்றையும் இணைத்து, அமெரிக்கா என்கிற உச்சபட்ச அதிகாரத்தைக் கொண்ட ஒரு நாட்டின் குடைக்குள் கொண்டுபோய் வைத்துப் பாருங்கள். அதுவொரு பிரம்மாண்டமான உலகப் பேரரசாகத் தெரியும்.

பயங்கரவாதத்திற்கு எதிரான போர் என்கிற போர்வையில் இந்தியா-இஸ்ரேல் கூட்டணியில் அடுத்தகட்டமாக பல்வேறு நாடுகள் ஒவ்வொன்றாக இணைவதற்குத் தயாராகிக்கொண்டிருக்கின்றன. கிரேக்கம், சைப்ரஸ், சவுதி அரேபியா உள்ளிட்ட நாடுகள் அப்பட்டியலில் அதிகாரப்பூர்வமாகவோ அல்லது மறைமுகமாகவோ இணைய வாய்ப்பிருப்பதாகத் தெரிகிறது[120].

இவர்களின் கூட்டணிகளும் ஒரே மாதிரியான பொது நோக்கங்களை மையப்படுத்தியே இருக்கும்.

- உளவுத்துறைத் தகவல்களைப் பகிர்ந்துகொண்டு பலமான இராணுவ தேசமாக மாறுவது,
- கூட்டாக இணைந்து இராணுவத்திற்குத் தேவையான உபகரணங்களைத் தயாரிப்பது,
- தொலைதொடர்பு மற்றும் கண்காணிப்புக் கருவிகளைத் தயாரிப்பது (சீனாவின் ஆதிக்கத்தை இதில் குறைப்பது),
- போலியான தேசியவாதத்தைப் பிரச்சாரம் செய்வது,

- 'உள்நாட்டு உற்பத்திக்கு முக்கியத்துவம்' என்று பொய்யாக விளம்பரம் செய்வது, ஆனால் அந்த நாடுகளில் இருக்கும் பெருநிறுவனங்களை கூட்டு சேரவைத்து, அந்தந்த நாட்டில் உற்பத்தி செய்கையில் உள்நாட்டு உற்பத்தி என்பதுபோலக் காட்டிக்கொள்வது,
- முதலீடுகளை இங்கும் அங்குமாக மாற்றிக்கொள்வது,
- அமீரகப் பணத்தையும் இஸ்ரேலியத் தொழிற்நுட்பத்தையும் கொண்டு ஆயுதங்களைத் தயாரிக்கிறபோதும், பாலஸ்தீன ஆக்கிரமிப்புப் பகுதிகளில் உற்பத்தியை மேற்கொள்வது,
- அமீரகப் பணத்தைக்கொண்டு இந்தியாவிற்குள் இருக்கும் காஷ்மீரின் உள்கட்டமைப்பை உருவாக்குவது,

போன்றவற்றை அடிப்படையாகக் கொண்டே இந்த புதிய கூட்டணி செயல்படுகிறது.

இந்தியாவை இதற்குள் கொண்டுவந்ததே, இந்த ஒட்டுமொத்த உற்பத்தியையும் விற்பனையையும் வியாபாரத்தையும் எண்ணிக்கையில் மிகப்பிரம்மாண்டமாக உயர்த்துவதற்குத்தான். இந்தியாவும் இஸ்ரேலும் இணைந்து தயாரிக்கும் பொருட்களை விற்பதற்கு ஆப்பிரிக்க நாடுகளைக் குறிவைத்திருப்பதாக 2017ஆம் ஆண்டில் ஏற்கனவே நெத்தன்யாஹூ கோடிட்டுக்காட்டினார்[121].

பாதுகாப்பு மற்றும் ஆயுத உற்பத்தியில் இஸ்ரேலுடனான இந்தியாவின் உறவென்பது மூன்றடுக்குகள் கொண்டதாக இருந்தது. இஸ்ரேல் ஏற்கனவே உருவாக்கி வைத்திருக்கிற பாதுகாப்பு உள்கட்டமைப்பை பிரதியெடுத்து விரிவுபடுத்துவது, உள்நாட்டில் உற்பத்தியைத் துவங்குவது, இறுதியாக ஆப்பிரிக்க மற்றும் இந்தியப் பெருங்கடலைச் சுற்றியுள்ள நாடுகளுக்கு ஆயுதங்களை விற்பனை செய்வது என இந்த மூன்றின் அடிப்படையில்தான் இஸ்ரேலுடன் ஆயுத உற்பத்திக்கான உறவை இந்தியா துவங்கியது[122]. இஸ்ரேலிய கைத்துப்பாக்கி வகையான தாவோர், நேகெவ் எந்திரத் துப்பாக்கி, உஸ்ஸி துப்பாக்கி, ஸ்பைக் மற்றும் ஸ்கைஸ்ட்ரைகர் ஏவுகணைகள் ஆகியவற்றை இஸ்ரேலிய நிறுவனங்களின் உதவியுடன் இந்தியத் தொழிற்சாலைகள் உற்பத்தி செய்யத் துவங்கிவிட்டன[123].

மற்ற பெரும்பாலான நாடுகளை ஒப்பிடுகையில், ஆயுத ஏற்றுமதியில் இந்தியா மிகவும் பின்தங்கித்தான் இருக்கிறது என்றாலும், 2018ஆம் ஆண்டை விடவும் 2019ஆம் ஆண்டில் ஆயுத ஏற்றுமதியின்

மதிப்பு இரண்டு மடங்கானது இஸ்ரேலின் உதவியுடன்தான்[124]. உள்நாட்டு உற்பத்தியில் வளர்ச்சியடைவதாகவும் பொருளாதாரத்தில் உயர்ந்துகொண்டிருப்பதாகவும் மக்களிடம் காட்டுவதற்கு இந்திய அரசுக்கு மறைமுகமாக இதுவும் உதவியிருக்கிறது என்றுதான் சொல்லவேண்டும்.

2017ஆம் ஆண்டு ஜூன் மாதத்தில் 'அவர்கிரவுட்' என்கிற இஸ்ரேலிய நவீன தொழிற்நுட்ப நிறுவனத்திலும், 'மோட்டரோலா சொல்யூசன்ஸ்' நிறுவனத்திலும் தலா 20% அளவிற்கு இந்தியாவின் ரிலியன்ஸ் நிறுவனம் முதலீடு செய்தது.

"அதிநவீன தொழிற்நுட்பங்களுடன் கூடிய டிஜிட்டல் சேவைகளை வளர்த்தெடுக்கும் இஸ்ரேலிய துளிர் நிறுவனங்களின் மீது நாங்கள் நம்பிக்கை வைத்தே இத்தகைய முதலீட்டினை மேற்கொள்கிறோம்"

என்று ரிலயன்ஸ் நிறுவனத்தின் செய்தித் தொடர்பாளர் தெரிவித்தார்[125].

அதற்கு ஓராண்டிற்குப் பிறகு, ரிலயன்ஸ் நிறுவனத்தின் நிதியுதவியில் நடத்தப்படுகிற ஆர்கனைசர் ரிசர்ச் ஃபவுண்டேசன் அமைப்பு ஏற்பாடு செய்த நிகழ்வில் இஸ்ரேலிய பிரதமர் நெத்தன்யாஹூ பங்கேற்றார். இஸ்ரேலிய துளிர் நிறுவனங்களிலும் பெருநிறுவனங்களிலும் முதலீடு செய்யச் சொல்லி அந்த நிகழ்வில் கலந்துகொண்ட இந்திய முதலாளிகளுக்கு அழைப்பு விடுக்கப்பட்டது.

மோட்டரோலா நிறுவனத்தின் இஸ்ரேலியப் பிரிவான 'மோட்டரோலா சொல்யூசன்ஸ் இஸ்ரேல்' 2005ஆம் ஆண்டில் 'மோட்டோ ஈகிள்' என்கிற ஒரு புதுவகையான கண்காணிப்பு முறையை உருவாக்கியது. அதனை சட்டவிரோதமான இஸ்ரேல் ஆக்கிரமித்து வைத்துள்ள பாலஸ்தீனப் பகுதிகளிலும் ஆங்காங்கே எழுப்பப்பட்டிருக்கும் தடுப்புச் சுவரின் அருகிலும் பொருத்தியிருக்கிறது இஸ்ரேலிய இராணுவம்[126]. அதேபோன்றதொரு கண்காணிப்பு முறையை மற்றொரு இஸ்ரேலிய நிறுவனத்துடன் இணைந்து 'கலாசிஷ்கோவ்ஸ்' என்கிற பெயரில் இந்திய இராணுவத்திற்காகத் தயாரிக்கப் போவதாக 2018ஆம் ஆண்டின் துவக்கத்தில் ரிலயன்ஸ் நிறுவனத்தின் பாதுகாப்பு மற்றும் பொறியியல் பிரிவு அறிவித்தது[127].

2021ஆம் ஆண்டு மே மாதத்தில் பாலஸ்தீன காஸா பகுதியில் இஸ்ரேல் நடத்திய கொடூரமான தாக்குதலில் 260 பாலஸ்தீனர்கள் கொல்லப்பட்டனர். அவர்களில் 66 குழந்தைகள் உட்பட 129

பொதுமக்களும் இஸ்ரேலிய தாக்குதலுக்கு இரையாகினர். பதிலுக்கு காஸாவில் இருந்து வீசப்பட்ட குண்டுகளினால் இரண்டு குழந்தைகள் உட்பட பன்னிரெண்டு இஸ்ரேலியர்களும் கொல்லப்பட்டனர்[128]. இந்தியாவுடன் ஏற்படுத்தியிருந்த நட்பானது, அப்போது இஸ்ரேலுக்கு உதவியது. 2021ஆம் ஆண்டு ஜூன் மாதத்தில் இஸ்ரேல் நடத்திய குண்டுவீச்சு குறித்து விசாரிப்பதற்கான தீர்மானமொன்று, ஐநாவின் மனித உரிமை ஆணையத்தில் கொண்டுவரப்பட்டது. அதில் இயல்பாக இஸ்ரேலுக்கு எதிராக வாக்களித்திருக்க வேண்டிய இந்தியாவோ, வாக்களிக்காமல் வெளியேறி மறைமுகமாக இஸ்ரேலுக்கு ஆதரவு தெரிவித்துவிட்டது[129]. இதற்கு முன்னர் இதே மாதிரியான ஒரு தீர்மானம், 2014ஆம் ஆண்டு ஐநா சபையில் கொண்டுவரப்பட்டபோது, இஸ்ரேலுக்கு எதிராக வாக்களித்திருந்தது. இருப்பினும் அந்த விசாரணையின் முடிவில் சமர்ப்பிக்கப்பட்ட முடிவுகளுக்கு எதிராக இந்தியா வாக்களித்தது. 2014இல் இந்தியாவில் மோடியின் ஆட்சி அமைந்ததை இதனுடன் தொடர்புபடுத்திப் பார்த்தால் இந்தியாவின் நிலைப்பாட்டில் ஏற்பட்ட மாற்றங்களைப் புரிந்துகொள்ளமுடியும். மோடி ஆட்சிக்கு வந்து ஏழு ஆண்டுகளுக்குப் பிறகு, இஸ்ரேல் போர்க்குற்றம் புரிந்திருக்கிறதா என்று விசாரிக்கக் கோரும் தீர்மானத்திற்கு கூட இந்தியா ஆதரவளிக்க மறுத்துவிட்டது குறிப்பிடத்தக்கது. பதினோரு நாட்கள் இஸ்ரேல் நிகழ்த்திய குண்டுவீச்சு மழையைக் கண்டிக்கவும் இந்தியா மறுத்துவிட்டது[130].

இதுதான் மேற்கு ஆசியக் கூட்டணி உருவாக்கப்பட்டதன் உண்மையான நோக்கமே. பொருளாதாரம், அரசியல், இராணுவம் போன்ற பலவற்றிலும் ஒருவருக்கொருவர் உதவிக்கொண்டும் இக்கட்டான சூழலில் தவறென்றே தெரிந்தாலும் கைகொடுப்பதுமே இந்தக் கூட்டணியின் அடிப்படையாகும். காலப் போக்கில் மெதுமெதுவாக இக்கூட்டணியில் இருக்கும் நாடுகளெல்லாம் நெருக்கமாவதற்கான வாய்ப்பு அதிகமிருக்கிறதென்றாலும், இப்போதைக்கு மிகவும் ஆரம்ப கட்டத்தில்தான் இக்கூட்டணி இருக்கிறது. அதனால்தான் 2022ஆம் ஆண்டு மார்ச் மாதத்தில் உக்ரைனின் மீது இரஷ்யா படையெடுத்துப் போனதும், அதனைக் கண்டிக்க இந்தியா தயாராக இருக்கவில்லை. இந்தியா உருவான காலத்திலிருந்து இரஷ்யாவுடன் இருக்கிற நட்பும், அதிகமான ஆயுதங்களை வழங்கும் நாடுகளில் இரஷ்யா முதன்மையான இடத்தில் இருந்ததாலும், இரஷ்யாவை உடனடியாகக் கண்டிப்பது இந்தியாவுக்குக் கடினமாகத்தான் இருந்திருக்கும். உக்ரைன் போர் விவகாரத்தில் இந்தியாவால் அமெரிக்காவின் பேச்சைக்

கேட்கமுடியாமல் போனதற்கு அதுதான் காரணமாக இருந்தது. எப்படியும் சீனாவை எதிர்கொள்ள இந்தியா பயன்படும் என்பதால் இரஷ்யா விவகாரத்தில் இந்தியா எடுத்த முடிவை அமெரிக்கா பெரிதாகக் கண்டுகொள்ளவில்லை.

இரஷ்யாவிடம் தொடர்ந்து ஆயுதங்கள் வாங்கும் நாட்டிற்கு அமெரிக்காவுடன் வர்த்தகம் செய்வதில் சில தடைகளை விதிப்பதற்காக அமெரிக்காவில் சட்டம் இயற்றப்பட்டிருக்கிறது. அச்சட்டத்தில் இந்தியாவுக்கு மட்டும் விதிவிலக்கு அளிக்கவேண்டுமென்று அமெரிக்க பேரவை உறுப்பினரான ரோ கன்னா ஒரு சட்டதிருத்த மசோதாவைக் கொண்டுவந்தார்[131].

"இரஷ்யாவிடம் இருந்து ஆயுதங்கள் வாங்குவதை கொஞ்சம் கொஞ்சமாகக் குறைப்பதற்கு இந்தியாவுக்கு அமெரிக்கா உதவவேண்டும்"

என்றும் அமெரிக்க அரசிடம் அவர் கோரிக்கை வைத்தார்.

2021ஆம் ஆண்டு ஜூலை மாதத்தில் இஸ்ரேல் உருவாக்கிய ஹேக்கிங் மென்பொருளை வாங்கிப்பயன்படுத்தி மனித உரிமை செயல்பாட்டாளர்கள், ஊடகவியலாளர்கள், மற்றும் உலகத் தலைவர்களையெல்லாம் 40 க்கும் மேற்பட்ட நாடுகளின் அரசுகள் கண்காணித்திருப்பதை உலகெங்கிலுமுள்ள ஊடக அமைப்புகளின் கூட்டமைப்பு கண்டறிந்தது. அந்தக் கண்டறிதலுக்கு 'பிகாசஸ் திட்டம்' என்று பெயரிடப்பட்டது. அதன் மூலம் 40 க்கும் மேற்பட்ட நாடுகளில் வாழும் சுமார் 50000 பேரின் அலைபேசி எண்களை 'பெகாசஸ்' என்னும் மென்பொருளைக் கொண்டு கண்காணித்து வந்திருப்பதை வெளிக்கொண்டு வந்தனர்.

ஒருவருடைய அலைபேசியில் அந்த பெகாசஸ் வைரஸ் நுழைந்துவிட்டால், அதன்பின்னர் அவரது அலைபேசியின் கேமரா, மைக் மற்றும் சேமித்து வைக்கப்பட்டிருக்கும் அனைத்து தகவல்களையும் எங்கிருந்தோ கண்காணிக்கவும் எடுக்கவும் முடியும். நம்முடைய தனிப்பட்ட வாழ்க்கையை முழுவதுமாகக் களவாடும் திறன் கொண்ட மென்பொருள்தான் பெகாசஸ். இந்தியாவில் மட்டுமே சுமார் 3000 பேரின் அலைபேசிகளில் பெகாசஸ் வைரசை பதிவேற்ற முயன்றிருக்கிறார்கள்[132]. அதில் இதுவரையிலும் 300 பேரின் அலைபேசிகளில் பெகாசஸ் வைரசை வெற்றிகரமாகப் பதிவேற்றியிருப்பது உறுதிசெய்யப்பட்டிருக்கிறது.

அப்படியாகக் கண்காணிக்கப்பட்டவர்களில் இந்திய பாராளுமன்றத்தின் எதிர்க்கட்சி தலைவரான ராகுல் காந்தி, 'நான் ஒரு ட்ரால்: பாஜக டிஜிட்டல் இராணுவத்தின் இரகசிய உலகத்திற்குள்ளே' என்கிற நூலை எழுதிய பிரபல புலனாய்வுப் பத்திரிக்கையாளரான சுவாதி சதுர்வேதி ஆகியோரும் அடக்கம். சமூக ஊடகங்களில் தனிநபர்களைத் தனிப்பட்ட முறையில் தாக்கி மிகவும் மோசமாக வசைபாடவும் மிரட்டவும் ஒரு கூட்டத்தையே பாஜக எவ்வாறு காசுகொடுத்து வளர்த்து வைத்திருக்கிறது என்பதை மிகத்தெளிவாக தன்னுடைய நூலில் வெளிப்படுத்தி இருந்தார் சுவாதி சதுர்வேதி. அதற்காகத்தான் அவரை ஏதோவொரு வகையில் சிக்கவைக்க பெகாசஸ் வைரசை அவரது செல்போனில் பதிவேற்றி இருக்கிறார்கள்[133].

பெகாசஸ் மென்பொருளைத் தயாரித்த என்எஸ்ஓ நிறுவனத்திற்கு வெறுமனே அரசுகளுக்கு விற்க மட்டுமே அனுமதி வழங்கப்பட்டிருக்கிறது. ஆகவே இந்திய அரசு பெகாசஸை வாங்கியதா இல்லையா என்கிற சந்தேகத்திற்கே இடமில்லை. மோடிக்கும் பெகாசஸ் தயாரித்த என்எஸ்ஓ நிறுவனத்திற்குமான வியாபாரத் தொடர்பு எப்போதிலிருந்து இருந்துவருகிறது என்பதையும், இந்தியர்களைக் கண்காணித்த குற்றத்திற்கு அவர்கள் பொறுப்பேற்பார்களா என்றும்தான் நாம் கேள்வியெழுப்ப வேண்டும்.

இந்திய அரசும் என்எஸ்ஓ நிறுவனமும் இணைந்து வேலை செய்யவில்லை என்று அவர்களில் எவருமே இதுவரையிலும் மறுக்கவேஇல்லை. 2017ஆம் ஆண்டில் ஒரே நேரத்தில் ஏராளமான ஆயுதங்களை இஸ்ரேலிடம் மோடி அரசு வாங்கியது. அதனுடன் சேர்த்துதான் பெகாசஸ் மென்பொருளையும் மோடி அரசு வாங்கியிருக்கக் கூடும் என்று 2022ஆம் ஆன ஜனவரி மாத நியூயார்க் டைம்சில் வெளியான கட்டுரையொன்றில் குறிப்பிடப்பட்டிருக்கிறது[134]. பெகாசஸ் மென்பொருள் பயன்படுத்தப்பட்டது குறித்து பாராளுமன்றத்தில் பேசுவதற்குக்கூட மோடி அரசு அனுமதிக்காததில் இருந்து ஒன்றை மட்டும் தெளிவாகத் தெரிந்துகொள்ளமுடியும். பொதுவெளியில் காட்டிக்கொள்ளும் நட்பைவிடவும் மிகவும் ஆழமானதாகவும் மறைமுகத்தன்மை வாய்ந்ததாகவும் இருக்கிறது இந்திய-இஸ்ரேலிய உறவு. தேசியப் பாதுகாப்பைக் கருத்தில்கொண்டு இதுதொடர்பாக எதையுமே வெளியே சொல்லிவிடமுடியாது என்றும் திட்டவட்டமாக மறுத்துவிட்டது இந்திய அரசு.

சட்டவிரோதமாக செயல்படுகிறவர்களையும் தேசவிரோதிகளையும் கண்காணிப்பதற்குப் பயன்படுத்தப்படுகிற பெகாசஸ் மென்பொருளை பாஜகவுக்கு எதிராக செயல்படுகிறவர்களிடம் பயன்படுத்திய பாஜக அரசுக்கு எதிரான குரல்கள் இந்தியாவில் வலுவாக ஒலித்தன. ஆனால், பாஜகவை குற்றவாளியாக்கிய அதேவேளையில், மோடியின் ஆட்சியில் இஸ்ரேலுடன் எந்தளவுக்கு இந்திய அரசு நெருங்கிப் போயிருக்கிறது என்பதைப் பெரிதாக யாரும் கவனிக்கவில்லை. இஸ்ரேலுக்கு ஒரு பிரச்சனையென்றால், இந்தியாவின் இந்துக்களுக்கு ஏற்பட்ட பிரச்சனையாக சித்தரிக்கும் அளவிற்கும் மோடியின் ஆட்சியில் இஸ்ரேலிய ஆதரவு நாடாக இந்தியா மாறிக்கொண்டிருக்கிறது. அத்துடன் இந்தியாவின் 'நடுநிலை' தாராளவாதிகளுக்கு தனிமனிதர்களின் செல்போன்கள் ஹேக் செய்யப்பட்டிருப்பது தவறென்று தெரிகிற அளவிற்கு, இஸ்ரேலுடனான இந்தியாவின் நெருங்கிய உறவெல்லாம் பெரிதாகத் தெரியவில்லை.

எதிர்க்கட்சித் தலைவரான இராகுல் காந்தியுமேகூட, தன்னை மோடி அரசு சட்டவிரோதமாக் கண்காணித்ததைக் கண்டித்தாரே தவிர, இந்திய அரசுக்கு பெகாசஸ் மென்பொருளை இஸ்ரேல் ஏன் விற்றது என்றெல்லாம் கேள்வியெழுப்பவேஇல்லை.

"பெகாசஸ் என்பது ஒரு இராணுவ ஆயுதம் என்று இஸ்ரேலிய அரசு வகைப்படுத்தி வைத்திருக்கிறது. அதனை பயங்கரவாதிகளுக்கு எதிராக மட்டும்தான் பயன்படுத்த வேண்டும் என்று இஸ்ரேலிய அரசு சொல்கிறது" என்று சொன்னதன்மூலம், அப்படியான ஒரு மென்பொருளை பயங்கரவாதிகள் என்று அரசு அடையாளப்படுத்துபவர்களின் மீது பயன்படுத்துவது தவறில்லை என்பதாகக் கூறிவிட்டுக் கடந்துசெல்கிறார்[135].

அதேபோல பெகாசஸ் மென்பொருளால் பாதிக்கப்பட்ட இந்தியப் பத்திரிக்கையாளரான சுவாதி சதுர்வேதியோ இஸ்ரேலிய ஹாரேட்ஸ் பத்திரிக்கைக்கு அளித்த நேர்காணலில்,

"இந்தியா மட்டுமல்லாமல் உலகெங்கிலும் உள்ள நாடுகளில் ஜனநாயகத்தைக் காப்பாற்ற வேண்டுமானால், பெகாசஸ் போன்ற வைரஸ் மென்பொருள்களைத் தயாரிக்கும் என்எஸ்ஓ போன்ற நிறுவனங்களை இஸ்ரேலிய அரசு உடனடியாக மூடவேண்டும்" என்றார்[136]. ஆனால் இதில் மிகமுக்கியமாக கவனிக்க வேண்டியது என்னவென்றால், இஸ்ரேலிய அரசும் என்எஸ்ஓவும் பெகாசஸும் வேறுவேறல்ல. எல்லாம் ஒன்றுக்குள் ஒன்றுதான்.

பெகாசஸ் மென்பொருளென்பது ஏதோ வெறுமனே சர்வாதிகார நாடுகளுக்கோ பயங்கரவாத நாடுகளுக்கோ மட்டுமே விற்பதற்காக உருவாக்கப்பட்டதல்ல. மக்களாட்சியை முழுமையாக ஏற்றுக்கொண்டிருக்கிற நாடுகளெல்லாமுமே கூட பெகாசஸ் மென்பொருளுக்கு வாடிக்கையாளர்களாகத்தான் இருக்கிறார்கள்.

அரசும், அரசியலும், இராணுவமும், ஆயுத உற்பத்தி நிறுவனங்களும் ஒன்றாகக் கூட்டுசேர்ந்து இயங்கும் ஒரு வியாபார முறையைத்தான் இஸ்ரேல் உருவாக்கியிருக்கிறது. இப்படியான வியாபார முறையில் மிகச்சமீபத்தில் இந்தியா சிக்கியிருக்கிறது. இது வெறும் ஆரம்பம்தான்.

3
இந்துத்துவமும் சியோனிசமும்: நெருங்கிய உறவின் கதை

"ஓ இந்துக்களே! உங்களுடைய முன்னோர்களின் நிலமாகவும் உங்களுடைய தீர்க்கதரிசிகளின் பூமியாகவும் இருக்கிற இந்த இந்துஸ்தானத்தைப் பாருங்கள். அவர்களுடைய கலாச்சாரத்தினாலும் இரத்தத்தினாலும் உருவாகியிருக்கிற இந்த பாரம்பரியத்தைப் போற்றுங்கள். அப்படிச் செய்கிறபோது, நம் எல்லைகளை விரிவுபடுத்தும் இலட்சியத்திற்கு எதுவுமே தடையாக இருக்கமுடியாது. இந்த பூமியின் எல்லைதான் இந்துத்துவத்தின் புவியியல் எல்லையும்"

- வி.டி.சாவர்க்கர்[1]

"பலவிதக் கலாச்சாரத்தையும் பண்பாட்டையும் வேர்களையும் கொண்டிருக்கிற பல்வேறு இனத்தவர்கள் இணைந்து ஒரே நிலப்பரப்பில் வாழ்வதற்கு வாய்ப்பேஇல்லையென்பதை ஜெர்மனி நமக்கு எடுத்துக்காட்டி இருக்கிறது. இதைப் பாடமாகக் கற்றுக்கொண்டு இந்துஸ்தானத்தில் சரியாக அமல்படுத்தி நாம் பலனடைய வேண்டும்"

- எம்.எஸ்.கோல்வால்கர்[2]

"நம் நம்பிக்கையைகொண்டே நமக்கு நாமே ஒரு தேசத்தை அங்கீகரித்துக்கொள்வோம்"

- தியோடர் ஹாசல்[3]

1883ஆம் ஆண்டில் பிறந்த விநாயக் தாமோதர் சாவர்க்கர் என்பவர் ஆங்கிலே ஆட்சியை எதிர்த்து ஆரம்பகாலத்தில் சிறியளவில் போராடியவர்தான். 1909ஆம் ஆண்டு ஒரு ஆங்கிலேய மாவட்ட நீதிபதியைக் கொல்வதற்கு ஆயுதம் வழங்கியதாக குற்றஞ்சாட்டப்பட்டு, 50 ஆண்டுகள் சிறைதண்டனை வழங்கப்பட்டு அந்தமான் சிறையில் அடைக்கப்பட்டார்[4]. ஆனால் சிறைக்குச்

சென்ற பின்னர், ஆங்கிலேயர்களுக்கு எதிரான மனநிலையை சிறைக்குள் அவர் கொண்டிருக்கவில்லை. சிறையில் அடைக்கப்பட்ட வெகுசில நாட்களிலேயே, "ஆங்கிலேய அரசுக்கு உதவுவதற்காக எந்த எல்லைக்கும் செல்லத்தயார்" என்று குறிப்பிட்டு மன்னிப்புக் கடிதங்கள் எழுதத் துவங்கிவிட்டார் சாவர்க்கர்.

தொடர்ச்சியாக மன்னிப்புக் கடிதங்கள் எழுதியதாலும், சிறையில் ஆங்கிலேயர்களுக்கு உதவியாக இருந்ததாலும் சாவர்க்கருக்கு கைமேல் பலன் கிடைத்தது. அந்தமான் சிறையில் இருந்து அவருடைய சொந்த மாநிலமான மகாராஷ்டிராவின் இரத்தினகிரி நகரில் இருக்கும் சிறைக்கு மாற்றப்பட்டார். அடுத்த இரண்டாண்டுகளில் அங்குதான் அவர் இந்துத்துவம் என்கிற கருத்தியலை உருவாக்கி வளர்த்தெடுத்தார். இனிவரும் காலங்களில் 'இந்தியா' என்கிற தேசத்தை ஆள்வது அந்தக் கொள்கையாகத்தான் இருக்க வேண்டும் என்றார். அரசியலில் முழுமையாக மதத்தைக் கலந்து மதத்தின் ஆதிக்கமே நீடிக்கவேண்டும் என்று இந்துத்துவக் கொள்கையில் எழுதி வைத்தார்.

இந்துத்துவக் கொள்கையின் அடிப்படையில் இந்தியாவின் ஆட்சிமுறை அமைந்தால் மட்டுமே, இந்தியாவின் மிகச்சிறப்பான கடந்தகாலத்தை மீட்டெடுக்க முடியும் என்றார். இந்த நாட்டின் அனைத்துவித அதிகாரமும் இந்துக்களின் வசமே இருக்கவேண்டும் என்பதும், முஸ்லிம்களை அதிகாரமற்ற இடத்தில் மட்டுமே வைக்கவேண்டும் என்பதுமே சாவர்க்கர் முன்வைத்த இந்துத்துவமாக இருந்தது.

1923ஆம் ஆண்டில் 'இந்துத்துவத்தின் அடிப்படைகள்' என்று ஒரு நூல் எழுதி வெளியிட்டார். அதில்தான் இந்து மதத்திற்கும் இந்துத்துவக் கொள்கைக்குமான வேறுபாடுகளை விரிவாக எழுதியிருந்தார்[5]. அதில், சமஸ்கிருத மொழியையும் கலாச்சாரத்தையும் பாரம்பரியமாக ஏற்றுக்கொண்டு சரணடைவது, தாய்நாட்டிற்கு அன்பைச் செலுத்தி அடங்கி நடப்பது, காலங்காலமாக பின்பற்றப்பட்டு வரும் இந்துமதக் கோட்பாடுகளையும் இந்துமத இனத்தூய்மையையும் அங்கீகரிப்பதுமே இந்துவாக வாழ்வதன் அடிப்படை என்றார்.

இந்திய எல்லைக்கு வெளியில் இருந்து வந்ததாக சொல்லப்படும் இந்து மதத்தின் வரலாற்றையும் திசைதிருப்பி ஒட்டுமொத்த முஸ்லிம்களையும் இந்தியாவுக்கு வெளியில் இருந்து வந்தவர்கள் என்கிற வாதத்தை முன்வைத்தார் சாவர்க்கர். அரபுலகம் என்று அழைக்கப்படுகிற மத்திய ஆசியாவில் இருந்துதான் இன்றைக்கு

இருக்கிற முஸ்லிம்கள் எல்லாம் வந்தவர்கள் என்றும், அவர்களை அந்நியர்கள் என்றும் சாவர்க்கர் போன்றவர்கள் முத்திரை குத்தத் துவங்கினர். ஆங்கிலேயர்களையும் முஸ்லிம்களையும் ஒருசேர அந்நியர்கள் என்றுசொல்வதன் மூலம், இந்துக்கள் மட்டுமே வாழ்ந்த பழைய இந்தியாவை மீட்டெடுக்கப்போகிறோம் என்கிற பிரச்சாரத்தை முன்னெடுத்தனர் சாவர்க்கரும் அவரது இந்துத்துவக் கொள்கையைப் பின்பற்றியவர்களும். ஆங்கிலேயர்களுக்கு எதிராகப் போராடிக்கொண்டிருந்த முஸ்லிம்களை, ஆங்கிலேயர்களுக்கு இணையானவர்களாக பொதுப்புத்தியில் மாற்ற முயன்றார் சாவர்க்கர்[6]. இந்துவாக வாழ்வதும், இந்துவின் குணத்துடன் இருப்பதுமே இந்துத்துவவாதியாக இருப்பதற்கான அடிப்படை என்பது சாவர்க்கரின் மதிப்பீடாக இருந்தது.

> *"இந்துத்துவம் என்பது வெறுமனே வார்த்தையல்ல, அது ஒரு வரலாறு. நம்முடைய ஆன்மிக மற்றும் மத வரலாற்றை எப்படியாகத் தவறாக மற்றவர்கள் புரிந்துகொள்கிறார்களோ, அதேபோலத்தான் நம்முடைய ஒட்டுமொத்த இனத்தின் வரலாற்றையும் முற்றிலும் தவறாக புரிந்துகொள்கிறார்கள். நம்முடைய இந்து இனத்தின் ஒட்டுமொத்த சிந்தனைகளையும் வாழ்க்கை முறைகளையும் ஒருசேர இணைத்துப்பார்ப்பதுதான் இந்துத்துவம் என்கிற கொள்கையாகும்."*

என்றார் சாவர்க்கர்[7].

> *"இந்துக்கள் என்பவர்கள் நம் முன்னோர்களுடைய இரத்தத்தின் வழிவந்து இந்த தாய்நாட்டின் குடிமக்களாக இருப்பவர்கள். இந்துக்களுக்கு மதப்பழக்கவழக்கங்கள், மத நம்பிக்கைகள் ஆகியவைதான் முக்கியமானவை. இருப்பினும் இந்துத்துவம் என்கிற மிகப்பிரம்மாண்டமான திட்டத்திற்கு இந்துமதம்தான் மிக முக்கியமான அடிப்படையாகும்."*

என்கிறார் சாவர்க்கர்[8 9].

இந்தியாவை அதிகாரப்பூர்வ இந்துதேசமாக்குவதை இந்துத்துவத்தின் ஒரு அங்கமாக சாவர்க்கர் பார்த்தார்.

இந்தியா என்பது ஒரு காலத்தில் இந்து மதத்தைக் காப்பதற்காக இந்துக்கள் மட்டுமே ஆண்ட ஒரு தேசமாகப் பார்த்த இந்து தேசிய அறிவுஜீவிகளில் ஒருவராக சாவர்க்கர் இருந்தார்[10]. சாவர்க்கரைப் போன்றவர்களெல்லாம் பெரும்பாலும் ஐரோப்பாவில் படித்தவர்களாக இருந்தனர்[11].

இந்துமத நம்பிக்கையினால் அமைக்கப்பட்ட தேசமாக இந்தியா இருந்ததாக கருத்து தெரிவித்த சில ஐரோப்பிய அறிஞர்களின் வாதங்களை அப்படியே ஏற்றுக்கொண்டு இந்தியா என்றாலே இந்துமதம்தான் என்று இந்தியாவில் இயங்கிய இந்து தேசிய அமைப்பினரெல்லாம் பேசத்துவங்கினர். தயானந்த சரஸ்வதி (1824-83), அரோபிந்தோ (1872-1950), சுவாமி விவேகானந்தர் (1863-1902) உள்ளிட்ட தனிமனிதர்களும், ஆரிய சமாஜம் (1875), இந்து மகாசபை (1913) ஆகிய இயக்கங்களும் அதில் முக்கியப் பங்கு வகித்தனர்.

ஆக இவர்கள் அனைவரும் பழைய இந்து இந்தியாவின் மறக்கடிக்கப்பட்ட மற்றும் மறைக்கப்பட்ட வரலாற்றை மீட்டுக்கொண்டுவந்து இந்துக்களை மீண்டும் மதிப்புமிக்க வாழ்க்கைக்குத் திருப்பப் போராடுவதாகக் காட்டிக்கொண்டனர்[12]. அதற்கு செயல்வடிவம் கொடுப்பதற்காக அவர்கள் ஒருங்கிணைந்து சில ஆலோசனைகளை முன்வைத்து ஏற்றுக்கொண்டனர்.

முதலில் இந்துமதம் என்பதை ஒரு இன மற்றும் கோட்பாட்டு ரீதியாக முறையாக உருவாக்கப்பட்ட மதமாக காட்டிக்கொள்ள முயன்றனர். இந்தியாவுக்குள் பிற்காலத்தில் நுழைந்தவர்கள்தான் இந்தியாவுக்கும் இந்துமதத்திற்கும் நேரடித் தொடர்பில்லை என்பதாக மாற்றிவிட்டதாகவும், அதனை திரும்பவும் பழையபடி மாற்றி தேனாறும் பாலாறும் ஓடிய இந்து தேசத்தை மீட்கப்போவதாக இவர்கள் சொல்லிக்கொண்டனர். 'இந்துமதம் என்றால் இந்தியா, இந்தியா என்றால் இந்துமதம்' என்கிற கருத்தை, பொதுப்புரிதலாக உருவாக்கிவிட நினைத்தனர். இப்படியாக ஒன்றோடு ஒன்றை இணைப்பதன் வாயிலாக, இந்தியாவின் மதமே இந்துமதமென்றும், இந்து மதம் தழைத்தோங்கிய காலகட்டமாக கிறிஸ்து பிறப்பிற்கு முன்னரான 600 முதல் 400 ஆண்டுகள் வரையிலான காலமென்றும், அப்போது வழிகாட்டுதலாக இருந்த வேதங்களே இனிவரும் காலகட்டத்தில் முக்கிய ஆவணமாக மாற்றப்படவேண்டும் என்றும் எங்கோ துவங்கி வேறெங்கோ கொண்டுபோய் அவர்களது வாதத்தை முடித்துவைத்தனர்[13 14 15].

"பல்வேறு விதமான மாறுபட்ட கருத்துகளுக்கோ, பழக்கவழக்கங்களுக்கோ, சடங்குகளுக்கோ அல்லது தனிநபர் விருப்பு வெறுப்புகளுக்கோ இந்துத்துவம் முன்வைக்கும் எதிலும் இடமில்லை"

என்று வாதிடுகிறார் சர்மா[16].

"இந்திய நிலப்பரப்பில் ஏற்கனவே வணங்கப்பட்டு வந்த இலட்சக்கணக்கான கடவுள்களை அப்படியே சுருக்கி எல்லோரையுமே இராமராகவோ அல்லது கிருஷ்ணராகவோ மாற்றி அவர்கள் இருவரைத் தாண்டி வேறு கடவுள்கள் எவருமே இந்திய நிலப்பரப்பில் இல்லை என்று நம்பவைக்கும் திட்டமும் இதில் அடங்கும்"

என்கிறார் எழுத்தாளர் அனுஸ்தாப் பாசு[17].

இரண்டாவதாக, முழுக்க ஆண்களின் ஆதிக்கத்தினால் ஆக்ரோசமும் இராணுவ பலமும் கொண்ட ஒரு மதமாகவே இந்துமதத்திற்கு மறு உருவம் கொடுக்க முயன்றனர்.

"ஒரு காலத்தில் இந்து மதத்தின் இலட்சியத்தை இறுகப் பற்றிக்கொண்டே வாழ்வதும், அதனை அழிவிலிருந்து காப்பதற்கு உயிரையும் கொடுப்பதையே வழக்கமாகவும் வைத்திருந்தார்கள் இந்துக்கள்' என்று சொல்லத் துவங்கிவிட்டார்கள்[18]. அந்த வாதத்தின்படி, முஸ்லிம்களும் ஆங்கிலேயர்களும் இந்தியாவுக்குள் நுழைந்தபோது அவர்களை இந்துக்கள் தடுக்காமல் விட்டுவிட்டனர் என்கின்றனர். அதனால் இந்துக்கள் மீண்டும் மதத்தின் அடிப்படையில் ஒருங்கிணைந்து சண்டையிட்டு பழைய நிலைமையினை மீட்டெடுக்க வேண்டும் என்றனர் இந்துமதக் கருத்தியலாளர்கள். மூன்றாவதாக, உலகின் எல்லா மதங்களுக்கும் தாய்மதமாக இந்து மதத்தை சித்தரிக்கத் துவங்கிவிட்டனர். நான்காவதாக, 'வெளியாட்கள்' எப்போதுமே ஆபத்தானவர்கள் என்றும் அவர்களிடம் எப்போதுமே இந்துக்கள் கவனமாக விழித்துக்கொண்டே இருக்கவேண்டுமென்றும் கூறினர்.

ஆக, இந்து மதத்தை மீட்டெடுத்துப் பாதுகாக்கப் போவதாக சொல்லப்பட்ட இந்த செயல்பாடுகள் அனைத்திலுமே முஸ்லிம்கள்தான் முக்கியமான வில்லன்களாக சித்தரிக்கப்பட்டனர். அவர்களுடைய பட்டியலுக்குள் அடங்காத அனைவரையும் ஒடுக்கியும், ஒதுக்கியும், புறக்கணித்தும், தேவைப்பட்டால் ஒழித்தும் விடுவதை நோக்கமாக்கிக் கொண்டனர்"

என்கிறார் சர்மா.

ஐந்தாவதாக, எல்லா கேள்விகளுக்கும் வேதங்களிலேயே பதில்கள் இருப்பதாகப் பிரச்சாரம் செய்யத் துவங்கினர். இதன்மூலம் எதிர்க்கேள்வி கேட்பவர்களாக இருந்தாலும் எதிரிகளாக இருந்தாலும்,

வாதமோ விவாதமோ எதுவுமே செய்யத் தயாராக இல்லை என்றும், தேவைப்பட்டால் வேதங்களைப் படித்துத் தெரிந்துகொள்ளட்டும் என்பதுவுமே அவர்களது ஒரே பதிலாக இருந்தது.

இந்து என்கிற ஒற்றை அடையாளத்தை உருவாக்கியதே, ஆதிக்க சாதியினரை ஓரணியில் திரட்டி அதிகாரத்தை அவர்களுக்குள்ளாகவே எப்போதும் வைத்துக்கொள்ள முயலும் முயற்சியன்றி வேறில்லை. பத்தொன்பதாம் நூற்றாண்டின் இறுதியில் சாதிவாரி கணக்கெடுப்பு நடத்தி அதன் முடிவில் எல்லா சாதியினருக்கும் பொதுவாக ஒரு பெயரைக் கொடுக்க முற்பட்டு, "இந்துக்கள்" என்று பெயர்சூட்டியதே ஆங்கிலேய அரசுதான். அதனை தங்களுக்கு சாதகமாக ஆதிக்க சாதியினர் பயன்படுத்திக்கொண்டனர். ஆங்கிலேயர்கள் உருவாக்கிய சாதிகளின் ஒருங்கிணைப்பான 'இந்து' என்கிற அடையாளத்திற்குள் இருக்கும் சாதிகளை படிநிலையின்படி வரிசைப்படுத்தி எப்போதும்போல பார்ப்பனர்களுக்கு உச்ச அதிகாரத்தை வழங்க இந்த இந்துமயமாக்கலைப் பயன்படுத்திக்கொண்டனர். இதுதான் இந்து பெரும்பான்மைவாதத்தின் துவக்கம். இப்படித்தான் அது உருவானது.

> "இங்கிருக்கும் எல்லா சாதிகளின் பொதுவான மதமாக இந்துமதத்தை இந்த பார்ப்பனிய அறிஞர்களும் தலைவர்களும் முன்னிறுத்துகிறார்கள். ஆனால் பட்டியல் சாதியினருக்கும், பட்டியல் பழங்குடியினருக்கும், பிற்படுத்தப்பட்ட சாதியினருக்கும் இந்த இந்துத்துவத்துடன் எந்த உறவும் பொதுத்தன்மையுமே இல்லை என்பதை இவர்கள் உணரவேண்டும்"

என்கிறார் எழுத்தாளரும் கள செயல்பாட்டாளருமான காஞ்சா அய்லைய்யா[19][20].

> "அரசியல் அதிகாரத்தையும் ஆன்மிகத்தையும் கலப்பதால் தங்களுக்குக் கிடைக்கப் போகும் பலன்களை ஆதிக்க சாதியினர் நன்கு அறிந்தே வைத்திருக்கின்றனர்"

என்று தன்னுடைய 'நான் ஏன் இந்து அல்ல' என்கிற நூலில் அவர் குறிப்பிடுகிறார்[21].

ஆங்கிலேயர்கள் இந்தியாவைவிட்டு வெளியேறியதற்குப் பின்னரான இந்தியாவை பார்ப்பனர்கள், பனியாக்கள் மற்றும் நவ சத்திரியர்களின் நலனுக்காக மட்டுமே வைத்திருக்கவே இந்துத்துவம் என்று பெயரிடப்பட்ட ஒரு தத்துவத்தைப் போலியாகக் கொண்டுவந்தார்கள். இந்தியாவின் உண்மையான பெரும்பான்மை சமூகமாகவும்

மதச்சார்பற்ற ஜனநாயகத்தின் அடித்தளமாகவும் விளங்கும் தலித்துகளும் இதர பிற்படுத்தப்பட்ட உழைக்கும் மக்களும் இணைந்து அரசியல் அதிகாரத்தை பங்குபோடுவதை எப்படியாவது தடுக்க வேண்டும் என்பதே இந்த இந்துத்துவக் கூட்டாளிகளின் ஒரே நோக்கமாக இருந்துவருகிறது. இவர்களுடைய சாதியாதிக்க, ஆணாதிக்க அதிகாரக்கட்டமைப்பில் ஆன்மிகமும் அரசியல் அதிகாரமும் எப்போதும் ஆழமாக வேறூன்றித்தான் இருந்து வந்திருக்கிறது[22].

அதேபோல,

> *"சாதிப்படிநிலையின் உச்சத்தில் இருந்துகொண்டு அதற்கான சலுகைகளை அனுபவித்துக்கொண்டிருக்கும் ஆதிக்க சாதியினரையும், எல்லா வகையிலும் ஒடுக்கப்பட்ட பிற சாதியினரையும் அரசியல் இலாபத்திற்காக மட்டுமே ஒருங்கிணைத்து 'இந்து' என்கிற ஒற்றை அடையாளத்தை சூட்டி, இணைத்திருக்கும் திட்டம்தான் இந்த நவீன இந்துத்துவத் திட்டம்"*

என்கிறார் பாசு[23].

இந்துக்களுக்கும் முஸ்லிம்களுக்கும் நேரடியான விரோதம் என்பதுபோல இவர்கள் சித்தரிப்பதே முழுக்க போலியான வாதம் என்பது இதன்மூலம் நன்கு புலப்படுகிறது. முஸ்லிம்களை ஒரே முக்கிய எதிரியாகக் காட்டுவதன் மூலம், முஸ்லிம்களை பலியாடுகளாக்கி, இந்து தேசம் என்கிற பெயரில் ஆதிக்க சாதியினரின் கைகளில் ஒட்டுமொத்த அதிகாரத்தையும் கொண்டுபோய் சேர்ப்பதே இவர்களின் முழுமுதற்கடமை என்பதையும் அறிந்துகொள்ளமுடிகிறது[24].

இந்துமகாசபை, ஆர்எஸ்எஸ் மற்றும் இந்து சங்கதன் போன்ற இயக்கங்களெல்லாம் பொய்க் கனவுகளைக் கொண்டிருக்கும் இந்துத்துவம் என்கிற கோட்பாட்டை மையத் தூணாகக் கொண்டே இயங்கின. ஏராளமான சங்கப்பரிவார இயக்கங்களை உருவாக்கி அதன் தலைமைப் பீடமாக இயங்கிவரும் ஆர்எஸ்எஸ் என்கிற இயக்கம் 1925ஆம் ஆண்டு துவக்கப்பட்டது[25]. மகாத்மா காந்தியின் வழிகாட்டுதலில் பெருமளவிலான வெகுமக்கள் ஈர்க்கப்பட்டு ஆங்கிலேயர்களிடம் இருந்து முழுவிடுதலையைப் பெறவேண்டி இந்திய தேசிய காங்கிரஸ் போராடிக்கொண்டிருந்தது. அதே காலகட்டத்தில், இந்து தேசிய இனவெறியை நோக்கமாகக் கொண்ட ஆர்எஸ்எஸ் இயக்கமும் அதன் செயல்தலைவர்களான சாவர்க்கர்,

மாதவ சதாசிவ கோல்வால்கர் (1906-73) ஆகியோர் இருந்தனர். சாவர்க்கரும் இந்து மகாசபையும் ஆங்கிலேயர்களுடன் நெருக்கமான உறவினைக் கொண்டிருந்தனர். இந்து அரசாங்கத்தை இந்தியாவில் அமைக்க வேண்டி, ஆங்கிலேயர்களுக்கு எதிரான போராட்டங்களில் கலந்துகொள்ளாமல் தவிர்த்தனர்[26].

1931-32 ஆண்டுகளில் காங்கிரஸ் அமைப்பின் தலைமையில் நடத்தப்பட்ட 'வெள்ளையனே வெளியேறு' போராட்டத்தில் நேருவும் காந்தியும் கைதுசெய்யப்பட்டு சிறையில் அடைக்கப்பட்டனர். ஆனால், அப்போதும் இந்துத்துவவாதிகள் கைதாகாமல் தப்பித்தனர். அவர்களுக்கு தேசம் குறித்து வேறொரு பார்வை இருந்தது. ஆங்கிலேயர்களுக்கு எதிராகப் போராடாமல் இருப்பதற்கு, அவர்கள் ஒரு காரணத்தையும் கண்டுபிடித்து வைத்திருந்தார்கள்.

"இந்தியாவுக்குள் இருக்கும் அந்நியர்களை (முஸ்லிம்களை) இணைத்துக்கொண்டு போராடுவதினால், நம்முடைய கலாச்சாரமும் பண்பாடுமேகூட கேள்விக்குள்ளாகும்"

என்று தன்னுடைய 'நாம் அல்லது நம்முடைய தேசியம்" என்கிற நூலில் குறிப்பிட்டிருக்கிறார் எம்.எஸ்.கோல்வால்கர்[27].

ஐரோப்பிய பாசிஸ்ட்டுகளுடனான கொஞ்சல்

இந்துமத அடையாளத்தை மீட்டெடுக்கும் திட்டத்தைப் பொறுத்தவரையில் மிகக்கடுமையான ஒழுக்கக்கட்டுப்பாடு தேவைப்பட்டது. மேற்கு ஐரோப்பாவில் அதிதீவிர தேசியவாதத்தையும் இராணுவமயமாக்கலையும் கட்டாய ஒழுக்கக் கட்டுப்பாட்டையும் கலந்த கலவையாக புதிய இயக்கங்கள் உருவாகியிருந்தன. அப்புதிய இயக்கங்களை இந்து தேசியவாதிகளும் மேலாதிக்கவாதிகளும் உற்று நோக்கினர். அதிலும் மிக முக்கியமாக 1925ஆம் ஆண்டில் இத்தாலியின் தேசியத் தலைவராகவும் 1928இல் முழுமையான சர்வாதிகாரியாகவும் மாறியிருந்த பெனிட்டோ முசோலினியின் செயல்பாடுகளைப் பார்த்து இந்து தேசியவாதிகள் ஈர்க்கப்பட்டுவிட்டனர்[28].

அடுத்த பத்தாண்டுகளில் உருவான அனைத்து இந்துத்துவத் தலைவர்களும் இத்தாலி மற்றும் ஜெர்மனியின் பாசிசத் தலைவர்களுடன் நெருக்கமான உறவினை ஏற்படுத்திக்கொண்டனர்.

> "ஐரோப்பிய பாசிஸ்ட்டுகளின் மீது தத்துவங்களையும் செயல்பாடுகளையும் தாண்டியதொரு ஈர்ப்பு இந்துத்துவவாதிகளுக்கு உருவானது"

என்கிறார் இந்துத்துவத்தின் பாசிச உறவுகள் குறித்து ஆய்வு செய்து எழுதியவரான ஆய்வாளர் மர்சியா கசோலரி[29].

ஆர்எஸ்எஸ் இயக்கத்தை நிறுவிய கே.பி.ஹெட்கேவரின் குருவும், இந்துமகாசபை இயக்கத்தைத் துவங்கியவருமான பி.எஸ்.மூஞ்சே (1872-1948) என்பவர் 1931ஆம் ஆண்டு இத்தாலிக்கு பயணம் மேற்கொண்டிருந்தார். அப்போது இத்தாலியில் இளைஞர்களிடம் பாசிசத்தை ஆழமாக விதைத்த பலில்லா மற்றும் அவங்கார்டிஸ்ட் இயக்கங்களைப் பார்த்து வெகுவாக ஈர்க்கப்பட்டார். அதேபோல இந்தியாவிலும் இராணுவப் பள்ளிகள் துவங்கி, அவற்றின் மூலம் இந்துத்துவ வெறிக் கருத்துகளை இளைஞர்களின் மனதுக்குள் ஆழமாக விதைக்கவேண்டும் என்கிற கனவை உருவாக்கிக்கொண்டு இந்தியா திரும்பினார்.

அந்த இத்தாலிப் பயணத்தின்போது முசோலினியையும் நேரில் சந்தித்து உரையாடினார் மூஞ்சே.

> "தன்னுடைய சொந்தக் காலில் நிற்கவும் அதற்கான இராணுவத்தைக் கட்டமைக்கவும் இந்தியா தயாராகிக் கொண்டிருக்கிறது. அதற்கான பணிகளில் நான் மிகத்தீவிரமாக ஈடுபட்டு வருகிறேன்"

என்று முசோலினியிடம் மூஞ்சே கூறியிருக்கிறார்[30].

> "பாசிசக் கருத்தியலைப் பரப்புவதன்மூலம் பெரும்பான்மையான மக்களிடம் ஒரு ஒற்றுமையைக் கொண்டுவர முடிவதைப் பார்க்க முடிந்தது. இந்தியாவில், அதிலும் மிகவும் குறிப்பாக இந்து இந்தியாவில் இந்துக்களுக்கான ஒரு இராணுவக் கட்டமைப்பு தேவைப்படுகிறது. அதனை உருவாக்குவதற்கு ஏற்ப, ஒரு இராணுவப் பயிற்சிப் பள்ளியைத் துவங்க வேண்டும். நம்முடைய டாக்டர் ஹெட்கேவர் துவங்கிய ஆர்எஸ்எஸ் இயக்கமும் அப்படியான ஒரு இராணுவப் பயிற்சிப்பள்ளி போன்றதொரு இயக்கம்தான்"

என்று இத்தாலி பயணம் குறித்து, தன்னுடைய நாட்குறிப்பில் எழுதியிருக்கிறார் மூஞ்சே[31].

ஐரோப்பாவில் இருந்து திரும்பிய மூன்றாண்டுகளில் போன்சாலா இராணுவப் பள்ளியையும் 'மத்திய இந்து இராணுவக் கல்விக் கழக'த்தையும் அவர் உருவாக்கினார்.

"இந்துக்களுக்கு இராணுவத்தின் அடிப்படைகளைக் கற்றுக்கொடுத்து, தாய்நாட்டைக் காப்பதற்கான பொறுப்பையும் உடல்வலிமையினையும் உருவாக்குவதுதான் அவற்றின் நோக்கம்"

என்றார் மூஞ்சே[32].

இந்து சமூகத்தை இராணுவமயமாக்குவதன்மூலம் இந்துக்களின் கடந்தகால சொர்க்க வரலாற்றை மீட்டெடுக்கலாம் என்பது ஆர்எஸ்எஸ் ஆதரவாளர்களின் கருத்தாக இருந்தது. உள்ளூர் மராட்டிய பத்திரிக்கையாளர்கள் பலரும் ஐரோப்பிய சுற்றுப்பயணம் மேற்கொண்டு, இந்தியா திரும்பிவந்ததும்,

"ஏழை நாடாக இருந்த இத்தாலியை உலகின் பலம்பொருந்திய நாடுகளின் வரிசையில் முதன்மையான இடத்திற்கு அழைத்துச்சென்ற பாசிசம்"

என்று பத்திரிக்கைகளில் செய்திகள் வெளியிடத் துவங்கினர்[33].

ஜனநாயக அமைப்புகளை அடக்கி ஒடுக்கி அழித்தது, பெரும்பான்மையின் அடையாளத்தைப் பின்பற்றாத சிறுபான்மை மக்களை எதிரிகளாகச் சித்தரித்தது போன்றவற்றால் ஈர்க்கப்பட்டு, பாசிசத்தின் அடிவருடிகளாகவோ ஆத்மார்த்தமான சீடர்களாகவோ இந்திய இந்துத்துவவாதிகள் மாறினர். அதனால் இத்தாலி பாசிஸ்ட்டுகளை அப்படியே பின்பற்றி இந்திய இளைஞர்களையும் இராணுவப்பள்ளிகளுக்கு அனுப்புவது, காக்கிச் சட்டையும் அரைக்கால் சட்டையும் அவர்களுக்கு அணிவிப்பது போன்றவற்றைத் துவக்கிவிட்டனர்.

இந்திய தேசிய காங்கிரசும் இந்துத்துவ தேசியவாத இயக்கமும் சுதந்திரப் போராட்டத்தின் ஒரே சமகாலத்தில் இந்திய அரசியலில் இயங்கிக்கொண்டிருந்தன. ஆனால் இந்துத்துவ இயக்கங்களைப் போலல்லாமல், மதச்சார்பற்றத் தன்மையுடனும் தாராளவாத சிந்தனையுடனும் இந்தியாவின் அனைத்து மக்களையும் இந்தியர்கள் என்கிற புள்ளியில் இணைத்துப் போராடும் இயக்கமாக இந்திய தேசிய காங்கிரஸ் இருந்தது. இந்துத்துவ இயக்கங்களோ, ஆதிக்க சாதி இந்துக்களிடம் மட்டுமே அதிகாரத்தைக் குவிக்கும் நோக்கில் இந்தியாவை இந்துமயமாக்கி முழுமையான இந்துதேசமாகவே

மாற்றிடும் நோக்கில் செயல்பட்டன. இத்தகைய வேறுபாடு இருந்தபோதிலும், இந்திய தேசிய காங்கிரசும் இந்துத்துவ இயக்கங்களும் ஆதிக்க சாதியினரின் கட்டுப்பாட்டில் இருந்த இயக்கங்கள்தான். அதனால், இந்திய தேசிய காங்கிரசுமேகூட இயல்பிலேயே சிறிதளவேனும் இந்துத்தன்மை கொண்டதாகவே இருந்தது. சிலநேரங்களில் இரு இயக்கங்களுக்குமான எல்லைக்கோடுகளுமே குழப்பமான நிலைக்குத் தள்ளப்பட்டிருக்கின்றன. இந்திய தேசிய காங்கிரசில் உறுப்பினர்களாக இருந்த சிலர், இந்து மகாசபையிலும் அங்கம் வகித்திருக்கின்றனர். ஆதிக்க சாதியினரின் அதிகார ஆக்கிரமிப்பினால், அவ்வியக்கத்தைச் சேர்ந்த ஒடுக்கப்பட்ட சாதியினருக்கான இடம் மறுக்கப்பட்டோ அல்லது அவர்களது இருப்பே கவனிக்கப்படாமலோ கூட போயிருக்கின்றன. அதேபோல முஸ்லிம்களின் உரிமைகள் கண்டுகொள்ளப்படாமலும், அவர்களுக்கான பிரதிநிதித்துவம் சரிவர வழங்கப்படாமலும் விடப்பட்டதால், தங்களுக்கென்ற தனியான அரசியல் அடையாளத்தைப் பெறுவதற்கான முயற்சிகளை அவர்கள் எடுக்கவேண்டிய நிலைக்குத் தள்ளப்பட்டனர்.

இருப்பினும் ஐரோப்பாவில் ஏற்பட்டிருந்த மாற்றங்களின் காரணமாக, இந்தியாவிலும் இவ்விரு வகையான இயக்கங்களுக்கு இடையிலான முரண்பாடு அதிகரித்தது. நேருவின் தலைமையில் இந்திய தேசிய காங்கிரஸ் இயக்கமானது, ஒரு சர்வதேசியம் பேசும் காலனி எதிர்ப்பியக்கமாக பெயர்பெற்றது. ஆங்கிலேய அரசிடம் இருந்து விடுதலை பெறுவதற்கான அவர்களுடைய போராட்டங்களும் வலுவடைந்தன[34].

இரண்டாம் உலகப்போரில் பாசிசத்தைத் தோற்கடிப்பதற்காக வரலாற்றில் சரியான நபர்களுடனும் நாடுகளுடனும் துணை நிற்பதென்று இந்திய தேசிய காங்கிரஸ் எடுத்த முடிவிற்கு மேற்குலகில் வரவேற்பு கிடைத்தது. ஆங்கிலேயர்களைப் பழிவாங்கும் நோக்கில் செயல்படாமல், கொள்கையின்படி பாசிசத்தை எதிர்ப்பதற்காக போரில் ஆங்கிலேயர்களுக்கு துணைநிற்கும் முடிவினை எடுத்ததும் பாராட்டுக்குரியதாகப் பார்க்கப்பட்டது. 1936ஆம் ஆண்டில் தன்னைச் சந்திக்கவரும்படி அழைப்புவிடுத்த முசோலினியின் கோரிக்கையை ஏற்க மறுத்தார் ஜவஹர்லால் நேரு. அதேபோல ஆஸ்திரியாவைவும், வடக்கு செக்கஸ்லோவேக்கியாவையும் அத்துமீறி ஆக்கிரமித்த நேரத்தில் நேருவை சந்திக்க விருப்பப்பட்ட அடால்ஃப் ஹிட்லரின் கோரிக்கையையும் அவர் நிராகரித்துவிட்டார்[35].

இந்துத்துவமும் சியோனிசமும்: நெருங்கிய உறவின் கதை | 133

அதற்கு மாறாக, இந்தியாவிற்குள் ஆங்கிலேய அரசுடன் கைகோர்த்து செயல்பட்ட சாவர்க்கரும் இந்து தேசியவாத இயக்கத்தினரும், ஐரோப்பாவை ஆக்கிரமித்துக்கொண்டே இருந்த ஹிட்லருடன் கைகோர்த்ததோடல்லாமல், பாசிச இத்தாலியையும் ஆதரித்தனர். இப்படியான இரட்டை வேடத்தை இந்திய தேசிய காங்கிரஸ் போடவில்லை. இந்தியாவிற்குள் ஆங்கிலேய அரசை தீவிரமாக எதிர்த்துப் போராடியும், சர்வதேச அரசியலில் பாசிச இத்தாலியையும் நாஜி ஜெர்மனியையும் புறக்கணித்தும் சரியான பாதையில் பயணித்தது இந்திய தேசிய காங்கிரஸ்.

வடக்கு செக்கஸ்லோவேக்கியாவை ஹிட்லர் ஆக்கிரமித்ததை 1938ஆம் ஆண்டு வெளிப்படையாகவே ஆதரித்துப் பேசினார் சாவர்க்கர்.

> *"ஒரு தேசத்தை உருவாக்குகிறபோது அதேமாதிரியான கருத்துடைய நிலங்களை ஆக்கிரமிப்புது இயல்புதான்"*

என்பதாகக் கருத்து தெரிவித்தார் சாவர்க்கர்[36].

ஹிட்லருடைய ஜெர்மன் அரசின் ஆக்கிரமிப்புப் போக்கினை விமர்சித்த நேருவுக்கு பதிலடி கொடுக்கும்விதமாக 1938ஆம் ஆண்டு ஆகஸ்ட் மாதம் ஒன்றாம் தேதியன்று, இந்து மகாசபையின் தலைவராக 'இந்தியாவின் வெளியுறவுக் கொள்கை' என்னும் தலைப்பில் ஒரு உரையினை நிகழ்த்தினார் சாவர்க்கர்.

> *"ஜெர்மனியையோ ஜப்பானையோ இரஷ்யாவையோ ஒரு குறிப்பிட்ட ஆட்சிமுறையைத் தேர்ந்தெடுக்கச் சொல்லி கட்டாயப்படுத்துவதற்கு நாம் யார்? ஜெர்மனிக்கு என்ன தேவையென்று ஜவஹர்லால் நேருவைவிடவும் ஹிட்லருக்குத்தானே அதிகமாகத் தெரிந்திருக்கும்?"*

என்றார் சாவர்க்கர்[37].

ஆக, இனவெறியையும் இனவாதத்தையும் அடிப்படையாகக் கொண்ட ஐரோப்பிய பாசிசத்தின் கொள்கைகளும், தங்களது கொள்கைகளும் ஒரேமாதிரியாக இருப்பதாலேயே அவர்களை ஆதரிக்கிற நிலைப்பாட்டினை இந்தியாவின் இந்துத்துவவாதிகள் இயல்பாகவே எடுக்கவேண்டி வந்திருப்பதை நம்மால் கவனிக்கமுடிக்கிறது. அதுதான் இன்றுவரையிலான இந்துத்துவக் கொள்கைகளைத் தீர்மானிக்கும் முக்கியமான புள்ளியாகவும் இருந்து வருகிறது.

"இந்தியாவுடன் நட்பு பாராட்டவோ அல்லது இந்தியாவுக்கு உதவவோ தயாராக இருக்கும் எந்த நாடும் நம் நட்பு நாடுதான். அதேபோல, நம்முடைய கொள்கைகளுக்கு எதிரான கொள்கைகளைக் கொண்டிருக்கும் எந்த நாடும் நம் எதிரிநாடுதான்"

என்று சாவர்க்கர் 1938ஆம் ஆண்டில் பேசியதை இன்றைய சூழலுக்கும் நாம் பொருத்திப் பார்த்துக்கொள்ளலாம்[38].

1939ஆம் ஆண்டு மார்ச் மாதத்தில் இரண்டாம் உலகப் போர் துவக்கத்தின்போது, ஜெர்மனியின் நாஜிக் கருத்தியலையும் இனவெறித் திட்டத்தையும் முழுமையாக ஆதரித்து இந்துமகாசபை ஒரு அறிக்கையினை வெளியிட்டது.

"ஆரியப் பண்பாடை மீட்டெடுப்பது, ஸ்வஸ்திகாவை உயர்த்திப்பிடிப்பது, இந்திய-ஜெர்மானியக் கலாச்சாரத்தை ஆதரிப்பது போன்றவற்றை இந்தியாவின் இந்துக்கள் முழுமனதோடு வரவேற்கிறார்கள். ஆரியக் கலாச்சாரத்தின் எதிரிகளை எதிர்த்து ஒரு பெரும்படையுடனான போரினைத் துவங்கினால், உலகின் அனைத்து ஆரிய தேசங்களும் ஆர்வத்தோடு ஒன்றிணைவார்கள். அதன்மூலம் இந்திய இந்துக்களையும் உறக்கத்திலிருந்து நம்மால் எழுப்பிவிடமுடியும்"

என்று கூறினர் இந்துத்துவக் கருத்தியலாளர்கள்[39].

1939ஆம் ஆண்டு ஜூலை மாதத்தில் யூதர்களுக்கும் ஜெர்மானியர்களுக்குமான வேறுபாடுகள் குறித்து புனேவில் சாவர்க்கர் ஒரு உரை நிகழ்த்தினார். அதில்,

"ஒரே நிலப்பரப்பில் வாழ்வதாலேயே எல்லோரும் ஒரே தேசத்தைச் சேர்ந்தவர்கள் என்று சொல்லிவிட முடியாது. சிந்தனையும் மதமும் கலாச்சாரமும் ஒன்றாக இருப்பவர்கள்தான் ஒருதேசத்தவர்கள் எனலாம். அப்படிப் பார்க்கிறபோது, ஜெர்மானிய மக்களும் யூதர்களும் ஒரு தேசத்தைச் சேர்ந்தவர்களே கிடையாது"

என்றார் சாவர்க்கர்[40].

இந்து தேசியவாதமும், ஐரோப்பிய பாசிசமும் ஒருங்கிணைந்து செயல்பட்டதால் சமூகத்தில் பல தாக்கங்களை அது ஏற்படுத்தியது. இந்து தேசியவாதம் என்பது இந்து மதத்தை அடிப்படையானதாக்

கொண்டிருக்காமல், இனம், நிலப்பகுதி, பூர்வீகம், சாதி ஆகியவற்றுக்கு முக்கியத்துவம் கொடுத்த இனவெறி தேசியவாதமாக உருவெடுத்திருந்தது.

> *"இந்துமதம் ஒரு முக்கிய பங்காற்றினாலுமே கூட, இந்துத்துவம் என்பது ஒரு மதத்தை மையப்புள்ளியாகக் கொண்ட கருத்தியல் அல்ல. அதற்கு பதிலாக, மதத்தை வெறுமனே அரசியலுக்காகப் பயன்படுத்தி, அதிகாரத்தைக் கைப்பற்றுவதுதான் இந்துத்துவம்"*

என்கிறார் எழுத்தாளர் இவியன் லெய்டிக்[41].

இந்தியாவுக்கு வெளியே இத்தகைய கருத்தியல் அங்கீகரிக்கப்படாவிட்டாலும், ஜனநாயகக் கருத்தியலெல்லாம் காலாவதியாகிப்போன கொள்கையென்றும், மேற்கு ஐரோப்பாவில் கொடிகட்டிப் பறந்த இனவாத தேசியவாதமே இந்தியாவிற்கான மாற்று என்றும் இந்தியாவுக்குள் இருந்த இந்துத்துவவாதிகள் பிரச்சாரம் செய்யத் துவங்கினர்.

எந்த வழியில் செல்வதென்று திக்குத் தெரியாமல் சுற்றிக்கொண்டிருந்த இந்து தேசியவாதிகளுக்கு, இந்த ஐரோப்பிய இனவாத தேசியவாதக் கருத்தியல் பெரிதும் உதவியது.

இந்து தேசியவாதமும் சியோனிசமும்

முதலாம் உலகப் போரின் முடிவில், உலகெங்கிலும் பல்வேறு நாடுகளில் விடுதலைக்காகப் போராடிக்கொண்டிருந்த தேசிய இயக்கங்களின் பார்வையிலும் பாதையிலும் மாற்றங்கள் ஏற்படத்துவங்கின. இந்தியாவிலும் அது நடந்தது. முதலாம் உலகப்போருக்குப் பிந்தைய நிகழ்வுகள், ஓட்டோமன் பேரரசின் வீழ்ச்சி, ஓட்டோமன் பகுதிகளைப் பிரித்து ஆங்கிலேய மற்றும் பிரெஞ்சு அரசுகள் பங்குபோட்டுக்கொண்ட ஒப்பந்தங்கள், பெல்ஃபோர் பிரகடனம், 1922இல் பாலஸ்தீன நிலத்தை ஆக்கிரமித்து 'பிரிட்டிஷ் பாலஸ்தீனம்' என்று ஆங்கிலேய அரசு பெயர் மாற்றியது போன்ற பல நிகழ்வுகள் அப்போது நடந்தேறின. அவற்றை உற்று கவனித்த காந்தி தலைமையிலான இந்திய தேசிய காங்கிரஸ், ஆங்கிலேயர்களுக்கு எதிராக முழுவீச்சில் செயல்படத்துவங்கியது. இந்தியாவில் இருக்கும் முஸ்லிம்களுடன் நெருக்கமாக நகரவும், ஏகாதிபத்திய எதிர்ப்பு செயல்திட்டத்தைக் கையில் எடுக்கவும்

இந்திய தேசிய காங்கிரசை இவையெல்லாம் தூண்டியது என்றே சொல்லலாம்.

அதே காலகட்டத்தில் பாலஸ்தீனத்தில் சியோனிசம் என்கிற புதுக்கொள்கை ஐரோப்பாவில் இருந்து வந்திறங்கியது. அப்புதிய கொள்கையைக் கொண்டு வந்தவர்களால், ஏற்கனவே பாலஸ்தீன நிலத்தில் வாழ்ந்துவந்த பாலஸ்தீன மக்கள் இங்குமங்குமாக அலைக்கழிக்கப்பட்டனர். அவர்களது இருப்பிடங்களில் இருந்து துரத்தப்பட்டனர். யூதர்களுக்கென்றே தனியாக செயல்படும் தொழிற்சங்கங்கள் உருவாக்கப்பட்டு, வேலை வாய்ப்புகளில் இருந்தும் பாலஸ்தீனர்கள் முழுமையாக புறக்கணிக்கப்பட்டனர். ஐரோப்பாவில் இருந்து எண்ணிலடங்காத யூதர்கள் பாலஸ்தீனத்திற்கு அகதிகளாக வந்துகொண்டே இருந்ததால், சொந்த நிலத்தில் இருந்து பாலஸ்தீனர்கள் விரட்டப்படுவதும் அதிகரித்துக்கொண்டேதான் இருந்தது. யூதர்களுக்கென்று தனியான ஒரு தேசத்தை உருவாக்கியே தீரவேண்டும் என்கிற செயல்திட்டத்தை முன்வைத்து, படையெடுத்தது போலவே பாலஸ்தீன நிலத்திற்கு ஐரோப்பிய யூதர்கள் வந்துகொண்டிருந்தனர். அதன் தொடர்ச்சியாக, அரசியல் சியோனிசம், பண்பாட்டு சியோனிசம் மற்றும் தொழிலாளர் நலன்கொண்ட சியோனிசம் என பல்வேறு விதமான சியோனிசக் குழுக்கள் உருவாகத் துவங்கின. அதில், ஒவ்வொரு குழுவும் ஒவ்வொரு விதமாக தாங்கள் உருவாக்க நினைக்கும் இஸ்ரேல் என்கிற நாட்டிற்கான கனவினைக் கற்பனை செய்துகொண்டிருந்தனர்[42].

அவர்களுக்குள் எப்படியான கருத்து முரண்பாடு இருந்தபோதிலும், யூதர்களைப் பெரும்பான்மையாகக் கொண்ட ஒரு யூத தேசத்தை உருவாக்கிவிடவேண்டும் என்பதில் மட்டும் அனைவருமே உறுதியாக இருந்தார்கள். அங்கே வாழும் பாலஸ்தீனர்களை அழித்தோ, துரத்தியோதான் அதனை சாத்தியப்படுத்த முடியும் என்பதையும் அவர்கள் அறியாமல் இல்லை. அதிதீவிர யூதமதப் பற்றாளர்களின் நம்பிக்கைக்கு எதிரானதாக இந்த அரசியல் திட்டம் இருந்தபோதிலும், அவர்களும் இசைவு தெரிவிக்கத்தான் செய்தார்கள். யூதர்களுக்கான தனிதேசத்தை உலகின் எந்தப் பகுதியில் வேண்டுமானாலும் அமைப்பதற்கு அரசியல் சியோனிசவாதிகள் தயாராகத்தான் இருந்தார்கள். அர்ஜண்டைனாவிலும், உகாண்டாவிலுமே கூட அவர்கள் ஆய்வு செய்துவிட்டுத்தான் வந்தார்கள். ஆனால், பண்பாட்டு சியோனிசவாதிகளோ அதற்கு ஒப்புக்கொள்ளவில்லை. இறுதியாக பண்பாட்டு சியோனிசவாதிகளின் கருத்தினை அரசியல் சியோனிசவாதிகளும் ஏற்றுக்கொண்டனர்.

அப்படியாக, பாலஸ்தீன நிலத்திலேயே யூததேசத்தை அமைக்கலாம் என்று அரசியல் சியோனிசவாதிகளும் பண்பாட்டு சியோனிசவாதிகளும் முடிவெடுத்துவிட்டபின்னர், அந்தக் கோரிக்கையை நியாயப்படுத்துவதற்கான காரணத்தைத் தேடினார்கள். இறுதியாக பைபிளை ஒரு 'ஆதாரமாக'த் தேர்ந்தெடுத்தார்கள். பாலஸ்தீன நிலம் யூதர்களுக்கே சொந்தமென்று ஹீப்ரூ பைபிளில் குறிப்பிட்டிருப்பதாக ஒரு பிரச்சாரத்தைத் துவங்கினார்கள் சியோனிசவாதிகள். அதைவிட வேடிக்கை என்னவென்றால், பாலஸ்தீன நிலத்தைக் கோரும் திட்டத்தை, 'தேசிய விடுதலை இயக்கம்' என்று அடையாளப்படுத்தினர். அதாவது, பாலஸ்தீன நிலம் அவர்களுடையது என்பது போலவும், அங்கே அவர்கள் ஏதோ அடிமைகளாக இருந்தது போலவும் ஒரு மாயத் தோற்றத்தை உருவாக்கினர்.

ஆங்கிலேப் பேரரசின் முக்கியக் காலனி நாடாக இந்தியா இருந்தது என்பதால், இந்தியாவின் கலை மற்றும் இலக்கியம் துவங்கி ஆங்கிலேய அரசுக்கு எதிரான வெகுமக்களின் போராட்டங்கள் வரையிலுமாக அனைத்தையும் யூத சியோனிஸ்டுகள் கவனித்துக்கொண்டே இருந்தனர். ஆனால் அவர்களைவிடவும், இந்தியாவின் இந்து தேசியவாதிகள்தான் சியோனிசவாதிகளை தங்களுடைய இயல்பான நெருங்கிய நட்புக்குழுவாகப் பார்த்தனர்[43].

யூதர்களையும் யூதர்களுக்கு தனிதேசம் அமைக்கும் திட்டத்தை அமல்படுத்தத் துடிக்கும் சியோனிசக் கருத்தியலையும் அடித்துநொறுக்கும் ஐரோப்பிய பாசிசத்தை வியந்து பாராட்டி மகிழ்வதில் இந்துத்துவவாதிகளுக்கு எவ்வித வெட்கமோ முரண்பாடோ இருக்கவில்லை என்பதுதான் வேடிக்கை. அதன்பிறகு மத்திய கிழக்கில் யூதர்களுக்கான தேசத்தை அமைக்க ஐரோப்பாவின் அதிகாரமிக்க நாடுகள் முடிவுசெய்தபோது அதனையும் இந்திய இத்துத்துவவாதிகள் ஆதரிக்கத் துவங்கினர். ஐரோப்பாவில் இருந்து யூதர்களை விரட்டுவதற்காக பாலஸ்தீனர்கள் வாழ்ந்த நாட்டினை எடுத்துக்கொள்ள முயற்சி செய்வதென்பது காலனியாதிக்கமன்றி வேறில்லை. ஆனால் அது காலனியாதிக்கமல்ல என்றும், தங்களுடைய பூர்வீக நிலத்திற்கு யூதமக்கள் திரும்பும் பயணம் என்றும் திசைதிருப்ப சியோனிசவாதிகள் மட்டுமல்லாமல் அதிகாரமிக்க ஐரோப்பிய நாடுகளும் ஒரு புதிய கதையை உருவாக்கினர்.

"மத்திய கிழக்கு நாடுகள் முழுவதுமே இஸ்லாமின் ஆதிக்கம் பரவியிருப்பதற்கு பதிலாக, இஸ்ரேல் என்கிற ஒரு யூத தேசம் இருப்பதே நல்லது. அதனை வைத்துக்கொண்டு சோவியத் யூனியனையும் மத்திய கிழக்கு நாடுகளுக்குள் நுழையவிடாமல் தடுக்கலாம்"

என்பதும் இந்த ஒட்டுமொத்தத் திட்டத்தின் ஒரு நோக்கமாக இருந்திருப்பதாக ஆய்வாளர் எட்வர்ட் சையது குறிப்பிடுகிறார்[44].

"கிருஸ்துவமும், யூதமதமும் அரசியலாக இணைந்து மத்திய கிழக்குப் பகுதியில் இஸ்லாம் மதத்தை எதிர்க்கும் புள்ளிதான் சியோனிசம்"

என்று சியோனிசத்தின் தந்தை என்று அழைக்கப்படும் தியோடர் ஹெர்சல் தொடர்ச்சியாக பலமுறை குறிப்பிட்டிருக்கிறார்[45]. ஐரோப்பாவில் யூதர்கள் எவ்வாறு பார்க்கப்பட்டார்களோ, அதேபோலத்தான் இந்தியாவில் முஸ்லிம்களை இந்து தேசியவாதிகள் பார்த்தார்கள்.

"இந்தியாவின் முஸ்லிம்களுக்கு இந்தியாவைப் பற்றியும் இந்திய நலன்களைப் பற்றியும் பெரிதாகக் கவலையேஇல்லை. அவர்களுக்கு தங்களுடைய பக்கத்து வீட்டில் வாழும் இந்துக்களை விடவும், மற்ற நாடுகளில் வாழும் முஸ்லிம்கள் மட்டும்தான் முக்கியமாகத் தெரிகிறார்கள். ஜெர்மனியில் வாழும் யூதர்களும் அதேபோலத்தான். சக ஜெர்மானியர்களைக் கண்டுகொள்ளாமல், மற்ற நாடுகளில் வாழும் யூதர்களுடன் மட்டும்தான் கைகோர்த்துக் கொள்வார்கள்"

என்று 1939ஆம் ஆண்டு டிசம்பர் மாதத்தில் ஒரு மேடையில் சாவர்க்கர் உரையாற்றினார்[46].

யூதர்களை ஒடுக்கிய ஐரோப்பிய பாசிசத்தையும் ஆதரித்துக்கொண்டே, பாலஸ்தீனத்தில் யூததேசம் அமைக்க விரும்பிய சியோனிசத்தையும் ஒருசேர ஆதரித்ததால், ஐரோப்பிய வலதுசாரிகளின் மத்தியில் இந்துத்துவ தேசியவாதிகளின் மீதான மதிப்பு உயர்ந்தது. உலகெங்கிலும் இயங்கிவந்த இனவெறி அமைப்புகளின் உற்ற தோழமையாக இந்துத்துவ தேசியவாதிகள் மாறினர்.

இந்தியாவில் நீதிபதியாக இருந்த ஹர்பிலாஸ் சர்தாவினால் 'இந்து மேலாதிக்கம்' என்றொரு நூல் எழுதப்பட்டது. அதில்,

"இந்துக்களின் பழம்பெருமையைப் பேசுவதென்பது, யார் மனதையும் புண்படுத்துவதற்காக அல்ல. அதேவேளையில், ஆப்கானிஸ்தானிலும், துருக்கியிலும் மற்றும் இன்னபிற இஸ்லாமிய நாடுகளிலும் மதத்தினால்தான் கொடூரங்கள் நடத்தப்பட்டிருக்கின்றன என்று சொல்லமுடியாது. அவர்கள் நாகரிகத்தில் மிகவும் பின்தங்கியவர்களாகவும் அறியாமையில் மூழ்கியிருப்பவர்களாகவும் இருந்ததே அனைத்து கொடுமைகளுக்கும் காரணமாகும்"

என்று எழுதியிருக்கிறார் ஹர்பிலாஸ் சர்தா[47].

இப்படியாக தங்களை மிகவும் மேன்மையான ஒரு இனமாகக் காட்டிகொண்டும், முஸ்லிம்களை பின்தங்கிய மற்றும் பிரச்சனைக்குரிய சிறுபான்மை இனமாக ஐரோப்பிய உலகம் சொல்வதைப் போலவே சொல்லிக்கொண்டும் இந்து தேசியவாதிகள் இருந்தனர். இந்து தேசியவாதிகளும் மேலாதிக்கவாதிகளும் சியோனிசத்துடன் ஒப்பிட்டுப் பார்த்துக்கொள்வதென்பது, இயல்பாகவே நடந்தேறியது. யூதமதமும், இந்துமதமும் இரண்டு மிகப்பழைய நாகரிகங்களைக் கொண்ட மதங்கள் என்றனர். தாய்நாட்டை அடையப்போவதாக சியோனிசவாதிகள் பறைசாற்றியபோது, அதனை இந்துத்துவவாதிகள் ஆதரிக்கவே செய்தனர்.

இந்துக்களை இந்தியாவின் பூர்வகுடியாகவும், முஸ்லிம்களை எங்கிருந்தோ உள்ளே நுழைந்தவர்களாகவும் வரையறுத்து பிரச்சாரம் செய்வதே நாகரிகத்தின் துவக்கப்புள்ளியாக மாற்றப் பார்க்கிறார்கள் இந்துத்துவவாதிகள். அவர்களைப் பொறுத்தவரையில், இந்தியாவில் இருக்கும் அனைவரும் இந்துக்களென்றும், இந்துமதமே இந்தியர்களின் இனக்கலாச்சாரமென்றும்தான் சொல்லவருகிறார்கள்.

"சியோனிசமும், இந்துத்துவமும் அவர்கள் இணைக்க நினைக்கிற மக்களனைவரும் ஒரே மொழியைத்தான் பேசுவார்கள் என்கிற கருத்தியலைப் பிரச்சாரம் செய்ய விரும்பினார்கள்"

என்கிறார் ஆய்வாளர் சத்ரது சென்[48].

"இந்து தேசத்தைச் சேர்ந்த இந்து இனம், மதம், கலாச்சாரம், மொழி ஆகியவற்றைச் சாராதவர்கள் அனைவரும் காலப்போக்கில் இந்திய தேசியத்திலிருந்து வெளியேறிவிட வேண்டும்"

என்று தன்னுடைய 'நாம் அல்லது நம் தேசியம்' என்கிற நூலில் கோல்வால்கர் குறிப்பிட்டிருக்கிறார்[49].

அதுமட்டுமல்லாமல், யூத மதத்திற்கும் இந்து மதத்திற்கும் வேறுசில ஒற்றுமைகளும் இருந்தன. மற்ற மதங்களில் இருந்து கிறிஸ்துவத்திற்கும், இஸ்லாம் மதத்திற்கும் மாறுவதற்கான வழிமுறைகள் இருப்பதைப்போல, தங்களுடைய மதங்களில் மதமாற்ற வழிமுறையை வைப்பதற்கு யூதமதமும், இந்துமதமும் விரும்பவில்லை. அதனை அனுமதித்தால் தங்களுடைய மதத்தின் இனத்தூய்மை பாதிக்கப்பட்டுவிடும் என்று இருமதங்களும் நினைத்தன. ஆனால், மதம் மாறும் வழக்கத்தை ஏற்றுக்கொள்ளாத நிலையில், முஸ்லிம்களோ, அரபுமக்களோ, பாலஸ்தீனர்களோ எண்ணிக்கையில் அதிகரித்துவிடுவார்களோ என்கிற அச்சம் இந்துத்துவவாதிகளிடமும் சியோனிசவாதிகளிடமும் ஒருசேர இருந்தது. இருப்பினும் இனத்தூய்மையைப் பேசுவதிலும் நடைமுறைப்படுத்துவதிலும் இவ்விரு குழுவினருக்கும் ஒரே மாதிரியான நிலைப்பாடு இருந்துவருவது குறிப்பிடத்தக்கது.

ஞானத்தையும், முக்தியையும் தேடிக் கண்டடைவதை இந்துமதம் இலக்காக்கி வைத்திருக்கிறது. அதுவே யூதமதமோ, கடவுளைப் பற்றிய அறிவினைத் தேடும் பயணத்திற்கான மதமாக தன்னை வெளிப்படுத்திக்கொள்கிறது[50]. கட்டுக்கதைகளை உருவாக்கி மக்களை மயக்கும் கலையினைக் கொண்டிருக்கிற இதுமாதிரியான ஒற்றுமைகள்தான் இவ்விரு மதங்களின் அரசியல் அதிகாரத் திட்டங்களான இந்துத்துவத்திற்கும், சியோனிசத்திற்கும் இடையே நெருக்கமான நட்புறவு ஏற்படுவதற்கான முதுகெலும்பாக இருக்கிறது.

ஆனால் உடனடியாக அது நிகழ்ந்துவிடவில்லை. பாலஸ்தீன நிலத்தில் தொழிற்சங்கவாத சியோனிச இயக்கம் முக்கியமான இயக்கமாக மாறிக்கொண்டிருந்த சூழலில், இந்தியாவில் அப்போது ஆங்கிலேயர்களுக்கு எதிரான போராட்டக்களத்தில் முக்கியப் பங்காற்றிக்கொண்டிருந்த இந்திய தேசிய காங்கிரசையும் காந்தியையும் தொடர்பு கொண்டு ஆதரவு கோரினர். பாலஸ்தீன நிலத்தில் பயங்கரவாத நடவடிக்கைகளில் ஈடுபட்டுக்கொண்டிருந்த ஹகன்னா போன்ற தீவிரவாத இயக்கங்களும் சியோனிசத் தத்துவத்தை அமல்படுத்தத்தான் இயங்கிக்கொண்டிருந்தன என்றாலும், அமைதிவழிப் போராளியான காந்தியை ஈர்ப்பதற்கு மிதவாத தொழிலாளர் சியோனிச இயக்கங்களின் மூலமாக முயற்சிகள் மேற்கொள்ளப்பட்டன. ஆனால், இந்தியாவில்

இருந்த இந்து தேசியவாதிகளோ, எவ்வித விமர்சனங்களும், முரண்பாடுகளும்இல்லாமல் சியோனிசத்தின் அனைத்து வகையான இயக்கங்களையும் முழுமையாக ஆதரித்தனர். பேச்சுவார்த்தையின் மூலம் பாலஸ்தீன நிலத்தை அபகரித்துவிடலாம் என்கிற நிலைப்பாட்டைக் கொண்டிருந்த தொழிற்சங்கவாத சியோனிசத்தை மறுத்து உருவான திருத்தல்வாத சியோனிசத்தின் தந்தை என்று அழைக்கப்படுகிற சீவ் ஜபோடின்ஸ்கி என்பவர் 1923ஆம் ஆண்டில் 'இரும்புச் சுவர்' என்கிற தலைப்பில் ஒரு அறிக்கை எழுதிவெளியிட்டார். அதிரடி ஆக்கிரமிப்பை ஆதரித்து எழுதப்பட்ட வெளிப்படையான ஆதிக்க ஆக்கிரமிப்பு பிரகடனம் அந்த நூல் என்றே சொல்லலாம். அதே ஆண்டில் இந்தியாவில் 'இந்துத்துவம்' என்றால் என்னவென்று விளக்கி ஒரு அறிக்கையினை வெளியிட்டார் சாவர்க்கர் என்பதும் குறிப்பிடத்தக்கது. தொழிற்சங்கவாத சியோனிசவாதிகளிடம் இருந்த விரிவான செயல்பாட்டுத் திட்டமெல்லாம் ஜபோடின்ஸ்கியிடம் இல்லை. ஆனால் அவர் எழுதியதை அப்படியே முழுமையாக ஏற்றுக்கொண்டுவிட்டனர் இந்திய இந்துத்துவவாதிகள்.

பாலஸ்தீனர்களிடம் இருந்து முழுமையாக அவர்களது நிலங்களை யூத இயக்கங்கள் ஆக்கிரமித்தால்தான், ஐரோப்பாவில் இருக்கும் மற்ற யூதர்களுக்கு நம்பிக்கை வரும். அப்போது தான் அங்கிருந்து இடம்பெயர்ந்து பாலஸ்தீன நிலத்திற்கு குடியேற வருவார்கள் என்பது ஜபோடின்ஸ்கியின் வாதம்.

> *"பண்பாட்டுத்தளத்தில் பாலஸ்தீன அரபு மக்கள் நம்மைவிட 500 ஆண்டுகள் பின்தங்கி இருக்கிறார்கள். அதேபோல, ஆன்மிகத் தளத்தில் நமக்கிருக்கும் சகிப்புத்தன்மையோ அல்லது மனவுறுதியோ அவர்களிடம் இல்லை. நமக்குத் தேவையானதை அவர்களிடம் எவ்வளவு வேண்டும்மானாலும் பொறுமையாக நம்மால் விளக்கமுடியும். அதனை அவர்கள் புரிந்துகொள்ளவும் வாய்ப்பிருக்கிறது. ஆனால், அதையெல்லாம் ஏற்றுக்கொண்டால், அவர்களுக்குத்தான் இழப்பு என்பதைக் கூடவா அவர்கள் கணிக்கமாட்டார்கள்"*

என்றார் ஜபோடின்ஸ்கி[51].

அதேபோல பாலஸ்தீனர்களின் நில உரிமை குறித்துப் பேசும்போது,

> *"பாலஸ்தீனத்தை ஆக்கிரமிக்கும் நம்முடைய காலனியாதிக்கத் திட்டத்தை நடைமுறைப்படுத்துகையில் அங்குள்ள பூர்வகுடி*

மக்களைப்பற்றி கவலையேபடாமல் செயல்படவேண்டும். அதனைச் செய்யமுடியாவிட்டால், நம் திட்டத்தையே கைவிட்டுவிட்டு அப்படியே வெளியேறுவதே நல்லது. அதாவது, நாம் ஆக்கிரமிக்க நினைக்கிற இடத்தில் வாழ்கிற மக்களுடன் பேச்சுவார்த்தை நடத்தி உடன்பாட்டுக்கெல்லாம் வரமுடியும் என்று நினைப்பது எந்தப் பலனையும் தராது. அதனால், பூர்வகுடிமக்களால் தகர்த்து எறியவோ, தாண்டிவரவோ முடியாத இரும்புச் சுவரை எழுப்பி அதிகாரத்தை ஒட்டுமொத்தமாகக் கைப்பற்றவேண்டும்”

என்றார் ஜபோடின்ஸ்கி[52].

பாலஸ்தீனத்தை ஆக்கிரமிக்கத்தான் அங்கே செல்கிறோம் என்பதை ஐரோப்பிய யூதர்களுக்கு புரியவைத்துத்தான் அழைத்துச் செல்லவேண்டும் என்பது தொழிற்சங்கவாத சியோனிசவாதிகளின் கருத்தாக இருந்தது. ஆனால் அது நடைமுறைக்கு சாத்தியமற்றது என்பது ஜபோடின்ஸ்கி மற்றும் இன்னபிற திருத்தல்வாத சியோனிசவாதிகளின் கருத்தாகும். அதேபோல, முஸ்லிம்களுடனெல்லாம் சமாதானமாகப் போகும் காங்கிரசின் செயல்பாட்டிற்கு ஆதரவளித்தால், இந்தியாவை முழுமையான ஒரு இந்து தேசமாக மாற்றும் திட்டமே தாமதமாகும் என்பது இந்திய இந்துத்துவவாதிகளின் கருத்தாக இருந்தது.

தத்துவார்த்தப்படி இந்துத்துவம் என்பது முஸ்லிம் எதிர்ப்பை அடிப்படியாகக் கொண்டு இயங்கியது.

‘இந்து அடையாளம்’ என்பதே முழுக்க முழுக்க முஸ்லிம்களை எதிர்நிலையில் நிறுத்தி உருவாக்கப்பட்டதுதான். இந்துத்துவவாதிகளுக்கு தேச விடுதலை என்பதெல்லாம் கூட முக்கியமான பிரச்சனை கிடையாது. இந்திய விடுதலைப் போராட்டங்களில் பங்கெடுக்காமல் இந்துத்துவத் தலைவர்களே ஒதுங்கித்தான் இருந்தனர்[53].

ஐரோப்பிய காலனிய நாடுகளெல்லாம் மற்ற நாடுகளுக்குச் சென்று நிலங்களை ஆக்கிரமித்து தனதாக்கிக் கொண்ட அதே பாணியில்தான் சியோனிசமும் பாலஸ்தீன நிலத்தை ஆக்கிரமிக்கும் திட்டத்தை வகுத்தது. தென்னாப்பிரிக்காவில் இருந்த ஆங்கிலேயர்களை வைத்து பூர்வகுடிகளிடம் இருந்த அதிகாரத்தைப் பறித்து ஒரு சட்டப்பூர்வமான இனவெறியையும் நிறவெறியையும் பிரிட்டிஷ் அரசாங்கம் அமல்படுத்தியதற்கு ஒப்பான ஒரு திட்டத்தைத்தான்

பாலஸ்தீனத்தில் சியோனிசவாதிகள் வகுத்திருந்தனர். இதுவெல்லாம் இந்தியாவில் சிறுபான்மையினராக வாழ்ந்துவந்த முஸ்லிம்களுக்கு அச்சத்தை ஏற்படுத்தியது. விடுதலை பெற்றபிறகான இந்தியா ஒரு இந்துப் பெரும்பான்மை தேசமாக மாறும் சூழலில், இந்துத்துவவாதிகளிடம் சிக்கித்தவிப்பது குறித்து முஸ்லிம்கள் அப்போதே சிந்திக்கத் துவங்கினர். அதனாலேயே தங்களுக்கென்று தனியான தேசம் தேவையென்பதை உணர்ந்தனர்.

இந்த இந்துப் பெரும்பான்மையினவாத அச்சம்தான், பாகிஸ்தான் என்கிற புதிய தேசம் உருவாக்குவதற்கான கோரிக்கை எழுவதற்கு முக்கியப் புள்ளியாக இருந்தது. அதனாலேயே பாகிஸ்தானும் இஸ்ரேலும் மதத்தின் அடிப்படையில் உருவான இரண்டு நாடுகள் என்று சிலர் சொல்வதைப் பார்க்கமுடிகிறது. அதேபோல, இஸ்ரேலின் உருவாக்கத்தில் முக்கியப் பங்காற்றிய தொழிற்சங்கவாத சியோனிசத்தின் அடிப்படையாக தொழிலாளர் நலனைக் கருத்தில் கொண்ட சோசலிசக் கருத்தியல் இருந்ததாகவும், இந்தியாவின் நேருவும் அதே கருத்தியலைக் கொண்டவராக இருந்ததையும் ஒப்பிட்டு வேறுசில ஆய்வாளர்கள் வாதிடுகின்றனர்[54].

இருப்பினும் சியோனிசம் முன்னிறுத்திய இஸ்ரேலையும் நேரு முன்னிறுத்திய இந்தியாவையும் ஒப்பிடுவது சரியாக இருக்காது. இந்தியாவில் ஆங்கிலேயர்களுக்கு எதிரான போராட்டத்தில் சில குறைகளும் முரண்பாடுகளும் இருப்பினும், அந்தப் போராட்டங்களை அப்படியே பாலஸ்தீனத்தை ஆக்கிரமிப்பதற்காக இறுதிக்கட்டத்தில் ஆங்கிலேயர்களுக்கு எதிராகப் போலியாக நின்ற சியோனிசவாதிகளின் செயல்பாடுகளுக்கு நிகராக ஒப்பிடுவது முற்றிலும் தவறான பார்வையாகும். பெல்ஃபோர் பிரகடனத்தின் மூலமாக பாலஸ்தீனத்தை சியோனிசவாதிகளின் கைகளில் கொண்டு சேர்க்கும் பணியை முதன்முதலில் துவங்கியது ஆங்கிலேய அரசுதான்.

1931ஆம் ஆண்டு வாக்கிலேயே அனைத்துவகையான சியோனிசவாதிகளும் பாலஸ்தீன நிலத்திற்கு யூதர்களே உரிமையாளர்கள் என்கிற கருத்தில் உடன்பட்டுவிட்டனர். அத்திட்டத்தை எப்போது அமல்படுத்துவது, எப்படி அமல்படுத்துவது, எந்த மொழியை மையப்படுத்துவது போன்றவற்றில்தான் பல்வேறு சியோனிசக் குழுக்களுக்கு இடையில் முரண்பாடுகள் இருந்ததே தவிர, பாலஸ்தீனத்தை ஆக்கிரமிக்கும் திட்டத்தை செயல்படுத்தலாமா

வேண்டாமா என்கிற கேள்விக்கே அப்போது இடமில்லாமல் போனது.

"அதிரடியாக பாலஸ்தீனத்தை ஆக்கிரமிக்க நினைக்கும் எங்களுடைய இராணுவத்திற்கும், பேச்சுவார்த்தை செய்து ஆக்கிரமிப்போம் என்கிற மற்ற குழுவிற்கும் நாங்கள் அடையநினைக்கும் இலக்கில் எவ்வித மாறுபாடும் இல்லை" என்றார் ஜபோடின்ஸ்கி.

இந்தியாவில் சிறுபான்மையாக இருந்த முஸ்லிம்களுக்கு தனிநாடாக உருவாக்கப்பட்ட பாகிஸ்தானும், ஐரோப்பவில் சிறுபான்மையாக இருந்த யூதர்களுக்கு தனிநாடாக உருவாக்கப்பட்ட இஸ்ரேலும் ஒன்றுதான் என்கிற ஒப்பீடும் சரியாக இருக்கமுடியாது. காலங்காலமாக பாலஸ்தீனர்கள் வாழ்ந்த நிலத்தை அடாவடியாக அடித்துப் பறித்துதான் சியோனிசம் தனிநாட்டினை உருவாக்கியது. ஆனால், பாகிஸ்தான் அப்படியல்ல. ஏற்கனவே முஸ்லிம்கள் பெரும்பான்மையாக வாழ்ந்துகொண்டிருந்த நிலம்தான் பாகிஸ்தானாக மாறியது. அந்தப் பகுதிகளில் வாழ்ந்த முஸ்லிம் மக்களின் கோரிக்கையாகவும் அது இருந்தது. அவர்கள் இந்தியாவில் முஸ்லிம்களல்லாதவர்கள் பெரும்பான்மையாக வாழ்ந்த எந்தப் பகுதியையும் ஆக்கிரமித்து பாகிஸ்தானை உருவாக்கவில்லை. ஆங்கிலேயர்கள் இந்திய துணைக்கண்டத்தில் இருந்து வெளியேறியதும், அந்த நிலப்பரப்பில் தங்களுக்கும் சமமான உரிமை வேண்டும் என்கிற கோரிக்கையின் விளைவாகத்தான் பாகிஸ்தான் உருவானது.

அத்துடன், பாகிஸ்தான் உருவான நிலப்பரப்பைப் பொறுத்தவரையில் முஸ்லிம்கள் வெளியில் இருந்து வந்தவர்களல்ல. ஆங்கிலேயர்கள் வெளியேறியபோது, இந்தியா-பாகிஸ்தான் பிரிவினையை சரியாகக் கையாளாத காரணத்தால் புலம்பெயர் சிக்கல்கள் ஏற்பட்டதை பாகிஸ்தானின் ஆக்கிரமிப்பாகக் கருதமுடியாது. முதலில் பாகிஸ்தானை முஸ்லிம்களின் தாயகம் என்று முன்னிறுத்தத் துவங்கினாலும், பாகிஸ்தான் உருவான ஒரு சில மாதங்களிலேயே உலகெங்கிலுமுள்ள முஸ்லிம்களை பாகிஸ்தானுக்குள் அனுமதித்து ஏற்றுக்கொள்ளும் நடைமுறையெல்லாம் ஏதுமில்லை என்பது தெளிவாக்கப்பட்டுவிட்டது. ஆனால் சியோனிச நாடென்பது அதற்கு மாறாக, உலகெங்கிலுமுள்ள யூதர்களை பாலஸ்தீன நிலத்திற்கு இடம்பெயரவைத்து, புதிய யூத தேசத்தின் நிலப்பரப்பை விரிவாக்கும் பணியில் இன்றுவரை ஈடுபட்டு வருகிறது[55]. யூதர்களை ஈர்த்து

இஸ்ரேலுக்கு இழுத்து வருவதென்பது சியோனிச அரசியலமைப்புச் சட்டத்தின் அடிப்படைக் கொள்கையாகவும் இருக்கிறது. மேலும், சியோனிசத் திட்டமென்பதே புராணக் கதைகளை உண்மையென்று நம்பவைத்து செயல்படுத்தும் ஒரு திட்டம்தான். இந்தியாவின் இந்துத்துவவாதிகளிடமும் அதேபோன்ற சாயலைப் பார்க்கமுடியும். ஆனால், பாகிஸ்தானை உருவாக்கக் காரணமாக இருந்தவர்கள் எவரும் எவ்வித புராணக் கட்டுக்கதைகளையும் கூறி பாகிஸ்தானை தனி நாடாக்கவில்லை.

ஆக, பாகிஸ்தான் உருவாக்கத்திற்கும் இஸ்ரேல் உருவாக்கத்திற்கும் தற்செயலான சில ஒற்றுமைகள் இருக்கலாமேயொழிய திட்டமிட்ட கருத்தியல் ஒற்றுமைகள் ஏதுமில்லை. ஆனால், இந்துத்துவத்திற்கும் சியோனிசத்திற்கும் பண்பாட்டு, அரசியல், வலதுசாரிக் கொள்கை என எல்லாவற்றிலும் அச்சு அசலான இயல்பான ஒற்றுமைகள் நிறைய உண்டு. அவர்கள் இருவருமே ஒரேமாதிரியான எண்ணங்களையும், இலக்குகளையும், கொள்கைகளையும், கொண்ட நெருக்கமான நட்புறவுக்குத் தகுதியானவர்கள். பரந்த நிலப்பரப்பில் ஒரே மாதிரியான கலாச்சாரத்தையும் அடையாளத்தையும் கொண்டிருக்கிற ஒரு தேசத்தை உருவாக்கி, அதற்குள் இணைக்கமுடியாத 'மற்றவர்களை' அழித்தோ ஒழித்தோவிடும் இலக்கில் சியோனிசமும், இந்துத்துவமும் மிகநெருங்கிய நண்பர்களாகிறார்கள்.

காந்தி கொலையும் அவசரகாலமும்:

இந்திய தேசிய காங்கிரசும், இந்து தேசியவாத இயக்கங்களும் பத்தொன்பதாம் நூற்றாண்டின் இறுதியிலும் இருபதாம் நூற்றாண்டின் துவக்கத்திலும் ஏறத்தாழ ஒரே காலகட்டத்தில் தோன்றி வளர்ந்த இயக்கங்களாகும். இரண்டுமே மிக நீண்ட பாரம்பரியத்தை கொண்டிருக்காவிட்டாலும், இந்திய சூழலை மையமாகக்கொண்டு உருவாக்கப்பட்ட இயக்கங்கள் என்றே சொல்லலாம். இரண்டும் ஒன்றுக்கொன்று கொள்கையளவில் முரண்பட்டிருந்தாலும், படித்த, உயர்வர்க்க, ஆதிக்கசாதி ஆண் இந்துக்களின் தலைமையின் கீழ்தான் அவ்வியக்கங்கள் இயங்கின[56]. இந்து தேசியவாத கருத்தியலை இந்துத்துவ இயக்கங்கள் முன்னெடுத்த அதே காலகட்டத்தில் மதச்சார்பற்ற தேசத்தை வளர்த்தெடுக்கும் இலக்குடன் இந்திய தேசிய காங்கிரஸ் இயங்கியது.

காந்தி போதித்த பிரம்மச்சரியமும் சுயஒழுக்கமும் இந்து மதப் பாரம்பரியத்தில் ஈர்க்கப்பட்டு எடுக்கப்பட்டதாகும். பசுக்களைப் பாதுகாப்பதை காந்தி ஆதரித்தாரென்றாலும், மாட்டுக்கறி உண்பதையும் வியாபாரம் செய்வதையும் தடைசெய்வதற்கு சட்டம் கொண்டுவர வேண்டும் என்றெல்லாம் அவர் கோரியதே இல்லை. அதிலும் இன்றைக்கு மாட்டுக்கறியை வைத்து நடைபெற்றுக் கொண்டிருக்கும் கும்பல் படுகொலையையெல்லாம் அவர் ஒருபோதும் ஆதரிக்கமாட்டார். ஒரு ஆன்மிகவாதியாக அவரது தனிப்பட்ட வாழ்க்கை இருந்தபோதிலும், இந்திய முஸ்லிம்களுடன் மிகநீண்ட உரையாடல் நடத்தியதும், மதங்களைத் தாண்டிய ஒற்றுமையை உருவாக்க அவர் உழைத்ததுமே அவரது முக்கியமான பணியாக மாறியது.

அதனாலேயே இந்தியா விடுதலை பெற்ற ஐந்து மாதங்களுக்குள்ளாகவே 1948ஆம் ஆண்டில் ஜனவரி 30ஆம் தேதியன்று, ஆர்எஸ்எஸ் மற்றும் இந்து மகாசபையில் உறுப்பினராக இருந்த நாதுராம் கோட்சே என்கிற இந்துத்துவவாதியால் காந்தி படுகொலை செய்யப்பட்டார். அதனைத் தொடர்ந்து ஏராளமான ஆர்எஸ்எஸ் உறுப்பினர்கள் கைது செய்யப்பட்டனர். ஆர்எஸ்எஸ் இயக்கமும் அடுத்த ஓராண்டிற்கு தடை செய்யப்பட்டிருந்தது. அதனால் அக்காலகட்டத்தில் அந்த இயக்கமே தலைமறைவாக இயங்க வேண்டியிருந்தது. அப்போது காவல்துறையினர் தொடர்ச்சியாக நடத்திய சோதனைகளிலும் விசாரணைகளிலும் சுமார் 20000 ஆர்எஸ்எஸ் உறுப்பினர்கள் வரையிலும் கைதுசெய்யப்பட்டனர்[57].

ஆனாலும் அவர்கள் தொடர்ச்சியாக இயங்கத்தான் செய்தனர். 1948ஆம் ஆண்டு அகில பாரத வித்தியார்த்தி பரிஷத் (ஏபிவிபி) என்கிற மாணவர் அமைப்பினை ஆர்எஸ்எஸ் உருவாக்கியது. பல்கலைக்கழகங்களில் இடதுசாரி ஆதரவு மாணவர்களை அச்சுறுத்துவதை முக்கியப் பணியாகக் கொண்டிருந்தது ஏபிவிபி. 1949ஆம் ஆண்டில் ஆர்எஸ்எஸ் மீதான தடை நீக்கப்பட்டபிறகு, அந்த இயக்கத்திற்கும் அதன் தலைவராக இருந்த கோல்வால்கருக்கும் இயக்கத்தை புதியதொரு வடிவில் வளர்த்தெடுக்க வேண்டிய அவசியம் ஏற்பட்டது. அனைத்து விதமான சமூகக் கட்டமைப்பிற்குள்ளும் ஆர்எஸ்எஸ் இன் கருத்தியலைக் கொண்டு செல்வதற்கேற்ப பல்வேறு கிளை (சங்கப்பரிவார) இயக்கங்களை ஆர்எஸ்எஸ் உருவாக்கத் துவங்கியது. 1952ஆம் ஆண்டில் பழங்குடி மக்களை இலக்காகக் கொண்டு, வனவாசி கல்யாண் ஆசிரமம் என்கிற பெயரில் ஒரு அமைப்பை உருவாக்கியது ஆர்எஸ்எஸ்.

அந்த இயக்கம் கொஞ்சம் கொஞ்சமாக வளர்ந்து, 1980ஆம் ஆண்டில் கிருத்துவ அமைப்புகள் இயங்கிக்கொண்டிருந்த பெரும்பான்மையான இடங்களில் வாழும் மக்களை தன்னுடைய கட்டுப்பாட்டில் இந்துமதத்தின் கீழே கொண்டுவந்துவிட்டது அவ்வமைப்பு.

1950களில் இந்தியாவில் ஒரு மதச்சார்பற்ற தேசியவாதத்திலான ஆட்சியை நடத்துவதற்கு நேரு எல்லாவித முயற்சிகளையும் எடுத்தார். ஆனால், அதற்கு நேர்மாறான இந்துத்துவ ஆட்சியை அமைக்கச் சொல்லி இந்து தேசியவாதிகள் வற்புறுத்திக்கொண்டே இருந்தனர். இந்தியாவின் வெளியுறவுக் கொள்கைகளையும் அவர்கள் தொடர்ச்சியாக விமர்சித்தனர். இந்தியாவில் இணைந்த காஷ்மீர் பகுதிக்கு சட்டப்பிரிவு 370இன் மூலம் ஓரளவுக்கு சுயநிர்ணய உரிமை வழங்கப்பட்டதை நீக்கச்சொல்லி நேருவுக்கு இந்து தேசியவாதிகள் அழுத்தம் கொடுத்தனர். ஒட்டுமொத்த காஷ்மீரையும் வலுக்கட்டாயமாகக் கைப்பற்றுமாறும் அவர்கள் நெருக்கடி கொடுத்தனர்.

> "தன்னைச் சுற்றியுள்ள நாடுகளையெல்லாம் அடக்கியாளும் அதிகாரமிக்க நாடாகவே இந்தியா இருக்க வேண்டுமென்பதே இந்து தேசியவாதத்தின் நிலைப்பாடாக இருந்தது. அண்டை நாடுகளை நிரந்தர எதிரியாகவே கருதிக் கொண்டிருக்க வேண்டும் என்று சுதந்திரத்திற்குப் பிறகு அவர்கள் வற்புறுத்திக்கொண்டே இருந்தனர்"

என்கிறார் எழுத்தாளர் சேத்தன் பட்[58].

தொழிற்சங்கங்கள், விவசாய அமைப்புகள், வறுமை ஒழிப்பு அமைப்புகள் மற்றும் கல்வி தொடர்பான அமைப்புகள் என ஏராளமான துணை அமைப்புகளை கோல்வால்கரின் தலைமையிலான ஆர்எஸ்எஸ் உருவாக்கியது. நிறைய பள்ளிக்கூடங்களைத் திறந்து அதன்மூலமாக இந்தியாவின் வரலாற்றை முற்றிலுமாக மாற்றிக் கற்பித்தார்கள். அங்கிருந்து உருவாகி வெளிவந்த இலட்சக்கணக்கான மாணவர்களில் பலரும் இந்துத்துவத்தின் எதிர்காலத் திட்டத்திற்கு பயன்பட்டனர். 1951ஆம் ஆண்டில் 'பாரதிய ஜன சங்கம்' என்கிற பெயரில் நேரடியான ஒரு அரசியல் கட்சி உருவாக்கப்பட்டது. அதன் பின்னர் 1964ஆம் ஆண்டில் இந்து சமூகத்தை ஒழுங்கமைத்து ஒருங்கிணைப்பதற்கு 'விஷ்வ இந்து பரிஷத்' என்கிற மதரீதியான அமைப்பு ஒன்றும் உருவாக்கப்பட்டது. பிரிந்து சென்ற பாகிஸ்தானை மீண்டும் இந்தியாவுடன் இணைப்பது, பசுக்களைப் பாதுகாக்கப் போராடுவது, காஷ்மீரை முழுவதுமாக

மீட்டெடுக்கக் குரல் கொடுப்பது போன்றவற்றை ஜனசங்கம் செய்துகொண்டே இருந்தாலும், அவையெல்லாம் தேர்தலில் வாக்குகளாக மாறவில்லை[59]. இருப்பினும் அதெல்லாம் அவர்களுக்கு பெரிய பிரச்சனையாகவே தெரியவில்லை. இந்து தேசத்திற்காகவே உழைக்கக்கூடிய நிறைய இந்துக்களை சிறப்பாக பயிற்சி கொடுத்து உருவாக்கி, நாடு முழுவதும் அவர்களை அனுப்பி பிரச்சாரம் செய்ய வைக்க வேண்டும் என்று கோல்வால்கர் தொடர்ச்சியாகக் வலியுறுத்திக்கொண்டே இருந்தார். 1960-70களில் ஆர்எஸ்எஸ் இயக்கத்தில் பயிற்சி பெற்ற ஏராளமானோர் இந்தியா முழுக்க பல்வேறு துறைகளில் பணியாற்றச் சென்றனர். அங்கிருந்தெல்லாம் அவர்கள் செய்த பிரச்சாரத்திற்கான பலன் என்றாவது ஒருநாள் கிடைத்தே தீரும் என்ற நம்பிக்கையுடன்தான் பணியாற்றினர்.

அவசரநிலையை சாதகமாகப் பயன்படுத்திக்கொண்ட இந்துத்துவம்

1964ஆம் ஆண்டில் ஜவஹர்லால் நேருவின் மறைவுக்குப் பின்னர், காங்கிரஸ் கட்சியின் தலைமைப் பதவியை அவரது மகளான இந்திரா காந்தி ஏற்றுக்கொண்டார். 1966ஆம் ஆண்டில் நடைபெற்ற தேர்தலில் ஆட்சியையும் பிடித்தார். 1977ஆம் ஆண்டு மார்ச் மாதம் வரையிலும் சுமார் 11 ஆண்டுகள் அவர் ஆட்சி செய்தார். அதன் பின்னர் சிறிய இடைவெளிக்குப் பின்னர், 1980ஆம் ஆண்டு ஜனவரி மாதம் முதல் 1984ஆம் அக்டோபர் மாதத்தில் கொல்லப்படும் வரையிலும் மீண்டும் ஆட்சியில் இருந்தார் இந்திரா காந்தி. 1947ஆம் ஆண்டில் இந்தியா விடுதலை பெற்றிருந்தாலும், அந்த விடுதலையுடன் சேர்ந்து, எவ்வித சமூகப் புரட்சியும் நடக்காத காரணத்தால் இந்தியர்களின் சமூகப் பொருளாதார நிலை பெரிதாக முன்னேறியிருக்கவில்லை[60]. அடுத்த இருபதாண்டுகளில் பொருளாதார மந்தநிலையும், ஊழலும், வேலையில்லாத் திண்டாட்டமும் அதிகரித்துவிட்டது. அப்படிப்பட்ட சூழலில்தான் இந்தியாவின் பிரதமரானார் இந்திரா காந்தி. அவர் பதவியேற்ற ஐந்தே மாதங்களில் பிரபல கார்ட்டூனிஸ்ட்டான பால்தாக்ரே, சிவசேனா என்கிற பெயரில் ஒரு அதிதீவிர வலதுசாரிக் கட்சியைத் துவங்கினார். மற்ற மாநிலங்களில் இருந்து இடம்பெயர்ந்து வந்த தொழிலாளர்களாலும், முஸ்லிம்களாலும்தான் பாம்பே நகரில் உள்ளூர் மக்களின் வாழ்க்கைத் தரம் பாதிக்கப்பட்டிருக்கிறது என்றும் மகராஷ்டிர மக்களின் சொத்துக்களை இவர்கள்தான் சூறையாடுகிறார்கள் என்றும் இனவெறிப் பிரச்சாரத்தைத் துவங்கினார் பால் தாக்ரே.

அவருடைய பேச்சினால் ஈர்க்கப்பட்டு, அவரது கட்சியில் பல்லாயிரக்கணக்கானோர் இணைந்தனர். நகரின் முக்கியமான தடுப்புச் சுவராக அவருடைய கட்சியினர் மாறினர்[61].

மேலும் பத்து மாதங்கள் கழித்து, ஆடையணியாத சாதுக்கள் இந்தியாவின் தலைநகரான டெல்லிக்குள் கூட்டமாக வந்து, பாராளுமன்றக் கட்டிடத்திற்குள் நுழைந்தனர். பசுவதையை நாடு முழுவதிலும் தடைசெய்யுமாறு அவர்கள் கோரிக்கை வைத்து அதிரடியாகக் கலவரம் செய்தனர். அப்போது காவல்துறையினர் நடத்திய துப்பாக்கிச் சூட்டில் ஏழு கலவரக்காரர்கள் கொல்லப்பட்டனர்[62]. அடுத்த சில நாட்களுக்கு புது டெல்லியில் வன்முறைப் போராட்டங்கள் தொடர்ந்து நடத்தப்பட்டன. அதன் பிறகு ஜபல்பூர், அகமதாபாத், பிவாண்டி ஆகிய ஊர்களில் முஸ்லிம்களுக்கு எதிரான கலவரங்கள் நடத்தப்பட்டன. இந்திரா காந்தியின் ஆட்சிக்கு எதிரான போராட்டங்கள் பெரியளவில் நடத்தப்பட்ட மேற்கு வங்கத்திலும் கேரளாவிலும் கம்யூனிஸ்ட் கட்சிகளின் எழுச்சியையும் பார்க்கமுடிந்தது.

ஆட்சியை எதிர்த்து நடைபெற்ற போராட்டங்களுக்கான அடிப்படைக் காரணங்களைக் கண்டறிந்து அவற்றில் நியாயம் இருந்தால் தீர்ப்பதற்கு பதிலாக, போராட்டங்களை ஒடுக்குவதிலும் இனியெப்போதும் போராட்டங்கள் நடக்காமல் தடுப்பதற்கேற்ப பாதுகாப்பு மற்றும் புலனாய்வுத் துறைகளை பலப்படுத்துவதிலும் இந்திரா காந்தி கவனம் செலுத்தினார்[63].

அமெரிக்காவின் சிஐஏ வைப் போன்றதொரு புலனாய்வு அமைப்பினை இந்தியாவில் 'ரா' என்கிற பெயரில் 1968ஆம் ஆண்டில் உருவாக்கினார். அந்த அமைப்பின் அதிகாரிகள் நேரடியாக பிரதமரின் கட்டுப்பாட்டிலேயே பணியாற்றும் விதமாக அது உருவாக்கப்பட்டது. இந்தியாவின் புலனாய்வு அமைப்பான 'ரா'வும்[64] இஸ்ரேலிய புலனாய்வு அமைப்பான 'மொசாட்'டும் இரகசிய உறவினை ஏற்படுத்திக்கொண்டு ஒருவருக்கொருவர் உதவுவதென்று முடிவெடுத்தன. அப்போது சீனா மற்றும் வடகொரியாவின் உளவு அமைப்புகளுடன் பாகிஸ்தான் உறவுகொண்டிருந்ததால், அதற்குப் போட்டியாக இஸ்ரேலுடன் புலனாய்வுத் துறையில் இந்தியா கைகோர்க்க முடிவெடுத்திருந்தது[65]. அந்த காலகட்டத்தில் இந்தியாவுக்கும் இஸ்ரேலுக்கும் அரசுமுறை உறவு ஏதும்இல்லையென்றாலும், 'ரா'வும் 'மொசாட்'டும் துறைசார்ந்து நெருக்கமாகவே இருந்தன[66].

இந்தியா விடுதலை பெற்ற காலத்திலிருந்தே சோவியத்துடன் நெருக்கமான உறவிருந்தபடியால், சோவியத்திடமும் உதவி கேட்டார் இந்திரா. 1971ஆம் ஆண்டில் பாகிஸ்தானுடனான போர் துவங்குவதற்கு சில மாதங்கள் முன்னரே சோவியத்துடன் ஒரு ஒப்பந்தத்தில் இந்தியா கையெழுத்திட்டது. 1991ஆம் ஆண்டின் புள்ளிவிவரப்படி, இரஷ்யாவில் இருந்துதான் அதிகளவிலான ஆயுதங்களை இந்தியா இறக்குமதி செய்துகொண்டிருந்தது. அந்தளவிற்கு இரஷ்யாவுடன் இந்தியா நெருக்கமாக இருந்தது.

1971ஆம் ஆண்டில் பாகிஸ்தானுடனான போரில் பெற்ற வெற்றியின் மிதப்பிலும் 1974இல் ஐநா பாதுகாப்புக் கவுன்சில் நாடுகளைத் தாண்டி உலகிலேயே முதன்முதலாக அணுகுண்டு பரிசோதனை நடத்தியதிலும் இந்தியாவின் உள்ளூர்ப் பிரச்சனைகளை மூடிமறைத்துவிட்டதாக நினைத்துக்கொண்டார் பிரதமர் இந்திரா காந்தி. ஆனால், வளர்ந்துகொண்டிருந்த மதவெறி, 1973இல் மத்திய கிழக்கு நாடுகளில் ஏற்பட்ட எண்ணெய் நெருக்கடியினாலும் வறட்சியினாலும் உண்டான பொருளாதார வீழ்ச்சி, நாட்டின் பல்வேறு மாவட்டங்களில் ஏற்படிருந்த அரசியல் குழப்பங்கள் போன்றவையெல்லாம் இந்திரா காந்தியை மேலும் பின்னோக்கித்தான் தள்ளின.

1975ஆம் ஆண்டு ஜூன் மாதத்தில் தேர்தல் முறைகேடுகள் செய்ததாகவும் ஆட்சியதிகாரத்தை தவறுதலாகப் பயன்படுத்தியதாகவும் இந்திரா காந்தியை அலகாபாத் உயர்நீதிமன்றம் குற்றஞ்சாட்டியது. அதன்பிறகு இந்தியாவில் அவசரநிலையைப் பிரகடனம் செய்தார் இந்திரா காந்தி. அதன்மூலம் இந்திய அரசியலமைப்புச் சட்டத்தைப் பின்பற்றுவதைத் தற்காலிகமாக நிறுத்திவைத்தார். ஊடகங்கள் தணிக்கை செய்யப்படும் என்று அறிவித்தார். அடுத்து நடக்கவிருந்த தேர்தல்களைத் தள்ளிவைத்தார். எந்த வழக்கும் விசாரணையும் இல்லாமல், சுமார் 110000 த்திற்கும் மேற்பட்ட மக்களை சிறைப்பிடித்து வைத்தார். இந்திய அரசை எதிர்த்து எதுவுமே பேசமுடியாத அளவிற்கு ஊடகங்களையும் கட்டிப்போட்டார். மேற்குலக ஊடகங்களின் செய்திகளையும் முற்றிலுமாகப் புறக்கணித்தார். இந்தியாவில் பணிபுரிந்துகொண்டிருந்த அயல்நாட்டு பத்திரிக்கையாளர்களையும் பணிந்துபோகச் சொன்னார். அதற்கு உடன்படாதவர்கள் உடனடியாக இந்தியாவைவிட்டே வெளியேற்றப்பட்டனர்.

> "இந்தியாவுக்கு எதிராக மிகவும் மோசமான அச்சுறுத்தல் இருக்கிறது. நம் தேசத்தைத் துண்டாடும் சக்திகள் தீவிரமாக

> இயங்கிக் கொண்டிருக்கிறார்கள். அவர்கள் நம்முடைய ஒற்றுமையை சிதைக்கப் பார்க்கிறார்கள். அதனால்தான் இந்தச் சட்டம் அமல்படுத்தப்பட்டிருக்கிறது. இருப்பினும் சட்டத்தை மதித்து நடக்கும் குடிமக்களுக்கு இந்த அவசரநிலைச் சட்டத்தினால் எவ்வித பாதிப்பும் இருக்காது"

என்று வானொலியில் நிகழ்த்திய உரையில் இந்திரா காந்தி வாக்குறுதி கொடுத்தார்[67].

ஆனால், ஏழை எளிய மக்களைத்தான் இந்த அவசரநிலை மிகவும் மோசமாக பாதித்தது. அதிகாரமற்ற ஏழை மக்களுக்கு கட்டாயக் கருத்தடை அறுவை சிகிச்சைகள் செய்யப்பட்டன. குடிசைகளில் வாழ்ந்த மக்களின் வீடுகள் தரைமட்டமாக்கப்பட்டு அம்மக்கள் விரட்டியடிக்கப்பட்டனர். விடுதலைபெற்ற ஜனநாயக இந்தியாவின் இருண்ட காலமாகவே அந்நாட்கள் அவை இருந்தன.

'மிசா' என்று அழைக்கப்படுகிற உள்நாட்டுப் பாதுகாப்புப் பராமரிப்புச் சட்டத்தை இந்திரா காந்தி கொண்டுவந்தார். மக்களின் மீது அரசுக்கு அதிகமான அதிகாரம் கிடைக்கும்படியாக அச்சட்டம் உருவாக்கப்பட்டிருந்தது.

1971ஆம் ஆண்டு மேற்கு பாகிஸ்தான் பகுதியுடன் போரில் ஈடுபட்டபோது, உள்நாட்டில் ஏதும் கலவரம் நடந்துவிடக்கூடாது என்பதற்காக உருவாக்கப்பட்ட சட்டம்தான் மிசா[68]. அந்தச் சட்டமும் அதிகமாகப் பயன்பட்டது. இப்படியே 21 மாதங்கள் தொடர்ந்து அவசரகால சட்டம் இந்தியாவில் அமலில் இருந்தது.

அவசரகால நிலையில் இருந்து பெரியளவிற்கு இழப்பில்லாமல் இந்தியா மீண்டு வந்ததே பெரிய சாதனை என்று இப்போதும் அவசரகாலம் குறித்து தொடர்ச்சியாக சொல்லப்பட்டுக்கொண்டே இருக்கிறது[69].

ஆனால் அவசரகால சட்டம் அமலில் இருந்த ஆண்டுகளில் நடந்த நிகழ்வுகளால் ஏராளமான விளைவுகள் இந்தியாவில் ஏற்பட்டுவிட்டன. இந்து தேசியவாத இயக்கத்திற்கு ஒரு புதுமலர்ச்சியை அது கொடுத்துவிட்டது.

அவசரகாலம் அமல்படுத்தப்பட்ட போது இந்தியா விடுதலை பெற்று முப்பது ஆண்டுகள் ஆகியிருந்தன. இந்துத்துவத்தால் பல்வேறு வழிகளில் மூளைச்சலவை செய்யப்பட்ட ஒரு புதிய தலைமுறையே உருவாகியிருந்தது. இந்து தேசியவாதக் கட்சிகளும் அதன் துணை

அமைப்புகளும் இணைந்து களத்தில் குதித்து, இதுதான் சரியான வாய்ப்பென்று புரிந்துகொண்டு இந்திரா காந்தியை எதிர்க்கும் போராட்டத்தில் முன்னணியில் நின்றனர். அவசரகாலத்தில் ஆர்எஸ்எஸ் இயக்கம் மீண்டுமொருமுறை தடைசெய்யப்பட்டது. இருப்பினும் அதனைத்தாண்டி, தன்னுடைய உறுப்பினர்களையும் ஆதரவாளர்களையும் முடுக்கிவிட்டு, "இதுவொரு இரண்டாம் சுதந்திரப் போராட்டம்" என்று பிரச்சாரம் செய்யத் துவங்கிவிட்டனர்.

"இந்தியா சுதந்திரம் பெற்ற இத்தனை ஆண்டுகளில் இந்திரா காந்தி ஆட்சியில் அமல்படுத்தப்பட்ட அவசரகால சட்டம்தான் எங்களுக்கு சாதகமாக அமைந்த நிகழ்வு"

என்று ஆர்எஸ்எஸ் உறுப்பினரான சஞ்சீவ் கேல்கர் கூறியதாக சொல்லப்படுகிறது[70].

இந்து வலதுசாரி இயக்கங்களுக்குக் கிடைத்த வெளிச்சத்தின் மூலம் பாரதிய ஜன சங்கக் கட்சியின் பெயர் மக்களுக்குத் தெரிய ஆரம்பித்தது. 1977-79 காலகட்டத்தில் இந்தியாவை ஆட்சிசெய்த ஜனதா கட்சியில் ஆர்எஸ்எஸ் இன் அரசியல் கட்சியான பாரதிய ஜனசங்கமும் அங்கம் வகித்தது. பின்னாளில் பாஜக ஆட்சியில் பிரதமராக இருந்த வாஜ்பாய், 1977இல் ஜனதா கட்சி ஆட்சியின்போது வெளியுறவுத்துறை அமைச்சராக இருந்தார் என்பது குறிப்பிடத்தக்கது[71].

"அவசரகால சட்டம் அமல்படுத்தப்பட்டதை இந்திய வரலாற்றின் இருண்ட காலமென்று சொல்லப்பட்டாலும், ஜனநாயகத்தை மீட்பதற்கான போராட்டத்தில் வலதுசாரிகளை முன்னணியில் கொண்டுபோய் சேர்த்ததில் அதற்கு முக்கியப் பங்குள்ளது என்பது சந்தேகத்திற்கு இடமில்லாத உண்மை. என்னைப் போன்ற ஜனநாயகத்தை விரும்பும் ஒத்தக் கருத்துடைய பல்லாயிரக்கணக்கான தேசப்பற்றாளர்கள் இணைந்து போராடி வெற்றியும் பெற்றிருக்கிறோம்"

என்றார் பாஜகவின் மூத்த தலைவரான எல்.கே.அத்வானி. அவரும் அக்காலகட்டத்தில் 19 மாதங்கள் சிறையில் இருந்தார்[72].

இந்தியா என்கிற தேசம் குறித்து முன்பிருந்த பல அனுமானங்களை இந்த அவசரகால சட்டம் அசைத்துப்போட்டுவிட்டது. நேருவும் காந்தியும் இந்திய தேசிய காங்கிரசும் இந்தியாவை ஒரு அமைதியான, வன்முறைக்கெதிரான, காலனியாதிக்கத்தை எதிர்க்கிற, இராணுவ அதிகாரத்தைச் செலுத்தாத, ஒரு நாடாகவே வெளிக்காட்டி வந்தனர். ஆனால், இந்திரா காந்தியின் அவசரநிலைச் சட்டத்தின் காரணமாக,

இந்தியாவை ஒரு வலுவான, பலமான, இராணுவ அதிகாரத்தைச் செலுத்தும் நாடாகவும் வெளிப்படுத்தியது.

> *"தேசத்தின் பெயராலும் பாதுகாப்புக் காரணங்களைச் சொல்லியும் ஒரு அரசே வன்முறையைப் பிரயோகிப்பதில் தவறில்லை என்பதை முழுமையாக நம்பியவர்தான் இந்திரா காந்தி. அதனால்தான் இந்திரா காந்தி மீது இந்துத்துவவாதிகளுக்கு ஒருவித பற்று எப்போதும் இருக்கும். அவர்கள் நேருவைக் குறைகூறும் அளவிற்கு இந்திரா காந்தியை இப்போதும் குறை சொல்லமாட்டார்கள்."*

என்றார் கின்விராஜ் ஜான்கிட்.

அணுவாயுதத்தின் மீது நம்பிக்கையில்லாத, மைய அதிகாரக் குவிப்பைத் தவிர்க்க நினைத்த, அமைதி தேசத்தை உருவாக்கும் பாதையில் சென்றுகொண்டிருந்த ஒரு தேசத்தை முற்றிலுமாக திசைமாற்றிவிட்டவர் இந்திரா காந்தி. நேருவுக்கு நேர்மறையான ஆட்சிமுறையைப் பின்பற்றினார்[73].

அவசரகாலம் முடிவடைந்த பின்னர், இந்து தேசியவாதிகள் பலமானவர்களாகவும், தைரியமானவர்களாகவும் முன்பிருந்த தயக்கங்கள் குறைந்தவர்களாகவும் பொதுவெளியில் மிகப்பிரபலமானவர்களாகவும் மாறினர். 1980ஆம் ஆண்டில் பாரதிய ஜன சங்கமும் இன்னபிற கட்சிகளும் இணைக்கப்பட்டு பாரதிய ஜனதா கட்சி என்கிற புதியதொரு கட்சி உருவாக்கப்பட்டது. பாஜகவினால் அப்போதும் தேர்தலில் பெரிய வெற்றியெல்லாம் பெற்றுவிடமுடியவில்லை. இருந்தாலும், இந்துத்துவ அரசியலை மறைமுகமாகப் பேசவேண்டிய அவசியமில்லாமல் வெளிப்படையாகவே இயங்க முடிந்தது. இந்தியத் தேர்தல் அரசியலில் முக்கியமான சக்தியாக அவர்கள் மாறத் துவங்கினார்கள். மையநீரோட்ட அரசியலில் தங்களுக்கான பாதையை இந்து வலதுசாரிகள் கண்டறிந்துவிட்டனர். சிறிய இடைவெளிக்குப் பின்னர், 1980ஆம் ஆண்டில் மீண்டும் இந்திரா காந்தி வெற்றி பெற்று பிரதமர் ஆனார். இந்துத்துவவாதிகளின் சவால்களுக்கு ஈடுகொடுப்பதற்காகவே, சிலப்பல பொருளாதார மாற்றங்களை காங்கிரஸ் அரசு எடுக்க வேண்டியிருந்தது. இந்தியப் பொருளாதாரத்தை மற்றவர்களுக்காகவும் திறந்துவிடத் துவங்கினார்கள். 1982ஆம் ஆண்டு சிமண்ட் தொழிற்துறைக்கான சட்டங்கள் தளர்த்தப்பட்டன. அத்துடன் இந்து வலதுசாரி அரசியலின்

அடையாள அரசியலையும் கொஞ்சமேனும் பிரதியெடுக்கும் நிலைப்பாட்டையும் எடுக்க வேண்டியிருந்தது.

அவசரநிலைக்குப் பிறகான காலகட்டத்தில் இஸ்ரேலுடனான தொடர்பையும் இந்திரா காந்தி ஏற்படுத்தத் துவங்கினார். 1984ஆம் ஆண்டு ஜூன் மாதத்தில் சீக்கியர்களின் போராட்டத்தை ஒடுக்குவதற்காக அமிர்தசரசுக்கு படைவீரர்களை அனுப்பினார். அங்கு அனுப்பப்பட்ட சிறப்புப் பிரிவு படைவீரர்களான எஸ்ஜி கமாண்டோக்கள் அனைவருமே 1983ஆம் ஆண்டில் இஸ்ரேலுடன் இந்திய உளவு அமைப்பான 'ரா' செய்துகொண்ட ஒப்பந்தப்படி, இஸ்ரேலிய மொசாட் கமாண்டோக்களால் பயிற்சி அளிக்கப்பட்டவர்கள் ஆவர். இந்திய கமாண்டோக்களுக்குப் பயிற்சியளித்த இஸ்ரேலிய கமாண்டோக்களுக்கு ஏற்கனவே இதேபோன்று உகாண்டா விமான நிலையத்தில் 1977ஆம் ஆண்டில் அதிரடி சோதனை செய்து எதிரிகளை அழித்த அனுபவம் உண்டு. இஸ்ரேலியர்கள் பயணித்த விமானத்தை பாலஸ்தீனப் போராளிகள் கடத்தியதைத் தொடர்ந்து இஸ்ரேலிய கமாண்டோக்களால் எடுக்கப்பட்ட நடவடிக்கை அது. சீக்கியர்களின் போராட்டத்தை ஒடுக்குவதற்கு 'ஆப்பரேசன் ப்ளூ ஸ்டார்' என்னும் பெயரில் அனுப்பப்பட்ட கமாண்டோக்கள் அங்கு நடத்தியது வெறுமனே கைது நடவடிக்கையல்ல. உகாண்டாவில் இஸ்ரேலிய கமாண்டோக்கள் நடத்தியதைப் போன்ற கொலை நடவடிக்கை. அதனால் அங்கே இரத்தவெள்ளம் கரைபுரண்டு ஓடியது.

> "இருளிலும் வெளிச்சத்தைக் காட்டும் கண்ணாடிகளுடனும், எம்-1 தலைக்கவசங்களுடனும், குண்டுகள் துளைக்காத ஆடைகளுடனும் ஏகே-47 உள்ளிட்ட அதிநவீன துப்பாக்கிகளை ஏந்திக்கொண்டும் இந்திய கமாண்டோக்கள் நுழைந்தனர். மணிக்கு சுமார் 40 கிலோமீட்டர் வரையிலான வேகத்தில் ஓடும் திறன் படைத்தவர்களாகவும் அவர்கள் இருந்தனர்."

என்கிறார் பிரபாஷ் கே. தத்தா[74].

அப்போதிலிருந்து சுமார் ஐந்து மாதங்கள் கழித்து, இந்திரா காந்தியின் பாதுகாவலர்களாக இருந்த சீக்கிய பாதுகாவலர்களாலேயே அவர் கொல்லப்பட்டார். அடுத்த நில நாட்களில் சீக்கியர்கள் மீது நடத்தப்பட்ட கொலைவெறித் தாக்குதலில் டெல்லியின் வீதிகளில் மட்டுமே சுமார் 3000 பேர்வரை கொல்லப்பட்டனர். இந்திரா காந்தியின் மறைவுக்குப் பின்னர், இந்தியாவின் பிரதமராக அவரது மகனான இராஜீவ் காந்தி பதவியேற்றார். சீக்கியப் போராளிகளை ஒடுக்குவதற்குப்

பயன்படுத்தப்பட்ட அதே சிறப்புப்படை கமாண்டோக்களே இராஜீவ் காந்திக்குப் பாதுகாப்புக் கொடுக்க நியமிக்கப்பட்டனர்.

1984ஆம் ஆண்டு நடைபெற்ற தேர்தலில் மிகப்பிரம்மாண்டமான பெரும்பான்மையுடன் இராஜீவ் காந்தி வெற்றிபெற்றார்.

அவசரகால சட்டம் அமலில் இருந்த காலகட்டத்தில்தான் வெளிநாடுகளில் வாழும் இந்தியர்களுக்கும் இந்து தேசியவாதிகளுக்குமான உறவில் ஒரு திருப்புமுனை ஏற்பட்டது. இந்திய ஜனநாயகம் நெருக்கடியில் இருப்பதாகவும் அதனை மீட்டெடுக்க வேண்டிய கட்டாயத்தில் இருக்கிறோம் என்றும் வெளிநாட்டு வாழ் இந்தியர்களிடம் இந்து தேசியவாதிகள் பிரச்சாரம் செய்யத் துவங்கினர். அமெரிக்க மற்றும் பிரிட்டன் அரசுகளிடமும் அதே வாதத்தை முன்வைத்து பிரச்சாரம் செய்தனர். உலகில் அதிகமாக வாசிக்கப்படும் மிகப்பிரபலமான பத்திரிக்கைகளில் எல்லாம் முழுப்பக்க விளம்பரங்கள் கொடுக்கப்பட்டன.

"இந்தியாவில் அமல்படுத்தப்பட்ட அவசரகால நிலையைத் தங்களுக்கு சாதகமாகப் பயன்படுத்திக்கொண்டு இந்திய அரசுக்கு எதிராகப் போராடுவதாகக் காட்டிக்கொண்டு, வெளிநாடுகளில் வாழும் இந்தியர்களை இணைக்கும் வலைப்பின்னலை அமைத்து இந்துத்துவவாதிகள் தங்களை பலப்படுத்திக்கொண்டனர்."

என்கிறார்கள் எட்வர்ட் ஆண்டர்சனும் பேட்ரிக் க்ளிப்பென்சும்[75]. இந்திய அரசும் அரசியல் அமைப்புகளும் வெளிநாடு வாழ் இந்தியர்களுடன் கொண்டிருந்த உறவுகளிலும் நெருக்கத்திலும் மாற்றங்கள் நிகழத் துவங்கின[76]. புதிய இந்தியாவை உருவாக்குவதில் புலம்பெயர் இந்தியர்களுடைய பங்கின் துவக்கப்புள்ளியும் அதுதான். முதலீடுகளின் வருகை, மனிதவளத்தைப் பயன்படுத்தும் விதம், புதிய திட்டங்களை உருவாக்குதல் போன்றவற்றில் புலம்பெயர் இந்தியர்களின் தலையீடும் அப்போதுதான் அதிகரித்தது.

"1940களில் இந்தியா என்கிற தேசத்தின் முகமாக என்னென்ன கொள்கைகள் இருந்தனவோ, அவையெல்லாம் அப்படியே 1980களில் நேரெதிராக மாறின. அதற்கு முன்னரான இந்தியாவாக இல்லாமல் இப்புதிய இந்தியா வேறொரு வடிவத்திற்கு மாற்றமடைந்து கொண்டிருந்தது"

என்கிறார் ஜான்கிட்[77].

இந்தியாவுக்கான கொள்கைகளில் ஏற்பட்ட மாற்றத்தின் காரணமாக, அதற்கு முன்னர் முக்கியப் பிரச்சனைகளாகக் கருதப்பட்டவை எல்லாமே கண்டுகொள்ளப்படாமல் போயின. மதச்சார்பின்மையும் மதஒற்றுமையுமே முக்கியமென்று சொல்லப்பட்ட காலமெல்லாம் மலையேறிப்போய் புதிய இந்தியா பிறந்துவிட்டது. இந்திய முஸ்லிம்களுக்கு எதிரான இராம இரத யாத்திரைகளெல்லாமும் கூட இந்தியாவின் அடிப்படைக் கொள்கைகளுக்கு எதிரானதாக இல்லாதது போன்ற நிலைமை ஏற்படத்துவங்கியது. மகாபாரதமும் இராமாயணமும் இந்தியத் தொலைக்காட்சிகளில் ஒளிபரப்பத் துவங்கி, கோடிக்கணக்கான இந்தியர்களின் மனதில் தங்களை இந்துக்களாக உணர வைக்க ஆரம்பித்தன. பாலிவுட் படங்களில் தேசப்பற்று கலந்த காட்சிகளும் இந்து மதத்தின்பால் அன்புகொண்ட கதாபாத்திரங்களும் நுழைக்கப்பட்டன. அவை இந்தியா மட்டுமல்லாமல் எல்லைகடந்து வெளிநாடுவாழ் இந்தியர்களின் மனங்களிலும் கொண்டு சேர்க்கப்பட்டன. தொலைக்காட்சிகளிலும் திரைப்படங்களிலும் கடவுள்களாக நடித்த நடிகர்கள் பலரும் இந்து தேசியவாதக் கட்சிகளின் சார்பாகப் போட்டியிட்டு இந்தியப் பாராளுமன்றங்களில் எம்பிக்களாகவும் காலடியெடுத்துவைக்கும் நிலையும் ஏற்பட்டது.

1984ஆம் ஆண்டு நடைபெற்ற மக்களவைத் தேர்தலில் போட்டியிட்ட பாஜக, இரண்டு தொகுதிகளில் வெற்றிபெற்றது. காங்கிரஸ் கட்சியோ 426 தொகுதிகளை வென்றது. 1989ஆம் ஆண்டில் இந்துத்துவத்தை தன்னுடைய அதிகாரப்பூர்வக் கொள்கையாக அறிவித்துக்கொண்ட பாஜக, காஷ்மீருக்கு வழங்கப்பட்டிருந்த 370 என்கிற சிறப்பு அதிகாரச் சட்டத்தை நீக்குமாறு கோரியது. அப்போது நடைபெற்ற தேர்தலில் 88 தொகுதிகளை பாஜக வென்றது. அதுவே 1991ஆம் ஆண்டில் 120 ஆக உயர்ந்தது. 1996ஆம் ஆண்டில் மேலும் உயர்ந்து 161 தொகுதிகளுக்கான வெற்றியாக மாறியது. 1998ஆம் ஆண்டில் 178 ஆனது. அதனை வைத்துக்கொண்டு ஒரு கூட்டணி ஆட்சியையும் பாஜகவால் அமைக்க முடிந்தது. இந்திய அரசியலில் அவர்கள் மிகப்பெரிய வளர்ச்சியினை நோக்கி நகர்ந்துகொண்டிருந்தனர். இந்தியாவின் சமூக மற்றும் பண்பாட்டுத் தளத்தில் அவர்கள் பல மாற்றங்களை ஏற்படுத்தினார்கள். 1925ஆம் ஆண்டில் துவங்கப்பட்ட ஆர்எஸ்எஸ் அமைப்பு, 1977ஆம் ஆண்டில் அமைந்த ஆட்சியில் பங்கெடுக்கிற அளவிற்கு வளர்ந்து, பின்னர் படிப்படியாக தேசத்தின் அனைத்து துறைகளிலும் காலடி எடுத்து வைத்துவிட்டது. புதிய நூற்றாண்டில் அவர்களது இருப்பை மறுக்கமுடியாத அளவிற்கு வளர்ந்துவிட்டனர்.[78]

4

அமெரிக்கவாழ் இந்தியர்களும் இஸ்ரேலியர்களும்

"1967 முதல் இஸ்ரேலை மேடையாக வைத்துக்கொண்டு அமெரிக்காவில் இருக்கும் யூதர்கள் பல நாடகங்களை நடத்திக்கொண்டும், அதிகாரத்திற்காக அதனைப் பகடைக்காயாக வைத்துக்கொண்டும் விளையாடிக் கொண்டிருக்கிறார்கள். இன்றைக்கு இஸ்ரேல் இந்தளவுக்கு இனவெறிபிடித்த நாடாக மாறியிருக்கிறதென்றால், அதற்கு அமெரிக்க யூதர்களும் ஒரு முக்கியக் காரணமாகும்"

- நார்மன் ஃபின்கெல்ஸ்டைன்

அமெரிக்க ஏகாதிபத்தியக் கனவையும் இஸ்ரேல் என்கிற தேசத்தின் இருப்பைத் தக்கவைக்கிற திட்டத்தையும் இணைக்கும் பணியில் முக்கியப் பங்காற்றி வருவது அமெரிக்க யூதர்களின் இலாப நோக்கம் தான். 1960கள் முதலே இதனை சரியாகச் செய்வதற்காக உருவாக்கப்பட்ட அமைப்புதான் ஐபாக் (AIPAC) எனப்படுகிற 'அமெரிக்க இஸ்ரேலிய கூட்டு செயல்பாட்டுக் குழு'வாகும். 1980களில் இந்த ஐபாக் இயங்கிய விதத்தைப் பார்த்து அதிர்ச்சியடைந்து அமெரிக்க காங்கிரஸ் உறுப்பினராக இருந்த பால் ஃபிண்ட்லே கடுமையாக எதிர்த்தார். பதினோரு முறை தொடர்ச்சியாக அமெரிக்க காங்கிரஸ் தேர்தலில் போட்டியிட்டு எல்லாமுறையும் வெற்றிபெற்றிருந்த அவரைத் தோற்கடிப்பதற்காக யூதர்களின் அமைப்பான ஐபாக் 1982இல் களமிறங்கியது. ஏராளமான பணத்தை வாரியிறைத்து அவருக்கு எதிரான பிரச்சாரத்தை மேற்கொண்டு, இறுதியாக அவரைத் தேர்தலில் தோற்கவைத்தது ஐபாக்.

"தனக்குத் தேவையான எதையும் அடையாமல் அமெரிக்க யூதர்களின் அமைப்பான ஐபாக் விட்டதே இல்லை. அமெரிக்க மக்களின் வரிப்பணத்தை இஸ்ரேலுக்கான நிதியாக வழங்க ஐபாக் முன்வைத்த அனைத்து கோரிக்கைகளும் இதுவரையிலும்

நிறைவேற்றப்பட்டிருக்கின்றன. இன்னும் சொல்லப்போனால், இஸ்ரேல் அரசு கேட்கும் பணத்தைவிடவும் எப்போதும் அதிகமாகவே அமெரிக்க அரசிடம் இருந்து ஐபாக் அமைப்பால் கேட்டுப்பெற முடிகிறது"

என்று 1985ஆம் ஆண்டிலேயே தெரிவித்தார் பால் ஃபிண்ட்லே.

சந்தேகத்திற்கு இடமின்றி ஐபாக் ஒரு பலமான இயக்கம் மட்டுமல்லாமல் பொதுமக்களுக்கு தெரிந்த ஒரு பிரபலமான இயக்கமாகவும் வளர்ந்திருக்கிறது. இஸ்ரேலிய அரசுக்கு ஆதரவான பிரச்சாரத்தை மேற்கொள்ளும் தனிநபர்களையும் பல்வேறு இயக்கங்களையும் ஒருங்கிணைத்த ஒரு அமைப்பாக ஐபாக் இருந்து வருகிறது.

பலவிதமான முரண்பட்டக் கருத்துகளைக் கொண்டவர்களையும் இணைத்துப் பணியாற்றினாலும், இஸ்ரேலை ஒரு யூத தேசமாகத் தொடர வைக்கும் ஒரு புள்ளியில் அவர்கள் அனைவரும் ஒருமித்தக் கருத்து கொண்டவர்களாக இருப்பதாக எழுத்தாளர் டான் வேக்ஸ்மன் கூறுகிறார்².

1913ஆம் ஆண்டில் தங்களுக்கு எதிரான அவதூறுகளை முறியடிப்பதற்காகவே ஏடிஎல் (Anti Defamation League) என்கிற பெயரில் ஒரு அமைப்பை அமெரிக்காவில் உள்ள யூதர்கள் உருவாக்கினார்கள். அதனை மக்களின் உரிமைக்காகக் குரல் கொடுக்கும் ஒரு அமைப்பாக அவர்கள் வெளிக்காட்டிக் கொண்டாலும், அமெரிக்காவின் உளவு அமைப்பான எஃப்.பி.ஐ யுடன் இணைந்து அமெரிக்காவில் வாழும் கருப்பின மக்களையும் அரபு மக்களையும் உளவு பார்ப்பதையே முக்கியப் பணியாக ஏடிஎல் கொண்டிருக்கிறது. அத்துடன் இஸ்ரேலை விமர்சித்தாலே யூதர்களின் மீது வன்மத்தைக் கக்குவதாக ஏடிஎல் அமைப்பு உடனடியாகக் குற்றஞ்சாட்டிவிடும்³.

அதேபோல 1906ஆம் ஆண்டில் உலகெங்கிலுமுள்ள யூதர்களின் மத உரிமைகளைப் பாதுகாப்பதற்காக அமெரிக்க யூத அமைப்பான ஏஜேசி (American Jewish Committee) உருவாக்கப்பட்டது. கல்லூரி வளாகங்கள் முதல் வெள்ளை மாளிகை வரையிலுமான அமெரிக்காவின் எல்லா இடங்களிலும் இஸ்ரேலின் மதிப்பை உயர்த்துவதற்கான வேலைகளை ஏஜேசி அமைப்பு செய்தது⁴.

இவ்விரு அமைப்புகளிடமும் இருக்கிற பணத்தைக் கொண்டு, அமெரிக்காவின் ஊடகங்கள் முதல் வெள்ளை மாளிகை வரையிலும்

இஸ்ரேலுக்கு ஆதரவான ஒரு ஒருமித்தக் கருத்தை உருவாக்க முடிந்தது. அமெரிக்காவின் ஒட்டுமொத்த யூதர்களின் பிரதிநிதிகளாகத் தங்களைக் காட்டிக்கொண்டனர்.

> *“அமெரிக்காவில் வாழும் யூதராக இருந்தாலே, கண்ணை மூடிக்கொண்டு இஸ்ரேலை ஆதரித்துத்தான் ஆகவேண்டும் என்கிற பொதுக்கருத்து உருவாக்கப்பட்டது. ஆனால் உண்மை நிலவரம் வேறாகவே இருக்கிறது. இதுவெல்லாம் இயல்பாக நடக்கவில்லை. அமெரிக்க மக்கள் பிரதிநிதிகளுக்கும், அமைச்சர்களுக்கும் கடுமையான நெருக்கடியைக் கொடுத்து, யூதர்களின் பாதுகாப்பை உறுதி செய்வதற்காகவென்று சொல்லியே பள்ளிகளிலும் கல்லூரிகளிலும் இருந்த பாலஸ்தீனத்திற்கு ஆதரவான பாடப்பகுதிகளை எல்லாம் இஸ்ரேலிய லாபிக்கள் நீக்க வைத்துவிட்டனர்”*

என்று 2012 ஆண்டு தெரிவித்திருக்கிறார் நார்மன் ஃபின்கெல்ஸ்டைன்[5].

அமெரிக்காவின் வெளியுறவுத்துறைக் கொள்கையை தனக்கேற்றபடி இஸ்ரேலிய லாபிக்கள் மாற்றினாலும், அதில் எப்போதும் அமெரிக்க அரசுகளுக்கான நலனும் கலந்திருக்கத்தான் செய்யும். ஆனால், இஸ்ரேலை யார் விமர்சித்தாலும் அது யூதர்களின் இருப்புக்கே பாதிப்பு ஏற்படுத்துவதாகவும் இஸ்ரேலை அழிக்கப் பார்ப்பதாகவும் திசை திருப்புவதில் இந்த அமெரிக்க யூத அமைப்புகள் மிகமுக்கியப் பங்காற்றி வருகின்றன.

இஸ்ரேலிய அரசின் சார்பாக அமெரிக்காவில் இருந்துகொண்டு செயல்படுவது போலக் காட்டிக்கொண்டதோடு மட்டுமல்லாமல், இஸ்ரேலுக்கு மற்ற நாடுகளுடன் எந்த மாதிரியான உறவு இருக்கிறதோ அதற்கேற்ப அந்தந்த நாட்டுடனான அமெரிக்காவின் உறவையும் தீர்மானிக்கும் வல்லமை படைத்தவையாக இருந்து வருகின்றன இந்த அமெரிக்க யூத அமைப்புகள். அமெரிக்க அரசின் வெளியுறவுக் கொள்கைகளையே தீர்மானிக்கும் இடத்தில் இவர்கள் இருக்கிறார்கள் என்பது குறிப்பிடத்தக்கது.

1987ஆம் ஆண்டில், ஒரு டென்னிஸ் போட்டியினால் இந்தியாவும் அமெரிக்க யூத அமைப்பான ஏடிஎல்-உம் நேருக்கு நேர் சந்திக்க வேண்டிவந்தது. டேவிஸ் கோப்பை டென்னிஸ் போட்டியில் விளையாடுவதற்காக இஸ்ரேலிய டென்னிஸ் வீரர்கள் இந்தியா வரவேண்டியிருந்தது. ஆனால் அவர்களுக்கு விசா வழங்க இந்திய அரசு மறுத்துவிட்டது. அப்போது, ‘இஸ்ரேலுக்கு எதிராகப் பிரச்சாரம்

செய்யும் இந்தியா' என்கிற தலைப்பில் ஒரு அறிக்கையை எழுதி வெளியிட்டது ஏடிஎல் அமைப்பு. அதில், "அரபுலகத்திற்கு வெளியே சில நாடுகள் இஸ்ரேலுக்கு எதிரான வெறுப்புணர்வோடு தொடர்ந்து செயல்பட்டு வருகின்றன. அதில் இந்தியாவுக்கும் முக்கியமான இடமுண்டு" என்று குறிப்பிடப்பட்டிருந்தது[6].

1980 முதலே இஸ்ரேலியர்களுக்கு விசா வழங்க இந்தியா மறுத்து வருவதாலும், வெளிப்படையாகவே பாலஸ்தீன ஆதரவு நிலைப்பாட்டினை எடுப்பதாலும் இந்தியாவின் மீது பொருளாதாரத் தடையினை அமெரிக்கா விதிக்க வேண்டுமென்று அமெரிக்க அரசுக்கு ஏடில் அமைப்பினர் அந்த அறிக்கை மூலமாகக் கேட்டுக்கொண்டனர்[7]. அந்த அறிக்கை டெல்லியை அதிர்ச்சியடைய வைத்துவிட்டது. ஏற்கனவே இந்தியாவுக்கு வழங்கப்பட்டு வந்த அமெரிக்க அரசின் நிதி குறைந்துகொண்டே இருந்ததால்,[8] அது மேலும் குறைவதைத் தடுக்க வேண்டும் என்பதற்காக உடனடியாக இஸ்ரேலியர்களுக்கு விசா வழங்கிவிட்டது இந்தியா.

யூத ஏடிஎல் அமைப்பின் அறிக்கை ஏற்படுத்திய பதட்டத்தினால் ஒரேநாள் இரவில் இந்தியாவின் வெளியுறவுக் கொள்கையே ஆட்டங்கண்டுவிட்டது. 1988ஆம் ஆண்டு இந்தியாவின் அப்போதைய பிரதமராக இருந்த இராஜீவ் காந்தி அமெரிக்காவின் நியூயார்க் நகரத்திற்கு பயணம் மேற்கொண்டு யூத ஏடிஎல் மற்றும் யூத ஏஜிசி அமைப்புகளின் தலைவர்களை நேரில் சந்தித்து உரையாடினார். அமெரிக்கப் பேரவையின் உறுப்பினராக இருந்த ஸ்டீபன் சொலார்ஸ் என்பவர்தான் இந்த சந்திப்புக்கு ஏற்பாடு செய்திருந்தார். அமெரிக்காவில் அதிகமான யூதர்களும், இந்தியர்களும் வாழும் பகுதியான ப்ரூக்ளினைச் சேர்ந்தவர்தான் ஸ்டீபன் சொலார்ஸ் என்பது குறிப்பிடத்தக்கது[9]. அமெரிக்காவுடன் நெருங்கிய உறவைப் பேணுவதற்கே இந்தியா விரும்புவதாக இந்தியப் பிரதமர் இராஜீவ் காந்தி அப்போது சியோனிச லாபிக் குழுக்களின் தலைவர்களிடம் தெரிவித்திருக்கிறார்.

> "இஸ்ரேல் மீதான இந்தியாவின் பாரபட்சமான வெறுப்புணர்வை இந்தியப் பிரதமரிடம் சுட்டிக்காட்டி யூத அமைப்பின் தலைவர்கள் கடுமையாக விமர்சித்தனர்... இஸ்ரேலுக்கு எதிரான நிலைப்பாட்டில் இருந்து விலகி, 1979ஆம் ஆண்டு இஸ்ரேலுடன் அமைதி ஒப்பந்தத்தில் கையெழுத்திட்டு இஸ்ரேல் என்கிற தேசத்தின் இருப்பை எகிப்து ஏற்றுக்கொண்டதைப் போலவே பாலஸ்தீனர்களையும் ஏற்றுக்கொள்ள வலியுறுத்துமாறு

இந்தியப் பிரதமரிடம் யூத அமைப்புகளின் தலைவர்கள் கேட்டுக் கொண்டனர்.”

என்கிறார் ஆய்வாளர் நிகோலஸ் பிளாரல்[10].

யூத அமைப்புகளுடனான சந்திப்பில் அவர்களுக்கு என்னென்ன வாக்குறுதிகளை இராஜீவ் காந்தி வழங்கினார் என்பது குறித்து தெளிவாக எதுவும் நமக்குத் தெரியவில்லை. ஆனால், அந்த சந்திப்பு நிகழ்ந்த ஒரு சில மணி நேரங்களிலேயே அப்போது இஸ்ரேலிய வெளியுறவுத்துறை அமைச்சராக இருந்த சிமோன் பெரேசுக்கு அச்சந்திப்பு குறித்த செய்திகள் போய்ச் சேர்ந்துவிட்டன. இந்தியாவுடனான இஸ்ரேலிய உறவு மேம்பட்டுக் கொண்டிருக்கிறதென்று ஊடகங்களிடம் உடனடியாகத் தெரிவித்தார் சிமோன் பெரேஸ்[11]. இதனால், மறைமுக சந்திப்பாக வைத்துக்கொள்ள நினைத்த இந்திய அரசுக்கு உடனடியாக ஒரு விளக்கத்தைக் கொடுத்தாக வேண்டிய நெருக்கடி ஏற்பட்டது. பாராளுமன்றத்தில் அதுகுறித்து ஒரு கேள்வியும் எழுப்பப்பட்டுவிட்டதால், பதில் சொல்லியே ஆகவேண்டிய கட்டாயத்தில் இந்திய அரசு இருந்தது.

“இஸ்ரேலிய வெளியுறவுத்துறை அமைச்சர் சிமோன் பெரேஸ் கூறியதில் உண்மையேதும்இல்லை” என்று இந்திய வெளியுறவுத்துறை அமைச்சர் கே.கே.திவாரி பாராளுமன்றத்தில் எழுப்பப்பட்ட கேள்வி ஒன்றிற்கு பதிலளிக்கையில் தெரிவித்தார்[12].

அடுத்த சில வாரங்களிலேயே இஸ்ரேலிய தூதரக அதிகாரிக்கு மும்பையில் பணிபுரிய அனுமதி வழங்கப்பட்டது. அதற்கு முன்னரான ஆறாண்டுகளாக இஸ்ரேலிய தூதரகம் உயர் அதிகாரியே இல்லாமல்தான் இருந்துவந்தது. ஆனால், இப்போதும் யூத அமைப்புகளுடன் இராஜீவ் காந்தி நடத்திய சந்திப்பிற்கும், இதற்கும் எவ்விதத் தொடர்பும் இல்லையென்று இந்திய அரசு கூறிவிட்டது. இஸ்ரேல் என்கிற தேசத்தை அங்கீகரிக்க பாலஸ்தீன இயக்கங்களிடம் வலியுறுத்துமாறு இராஜீவ் காந்தியிடம் யூத அமைப்புகள் அழுத்தம் கொடுத்த ஆறே மாதங்களில் இஸ்ரேல் என்கிற தேசத்தின் இருப்பை பாலஸ்தீன விடுதலை இயக்கம் அங்கீகரித்து ஏற்றுக்கொண்டது. 1988ஆம் ஆண்டு டிசம்பர் மாதம் 7ஆம் தேதியன்று இஸ்ரேலை ஏற்றுக்கொண்டதுடன், ஒட்டுமொத்த இஸ்ரேலையும் கோராமல், பாலஸ்தீனம்-இஸ்ரேல் என இரண்டு தேசங்களும் அமைவதை பாலஸ்தீன விடுதலை இயக்கம் ஏற்றுக்கொண்டது[13].

அப்போதிலிருந்து ஓராண்டிற்குப் பிறகு 1989இல், அமெரிக்கப் பேரவை உறுப்பினரான சொலார்ஸ் உள்ளிட்ட சியோனிச அமைப்பான ஏடில் இன் முக்கியத் தலைவர்கள் பலரும் இந்தியாவுக்கு வருகைதந்து, அப்போதைய வெளியுறவுத்துறை அமைச்சரான நரசிம்மராவையும் அவரது இணைச் செயலரான பி.கே. சிங்கையும் சந்தித்து இந்திய-இஸ்ரேலிய உறவினை இயல்பாக்கி பலப்படுத்துவது குறித்து விரிவாக விவாதித்தனர். இந்தியப் பயணத்தை முடித்துக்கொண்டு அமெரிக்கா திரும்பிய குழுவில் இடம்பெற்ற ஜெஸ்ஸெ. என். ஹோர்டஸ், அப்பயணம் குறித்து பேசுகையில்,

> *“இதுவரையிலான முரண்பாடுகளைக் களைந்து முற்றிலுமாக இணைந்து பணியாற்றுவதற்கான பாதையினைத் தேர்ந்தெடுக்கும் முடிவெல்லாம் ஏற்கனவே எடுக்கப்பட்டுவிட்டது”*

என்றார்[14].

அதற்கேற்றாற்போல, அரசு விழாக்களுக்கெல்லாம் மும்பையில் இருக்கும் இஸ்ரேலிய தூதரை அதிகாரப்பூர்வ விருந்தினராக அழைக்குமாறு மகாராஷ்டிர மாநில அரசுக்கு இந்திய அரசு அறிவுறுத்தியது.

மும்பையில் இஸ்ரேலிய தூதரகத்தை செயல்படவிடாமல் இந்திய அரசு தடுத்துநிறுத்துவது குறித்து 1987ஆம் ஆண்டு அமெரிக்காவில் இராஜீவ் காந்தியை சந்தித்தபோது யூத ஏடிஎல் அமைப்பு அழுத்தமாகக் கூறியிருந்தது. பாகிஸ்தானை எதிர்ப்பதைவிடவும் இஸ்ரேலை அதிகமாக இந்தியா எதிர்ப்பது சரியல்ல என்பதாக அப்போது தெரிவித்திருக்கின்றன யூத அமைப்புகள்[15]. அதனைத் தொடர்ந்து, இந்தியாவுக்கு இஸ்ரேலியர்கள் வருவதற்கான தடைகள் பலவும் நீக்கப்பட்டன. இருப்பினும் இஸ்ரேலில் இந்திய தூதரகம் திறக்கப்படவில்லை. அதனால், லண்டனிலும் அமெரிக்காவிலும் இருந்த இந்தியத் தூதரகங்கள் வழியாக விண்ணப்பித்தே இந்தியாவுக்கு வருவதற்கான விசாவினை இஸ்ரேலியர்கள் பெற்றனர். இது இந்திய-இஸ்ரேலிய உறவில் மற்றொரு திறப்பை ஏற்படுத்தியது. இஸ்ரேலிய லாபிக்களினால் இந்திய அரசின் முடிவுகளையே மாற்ற முடிவதைப் பார்த்த அமெரிக்கவாழ் இந்தியர்களுக்கு அது ஆச்சர்யத்தைக் கொடுத்தது. வெளிநாடுகளில் வாழும் யூதர்களால் சாதிக்க முடிந்ததைப் போலவே, அமெரிக்காவில் வாழும் இந்தியர்களாலும் சிலவற்றை சாதித்துக்கொள்ள முடியும் என்கிற நம்பிக்கையை அது அவர்களுக்குக் கொடுத்தது.

அமெரிக்காவில் கட்டமைக்கப்பட்ட இந்துத்துவ அரசியல்

1960இல் ஏறத்தாழ 10000 இந்தியர்கள் வரையில்தான் அமெரிக்காவில் வாழ்ந்துவந்தனர். 1960களில் அமெரிக்க குடியேற்றச் சட்டங்களில் சில மாற்றங்கள் செய்யப்பட்ட பிறகு, இந்தியர்களின் வருகை அதிகரிக்கத் துவங்கியது. 1980இல் 3,87,000 இந்தியர்கள் அமெரிக்காவில் வாழ்ந்தனர். 1990களில் அந்த எண்ணிக்கை சுமார் பத்து இலட்சத்தை நெருங்கியது[16]. 1960க்குப் பிறகு அமெரிக்காவுக்கு வருகைபுரிந்த இந்தியர்களில் பெரும்பான்மையானோர் அதிகம் படித்தவர்களாகவும் ஆதிக்கசாதியினராகவும் இருந்தனர். மருத்துவர்களாகவும், ஆய்வாளர்களாகவும், தொழிற்நுட்ப வல்லுநர்களாகவும், விடுதிகளை நடத்துபவர்களாகவும், பொறியியலாளர்களாகவும் என பொருளாதாரத்தில் உயர்ந்த நிலையில் இருப்பவர்களாகவே இந்தியர்கள் இருந்தனர். அமெரிக்க சட்டத்தை மதிக்கும் உழைப்பாளர்களாகவே தங்களை அவர்கள் காட்டிக்கொண்டனர்.

"அத்துடன் 1960களில் கருப்பின மக்களால் நடத்தப்பட்ட சம உரிமைப் போராட்டங்களின் விளைவால் கிடைக்கத் துவங்கிய வெள்ளையின மக்களல்லாதோருக்கான உரிமைகளையும் தங்களுக்கு சாதகமாகப் பயன்படுத்திக்கொண்டு முன்னேறினர் இப்புதிய இந்தியர்கள்"

என்கிறார் பத்திரிக்கையாளர் அருண் வேணுகோபால்[17 18].

இன்று இந்தியாவைப் பூர்வீகமாகக் கொண்ட 42 இலட்சம் பேர் அமெரிக்காவில் வாழ்கிறார்கள். அவர்களில் 26 இலட்சம் பேர் அமெரிக்கக் குடியுரிமையை ஏற்றுக்கொண்டுவிட்டார்கள். அமெரிக்க குடியுரிமை பெற்றவர்களில் 12 இலட்சம் பேர் அமெரிக்காவில் பிறந்தும், 14 இலட்சம் பேர் ஏற்கனவே வைத்திருந்த இந்தியக் குடியுரிமையைக் கைவிட்டுவிட்டு அமெரிக்கக் குடியுரிமையைப் பெற்றவர்கள் ஆவர்[19]. அவர்களில் அதிகமானோர் நியூயார்க்கிலும், நியூஜெர்சியிலும் வசித்தாலும், டெக்சாஸிலும், கலிபோர்னியாவிலுமே கூட கவனிக்கத்தக்க எண்ணிக்கையில் வாழ்கின்றனர். 1980களிலும் 1990களும் சிறியளவிலான எண்ணிக்கையில் இருந்த இந்தியர்கள், யூதர்கள் அமைப்பாகத் திரண்டிருப்பதையும் அதனால் அவர்களுக்குக் கிடைத்திருக்கிற அரசியல் மற்றும் பொருளாதார அதிகாரத்தையும் உற்று நோக்கினர். ஒரே மதம், ஒரே இனம், ஒரே தேசம் என்கிற அடையாளத்துடன் அமெரிக்காவில் இருந்த யூதர்கள், ஐபாக், ஏடிஎல் மற்றும் ஏஜேசி போன்ற அமைப்புகளை நடத்துவதைப் பார்த்து, அதேபோன்றதொரு 'இந்து' அடையாளத்தை முன்னிறுத்தி

'புதிய இந்திய' அடையாளமாகக் காட்டிக்கொள்ள நினைத்தனர். அமெரிக்காவில் வாழும் யூதர்கள் என்றாலே இஸ்ரேலை ஆதரிப்பவர்களாகவும், இஸ்ரேலிய நிலத்தை தன்னுடையதென்று கோரும் சியோனிசவாதிகளாகவுமே அமெரிக்க யூத அமைப்புகள் வெளிக்காட்டிப் பிரச்சாரம் செய்தன. அதனைப் பிரதியெடுக்கும் விதத்தில், அப்படியே இந்தியா என்றாலே இந்துத்துவத்தைப் பின்பற்றும் தேசம்தான் என்று வெளிக்காட்டும் விதத்தில் அமெரிக்காவில் இந்துத்துவ இயக்கங்கள் தோன்றத் துவங்கின.

இத்திட்டத்தில் ஆர்எஸ்எஸ் இயக்கமும் இணைந்து கொண்டது. 1947ஆம் ஆண்டிலேயே இந்தியாவைத் தாண்டி கென்யா மற்றும் மியான்மரில் ஆர்எஸ்எஸ் இயக்கம் தன்னுடைய அயல்நாட்டுக் கிளைகளை உருவாக்கியிருந்தது. அயல்நாடுகளில் உருவாக்கப்படும் ஆர்எஸ்எஸ் கிளைகளெல்லாம் ஹெச்எஸ்எஸ் என்றழைக்கப்படும் (இந்து ஸ்வயம்சேவக் சங்) என்கிற பெயரில் 1966ஆம் ஆண்டு இங்கிலாந்தில் துவங்கப்பட்டன[20]. அதே காலகட்டத்தில் அமெரிக்காவில் ஹெச்எஸ்எஸ் நுழைந்துவிட்டதாக சொல்லப்பட்டாலும், 1989ஆம் ஆண்டில்தான் அமெரிக்காவில் அதிகாரப்பூர்வ இயக்கமாகத் துவங்கப்பட்டது. அதனைத் தொடர்ந்து இந்தியாவின் விஹெச்பி அமைப்பின் அமெரிக்கப் பிரிவாக, அமெரிக்க விஷ்வ இந்து பரிக்ஷத் (விஹெச்பிஏ) என்கிற அமைப்பும் நியூயார்க் நகரில் 1970ஆம் ஆண்டு துவங்கப்பட்டது. பத்தாவது அகில உலக இந்து மாநாடும் நியூயார்க் நகரில் நடத்தப்பட்டது. அதில்,

"இந்தியாவில் மட்டுமல்லாமல் உலகெங்கிலும் வாழும் இந்துக்கள் அனைவரும் மொழிகளையும் தனிப்பட்ட நம்பிக்கைகளையும் மாநிலங்களையும் தாண்டி, இந்து தேசிய எண்ணத்துடன் ஒருங்கிணைந்து செயல்படவேண்டும்"

என்கிற ஒரு தீர்மானத்தை அந்த மாநாட்டில் அமெரிக்க விஷ்வ இந்து பரிக்ஷத் நிறைவேற்றியது[21]. ஆர்எஸ்எஸ் இயக்கத்தின் தலைவராக இருந்த எம்.எஸ்.கோல்வால்கரின் கூற்றான, 'இந்துக் கோட்பாட்டை உலகெங்கிலும் பரப்பும் திட்டத்தை' முன்வைத்து 1990களில் ஆர்எஸ்எஸ் துவங்கிய செயல்பாட்டின் ஒரு அங்கமாகத்தான் அமெரிக்காவில் அந்தத் தீர்மானம் நிறைவேற்றப்பட்டது[22].

1991ஆம் ஆண்டு ஏப்ரல் மாதத்தில் ஓஎஃப்பிஜேபி (OFBJP) என்றழைக்கப்படும் 'ஓவர்சீஸ் ப்ரெண்ட்ஸ் ஆஃப் பாரதிய ஜனதா கட்சி' என்கிற அமைப்பை பாஜகவின் முக்கியத் தலைவராக இருந்த எல்.கே.அத்வானி துவக்கி வைத்தார். அமெரிக்காவின்

மக்கள் பிரதிநிதிகளுக்கும், சட்டமியற்றுபவர்களுக்கும், அமெரிக்க மக்களுக்கும், அமெரிக்காவில் வாழும் இந்தியர்களுக்கும் பாஜகவின் உண்மையான கொள்கைகளை எடுத்துக்கூறி பிரச்சாரம் செய்வதற்காகவே அந்த இயக்கம் உருவாக்கப்பட்டது[23]. இந்தியா என்றாலே இந்துதேசம்தான் என்கிற பிம்பத்தை அயல்நாடுகளில் கட்டமைப்பதும், அதனைத் தொடர்ந்து கட்டிக்காப்பதற்கான நிதிதேவையை எடுத்துக்கூறி நிதிவசூல் செய்து, கோவில் கட்டுவதற்குத் தேவைப்படுகிறதென இந்தியாவிற்கு அப்பணத்தைத் திருப்பிவிடும் வேலையையும் ஓஎஃப்பிஜேபி இயக்கம் செய்யத் துவங்கியது. இருப்பினும் இந்தியாவில் அதிகரித்துவரும் மதக்கலவரங்கள் குறித்தும், காஷ்மீரில் இராணுவத்தினால் அங்குவாழும் மக்கள் அவ்வப்போது கொல்லப்படுவது குறித்தும் மேற்குலகிற்கு செய்திகளாக எட்டாமல் இல்லை.

> *“உலகெங்கிலும் பாஜகவிற்கு தொடர்ச்சியாக கெட்டபெயர்தான் கிடைத்துக் கொண்டிருந்தது. அதிலும் அமெரிக்க ஊடகங்களில் பாஜக மீதான விமர்சனங்கள் அதிகரித்தன”*

என்று ஓஎஃப்பிஜேபி இன் துணைத் தலைவராக இருந்த அடப்ப பிரசாத் நினைவுகூர்ந்தார்[24].

1992ஆம் ஆண்டு டிசம்பர் மாதத்தில் இந்து தேசியவாதிகளால் பதினாறாம் நூற்றாண்டில் கட்டப்பட்ட பாபர் மசூதி இடிக்கப்பட்டது, அதனைத் தொடர்ந்து பம்பாயில் நிகழ்த்தப்பட்ட கலவரங்கள், முஸ்லிம்களுக்கு எதிரான படுகொலைகள் என தொடர்ச்சியாக இந்தியாவின் பெயருக்கு மேற்குலகில் மிகமோசமாக கலங்கம் ஏற்பட்டது.

“1984ஆம் ஆண்டுக்குப் பிறகு, மிகமோசமான மதவெறியாட்டம் நடந்திருக்கிறது” என்று 1992ஆம் ஆண்டு நிகழ்வுகளைக் குறிப்பிட்டு நியூயார்க் டைம்ஸ் பத்திரிக்கை எழுதியிருந்தது[25].

இந்திரா காந்தி அமல்படுத்திய அவசரகால சட்டத்திற்கு எதிராக அயல்நாடுகளில் போராட்டம் நடத்திய அதே அமெரிக்கவாழ் இந்தியர்கள், 1990களில் இந்தியாவில் அதிவேகமாக முளைத்துக்கொண்டிருந்த இந்து பெரும்பான்மைவாதத்திற்கு ஆதரவாகக் களமிறங்கினர். அமெரிக்காவில் அவர்கள் முன்புபோலத் தனிமனிதர்களாகஇல்லாமல், இயக்கமாகவே செயல்படத் துவங்கினர். ஹெஎஸ்எஸ், ஓஎஃப்பிஜேபி மற்றும் விஹெச்பிஏ போன்ற பல்வேறு அமைப்புகளின் மூலமாக பணமும், செல்வாக்கும்,

அதிகாரமும், சமூகத்தில் உயர்ந்தநிலையும் கொண்டவர்களுடனான ஒரு வலைப்பின்னலை அவர்கள் உருவாக்கி இருந்தார்கள்.

வேதப் பிரகாச நந்தா என்பவரை உதாரணத்திற்கு எடுத்துக்கொள்வோம். டென்வர் பல்கலைக்கழகத்தில் சட்டப் பேராசிரியராக இருக்கிறார். அவர் துறைசார்ந்து ஏராளமான ஆய்வுக்கட்டுரைகளை எழுதியிருக்கிறார். 1976ஆம் ஆண்டு இந்தியாவில் அமல்படுத்தப்பட்ட அவசரகாலத்தில் நடந்த மனித உரிமை மீறல்கள் குறித்தெல்லாம் அமெரிக்க அரசு உருவாக்கிய துணைக்குழுவின் முன்பு மிகவிரிவாக வாக்குமூலம் கொடுத்தார்.

அதே வேதப் பிரகாச நந்தா என்பவர், பிற்காலத்தில் ஆர்எஸ்எஸ் இன் அமெரிக்கப் பிரிவான இந்து ஸ்வயம் சேவக் இயக்கத்தைத் துவங்குவதில் முக்கியப் பங்காற்றினார். 2002ஆம் ஆண்டில் அவ்வியக்கத்தின் தலைவராக உயர்ந்தார்[26]. அதேபோல இரமேஷ் புட்டாடாவை எடுத்துக்கொள்வோம். மகாராஷ்டிராவில் பிறந்து 1968ஆம் ஆண்டில் அமெரிக்காவிற்குப் புலம் பெயர்ந்தார். இந்தியாவில் அவசரகாலம் அமல்படுத்தப்பட்ட போது ஆர்எஸ்எஸ் உறுப்பினராக இருந்த அவரது தந்தையும் கைது செய்யப்பட்டிருந்தார். அதனைத் தொடர்ந்து அமெரிக்காவில் இருந்த புட்டாடாவும் அரசியலில் செயல்படத் துவங்கினார். அமெரிக்காவின் ஹவுஸ்டன் நகரில் வாழ்ந்து வந்த இந்தியர்களைத் திரட்டிப் போராட்டமெல்லாம் நடத்தினார். அந்த ஊரில் இந்து ஸ்வயம் சேவக் இயக்கத்தை உருவாக்கி, பின்னாளில் அவ்வியக்கத்தின் அமெரிக்க துணைத் தலைவராகவும் பதவி வகித்தார்.[27] 2014ஆம் ஆண்டில் மோடிக்காக அயல்நாடுகளில் நிதியையும் ஆதரவையும் திரட்டிய ஓஎஃப்பிஜேபி இயக்கத்தில் மிகுந்த ஆர்வத்துடன் வேலை செய்தார் அதே புட்டாடா. அதேபோல அடுத்த ஐந்தாண்டுகள் கழித்து 2019ஆம் ஆண்டில் ஹவுஸ்டனில் நடைபெற்ற 'ஹௌடி மோடி' என்கிற நிகழ்வை நடத்துவதிலும் அவர் முக்கியப் பங்காற்றினார். அந்த நிகழ்வில் சுமார் 20,000 அமெரிக்கவாழ் இந்தியர்களும், இருபதுக்கும் மேற்பட்ட அமெரிக்காவின் மக்கள் பிரதிநிதிகளும் கலந்துகொண்டனர். அவர்களுடன் டொனால்ட் டிரம்பும் பங்கேற்றார் என்பது குறிப்பிடத்தக்கது.

அவர்களைப் போலவே செயல்பட்ட மற்றொருவர் முகுந்த் மோடி. 1970களில் அவசரகால சட்டத்தை எதிர்த்துப் போராடியவர், பின்னர் அமெரிக்காவின் இந்துத்துவ இயக்கங்களை உருவாக்கியதில் முக்கியப் பங்காற்றினார்.

> "இங்கிலாந்தில் துவங்கப்பட்ட சர்வதேச இந்திய நண்பர்கள் கழகத்தின் (FISI) பொதுச்செயலாளராக 1980களில் முகுந்த் மோடி இருந்தார். அத்துடன் அமெரிக்க விஹெச்பி அமைப்பிற்காக இந்து இளைஞர்களைத் திரட்டும் பணியிலும் அவர் ஈடுபட்டார். 1990ஆம் ஆண்டு அவர் இந்தியாவிற்கு பயணம் மேற்கொண்டார். அப்போது பாஜகவின் பல உயர்மட்டத் தலைவர்களை சந்தித்து, 1991ஆம் ஆண்டு தேர்தலுக்கு முன்னர் பல்வேறு நாடுகளில் பாஜக ஆதரவு அமைப்புகளை உருவாக்குவது குறித்து விவாதித்தார்"

என்கிறார்கள் எட்வர்ட் ஆண்டர்சனும் பேட்ரிக் க்ளிப்பன்சும்[28].

அந்தப் பயணத்திற்குப் பிறகுதான் 'பாஜகவின் அயல்நாட்டு நண்பர்கள்' (OFBJP) என்கிற அமைப்பை அமெரிக்காவில் முகுந்த் மோடி துவங்கினார். அப்பணியைச் செய்ததற்காக நரேந்திர மோடியின் நினைவுக்குறிப்பில் பெயர் குறிப்பிடப்பட்டு பாராட்டும் பெற்றிருக்கிறார் முகுந்த் மோடி.

> "பதினாறாம் நூற்றாண்டில் இந்துப் படைவீரரும் இராஜஸ்தான் நாட்டுப்புற நாயகனுமாக இருந்த ஒருவர், தன்னுடைய சொத்துக்களையெல்லாம் முகலாயப் படைகளை வெல்வதற்காகப் பயன்படட்டும் என்று மன்னர் மகாரானா பிரதாப்பிற்கு தானமாக வழங்கினார். அத்தகைய மனிதருடன் ஒப்பிடத்தக்கவர்தான் முகுந்த் மோடி"

என்று நரேந்திர மோடி எழுதியிருக்கிறார்[29].

1970-80களில் 'இந்தியா' என்கிற பெயரில் பிரச்சாரம் செய்துவந்த இந்துத்துவவாதிகள், 1990களில் இந்தியா என்கிற அடையாளத்திலிருந்து 'இந்து' என்கிற அடையாளத்தை முன்னிறுத்தத் துவங்கிவிட்டனர். மேலும், 'இந்து இந்தியா' அமைப்பதற்கான திட்டங்களை வகுப்பதும், அதற்கான நிதியையும், ஆட்களையும் ஒருங்கிணைப்பதுமாக தங்களது திட்டங்களை மாற்றிக் கொண்டனர்[30].

> "இந்துத்துவம், இந்திய தேசியம் ஆகிய இரண்டுமே ஒன்றுதான் என்கிற பிரச்சாரப் புள்ளிக்கு அவர்கள் வந்து சேர்ந்துவிட்டார்கள்"

என்கிறார் பிரேமா குரியன்[31]. அதன்மூலம் யூத சியோனிச அமைப்புகளைப் போலவே வெள்ளை மாளிகையில் தங்களது அதிகாரத்தை அதிகரித்துக் கொள்ளவும், இந்துக்களின் பாதுகாவலர்களாகத் தங்களைக் காட்டிக்கொள்ளவும் அமெரிக்கவாழ் இந்தியர்கள் முயன்றனர்[32]. இனவெறித் தத்துவமான சியோனிசத்தை

விமர்சித்தாலே ஒட்டுமொத்த யூதர்களை விமர்சிப்பதாகக் குரலெழுப்பும் சியோனிச அமைப்புகளைப் போலவே, இந்து மதத்தை விமர்சித்தாலே இந்தியாவுக்கு எதிராகவே பேசுவதாக இந்துத்துவ அமைப்புகள் முத்திரை குத்தத் துவங்கின.

யூதர்கள் உருவாக்கிய 'யூத அவதூறு எதிர்ப்பு' அமைப்பான ஏடிஎல்-ஐப் போலவே, 1997ஆம் ஆண்டில் ஏஹெச்ஏடி (*AHAD*) என்கிற பெயரில் 'அமெரிக்க இந்து அவதூறு எதிர்ப்பு' அமைப்பினை அமெரிக்க விஹெச்பி இயக்கத்தினர் துவங்கினர். "யூதர்களையும் யூத மதத்தையும் இழிவுபடுத்துவோரை தடுத்து நிறுத்துவதை" இலக்காகக் கொண்டதாக ஏடிஎல் அமைப்பு உருவாக்கப்பட்டது. அதேபோல, "இந்து மதத்தின் கடவுள்கள், குறியீடுகள், கலாச்சாரம், பழக்க வழக்கங்களை இழிவுபடுத்துவதற்கு எதிரான இயக்கமாக" ஏஹெச்ஏடி செயல்படுமென்று இந்துத்துவவாதிகள் தெரிவித்தனர்[33]. அதையொட்டி, வேறுசில அரசியல் முன்னெடுப்புகளும் செய்யப்பட்டன. 1993ஆம் ஆண்டில், அமெரிக்கவாழ் இந்தியரும் 'இந்தியா அப்ராட்' என்கிற அமைப்பின் நிறுவனருமான கோபால் ராஜு என்பவர், 'அமெரிக்க இந்தியர்களின் அரசியல் செயல்பாட்டு மையம்' (*IACPA*) என்கிற ஒரு அமைப்பினை உருவாக்கினார். அரசியல் ஆர்வமிக்க அமெரிக்கவாழ் இளம் இந்தியர்களிடம் புதுவகை அரசியலைக் கொண்டுசெல்வதற்காக அந்த இயக்கம் உருவாக்கப்பட்டது[34]. அமெரிக்க வெள்ளை மாளிகையின் அரசியல் குறித்தெல்லாம் கோபால் ராஜு அந்த இயக்கத்தில் இணைந்தவர்களுக்கு வகுப்பெடுத்தார். யூத அமைப்பான ஐபாக்கின் முக்கியப் பதவியில் இருப்பவரும் பன்னாட்டு உறவுகள் குறித்து ஆய்வுசெய்த பேராசிரியராகவும் இருக்கும் இரால்ப் நுன்பெர்கர் என்பவரை அழைத்துவந்தும் வகுப்புகள் எடுக்கவைத்தார் கோபால் ராஜு.

கோபால் ராஜுவின் முயற்சிகளுக்கு பலன் கிடைத்தது. அமெரிக்க பேரவை உறுப்பினர்களான நியூஜெர்சியைச் சேர்ந்த பிரான்க் பல்லோன் மற்றும் ஃப்ளோரிடாவைச் சேர்ந்த மெக் கொல்லம் ஆகியோர் இணைந்து இந்தியாவை அமெரிக்காவின் நட்பு நாடாக முன்னிறுத்தி 'இந்தியா காக்கஸ்' என்கிற ஒரு குழுவை உருவாக்கினார்கள். 'இந்தியாவுக்கும் அமெரிக்காவுக்குமான உறவுகளை என்னென்ன விதத்திலெல்லாம் மேம்படுத்தலாம்' என்பது குறித்து விவாதிக்கும் பணியினை அக்குழு மேற்கொள்ளும் என்று அறிவித்தார்கள். அதேபோல, இந்தியா, இஸ்ரேல் மற்றும் அமெரிக்கா ஆகிய மூன்று நாடுகளும் இணைந்து எவ்வாறெல்லாம்

செயல்படலாம் என்பது குறித்து பல்வேறு தரப்பினரிடம் விவாதித்து பல கூட்டு செயல்பாடுகளை ஒருங்கிணைத்த மற்றொரு அமெரிக்க பேரவை உறுப்பினரான கேரி அக்கர்மேனும் முக்கியப் பங்காற்றியிருக்கிறார். 1990களின் இறுதியில் அமெரிக்க வெளியுறவுத்துறைக் குழுவின் உறுப்பினராகவும், 'இந்திய காக்கஸ்' குழுவின் இணைத் தலைவராகவும் ஒரே நேரத்தில் அக்கர்மேன் இருந்தார் என்பது குறிப்பிடத்தக்கது. யூதர்கள் அதிகமாக வாழும் நியூயார்க்கின் ஐந்தாவது மாவட்டத்தின் மக்கள் பிரதிநிதியாக இருந்ததாலும், அமெரிக்க வெளியுறவுத்துறையில் அங்கம் வகித்ததாலும், மத்திய கிழக்கு மற்றும் தெற்காசியாவின் அமெரிக்க அரசியலில் அதிக செல்வாக்கு மிக்கவராக அக்கர்மேன் இருந்தார்.

1999ஆம் ஆண்டு அட்லாண்டாவில் அக்கர்மேனைப் பாராட்டியும் அவருக்கு நன்றி சொல்லியும் அமெரிக்கவாழ் இந்தியர்களால் ஏற்பாடு செய்யப்பட்ட விருந்திலும் அவர் கலந்துகொண்டு பேசினார்.

> *"நிலையற்றத்தன்மையும், அமைதியின்மையும், மதச்சண்டைளும், மேற்குலகின் மீதான வெறுப்பும், எல்லை தாண்டிய பயங்கரவாதமும் பரவிக்கொண்டிருக்கிற இவ்வுலகில் இந்தியாவுக்கும் இஸ்ரேலுக்கும் இடையிலான ஒரு பலமான உறவு மிகவும் அவசியமானது. அதுதான் இப்பிரச்சனைகளை சரிசெய்ய உதவும்"*

என்றார் அக்கர்மேன்[35].

> *"இந்தியாவும் இஸ்ரேலும் ஒரேமாதிரியான பாரம்பரியமும், வளர்ச்சியும், ஜனநாயகத்தின் மீதான நம்பிக்கையும், ஆழமான மரபுகளும் கொண்டிருக்கிற இருநாடுகள் ஆகும். இந்தியாவைப் போலவே இஸ்ரேலுக்கும் என்னுடைய மனதில் தனியான இடமுண்டு. அதனால் இருநாடுகளுமே என்னைச் சகோதரராகப் பார்க்கவேண்டும்"*

என்றார் அக்கர்மேன்.

எட்டு அமெரிக்க பேரவை உறுப்பினர்களாக இருந்த 'இந்திய காக்கஸ்' அமைப்பு, அடுத்த பத்தாண்டுகளில் அமெரிக்கப் பேரவையின் கால்வாசி உறுப்பினர்களை இணைத்துக்கொண்ட அமைப்பாக வளர்ந்தது[36].

> *"நிச்சயமாக அது அவர்களுக்கு உதவியது என்றுதான் சொல்ல வேண்டும். செல்வந்தர்களாக இருக்கும் பணக்கார அமெரிக்கவாழ்*

இந்தியர்களுக்கு அமெரிக்க அரசின் அரசியலில் செல்வாக்குடன் இருக்க வேண்டும் என்கிற ஆசையும் இருந்தது" என்கிறார் விஜய் பிரசாத்[37].

இப்படியாக அமெரிக்கவாழ் இந்தியர்கள் மூலமாக இந்துத்துவ அரசியலுக்கு உதவியதற்காக, அக்கர்மேனுக்கும் பலோனுக்கும் 2002ஆம் ஆண்டில் இந்தியாவின் உயரிய விருதுகளில் ஒன்றான பத்மபூஷன் விருதினை அப்போதைய பாஜக அரசு வழங்கியது.

1998-2002ஆம் ஆண்டு காலகட்டத்தில் பாஜக ஆட்சியில் இருந்தபோது, அமெரிக்கவாழ் இந்தியர்களை இந்தியாவில் முதலீடு செய்யவும், பாஜகவின் அரசியலை அமெரிக்காவில் முன்னிறுத்தவும் பாஜக தொடர்ச்சியாக அழுத்தம் கொடுத்துக்கொண்டேதான் இருந்தது. இந்து தேசியவாதத் திட்டங்களுக்கு உதவுகிற மென்பொருள் நிறுவனங்களுக்கும், புதிய நிறுவனங்கள் தொடங்குகிறவர்களுக்கும் தேவையான முதலீடுகளை அமெரிக்கவாழ் இந்தியர்களின் அமைப்புகள் வழங்கின. அதேபோல, இந்துமதத்திற்கு ஆதரவளிக்கும் வியாபாரங்களை அமெரிக்காவில் வளர்த்துவிடுவதற்கும் உதவினர்.[38]

1990-1991ஆம் ஆண்டு காலகட்டத்தில் வெளிநாடுகளில் இருந்து இந்தியாவுக்கு சுமார் 2.1 பில்லியன் டாலர் அளவுக்கு பணம் அனுப்பப்பட்டது. அது இந்தியாவின் ஒட்டுமொத்த உள்நாட்டு உற்பத்தியில் 0.7% அளவிற்கு இருந்தது. அதுவே 1996-1997இல் சுமார் ஆறுமடங்கு அதிகரித்து, 12.3 பில்லியன் டாலர் அளவுக்கு உயர்ந்தது. இந்தியாவின் ஒட்டுமொத்த உள்நாட்டு உற்பத்தியில் 3.1% அளவிற்கு அளவிற்கு உயர்ந்திருந்தது. இந்தியாவில் இருந்து ஏற்றுமதி செய்யப்பட்ட மென்பொருள்களின் மதிப்பைவிடவும் இது அதிகம்[39]. இன்னும் எளிமையாகச் சொல்லவேண்டுமென்றால், கல்விக்கோ மருத்துவத்திற்கோ இந்திய அரசு செலவிட்ட தொகையைவிடவும் அதிகமான பணம் அயல்நாடுகளில் இருந்து இந்தியாவிற்கு வந்துசேர்ந்தது.

மேலும் டாலரின் மதிப்பு சர்வதேச அளவில் உயர்ந்ததும், இந்தியப் பொருளாதாரத்தை தாராளமயமாக்கியதும் அமெரிக்கவாழ் இந்தியர்களுக்கு வசதியாகிப்போனது. அமெரிக்க டாலர்களை இந்தியாவில் நிலம் வாங்கிப்போடப் பயன்படுத்தினர். 2005ஆம் ஆண்டு மதிப்பின்படி, விற்பனையான ஒரு கோடி ரூபாய்க்கும் அதிகமான மதிப்புள்ள நிலங்களில் 20 சதவிகிதத்தை அயல்நாடுகளில் வாழும் இந்தியர்கள்தான் வாங்கிக் குவித்தனர்.[40]

1990-91இல் அயல்நாடுகளில் வாழும் இந்தியர்கள் இந்தியாவுக்கு அனுப்பிய பணத்தில் சுமார் 24% வட அமெரிக்காவில் இருந்தும், 40% அளவிற்கு வளைகுடா நாடுகளில் இருந்தும்தான் வந்திருந்தன. ஆனால் அதுவே 2006இல் தலைகீழாக மாறி, 24% வளைகுடா நாடுகளில் இருந்தும், 44% வட அமெரிக்காவில் இருந்தும் வந்தன[41].

அமெரிக்கவாழ் இந்தியர்களின் செல்வச்சேர்ப்பினாலும் ஒருங்கிணைவினாலும் அமெரிக்காவில் பல புதிய இந்துக்கோவில்களும் புதிய அமைப்புகளும் முளைத்தன. இந்தியாவில் இருந்து பிரபல இசைக்கலைஞர்களும் மதத்தலைவர்களும் அடிக்கடி வரவழைக்கப்பட்டனர். அமெரிக்கவாழ் இந்தியர்களின் பொருளாதாரம் முன்னேறும்போது இந்தியாவில் சிலருக்கு அது நன்மையைக் கொடுத்தது. அயல்நாட்டில் வாழும் இந்தியர்களின் இந்தியா குறித்து ஒரு மாய பிம்பம் உருவாக ஆரம்பித்தது. 'சொர்க்கபுரியான சொந்த ஊர்', 'இந்திய தேசியவாதம்', 'சிறுவயது நினைவுகள்', 'பால்யக் கனவுகள்' போன்ற அமெரிக்கவாழ் இந்தியர்களின் எண்ணங்களைக் கதைக்களமாகக் கொண்டு பாலிவுட் படங்களெல்லாமும் தயாரிக்கப்பட்டன. அதிலும் இந்தியராக இருப்பதென்றால், இந்துத்துவக் கொள்கைகளை கேள்விகளின்றி ஏற்றுக்கொள்பவராக இருப்பதாகவே காட்டப்பட்டன.

1995ஆம் ஆண்டில் வெளியான 'தில்வாலே துல்ஹனியா லே ஜாயேங்கே' என்கிற இந்திப் படத்தில், கஜோல் ஏற்று நடித்த சிம்ரன் என்கிற கதாபாத்திரமான தன்னுடைய காதலியை அவருடைய தந்தையின் அனுமதியில்லாமல் திருமணம் செய்துகொள்ள ஷாருக் கான் ஏற்று நடித்த இராஜ் என்கிற காதலன் கதாப்பாத்திரம் விரும்பாதவாறு படத்தின் கதையை அமைத்திருப்பார்கள். தெற்காசிய ஆணாதிக்க சமூகத்தின் ஒரு அங்கமாக இருக்கும் இந்து இந்தியாவின் நெறிகளைப் பின்பற்றும் ஒருவன் இப்படித்தான் நடந்துகொள்வான் என்பதையே இத்திரைப்படம் சொல்லிச் சென்றது.

அதேபோல 1998இல் வெளியான 'பர்தேஸ்' திரைப்படத்தில் இந்தியாவில் பிறந்த இளைஞரான அர்ஜுன் கதாப்பாத்திரத்தில் ஷாருக் கான் நடித்திருப்பார். அமெரிக்காவில் பிறந்த இளைஞரான இராஜீவ் கதாப்பாத்திரத்தில் அபூர்வ அக்னிகோத்ரி நடித்திருப்பார்கள். அவர்களில் இந்தியாவில் பிறந்த அர்ஜுன் நல்லவராகவும் பணிவானவராகவும் இந்தியக் கலாச்சாரத்தை மதிப்பவராகவும் இருப்பார். ஆனால் அயல்நாட்டில் வளர்ந்த இராஜீவோ, குடிகாரராகவும் பாலியல் வன்மம் கொண்டவராகவும் இருப்பார்.

ஆக, இந்தியாவில் பிறந்து வளர்ந்த நல்லவராக அர்ஜுனும், மேற்குலகில் பிறந்து வளர்ந்த கெட்டவராக இராஜீவும் அப்படத்தில் காட்டப்பட்டிருப்பார்கள். அர்ஜுனுக்குத்தான் கங்கா என்கிற காதலி கிடைப்பார் என்பதை சொல்லித் தெரியவேண்டியதில்லை. ஆக, அமெரிக்க முதலாளித்துவத்தை முழுவதுமாக ஏற்றுக்கொள்வதில் தவறில்லை. ஆனால், இந்திய இந்துக் கலாச்சாரக் நம்பிக்கைகளை ஏற்றுக்கொண்டால் அதுவே போதும் என்பதே தொடர்ச்சியாக சொல்லப்பட்டுவரும் கருத்து. அதனால்தான் அப்படத்தின் துணைத் தலைப்பாக, 'அமெரிக்கக் கனவும் இந்திய ஆன்மாவும்' என்று வைத்திருந்தார்கள் போலும்.

'அந்நிய தேசத்திலிருந்து இந்தியாவுக்குத் திரும்ப வேண்டும்' என்று விரும்புகிற நாயகக் கதாப்பாத்திரங்களை வைத்து இன்னும் ஏராளமான திரைப்படங்கள் வரத்துவங்கிவிட்டன. 2004ஆம் ஆண்டில் வெளியான 'ஸ்வதேஸ்' என்கிற திரைப்படத்தில் அமெரிக்க விண்வெளி ஆய்வு நிறுவனமான நாசாவில் வேலை பார்த்துவந்த ஒரு இளைஞன், தங்களுடைய கிராமத்திற்குத் திரும்ப விரும்புகிறவர்களின் ஏக்கத்திற்கான பதிலைத் தருகிறான். 2001ஆம் ஆண்டில் வெளியான 'கபி குஷி கபி கம்' திரைப்படத்தின்படி, வெளிநாட்டில் வாழும் இந்தியர்களெல்லாமே பிரம்மாண்டமான கோட்டைகளில் வாழும் ஆதிக்கசாதி தொழிலதிபர்கள்தான் என்று சொல்லப்பட்டிருக்கும்.

அப்படத்தில், சமூகத்தில் மிகவும் 'கீழ்'நிலையில் இருக்கிற அஞ்சலி என்கிற கதாபாத்திரத்தை, இராகுல் என்கிற பணக்காரன் காதலிப்பதாகக் காட்டியிருப்பார்கள். அந்தக் காதலால் குடும்பமே சிதறிப்போகும். அஞ்சலியை ஒரு ஒடுக்கப்பட்ட சாதியைச் சேர்ந்த பெண்ணாக நேரடியாக சொல்லாவிட்டாலும், பார்வையாளர்களிடமே அதை யூகிக்கும் வேலையை இயக்குநர் கொடுத்திருப்பார். அத்திரைப்படம் வெளியாகி, பாலிவுட்டின் பல வசூல் சாதனைகளை முறியடித்தது.

அமெரிக்க வாழ் இந்தியர்களைப் பொறுத்தவரையில் சாதியென்பது பழையகாலத்து கருத்தியலாக தற்போது ஒருசில தொலைதூர கிராமங்களில் மட்டுமே இருப்பதாகவோ அல்லது இந்தியர்களைப் பிரிப்பதற்காக ஆங்கிலேயர்கள் உருவாக்கியதாகவோதான் அமெரிக்காவில் அவர்கள் காட்டிக்கொள்கிறார்கள். 'அமெரிக்கவாழ் இந்தியர்கள் மத்தியில் சாதியப் பாகுபாடே இருந்ததில்லை' என்றும் அவர்கள் சொல்வதைப் பார்க்கமுடியும். ஆனால்,

வெளிப்படையாகத் தெரியாத வகையில், பல்வேறு வழிகளில் அமெரிக்காவில் சாதிப் பாகுபாடு இருந்துகொண்டுதான் இருக்கிறது. ஆதிக்கசாதி இந்துக்கள்தான் அமெரிக்கவாழ் இந்தியர்களின் அனைத்துவகை மையத்திலும் இருக்கிறார்கள். அவர்கள்தான் 'இந்து-இந்தியா' என்கிற பெயரில் இந்துத்துவத்தின் அடிநாதமாக இருக்கும் சாதியை அப்படியே அமெரிக்காவில் நிலைத்து நீடிக்க வைத்துக் கொண்டிருக்கிறார்கள். அமெரிக்காவில் இருக்கிற இந்திய முஸ்லிம்கள், தலித்துகள், பழங்குடியினர் மற்றும் கிருத்துவர்கள் ஆகியோருக்கு, அமெரிக்கவாழ் ஆதிக்கசாதி இந்துக்களால் பிரச்சாரப்படுத்தப்படும் இந்து-இந்தியா என்கிற கருத்தியலில் எந்த இடமும்இல்லை. இந்துத்துவம் மற்றும் பார்ப்பனியத்திற்கு எதிராக காலங்காலமாக ஒடுக்கப்பட்ட மக்களால் முன்னெடுக்கப்பட்ட போராட்டங்களுக்கெல்லாம் இந்த புதிய இந்து-இந்தியாவில் மதிப்போ இடமோ கொடுக்கப்படாமல் முற்றிலுமாக புறக்கணிக்கப்பட்டுவிட்டது[42].

அமெரிக்க நிலத்தை எதிர்காலத்திற்கான வாய்ப்புகளை அள்ளித்தரும் ஒரு பூமியாகவே அமெரிக்கவாழ் ஆதிக்கசாதி இந்தியர்கள் பார்த்தனர். அதற்காக, அமெரிக்காவில் ஏற்கனவே இருக்கிற இனவெறிக் கட்டமைப்பை அப்படியே மனமுவந்து ஏற்றுக்கொள்ளவும் அவர்கள் தயாராகத்தான் இருக்கின்றனர். வெள்ளையின ஆதிக்க வெறியர்களின் பார்வையில் இந்தியர்களுமே கீழானவர்கள்தான் என்பதையெல்லாமும் அமெரிக்கவாழ் இந்தியர்கள் கண்டுகொள்ளத் தயாராக இல்லை. அதற்கு பதிலாக, 'அமெரிக்க கருப்பின மக்களைவிடவும் தாங்கள் மேலானவர்கள்' என்று காட்டிக்கொள்ளத் தான் அதிகமாக முயன்றனர். 'அமெரிக்கப் பொருளாதாரத்திற்கும் சமூக அமைப்புமுறைக்கும் சுமையாக அமெரிக்க கருப்பின மக்கள்தான் இருக்கின்றனர்' என்று அமெரிக்கவாழ் இந்திய ஆதிக்க சாதியினர் குறிப்பிட்டு சொல்லத் தவறியதேஇல்லை. இந்தியாவில் வாழ்கிற ஒடுக்கப்பட்ட மற்றும் ஏழை எளிய மக்கள்மீது இந்த ஆதிக்க சாதி இந்துக்கள் என்ன வகையான வன்மத்தையும் கீழான பார்வையும் கொண்டிருக்கிறார்களோ, அப்படியான அதே பார்வையைத்தான் அமெரிக்க கருப்பின மக்கள் மீதும் கொண்டிருக்கிறார்கள்.

அமெரிக்கவாழ் இந்து சமூகத்தினர் அமெரிக்காவில் பெற்ற வளர்ச்சிக்கும் வெற்றிகரமான முன்னேற்றத்திற்கும், தங்களுடைய உழைப்பும், தங்களுடைய மேலான இந்துக் கலாச்சாரமுமே காரணமென்று பெருமைப்பட்டுக் கொள்கின்றனர்[43]. ஆனால், அவர்களுடைய சாதி மேலாதிக்கம் காரணமாக அவர்களிடம்

தலைமுறை தலைமுறையாக தொன்றுதொட்டு வந்துகொண்டிருக்கும் செல்வமும், சிறப்புச்சலுகைகளும், கல்விகற்பதற்கான உரிமையும், அரசியல் அதிகாரமும், மற்ற சமூகத்தினரை அனுதினமும் சுரண்டும் திறனுமே உண்மையான காரணங்கள் என்பதை மறைக்கவே விரும்புகின்றனர்.

> *"இரண்டாம் உலகப் போருக்கு முன்னரான காலத்தில் அமெரிக்காவில் கீழானவர்களாகப் பார்க்கப்பட்ட யூதர்கள், மெல்லமெல்ல அதிலிருந்து தங்களை விடுவித்துக்கொண்டு, 1960களில் வெள்ளையர்களாகவே தங்களைக் காட்டிக்கொண்டனர். அதேபோல, அமெரிக்கவாழ் இந்துக்களோ தங்களை யூதர்களுக்கு ஒப்பானவர்களாக வெளிக்காட்டத் துவங்கிவிட்டனர்."*

என்கிறார் விஜய் பிரசாத்.

அதிவேகமாக வளர்ந்துவந்துகொண்டிருந்த அமெரிக்க பெருமுதலாளித்துவத்தில் இணைந்து, அதன் பலன்களை மட்டுமல்லாமல் வெள்ளையின மக்களின் சலுகைகளையும் கொஞ்சம் பெறத்துவங்கினர் அமெரிக்கவாழ் ஆதிக்கசாதி இந்துக்கள். 1990களிலும் 2000ஆம் ஆண்டுகளின் துவக்கத்திலும் அமெரிக்காவில் வளரத் துவங்கிய இந்த அமெரிக்கவாழ் இந்தியர்கள்தான், பின்னர் இந்தியாவின் சமூக, பொருளாதார, அரசியல் நிலப்பரப்பை முற்றிலுமாக தங்களுடைய வசதிக்கேற்ப மாற்றும் முயற்சியில் இறங்கினர். இந்தியாவை மாற்றும் திறன் கொண்ட முன்னோடிகளாகவும் தங்களைக் காட்டிக்கொண்டனர்.

குசோஃப்ஸ்கி-வியாஸ்மான்

அது 2001ஆம் ஆண்டு கோடைக்காலம். அப்போது, 'இந்து ஒற்றுமை மற்றும் இந்துத்துவப் படைவீரர்கள்' என்று பெயரிடப்பட்டு நியூயார்க்கில் வாழும் அமெரிக்கவாழ் இந்தியர்களால் நடத்தப்பட்டுவந்த இணையதளம் திடீரென்று இணையசேவை வழங்கும் நிறுவனத்தால் தடை செய்யப்பட்டது. இந்து மதத்தின் எதிரிகளென்று சிலரின் பெயர்களைப் பட்டியலிட்டு அவர்கள் மீது வன்முறையைக் கட்டவிழ்க்கவேண்டும் என்று கோரியிருந்தது அந்த இணையதளம்[44]. ரோகித் வியாஸ்மான் என்பவர்தான் அந்த இணையதளத்தை நடத்துவதற்கு உதவியிருக்கிறார். இணையதளம் தடைசெய்யப்பட்டதும், ப்ரூக்ளினைச் சேர்ந்த மைக்கேல் குசோஃப்ஸ்கி என்பவரிடம் உதவிகோரி தொடர்புகொண்டார்

வியாஸ்மான்[45]. அவருக்கு உதவும்விதமாக, இணைய சேவை வழங்கும் வேறொரு நிறுவனத்திடம் பேசி, ரோகித் வியாஸ்மானுக்கு உதவினார் மைக்கேல் குசோஃப்ஸ்கி. அதனைத் தொடர்ந்து தடைசெய்யப்பட்ட இணையதளம் மீண்டும் உயிர்ப்பெற்று செயல்பாட்டுக்கு வந்தது. வியாஸ்மான் குறித்தோ அவருக்குப் பின்னிருந்து இயங்கும் இயக்கங்கள் குறித்தோ தனக்கு எதுவும் தெரியாது என்று பின்னர் விசாரணையில் கூறியிருக்கிறார் குசோஃப்ஸ்கி.

முஸ்லிம்களுக்கு எதிராக ரோகித் வியாஸ்மானும் அவரது இயக்கமும் செயல்படுகிறது என்பதுமட்டுமே தனக்குத் தெரியும் என்றும், அந்த ஒரு காரணத்திற்காகத்தான் உதவிசெய்ததாகவும் குசோஃப்ஸ்கி தெரிவித்தார்.

குசோஃப்ஸ்கியை ரோகித் வியாஸ்மான் தொடர்புகொண்டு உதவி கேட்டதற்கு ஒரு முக்கியமான காரணம் இருக்கிறது. அவர் வெறுமனே ஒரு கணிப்பொறி தொழிற்நுட்பம் குறித்த அறிவைக் கொண்டிருக்கிற நபராக மட்டுமே இருக்கவில்லை. 'கஹானே' என்கிற அதிதீவிர வலதுசாரி இஸ்ரேலியக் குழுவின் இணையதளத்தை நிர்வகிப்பவரக இருந்தார் குசோஃப்ஸ்கி. யூத மதகுருவும், அமெரிக்காவில் யூதப் பாதுகாப்புக் குழுவை (ஜேடிஎல் - ஜீவிஷ் டிஃபன்ஸ் லீக்) உருவாக்கியவரும், இஸ்ரேலில் 'கச் அரசியல் கட்சி'யை உருவாக்கியவருமான மெய்ர் டேவிட் கஹானே என்பவரின் பெயரில் துவங்கப்பட்டதுதான் கஹானே என்கிற இணையதளம்[46]. அமெரிக்க அரசியலமைப்புச் சட்டத்தின் முதல் பகுதியின்படி, 'எந்தவொரு மதத்திற்கும் அதன் கருத்தினை சொல்ல உரிமை இருக்கிறது' என்பதால்தான் இந்துக்குழுவினருக்கு உதவியதாக குசோஃப்ஸ்கி தெரிவித்தார். ஆனால், இந்துத்துவக் குழுவினரின் இணையதளத்தை மீட்டெடுக்க உதவியதற்கான காரணத்தை அவர் வெகுவிரைவிலேயே சொல்லிவிட்டார். 'இந்துக்களும் யூதர்களும் பொது எதிரியான முஸ்லிம்களால்தான் பாதிக்கப்படுகிறார்கள் என்றும், அதனால்தான் இருதரப்பினரும் இயல்பான கூட்டணியாக ஒன்றுசேரமுடிந்தது' என்றும் நியூயார்க் டைம்ஸ் இதழுக்கு அளித்த நேர்காணலில் குசோஃப்ஸ்கி ஒப்புக்கொண்டுவிட்டார்.

> *"இந்துக்களின் நம்பிக்கை குறித்தெல்லாம் பெரிதாக எனக்குத் தெரியாது. ஆனால், அவர்களுடைய வலியை என்னால் நன்றாக உணரமுடிகிறது"*

என்று அதே நேர்காணலில் தெரிவித்திருக்கிறார். ஒரேமாதிரியான துயரங்களினால் இந்துக்களும் யூதர்களும் ஒன்றிணைந்திருக்கிறார்கள் என்கிறார்[47].

ஆனால், 'இந்து ஒற்றுமை' என்கிற பெயரில் இயங்கிவந்த அந்த இணையதளத்தில் எழுதப்பட்டவை எல்லாம் பேச்சுரிமைக்குள் வரவே வராது. அது முழுக்கமுழுக்க முஸ்லிம் மக்களின் மீது வன்முறையைத் தூண்டுவதற்காக உருவாக்கப்பட்டது.

இந்து தேசியவாதத்தை விமர்சிக்கும் எவரையும் தாக்குவதோடு மட்டுமல்லாமல், ஆயுதங்களைக் கையிலெடுத்து முஸ்லிம்களை அழிப்பதற்கு இந்துக்களைத் தூண்டியும்விடும் ஒரு அதிதீவிர வலதுசாரி அமைப்பாக பஜ்ரங்க்தள் இயக்கம் இந்தியாவில் துவங்கப்பட்டது[48].

பாலஸ்தீனர்களை அவர்களது நிலத்திலிருந்து ஒட்டுமொத்தமாக அடித்துவிரட்ட கஹானே குழு கோரியதென்றால், பஜ்ரங்தள் இயக்கமோ முஸ்லிம்களை இந்தியாவில் இருந்து முழுவதுமாக அழித்துவிடக்கோரியது. 1992ஆம் ஆண்டு பாபர் மசூதி இடிப்பிலும் முக்கியப் பங்காற்றியது பஜ்ரங்க்தள் இயக்கம்தான். அரசியல் இயக்கங்களாக பஜ்ரங்க்தளத்துக்கும் கஹானேவுக்கும் எவ்வித வித்தியாசமும் இல்லை[49].

> *"நாங்கள் இருவருமே ஒரே போரில்தான் இருக்கிறோம். பாலஸ்தீனர்கள் என்றோ, ஆப்கானிஸ்தானியர்கள் என்றோ அல்லது பாகிஸ்தானியர்கள் என்றோ எப்படி வேண்டுமானாலும் நீங்கள் அழைத்துக்கொள்ளலாம். ஆனால் அவர்கள்தான் யூதர்கள் மற்றும் இந்துக்களின் ஒரே முக்கியப் பிரச்சனையாக இருக்கிறார்கள்"*

என்றார் வியாஸ்மான். தன்னுடைய வீட்டின் சுவரில் யூதமதகுருவும் பயங்கரவாதியுமான கஹானேவின் புகைப்படத்தை பெருமைபொங்க மாட்டிவைத்திருக்கிறார் வியாஸ்மான்.

சில மாதங்களுக்குப் பிறகு, 2001ஆம் ஆண்டு செப்டம்பர் மாதம் 11ஆம் தேதியன்று நியூயார்க் நகரிலும், அதே ஆண்டு டிசம்பர் மாதம் 13ஆம் தேதியன்று இந்தியப் பாராளுமன்றத்திலும் பயங்கரவாதத் தாக்குதல் நடைபெற்றது.

அதனைத் தொடர்ந்து, முஸ்லிம்களிடம் இருந்து குடிமக்களின் சுதந்திரத்தையும் ஜனநாயகத்தையும் 'பாதுகாப்ப'தாகச்

சொல்லிக்கொண்டு, பார்க்கிற இடமெங்கிலும் கண்காணிப்பை அதிகரித்து, சட்டத்தின் விசாரணைகளுக்கே வராத கொலைகளை செய்து, கைது செய்யப்படுபவர்களை மிகமோசமாக சித்தரவதைக்குள்ளாக்கும் ஒரு அதிகார ஆட்சியினை செய்வதற்காக இந்தியா, அமெரிக்கா மற்றும் இஸ்ரேலில் இருக்கும் அரசுகளும் வலதுசாரி இயக்கங்களும் ஒருபுள்ளியில் ஒன்றாகக் கைகோர்க்கத் துவங்கிவிட்டன. 2002ஆம் ஆண்டில் பிரபல வலதுசாரி கல்வியாளரான டேனியல் பைப்ஸ், 'கேம்பஸ் வாட்ச்' என்கிற ஒரு இணையதளத்தைத் துவங்கினார். அதில், இஸ்ரேல் குறித்து விமர்சனங்களை வைப்பவர்களின் பட்டியலை வெளியிட்டு, அவர்களெல்லாம் சமூகத்தில் தடைசெய்யப்பட வேண்டியவர்களென அடையாளங்காட்டினார்.

ஒருபுறம், 'இந்து ஒற்றுமை' என்கிற இணையதளத்தின் வாயிலாக இந்துத்துவத்தை விமர்சிக்கிற முஸ்லிம்கள், மதச்சார்பற்றவர்கள் மற்றும் கம்யூனிஸ்ட்டுகளின் பெயர்ப்பட்டியலை வெளியிட்டுக்கொண்டிருந்தது. மறுபுறமோ, அமெரிக்காவின் வெளியுறவுக் கொள்கை குறித்தோ அல்லது இஸ்ரேல் குறித்தோ விமர்சனங்கள் வைக்கிற கல்வியாளர்களையும் ஆய்வாளர்களையும் இழிவுபடுத்தும் வேலையை டேனியல் பைப்ஸ் உருவாக்கிய 'கேம்பஸ் வாட்ச்' செய்துகொண்டிருந்தது.

அமெரிக்காவில் செப்டம்பர் 11ஆம் தேதி நடைபெற்ற இரட்டை கோபுரத் தாக்குதலுக்குப் பின்னர், உலகெங்கிலுமுள்ள வலதுசாரிக் குழுக்களுக்கெல்லாம் இயல்பாக இயங்குவதற்கான ஒரு தளம் கிடைத்துவிட்டது. 2000ஆம் ஆண்டுகளின் துவக்கத்தில் அமெரிக்கவாழ் இந்தியர்களிடம் நேரடியாகவே வலதுசாரிக் கருத்தியல் குறித்து உரையாடுவது இந்துத்துவ இயக்கங்களுக்கெல்லாம் எளிதாகிப் போனது. அமெரிக்கவாழ் புதிய தலைமுறையினரையும் அவர்களால் ஈர்க்கமுடிந்தது. அமெரிக்க விஹெச்பி மற்றும் அமெரிக்க இந்து மாணவர் அமைப்பு போன்ற அமைப்புகளால் அமெரிக்காவில் பல புதிய கிளைகளையும் துணை அமைப்புகளையும் உருவாக்க முடிந்தது.

இப்படியாகப் புதியதாகத் துவங்கப்பட்ட அமைப்புகளெல்லாம் பலபுதிய செயல்பாடுகளையும் துவக்கின. சாதி ஒடுக்குமுறைகள் குறித்தெல்லாம் பேசுவது முற்றிலுமாகத் தவிர்க்கப்பட்டன. இந்தியாவில் வாழும் இந்துக்களல்லாதவர்கள் குறித்த

வரலாற்றினை முற்றிலுமாக அழிக்கும் வகையிலான இலக்கியங்கள் படைக்கப்பட்டன.

2005ஆம் ஆண்டில் அமெரிக்காவில் மட்டுமே சுமார் 150 ஆர்எஸ்எஸ் கிளைகளும், 40 விஹெச்பி கிளைகளும், 44 இந்து மாணவர் கவுன்சில் கிளைகளும் செயல்படத் துவங்கி இருந்தன. மிஹிர் மேகானி, நிகில் ஜோஷி, சுஹாக் சுக்லா மற்றும் அசீம் சுக்லா ஆகியோர் இணைந்து 'இந்து அமெரிக்க ஃபவுண்டேசன்' (ஹெச்.ஏ.எஃப்) என்கிற புதிய அமைப்பொன்றைத் துவங்கினர்.

அமெரிக்காவில் வாழும் இருபது இலட்சம் அமெரிக்க இந்துக்களுக்கு சட்டரீதியான பாதுகாப்பை வழங்குவதற்காக அந்த அமைப்பை உருவாக்கியதாக அவர்கள் தெரிவித்தனர். இந்துக்களின் உரிமைகளுக்குக் குரல் கொடுப்பதற்காக உருவாக்கப்பட்ட ஒரு சுதந்திரமான அமைப்பென்றும், ஏற்கனவே இருக்கிற வேறு எந்த அமைப்புடனும் அதற்குத் தொடர்பில்லை என்றும் கூறினர். மனித உரிமைகள் மற்றும் மக்கள் உரிமைகள் என்கிற பெயரில் இந்து மேலாதிக்கத்தைக் கட்டிக்காப்பதற்காக இளம் அமெரிக்கவாழ் இந்தியர்களால் துவங்கப்பட்ட அமைப்பு அது. அதே காலகட்டத்தில், அமெரிக்கவாழ் இந்திய முஸ்லிம், கிருத்துவ மற்றும் இதர மதச்சார்பற்ற அமைப்புகளெல்லாம் இணைந்து 2002ஆம் ஆண்டில்'இனப்படுகொலைக்கு எதிரான கூட்டணி' என்கிற பெயரில் ஒரு கூட்டமைப்பை உருவாக்கி இருந்தார்கள்.

> *"இந்து அமெரிக்க ஃபவுண்டேசன் அமைப்பும் ஆர்எஸ்எஸ் இன் சங்கப்பரிவாரத்தைப் போன்றதொரு அமைப்பு என்று சொல்கிறார்கள். ஆனால், உண்மையில் ஆர்எஸ்எஸ் இன் சங்கப்பரிவாரத்தினால் உருவாக்கி வளர்க்கப்பட்ட மற்றுமொரு அமைப்புதான் இதுவும்"*

என்று இனப்படுகொலைக்கு எதிரான கூட்டணி சார்பாக 2013ஆம் ஆண்டில் குறிப்பிடப்பட்டிருக்கிறது.

அமெரிக்கவாழ் இந்தியர்களை ஒருங்கிணைத்து அமெரிக்க அரசியலில் சில அதிகாரங்களைப் பெறும் முயற்சியின் ஒரு அங்கமாக 2002ஆம் ஆண்டில் 'அமெரிக்க இந்திய அரசியல் செயற்பாட்டுக் குழு' (USINPAC) என்கிற குழுவொன்று அமைக்கப்பட்டது. குடியரசுக் கட்சியில் அங்கம் வகித்த சஞ்சய் புரி, ஜேசல் அமின் மற்றும் சூ கோஷ் ஆகியோர் இணைந்து இந்தியாவுக்கு ஆதரவான நிலைப்பாட்டினை அனைத்திலும் எடுப்பதற்கான அழுத்தத்தை

அமெரிக்க ஆட்சியாளர்களுக்கு கொடுப்பதற்காக அந்த அமைப்பை உருவாக்கினார்கள். 'இஸ்ரேலுக்கும் இந்தியாவுக்கும் ஒரே மாதிரியான பயங்கரவாதம்தான் பிரச்சனை' என்று மற்ற இந்து தேசியவாதிகளைப் போலவே அமினும் நம்பினார்.

> "ஏற்கனவே அமெரிக்கவாழ் இந்தியர்களிடம் இயங்கிக் கொண்டிருந்த ஐபாக் அமைப்பையும் ஏஜேசி அமைப்பையும் ஒருங்கிணைத்து யுஎஸ்இன்பாக் என்கிற இப்புதிய லாபி அமைப்பை உருவாக்குவதற்கு முக்கியக் காரணமாக இருந்ததே அமின்தான்"

என்கிறார் விஜய் பிரசாத்[50].

அமெரிக்கப் பேரவையில் நுழைந்து தனக்குத் தேவையானதை செய்துகொள்வதற்கேற்ப, அமெரிக்கவாழ் இந்தியர்களின் அமைப்பான ஐபாக் மற்றும் அமெரிக்க யூதர்களின் அமைப்பான ஏஜேசி போன்றவற்றின் பாணியிலேயே செயல்பட அமெரிக்க-இந்திய செயல்பாட்டுக்குழு (யுஎஸ்இன்பாக்) முடிவெடுத்தது. வெகு விரையிலேயே அமெரிக்கவாழ் இந்தியர்களின் நலன்கள் குறித்து அமெரிக்கப் பேரவையில் பேசுவதற்கான ஒரே அமைப்பாக யுஎஸ்இன்பாக் மாறியது[51].

2001ஆம் ஆண்டில் பயங்கரவாதத்தை ஒடுக்குவதற்காக எனச் சொல்லி, புலம்பெயர் மக்களை கண்காணிப்பதற்கான உரிமையை அரசுக்கு வழங்கும் 'பேட்ரியாட் ஏக்ட்' என்கிற சட்டம் அமெரிக்காவில் நிறைவேற்றப்பட்டது. அது அமெரிக்காவில் வாழும் சீக்கியர்களையும் முஸ்லிம்களையும் உள்ளடக்கிய அமெரிக்கவாழ் இந்தியர்களையும் வெகுவாக பாதிக்கும் என்பதைக்கூட கண்டுகொள்ளாமல், அதனைக் கண்டிக்காமல் அமெரிக்க-இந்திய செயல்பாட்டுக்குழு அமைதியாக இருந்துவிட்டது. அதேபோல, 2002ஆம் ஆண்டு பிப்ரவரி மற்றும் மார்ச் மாதங்களில் குஜராத்தில் இந்திய முஸ்லிம்களுக்கு எதிராக நிகழ்த்தப்பட்ட இனப்படுகொலையையும் அமெரிக்காவில் இயங்கிவந்த அமெரிக்க-இந்திய செயல்பாட்டுக்குழு கவனத்தில் எடுத்துக்கொள்ளவோ அமெரிக்கப் பேரவையில் கொண்டுசெல்லவோஇல்லை. அந்த இனப்படுகொலையில் 2000த்திற்கும் மேற்பட்ட மக்கள் கொல்லப்பட்டதையும் இலட்சக்கணக்கானோரை சொந்த நாட்டிற்குள்ளேயே அகதிகளாக்கியதையும் அமெரிக்கவாழ் இந்தியர்களின் அமைப்பு கண்டுகொள்ளாமல் விட்டுவிட்டது.

இரட்டை கோபுர இடிப்பிற்குப் பின்னர் துவங்கப்பட்ட பயங்கரவாதத்திற்கு எதிரான போரென்பது, முழுக்கமுழுக்க மக்களை ஆழமாகக் கண்காணிப்பதிலும் முஸ்லிம்களுக்கு எதிரான இனவெறியைப் பரப்புவதிலுமே கவனம் செலுத்தியது. அதற்காக, அனைத்து அடையாளங்களையும் துறந்து எல்லா வலதுசாரிகளும் ஒன்றாகக் கைகோர்த்தனர். முஸ்லிம் வெறுப்பை உலகம் முழுவதிலுமே அவர்கள் பொதுமைப்படுத்தினர். ஆக இந்த சூழலில் இந்துத்துவத்தை பயங்கரவாதமாக அமெரிக்கா பார்த்துவிடக்கூடாது என்பதற்காக சியோனிசவாதிகளிடமும் இதர வலதுசாரிகளிடமும் இந்துத்துவவாதிகள் கைகோர்த்துவிட்டனர். அதேவேளையில் அமெரிக்க-இஸ்ரேலிய பொது விவகாரக் குழுவான ஐபாக்கின் நிர்வாகிகள் அவ்வப்போது புதுடெல்லிக்கு செல்வதும், இந்தியப் பிரதிநிதிகள் இஸ்ரேலுக்கும் அமெரிக்காவுக்கும் பயணமாவதும் இயல்பான தொடர்கதையாகிப் போனது. 2002ஆம் ஆண்டின் செப்டம்பர் மாதத்தில் பினாய் பிரித் இண்டர்நேசனல் (B'nai B'rith International), அமெரிக்க யூதக் குழு, தேசிய பாதுகாப்பு விவகாரங்களுக்கான யூத நிறுவனம், ஐபாக் உள்ளிட்ட யூத சியோனிச அமைப்புகளின் பிரதிநிதிகளை அப்போதைய இந்தியப் பிரதமராக இருந்த அடல் பிகாரி வாஜ்பாய் சந்தித்தார். இந்திய இஸ்ரேலிய உறவு அழகாக மலர்ந்துகொண்டிருக்கிறதைப் பார்த்து ஒருவருக்கொருவர் மகிழ்ச்சி தெரிவித்துக்கொண்டனர்[52].

அமெரிக்கக் குடியரசுக் கட்சியினருடன் இணைந்து அமெரிக்கவாழ் இந்தியர்கள் செயல்படுவதன் மூலம் இந்தியாவுடனான அமெரிக்காவின் கூட்டுறவிலேயே பல மாற்றங்கள் நிகழத் துவங்கியிருக்கின்றன என்று இராபர்ட் எம்.ஹேத்வே 2004ஆம் ஆண்டில் எழுதியிருக்கிறார்.

"இந்தியாவில் ஆட்சியிலிருந்த பாஜகவின் கொள்கைகளுக்கேற்ப செயல்பட்ட அமெரிக்கவாழ் பெரும்பணக்காரர்களின் நலனைக் கருத்தில்கொண்ட நகர்வாகத்தான் இது இருந்தது. இந்திய பாஜகவுக்கு தகுந்தாற்போன்ற முதலாளித்துவ வலதுசாரி கருத்தியலை முன்வைக்கும் அமெரிக்க குடியரசுக் கட்சியில் அமெரிக்கவாழ் இந்திய முதலாளிகள் தஞ்சம் அடைந்தனர்"

என்கிறார் ஹேத்வே[53].

2000த்திற்குப் பின்னரான காலகட்டத்தில் அமெரிக்காவில் இருக்கும் இந்திய லாபிக்கள் மூன்று முக்கியமான முன்னேற்றங்களை அடைந்தனர்.

முதலாவதாக, அவர்களுடைய லாபிக்களில் இந்துத்துவக் கொள்கையை மிகத்திறமையாகத் திணித்துவிட்டனர். அதன் மூலமாக ஆதிக்க சாதியினரல்லாத இந்துக்கள், முஸ்லிம்கள், கிருத்துவர்கள், தலித்துகள் என பெரும்பகுதியான இந்தியர்களின் நலன்கள் முற்றுமுழுவதுவாக தூக்கிவீசப்பட்டுவிட்டன. ஆதிக்க சாதியினரின் நலன்கள் மட்டும்தான் ஒட்டுமொத்த இந்தியர்களின் நலன்களும் என்கிற பொதுக்கருத்தை முன்னிறுத்திவிட்டனர். அத்துடன் முஸ்லிம்களுக்கு எதிராக நேரடியான கொள்கைகளைப் பேசுவதன்மூலம், முஸ்லிம்களெல்லாம் இந்தியர்களே அல்ல என்கிற பிரச்சாரத்தையும் மறைமுகமாக முன்னெடுத்துவிட்டனர்.

இரண்டாவதாக, முஸ்லிம்களால் மிகமோசமான நிலையில் வாழ்வதாக யூதர்கள் உருவாக்கி வைத்திருக்கிற பிம்பத்தை அப்படியே பின்பற்றி, யூதர்களைப் போலவே இந்துக்களும் துயரமான நிலையில் வாழ்வதாகக் கட்டமைத்தனர்.

> "மத்திய கிழக்கில் முஸ்லிம் பயங்கரவாதத்தால் இஸ்ரேல் பாதிக்கப்பட்டிருப்பதைப் போல, தெற்காசியாவில் அதே முஸ்லிம் பயங்கரவாதத்தால் இந்தியாவும் பாதிக்கப்பட்டிருக்கிறது என்கிற பிம்பத்தை அமெரிக்காவில் அமெரிக்கவாழ் இந்தியர்கள் உருவாக்கத் துவங்கினார்கள்"

என்கிறார் விஜய் பிரசாத்[54].

மூன்றாவதாக, அமெரிக்கவாழ் இந்தியர்களுக்கு ஆதரவளிக்க உதவிகளும் நட்புறவும் தேவை என்பதை அமெரிக்க ஆட்சியாளர்களுக்குத் தெளிவுபடுத்தினர். ஆனால் உண்மையில், அமெரிக்க பெருமுதலாளித்துவத்தில் கூட்டாளியாக இணைந்துகொண்டு இலாபம் பார்க்கவேண்டும் என்பதுதான் அமெரிக்கவாழ் பணக்கார ஆதிக்கசாதி இந்து இந்தியர்களின் நோக்கமாக இருந்தது.

> "இந்துத்துவமும் இந்திய தேசியமும் பெருமுதலாளித்துவப் பேராசையோடுதான் இருந்தன. எல்லைகளைக் கடந்து, சுரண்டலை மையமாகக் கொண்டு மிகப்பெரிய அளவிற்கான பொருளை ஈட்டி செல்வந்தர்களாக வாழவேண்டும் என்பதுதான் அந்த அமெரிக்கவாழ் மேல்தட்டு மக்களின் ஒரே குறிக்கோளாக இருந்தது. அதற்கு அவர்கள் இந்திய அடையாளத்தைப் பயன்படுத்திக்கொண்டனர்"

என்கிறார் கல்வியாளர் இராஜ சுவாமி[55].

அதேவேளையில், இதற்கு நேரெதிராக தேசிஸ் ரைசிங் அப் அன்ட் மூவிங் (DRUM), தெற்காசிய அமெரிக்கர்கள் ஒருங்கிணைந்த முன்னணி (SAALT), இந்திய அமெரிக்க முஸ்லிம் கவுன்சில் (IAMC) ஆகிய புதிய அமைப்புகள் உருவாக்கப்பட்டு, அமெரிக்க உழைக்கும் மக்களின் உரிமைகளுக்காகவும், குடியுரிமைகளுக்காகவும், இனவெறிக்கு எதிரான நீதிக்காகவும், இந்தியாவில் வளர்ந்துவரும் இந்துத்துவத்திற்கு எதிராகவும் குரல் கொடுக்கப்பதற்கான அமைப்புகள் சிலவும் உருவாகின[56]. கிருத்துவர்களும், தலித்துகளும், முஸ்லிம்களும் சில அமெரிக்க இந்துக்களும் இணைந்து, வெறுப்புணர்வுக்கு நிதி கொடுப்பதைத் தடுக்கும் பிரச்சார இயக்கத்தைத் துவங்கினர் (CSFH). அமெரிக்காவில் இருந்து கோடிக்கணக்கில் இந்தியாவுக்கு அனுப்பி இந்துத்துவ வெறியைப் பரப்புவதற்கு உதவுவதைத் தடுக்கும் நோக்கிலேயே இந்த இயக்கம் துவங்கப்பட்டது. அவர்களின் முயற்சியாலேயே 2005ஆம் ஆண்டு இந்தியாவின் பிரதமராவதற்கு முன்னரான காலத்தில் அமெரிக்கா செல்லவிரும்பிய நரேந்திர மோடியின் விசா விண்ணப்பம் நிராகரிக்கப்பட்டது[57]. நரேந்திர மோடிக்கு விசா வழங்குவதற்கு அமெரிக்க வெளியுறவுத்துறை தடையும் விதித்தது. ஆனால் பின்னாளில் அவர் இந்தியாவின் பிரதமரானதும் அந்தத் தடை நீக்கப்பட்டுவிட்டது.

ஆக, குசோஃப்ஸ்கியும் வியாஸ்மானும் ஒருவருக்கொருவர் உதவிக்கொண்டு நட்பு பாராட்டியது ஏதோ தற்செயலான ஒன்றல்ல.

யூத சியோனிசவாதிகளின் முஸ்லிம் வெறுப்புடன் கருத்தியல்ரீதியாக ஒத்துப்போய், அவர்களுடன் இணைந்து பணியாற்றும் ஆர்வத்துடன்தான் இந்துத்துவவாதிகள் பலகாலமாக இருந்துவந்திருக்கின்றனர் என்பது தெளிவாகவே தெரிகிறது.

> *"அவர் ஒரு மிகச்சிறந்த மனிதர். அவர் பேசுவதைக் கேட்டால், இந்துக்களின் நலனுக்காகவே அவர் பேசுவதைப்போலத்தான் எனக்குத் தோன்றுகிறது"*

என்று யூத பயங்கரவாதியான குசோஃப்ஸ்கி குறித்து இந்துத்துவவாதியான வியாஸ்மான் புகழ்மாலை சூட்டுகிறார்.

நரேந்திர மோடியும் அமெரிக்க இந்துக்களும்

2013ஆம் ஆண்டில் பிரதமர் வேட்பாளராக பாஜகவின் சார்பாக நரேந்திர மோடி அறிவிக்கப்பட்டதுமே, பொருளாதார

வலதுசாரிகளெல்லாம் உடனடியாக அவருக்கு ஆதரவு தெரிவித்தனர். வளர்ச்சியின் நாயகனாகவும், ஊழலற்ற ஆட்சியைக் கொடுப்பவராகவும் இருப்பார் என்று சொல்லத் துவங்கிவிட்டனர். அதன்மூலம், இந்தியாவில் இருக்கும் சிறுபான்மையினருக்கு ஏற்படப்போகும் அச்சுறுத்தல்களையும் ஒடுக்குமுறைகளையும் விவாதத்திற்குள் கொண்டுவராமல் ஒதுக்குவதே அவர்களது நோக்கமாக இருந்தது. தாராளமயக் கொள்கைகளை ஆதரிக்கும் அறிவுஜீவுகள் மட்டுமல்லாமல், இந்தியாவின் புகழ்பெற்ற பத்திரிக்கையாளர்கள், ஆய்வாளர்கள் உள்ளிட்ட பலரும் மோடிக்கு நிபந்தனையற்ற ஆதரவை உடனடியாக வழங்கிவிட்டனர். சுமார் 8000 அமெரிக்கவாழ் இந்தியர்கள், இந்தியாவுக்கு வந்து மோடிக்காக பிரச்சாரம் செய்திருக்கிறார்கள். அமெரிக்கா முழுவதிலுமுள்ள பல்வேறு நகரங்களில் மோடியின் தேர்தலுக்காக நிதிவசூல் செய்யும் நிகழ்வுகளை அமெரிக்கவாழ் இந்தியர்கள் நடத்தியிருக்கிறார்கள். மேலும் சிலர், மோடி குறித்து பொதுவெளியில் இருக்கிற எதிர்மறைக் கருத்துகளை மாற்றுவதற்கான பிரச்சாரங்களை மேற்கொண்டிருக்கிறார்கள்.

2014ஆம் ஆண்டு செப்டம்பர் மாதத்தில், பிரதமராகப் பதவியேற்ற ஒரு சில மாதங்களுக்குள்ளாகவே ஐக்கிய நாடுகள் சபையின் பொதுசபைக் கூட்டத்தில் கலந்துகொள்ள அமெரிக்காவின் நியூயார்க் நகருக்குச் சென்றார். அங்கே அவர் உலகத் தலைவர்களுக்கு வைத்த கோரிக்கை என்ன தெரியுமா? சர்வதேச யோகா தினத்தை ஐநா சபை அறிவிக்கவேண்டும் என்றும் அதனை உலக நாடுகளெல்லாம் கொண்டாட வேண்டும் என்றும் அவர் கோரினார்.

> *“நம்முடைய வாழ்க்கை முறையை மாற்றி, யோகா குறித்து விழிப்புணர்வு அடைந்தால், ‘பருவநிலை மாற்ற’ப் பிரச்சனையை எதிர்கொள்ளக்கூட நம்மால் முடியும்”*

என்றார் மோடி[58].

அன்று மாலையே நியூயார்க் நகரின் ‘மேடிசன் சதுக்கத் தோட்ட’ வளாகத்தில் அவருக்கு ஒரு பெரிய வரவேற்பு கொடுக்கப்பட்டது. ஒரு போருக்குச் சென்று வெற்றிபெற்றுவிட்டு வீடுதிரும்பும் வீரனுக்குக் கொடுக்கப்படும் வரவேற்பு போல அது இருந்தது. அந்த நிகழ்வு நடைபெறும் இடத்திற்கு வெளியே, குஜராத்தில் 2002ஆம் ஆண்டு நடத்தப்பட்ட படுகொலைகளுக்கு பொறுப்பேற்று மோடி பதில்சொல்லவேண்டும் என்று கோரும் போராட்டங்களும் அப்போது நடைபெற்றன. ஆனால் அதைத் திட்டமிட்டே மறைத்தோ

அல்லது புறக்கணித்தோ, மோடிக்கு அந்த வளாகத்தின் உள்ளே மிகப்பிரம்மாண்ட வரவேற்பு ஏற்பாடு செய்யப்பட்டிருந்தது.

"மோடியின் முகம் அச்சிடப்பட்ட முகமூடிகளை ஏராளமானோர் அணிந்திருந்தனர். அவருடைய பெயரையும் அவரது முழக்கங்களையும் உரக்க எழுப்பினர். அவரைக் காண சுமார் 19000 ரசிகர்கள் அங்கே கூடியிருந்தனர். மேடிசன் சதுக்கத் தோட்ட மேடையின் பிரம்மாண்டமான திரையில் அவரது புகைப்படம் ஒரு பிம்பமாக முதலில் காட்டப்பட்டது. அவரது ஓவியம் அங்கேயே வரையப்பட்டும் காட்டப்பட்டது. அதன்பின்னர், அவர் அங்கே மேடையில் தோன்றியபோது, ஒட்டுமொத்த கூட்டமும் ஒரே நேரத்தில் விண்ணதிர ஒலி எழுப்பியது. அமெரிக்காவின் புகழ்பெற்ற பாடகர்களும் நடிகர்களும் கலைஞர்களும் ஒரே நேரத்தில் மேடையில் தோன்றினால் எந்தளவுக்கு ஒலியெழுப்பப்படுமோ, அதையெல்லாம் மோடிக்கு எழுப்பப்பட்ட ஒலி விஞ்சியது"

என்று நியூயார்க் டைம்ஸ் பத்திரிக்கை அடுத்த நாள் செய்தி வெளியிட்டிருந்தது[59].

பிரதமரானதும் முதன்முதலாக அமெரிக்கவாழ் இந்தியர்களிடம் பேசுகையில், ஒரு அரசியல்வாதியைப் போல பேசாமல், ஒரு முனிவரைப் போல பேசினார். "அமெரிக்கவாழ் இந்தியர்களெல்லாம் இந்தியாவின் அதிகாரப்பூர்வ தூதர்களைப் போல செயல்பட்டு இந்தியாவின் எதிர்காலத்தை மாற்றிக்காட்டி இருக்கிறார்கள்" என்றார் மோடி.

"உங்களுடைய நடத்தையாலும், நன்மதிப்பாலும், மரபுகளாலும், திறமையினாலும் அமெரிக்காவில் நல்ல பெயரையும் மரியாதையையும் சம்பாதித்திருக்கிறீர்கள். அமெரிக்காவில் உலகின் பல நாடுகளின் மக்கள் வாழ்வதால், இந்தியாவின் பிம்பத்தை அமெரிக்காவில் மட்டுமல்லாமல் உலகெங்கிலும் நல்லவிதமாக நீங்கள் மாற்றியிருக்கிறீர்கள்"

என்றார் மோடி[60]. அயல்நாட்டில் வாழ்ந்து இந்தியாவுக்கு பெயர் தேடித்தந்துவிட்டு, பின்னாளில் இந்தியாவுக்கே திரும்பிய மகாத்மா காந்தியைப் போல அமெரிக்கவாழ் இந்தியர்களும் இருக்கவேண்டும் என்றும் கோரிக்கை வைத்தார்.

'மேக் இன் இந்தியா' என்கிற திட்டத்திற்கு முதலீடு செய்து, இந்தியாவில் வியாபாரம் செய்யவருமாறு அமெரிக்கவாழ்

இந்தியர்களுக்கு அழைப்பும் விடுத்தார். அவருடைய அந்தத் திட்டத்தை முழுமையாக நம்புமாறும் அவர்களிடம் கோரிக்கை வைத்தார். இந்தியாவை எதிர்ப்பவர்களை எதிர்த்து நிற்க உதவுமாறும் அவர் கேட்டுக்கொண்டார்.

“இந்தியாவில் வளர்ச்சியை ஒரு மக்கள் இயக்கமாகவே நடத்த வேண்டும் என்று நினைக்கிறேன். ‘நான் என்ன செய்தாலும், அது இந்தியாவிற்கு எவ்வித அவமானத்தையும் ஏற்படுத்தாது’ என்கிற நம்பிக்கையை என்மீது எல்லோரும் வைக்க வேண்டும்”

என்றார் மோடி.

இந்தியாவைப் பூர்வீகமாகக் கொண்டவர்கள், வாழ்நாள் முழுவதும் விசா இல்லாமலே இந்தியாவுக்கு வந்து போகலாம் என்கிற அறிவிப்பை வெளியிட்டு அங்குகூடியிருந்த அமெரிக்கவாழ் மக்களிடம் மேலும் கூடுதலான கைதட்டுகளைப் பெற்றார் மோடி. அதுவொரு சிறிய அறிவிப்புதான் என்றாலுமே, ‘தங்களுடைய கோரிக்கைகளுக்கு இந்தியப் பிரதமர் செவிமடுக்கிறார்’ என்கிற நம்பிக்கையை அவர்களுக்கு அது கொடுத்திருக்கக்கூடும். இந்தியாவைப் பூர்வீகமாகக் கொண்ட இந்தியாவில் பிறக்காத புதிய தலைமுறையினரிடம், தன்னையொரு நம்பிக்கை நாயகனாக காட்டிக்கொள்ள மோடி விரும்பினார்.

ஒட்டுமொத்த அமெரிக்கவாழ் இந்தியர்களும் அவருடைய தூதுவர்களாக செயல்படவேண்டும் என்பதே அவரது உரையின் மையப்புள்ளி. அமெரிக்காவில் வாழ்ந்தாலும், அவர்களும் இந்திய அரசுக்கு முக்கியமானவர்கள்தான் என்கிற நம்பிக்கையை வழங்கிவிடுவதைப் போன்றே மோடியின் உரை வடிவமைக்கப்பட்டிருந்தது. அந்த ஒன்றிற்காக, அவரது ஒட்டுமொத்த கொள்கைகளையும் புரிந்துகொள்ளாமலும் தெரிந்துகொள்ளமறுத்தும் முழுமையான ஆதரவை ஒரு ஆர்வக்கோளாரில் வழங்கிவிட அமெரிக்கவாழ் இந்தியர்கள் முன்வந்தார்கள். இந்தியாவில் எல்லாப் பிரச்சனைகளையும் சரிசெய்ய ஒரு பலம்பொருந்திய மனிதர் தேவையென்றும், கொள்கைகள் என்று அவர் முன்வைக்கும் அனைத்தையும் மிகச்சிறந்தவை என்று அமெரிக்க மக்களிடம் கொண்டுபோவதே தங்களுடைய வேலையென்றும் அமெரிக்கவாழ் இந்தியர்கள் நினைத்தனர்.

முஸ்லிம் அமைப்புகளும் தலித்திய அமைப்புகளும் இடதுசாரிகளும் முன்பே கணித்தது போல, மோடியின்

ஆட்சியில் ஒட்டுமொத்த இந்தியாவுமே சர்வாதிகாரத்தன்மை மிகுந்த தேசமாக அதிவேகமாகவே மாறத்துவங்கிவிட்டது. மாட்டுக்கறி உண்பதாகவெல்லாம் சந்தேகப்பட்டு முஸ்லிம்கள் கொல்லப்படுகின்றனர். காஷ்மீரில் இளைஞர்கள் தாக்கப்படுவதும் கொல்லப்படுவதும் அதிகரித்துவிட்டன. பெரும்பாலான ஊடகங்கள் எதையும் கேள்விகேட்காமல் ஆட்சியாளர்களுக்கு ஆதரவாகப் பேச ஆரம்பித்துவிட்டன. 2016ஆம் ஆண்டில் அமெரிக்காவில் டொனால்ட் ட்ரம்ப் வெற்றிபெற்றதும், அவரைத் தொடர்ந்து பிரேசில், ஹங்கேரி உள்ளிட்ட நாடுகளில் வலதுசாரிகள் தேர்தல்களை வென்றதும், ஐஎஸ்ஐஎஸ் இயக்கத்தின் வளர்ச்சியும், ஐரோப்பாவில் அகதிகள் தொடர்பான பிரச்சனைகள் அதிகரித்ததும், அமெரிக்காவில் இந்து வலதுசாரித்தன்மை எழுச்சிபெற உதவிகரமாக இருந்திருக்கின்றன. எந்தவொரு தயக்கமும்இல்லாமல், இந்து மேலாதிக்கத்தினை அதிரடியாகவும் வெளிப்படையாகவும் பேசுவதற்கு இவற்றை இந்துத்துவவாதிகள் பயன்படுத்திக்கொண்டனர். உண்மைகள் ஒருபுறம் அமைதியாக இருக்க, பொய்கள் பிரச்சாரங்களின் மூலம் பரப்பப்பட்டன. உரக்கப் பேசுபவர்கள் மட்டுமே வலிமையானவர்களாக மாறினர்.

இந்தியாவைப் பாதுகாத்தல்

2019ஆம் ஆண்டு ஜூலை மாதத் துவக்கத்தில், ஆயிரக்கணக்கானோரைக் கொண்ட படைகளை காஷ்மீருக்கு அனுப்பத் துவங்கினார். காஷ்மீர் பள்ளத்தாக்கில் ஒரு பதட்டத்தை அது உருவாக்கியது.

> "ஒவ்வொரு நிமிடத்தையும் கொடூரமான பயத்துடனேயே காஷ்மீர் மக்கள் கடத்தவேண்டி இருந்தது. ஜனாதிபதி மற்றும் ஒன்றிய அரசின் கட்டுப்பாட்டில்தான் காஷ்மீர் மாநிலம் முழுவதும் இருந்தது. அதிகாரிகளிடமிருந்து எந்தத் தகவலும் வெளியே கசியாமல் இருந்ததால், மக்களிடையே பதட்டத்தை மேலும் அது அதிகரித்தது."

என்று தி வயர் பத்திரிக்கையில் எழுதப்பட்டிருந்தது[61].

ஒரு வாரத்திற்குப் பின்னர், காஷ்மீர் முழுவதிலும் தொலைதொடர்பு முற்றிலுமாக தடை செய்யப்பட்டது. தொலைபேசிகளும், அலைபேசிகளும், இணையமும் வேலைசெய்யாமல் போயின. காஷ்மீரில் இயங்கிவந்த செயல்பாட்டாளர்களும், ஜனநாயகத்தை விரும்பும் அரசியல்வாதிகளும் ஆங்காங்கே

கைதுசெய்யப்பட்டனர். வெளிநாட்டு பத்திரிக்கையாளர்களும் மனிதவுரிமைக் கண்காணிப்பாளர்களும் காஷ்மீருக்குள் செல்ல தடைவிதிக்கப்பட்டனர்[62].

காஷ்மீருக்கென்று தனியாக உருவாக்கப்பட்டு அமலில் இருந்த இந்திய சட்டப்பிரிவுகளான 370 மற்றும் 35ஏ ஆகியவற்றை ஆகஸ்ட் 5ஆம் தேதியன்று அதிரடியாக நீக்கி மோடி அரசு உத்தரவிட்டது. அதன்மூலம் காஷ்மீருக்கான சிறப்பு உரிமைகள் மறுக்கப்பட்டு, இந்தியாவுடன் முழுமையாக இணைக்கப்பட்டதாக அறிவிக்கப்பட்டன. ஆர்எஸ்எஸ்-இன் நீண்டநெடுங்கால வாக்குறுதியை பாஜக நிறைவேற்றியது. அரசு கொடுத்த இந்த அதிர்ச்சியினால், அமெரிக்கா, கனடா, பிரிட்டன், ஆஸ்திரேலியா மற்றும் மத்திய கிழக்கு நாடுகளில் இருந்த காஷ்மீரிகள் ஒருங்கிணைந்து அந்தந்த நாடுகளில் போராடினர். அமெரிக்காவில் இயங்கிவந்த ‘காஷ்மீருக்குத் துணை நிற்போம்’, ‘காஷ்மீருக்கான அமெரிக்கர்கள்’ (A4K) ஆகிய அமைப்புகள், காஷ்மீரில் செய்யப்படும் மனிதவுரிமை மீறல் குறித்து குற்றஞ்சாட்டி, அமெரிக்க ஆட்சியாளர்களிடமும் அதிகாரிகளிடமும் முறையிட்டனர். அந்த அமைப்புகளையெல்லாம் இளம் காஷ்மீரிகள்தான் துவங்கி நடத்திவந்திருந்தனர்[63]. அதற்கடுத்த வாரங்களில் நியூயார்க், லாஸ் ஏஞ்சல்ஸ், டாலஸ், ஹவுஸ்டன், அட்லாண்டா மற்றும் சான் ஃபிரான்சிஸ்கோ உள்ளிட்ட நகரங்களில் காஷ்மீர் மக்களுக்கு ஆதரவான போராட்டங்கள் நடைபெற்றன.

செப்டம்பர் மாதத்தில் நியூயார்க் நகரில் ஐநாவின் பொதுச்சபைக் கூட்டத்திற்காக மோடி வந்திருந்தபோது, காஷ்மீருக்கு ஆதரவு தெரிவித்து பல்லாயிரக்கணக்கான மக்கள் போராட்டக்களத்தில் குதித்தனர். பாலஸ்தீனர்கள், பிளாக் லைவ்ஸ் மேட்டர் இயக்கம், சீக்கியர்கள், தலித்துகள், கிருத்துவர்கள் மற்றும் பாகிஸ்தானியர்கள் என பல்வேறு நாடுகளையும் மதங்களையும் சேர்ந்த மக்களும் அப்போராட்டங்களில் கலந்துகொண்டனர். காஷ்மீர் மக்களுக்கு எதிராக இந்தியாவில் மோடி அரசு எடுத்த முடிவினை ஆதரித்துப் பிரச்சாரங்களைத் துவக்கி, அமெரிக்க இந்துத்துவ இயக்கங்களும் மறுபுறம் களத்தில் குதித்தன. அதேபோல, இந்தியாவில் இருந்து ஒரு குழுவை அமெரிக்காவிற்கு அனுப்பி, அமெரிக்க அரசுக்கு சூழலைப் புரியவைத்து சமாதானப்படுத்தவும் முயன்றது இந்திய மோடி அரசு.

இந்தியாவின் தூதராக இருந்த ஹர்ஷ் ஷ்ரிங்கலாவுக்கும் அமெரிக்க அதிபராக இருந்த டொனால்ட் ட்ரம்புக்கு உதவியவரான ஸ்டீவ் பேன்னனுக்கும் இடையிலான ஒரு மறைமுகக் கூட்டம்

நடைபெற்றது. அந்த ஸ்டீவ் பேன்னன்தான் இந்தியாவில் திட்டமிட்டு பொய்ச்செய்திகளைப் பரப்புவதற்காகவே 'ப்ரைட்பார்ட்' (Breitbart) என்கிற வலதுசாரிப் பத்திரிக்கையையும் நடத்தி வந்திருக்கிறார். பானன்னுக்கு அருகில் நின்று போட்டோவுக்கு ஒரு போஸ் கொடுத்துக்கொண்டிருந்தார் ஷ்ரிங்கலா. அதனை ட்விட்டரிலும் பகிர்ந்திருந்தார்.

> *"தத்துவார்த்த மேதையும் தர்மத்தைப் பாதுகாக்கும் போராளியுமான ஸ்டீபன் பேன்னன், இந்து இந்தியக் காவியமான பகவத் கீதையை நன்கு வாசித்தவர்"*[64]

என்று தன்னுடைய ட்விட்டர் பதிவில் குறிப்பிட்டிருந்தார் இந்தியத் தூதரான ஷ்ரிங்கலா. பல விமர்சனங்கள் வந்தபிறகு, எந்த விளக்கமும் கொடுக்காமலேயே, தன்னுடைய அந்த ட்விட்டர் பதிவை பின்னர் நீக்கிவிட்டார் ஷ்ரிங்கலா. ஆனால், அதற்கு முன்னர் அவரது செய்தி பலரையும் சென்று சேர்ந்துவிட்டது.

அதன்பிறகு, 2019ஆம் ஆண்டு டிசம்பர் மாதம் 11ஆம் தேதியன்று, இந்தியப் பாராளுமன்றத்தில் சிஏஏ என்கிற குடியுரிமை திருத்தச் சட்டம் (CAA) கொண்டு வரப்பட்டது. சட்டவிதி 370 நீக்கப்பட்ட நான்கே மாதங்களில் இச்சட்டம் அறிமுகப்படுத்தப்பட்டது. தேசிய குடியுரிமை திருத்தச் சட்டத்தின் மூலமாக, யார் நல்ல குடிமக்கள் என்றும், யாரெல்லாம் சட்டவிரோதிகள் என்றும் மக்களை இந்திய அரசு அடையாளப்படுத்தியது. புதிய குடியுரிமை திருத்தச் சட்டத்தின்படி, பாகிஸ்தானிலிருந்தோ, வங்காளதேசத்திலிருந்தோ, ஆப்கானிஸ்தானிலிருந்தோ வருகிற இந்துக்களுக்கு விரைவாகக் குடியுரிமை வழங்கப்படும் என்று அறிவிக்கப்பட்டது. ஆனால், அதுவே அந்த நாடுகளில் இருந்து வரும் முஸ்லிம்களுக்கு அதே உரிமை கிடையாது என்றும் குறிப்பிடப்பட்டது[65]. இஸ்ரேல் அரசு கொண்டுவந்த தேசிய அரசுச் சட்டத்தினை ஒத்ததாக இச்சட்டம் இருப்பதாக பல்வேறு ஆய்வாளர்களும் செயல்பாட்டாளர்களும் கருத்து தெரிவித்தனர்.

இவையெல்லாம் அமெரிக்க ஊடகங்கள், ஆட்சியாளர்கள் மற்றும் அமெரிக்கவாழ் தெற்காசிய சமூகத்தினரின் காதுகளுக்குச் சென்று சேர்ந்தன. காஷ்மீரின் உரிமைகளைப் பறிப்பதை, ஆர்எஸ்எஸ்-இன் அகண்ட பாரதக் கனவை அடைவதற்கான முதல்படியாகப் பார்க்கலாம். அதேபோல, சிஏஏ சட்டத்தின் மூலமாக இந்தியா என்பதை ஒரு இந்துமத தேசமாக காட்டிக்கொள்ள முயற்சி மேற்கொள்ளப்பட்டது. இவற்றுக்கெல்லாம் அமெரிக்காவில் எழுந்த

எதிர்ப்புக்குரல்களை அடக்குவதற்காக அமெரிக்க சங்கிக் குழுக்கள் பதில்தாக்குதலைத் துவங்கின.

- அமெரிக்கப் பேரவை அலுவலகங்களுக்கும், அமெரிக்கப் பேரவை உறுப்பினர்களுக்கும் தொடர்ச்சியாக அலைபேசி வழியாகவும், மின்னஞ்சல்கள் மூலமாகவும் தவறான தகவல்களை அனுப்புவதும், இந்திய அரசுக்கு எதிரான போராட்டங்களுக்கு ஆதரவளித்தால் அமெரிக்க பேரவைத் தேர்தல் பிரச்சாரத்துக்கு அமெரிக்கவாழ் இந்தியர்கள் நிதிகொடுப்பதை நிறுத்துவார்கள் என்று மிரட்டுவதுமாக இருந்தன சங்கிக்குழுக்கள். 2019ஆம் ஆண்டு டிசம்பர் மாதத்தில், 'ஜம்மு காஷ்மீரில் இந்திய அரசு தொலைதொடர்புத் தடையினை நீக்கவும், மக்களைக் கூட்டம் கூட்டமாகக் கைதுசெய்வதை உடனடியாக நிறுத்தவும்' கோரி 'தீர்மானம் 745' என்கிற தலைப்பில் ஒரு தீர்மானத்தை அமெரிக்கப் பேரவை உறுப்பினரான பிரமீளா ஜெயபால் முன்மொழிந்தார்.[66] ஆனால், அமெரிக்க வெளியுறவுத்துறை அலுவலகத்திற்கும் பேரவைக் குழுவிற்கும் அமெரிக்க சங்கிக் குழுக்கள் கொடுத்த தொடர் அழுத்தத்தாலும் தொடுத்த தாக்குதலாலும், அந்தத் தீர்மானம் நிறைவேற்றப்படாமலேயே கிடப்பில் போடப்பட்டது,[67]

- அமெரிக்கப் பல்கலைக்கழகங்களில் போராடும் மாணவர்களுக்கும் பேராசியர்களுக்கும் மிரட்டல்விடுப்பது, தொல்லைகொடுப்பது, சமூக வலைத்தளங்களில் தொடர்த்தாக்குதல் நடத்துவது, அவர்களது நிகழ்ச்சிகளுக்கும் வகுப்புகளுக்கும் கூட்டமாகப்போய் அவற்றை நடத்தவிடாமல் இடையூறு செய்வது என கல்விக்கூடங்களிலெல்லாம் குழப்பங்களை விளைவிப்பது,

- எளிய போராட்டக்காரர்களால் எதிர்கொள்ள முடியாத அளவிற்கு மிகப்பெரிய இழப்பீட்டுத் தொகையினைக் கோரி அவதூறு வழக்குத் தொடுப்பது,[68]

- இந்துத்துவத்தை விமர்சிப்பவர்களை எல்லாம் இந்துமதத்தையே கேலிசெய்யும் 'இந்துவிரோதிகள்' என்று முத்திரை குத்துவது, இந்துவெறிப்பின் காரணமாக பாதிக்கப்பட்டவர்களைப் போலத் தங்களைக் காட்டிக்கொள்வது,[69]

- இந்திய அரசின் சர்வாதிகாரத்தன்மையினை விமர்சிப்பவர்களையெல்லாம் இஸ்லாமிய பயங்கரவாதத்தின்

ஆதரவாளர்களாகவோ பாகிஸ்தானிடம் பணம் வாங்கிக்கொண்டு பேசுபவர்களாகவோ அடையாளப்படுத்தி சமூகத்தில் வில்லன்களாக்குவது,

- ‘இந்துத்துவத்திற்கு எதிரான ஹோலிப் பண்டிகை’ என்று சில அமெரிக்க இயக்கங்கள் நடத்தும் நிகழ்வுகளைக் குழப்பும் வகையில், ‘ஒற்றுமைக்கான ஹோலிப் பண்டிகை’ என்று பெயர்சூட்டி அதேநாளில் நிகழ்வுகளை நடத்துவது,[70]

- தாங்கள் கொண்ட கொள்கைக்கு முரணாக இருந்தாலும், வெறுமனே விளம்பரத்திற்காக மட்டுமே சில முற்போக்காளர்களையும், தாராளவாதக் கருத்தியல் கொண்டவர்களையும், எல்ஜிபிடிக்யூஐ+ என்கிற பால்புதுமை சமூகத்தினரை விருந்தினர்களாக அழைத்து, தங்களை அமெரிக்க மக்கள் மனதில் நல்லவர்களாகக் காட்டிக்கொள்வது,

- ஜனநாயகம், பாலிவுட், யோகா, மகாத்மா காந்தியின் அறவழிப் போராட்டங்கள் போன்ற அதிகளவிலான எதிர்ப்புகள் வராத தலைப்புகளில் பேசியும் நிகழ்ச்சிகளை நடத்தியும் தங்களை மென்மையானவர்களாகக் காட்டிக்கொண்டு, அப்படியான அமைதிவழியில் செல்லாதவர்கள் முஸ்லிம்கள் மட்டுமே என்பதாகப்பேசி, அமெரிக்கர்களுக்கும் இந்தியர்களுக்குமான பொதுவான எதிரிகளே முஸ்லிம்கள்தான் என்கிற முடிவுக்கு பார்வையாளர்களை வரவைக்க முயற்சிசெய்வது,

- இணையத்தில் வெளியாகிற உண்மை செய்திகளையும் கள ஆய்வுமுடிவுகளையும் மறைக்கும்விதமாக, மிகப்பிரம்மாண்டமான அளவிற்கு பொய்யான தகவல்களையும் வதந்திகளையும் ஃபேக் செய்திகளையும் சமூக ஊடகங்கள் முழுவதிலும் பலவடிவங்களில் திட்டமிட்டு பரப்பிவிட்டனர் சங்கிக்குழுவினர். கடந்த பத்தாண்டுகளுக்கு மேலாகவே இது நடந்துவருகிறது என்றாலுமே, தற்போது விமர்சனங்களையெல்லாம் பொதுச்சமூகத்திடம் இருந்து மறைப்பதற்கான தெளிவான திட்டத்துடன் பலரை ஒருங்கிணைத்து ஒரு இயக்கமாகவே இந்துத்துவக் கருத்தியலைத் திணிக்கிற வேலையைச் செய்வது

என இந்துத்துவ இயக்கங்கள் அமெரிக்காவில் பல்முனைத் தாக்குதல்களை நடத்தின. இது, ஏறத்தாழ 2015ஆம் ஆண்டில் யூத சியோனிச அமைப்புகள் அமெரிக்காவில் நடத்தியதைப்

போலவே இருந்தன. சியோனிசத்திற்கு எதிரான யூதர்களின் சர்வதேச வலைப்பின்னல் (IJAN) என்கிற அமைப்பு இதுதொடர்பாக ஒரு அறிக்கையினை வெளியிட்டிருந்தது. சியோனிசத்தையும் இஸ்ரேலையும் விமர்சிக்கிறவர்களை பொதுவெளியிலும், இணையத்திலும், சமூக ஊடகங்களிலும் திட்டமிட்டு தாக்கி ஒடுக்குவதை சியோனிச அமைப்புகள் செய்துவருவதாக ஆதாரங்களுடன் அந்த அறிக்கையில் குறிப்பிடப்பட்டிருந்தது. இதற்கு 'சியோனிச எதிர்மறை வலைப்பின்னல்' என்று அந்த அறிக்கையில் பெயரும் சூட்டப்பட்டிருந்தது[71].

சியோனிசவாதிகள் என்னென்ன மாதிரியான தந்திரங்களை எல்லாம் கையாள்கிறார்கள் என்பதை விரிவாக அவ்வறிக்கையில் குறிப்பிட்டிருக்கிறார்கள்

- இஸ்ரேலை விமர்சித்தாலே, யூதவெறுப்புக்கு சமமென்று பிரச்சாரம் செய்வது, யூத வெறிப்பினால் பாதிக்கப்பட்டவர்களைப் போலத் தங்களைக் காட்டிக்கொள்வது,

- இஸ்ரேலைப் புறக்கணிக்கக் கோரும் போராட்டங்களை அதிகாரப்பூர்வமாகத் தடை செய்யக்கோரும் சட்டங்களை நிறைவேற்ற அழுத்தம் கொடுப்பது,

- போராட்டக்காரர்கள் மீது எண்ணிலடங்கா வழக்குகளைப் போடுவது,

- இஸ்ரேலிய அட்டூழியங்களை எதிர்த்துப் போராடும் அரபு மக்களையும், முஸ்லிம்களையும், பாலஸ்தீனர்களையும் ஒட்டுமொத்தமாக பயங்கரவாதிகள் என்று குற்றஞ்சாட்டுவது,

- முஸ்லிம் சிவில் உரிமைப்போராளிக் குழுக்களுக்குள் உளவாளிகளை ஊடுருவ வைத்துக் கண்காணிப்பது,

- பாலஸ்தீன போராட்டங்களுக்கும் நிகழ்வுகளுக்கும் இணையாக அதேகாலகட்டத்தில் 'இஸ்ரேலிய அமைதி வாரம்' போன்ற தலைப்புகளில் நிகழ்வுகளை நடத்தி பொதுமக்களைக் குழப்புவது,

- பின்க்வாஷிங் எனப்படுகிற வெறுமனே விளம்பரத்திற்காக மட்டுமே எல்ஜிபிடிக்யூஐ+ என்கிற பால்புதுமை சமூகத்தினரின் இயக்கத்தை ஆதரிப்பதாகவும் குயர் மக்களின் உரிமைகளை மதிப்பதாகவும் தன்னைக் காட்டிக்கொண்டு, பாலஸ்தீனர்களை

ஓர்பாலீர்ப்பு வெறுப்பாளர்களாகவும் காட்டிக்கொள்ளும் நிகழ்வுகளை நடத்துவது,

சியோனிசத்திற்கு எதிரான யூத அமைப்பினர் மற்றொரு மிகமுக்கியமான உண்மையையும் கண்டறிந்தனர். அதாவது, பாலஸ்தீனத்தை இஸ்ரேல் ஆக்கிரமித்து வைத்திருப்பதால், பதினொரு பணக்காரர்கள் மட்டும் மிகப்பெரிய அளவில் இலாபமடைகிறார்கள். அதனால் அவர்கள்தான் அமெரிக்க சியோனிச அமைப்புகளுக்கு அதிகமாக நிதியுதவியும் செய்கிறார்கள். ஏடிஎல் *(ADL)*, சைமன் வீஸென்தால் மையம் *(Simon Wiesenthal Center)*, ஸ்டாண்ட் வித் யு.எஸ். *(Stand with U.S.)* மற்றும் மத்திய கிழக்கு ஃபோரம் *(MEF)* உள்ளிட்ட பதினாறு பாலஸ்தீன எதிர்ப்பு சியோனிச அமைப்புகளுக்கு நிதியுதவி வழங்கப்படுவது கண்டுபிடிக்கப்பட்டுள்ளது. அப்படியாகக் கிடைக்கிற நிதியைக் கொண்டு, பாலஸ்தீன ஆதரவாளர்களையெல்லாம் யூத விரோதிகள் என்றும், யூத ஒழிப்பாளர்கள் என்றும் பட்டம்சூட்டி இழிவுபடுத்துவதை வழக்கமாகக் கொண்டிருக்கின்றன அவ்வமைப்புகள். மேலும், மத்திய கிழக்கு நாடுகளில் அமெரிக்கா போர் தொடுக்கும்போதெல்லாம் அதற்கு நிதி வழங்கிய அதே நபர்கள்தான் அதிதீவிர வலதுசாரி இயக்கங்களுக்கும் நிதிவழங்கி தொழிற்சங்க அமைப்புகள் மீதும் மக்கள்நல களச்செயல்பாட்டாளர்கள் மீதும் குயர் உரிமைப் போராளிகள் மீதும் தாக்குதல் நடத்த உதவுகிறார்கள்.

மத்திய கிழக்கு ஃபோரம் அமைப்பை டேனியல் பைப்ஸ் என்பவர்தான் நடத்துகிறார். அவர் ஏற்கனவே கல்வி நிலையங்களில் செயல்படும் முற்போக்காளர்களையும் பாலஸ்தீன ஆதரவாளர்களையும் ‘கேம்பஸ் வாட்ச்’ என்கிற ஒரு இணையதளம் துவங்கி அதில் பட்டியலிட்டு அவர்களைத் தாக்குவதற்கு சக சியோனிசவாதிகளுக்கு அழைப்புவிடுப்பவர். அவர் துவங்கிய மத்திய கிழக்கு ஃபோரம் அமைப்பிற்குத்தான் சுமார் பதினோரு மிகப்பெரிய முதலாளிகள் நிதி வழங்கி வருகின்றனர். பாலஸ்தீன ஆக்கிரமிப்பினால் வரும் இலாபத்தில் கொடுக்கப்படுகிற நிதியை, இஸ்லாமிய வெறுப்பு இயக்கங்களுக்கும் பாலஸ்தீனர்களை மேலும் ஒடுக்குவதற்கு உதவுகிற வகையிலான சியோனிசத் திட்டங்களுக்கும் மத்திய கிழக்கு ஃபோரம் பயன்படுத்துகிறது. யூத எதிர்ப்பு மற்றும் கொள்கை குறித்து ஆய்வு செய்யும் நிறுவனம் *(ISGAP)*, ஸ்டீவ் எமெர்சனின் பயங்கரவாத விசாரணைத் திட்டம் ஆகிய இயக்கங்களுக்கு மத்திய கிழக்கு ஃபோரம் அமைப்புதான், தனக்குக் கிடைக்கிற பணத்தில் நிதியுதவி வழங்குகிறது.

அதேபோல அதற்கு முன்னர் 'ஃபியர், இன்க். 2.0: அமெரிக்காவில் வெறுப்பை விதைப்பதற்காக இயங்கும் இஸ்லாம் எதிர்ப்பு அமைப்புகளின் வலைப்பின்னல்' என்கிற தலைப்பிடப்பட்டு மற்றொரு அறிக்கையை 2011ஆம் ஆண்டில் 'அமெரிக்க முற்போக்கு மையம்' (CAP) என்கிற அமைப்பு வெளியிட்டிருந்தது. டேனியல் பைப்ஸ், எமர்சன், மற்றும் ஜிகாத் வாட்ச் என்கிற அமைப்பின் நிறுவனரான இராபர்ட் ஸ்பென்ஸர் ஆகிய மூவரும்தான் சமூகத்தில் இஸ்லாமிய எதிர்ப்பை விதைக்கும் வதந்திகளின் நாயகர்களாக அந்த வலைப்பின்னலில் முக்கியப் பங்காற்றியிருக்கின்றனர் என்கிறது அந்த அறிக்கை. இவர்களுடன் இணைந்து, 'பாதுகாப்புக் கொள்கை மையம்' என்கிற அமைப்பைச் சேர்ந்த ஃபிரான்க் கேஃப்னி மற்றும் தேசிய இருப்புக்கான அமெரிக்க சமூகம் என்கிற அமைப்பைச் சேர்ந்த டேவிட் எருஷல்மி ஆகியோர்தான், ஊடகங்களின் அன்றாடத் தலைப்புச் செய்திகளில் எப்படியாவது இஸ்லாமிய வெறுப்பை நுழைத்துவிடும் பணியைச் செய்யும் பொறுப்பாளர்கள்[72].

1960கள் முதலே இஸ்ரேலை விமர்சிப்பவர்களை கட்டுபடுத்தவும் அடித்துநொறுக்கவும் சியோனிச அமைப்புகள் முயன்றுதான் வருகின்றன. 1980கள் துவங்கி, அமெரிக்கப் பல்கலைக்கழகங்களில் முற்போக்குக் கருத்துகள் பரவுவதை கவனித்து, அங்கெல்லாம் போட்டிக்கருத்துகளைப் பரப்புவதற்கு இஸ்ரேலிய லாபிக்கள் உள்நுழையத் துவங்கிவிட்டன[73].

1985ஆம் ஆண்டில், இஸ்ரேலிய ஆதரவுக் குழுக்களெல்லாம் வெள்ளை மாளிகையிலும் அமெரிக்கப் பல்கலைக்கழகங்களிலும் எப்படியான சூழ்ச்சிகளை மேற்கொண்டு பாலஸ்தீன ஆதரவாளர்களை துன்புறுத்தியும் இன்னல்கள் கொடுத்தும் செயல்படுகின்றன என்பதை மிகவிரிவாக அமெரிக்க குடியரசுக் கட்சியின் முன்னாள் பேரவை உறுப்பினரான பால் ஃபிண்ட்லே எழுதினார்[74]. பாலஸ்தீன ஆதரவாளர்களை எதிர்க்கிறோம் என்கிற பெயரில் இஸ்ரேலியக் குழுக்கள் செய்ததெல்லாம் பேச்சு சுதந்திரத்தை பல்கலைக்கழகங்களில் தடை செய்வதைத்தான். பல்கலைக்கழகங்களில் உள்ள பாடத்திட்டங்களில் அவர்களுக்குப் பிடித்தமாதிரியான மாற்றங்களை செய்வதில் அதிக கவனம் செலுத்தினர். அதேபோல, மாணவர்கள் நடத்திய பத்திரிக்கைகளிலும், நிகழ்ச்சிகளிலும் இஸ்ரேலை விமர்சிக்கிறவர்கள் இடம்பெறவே கூடாது என்பதிலும் கவனமாக இருந்தனர்[75]. அப்படி யாராவது முற்போக்காளர்கள் பல்கலைக்கழக வளாகத்திற்குள் வரவழைக்கப்பட்டால், பல்கலைக்கழக நிர்வாகத்திற்கு கடிதம் எழுதி வரவிடாமல் செய்வதுமுதல், நிகழ்வு

நடக்கிற இடத்திற்குள் நுழைந்து கலவரத்தில் ஈடுபடுவதுவரையிலும் எந்த எல்லைக்கும் போகிறார்கள் இஸ்ரேலியக் குழுக்கள். அந்த இடத்தில் கூடியிருக்கும் அனைவரையுமே யூதவெறுப்பாளர்கள் என்று முத்திரைக் குத்திவிடுவதும் இஸ்ரேலிய குழுக்களின் வாடிக்கையான செயல்பாடாக மாறியிருந்தது. இவற்றையெல்லாம் தொடர் உத்தியாகவே அவர்கள் கையாண்டார்கள்.

அமெரிக்காவில் பாலஸ்தீன விடுதலைக்காக குரல்கொடுப்போருக்கான சட்டரீதியான உரிமைகளைப் பாதுகாப்பதற்காகவென்றே 2014இல் 'பாலஸ்தீன லீகல்' (Palestine Legal) என்கிற அரசு சாரா அமைப்பொன்று உருவாக்கப்பட்டது. அந்த அமைப்பின் சார்பாக 2014 முதல் 2021 வரையிலான காலகட்டங்களில் மட்டுமே சுமார் 1707 முறை பலவேறு விதங்களில் பாலஸ்தீன ஆதரவாளர்கள் தாக்கப்பட்டதாக முறையீடுகள் வந்து சேர்ந்தன.

> *"நான் அந்த அமைப்பு துவங்கியதில் இருந்தே அங்கே இருக்கிறேன். அபத்தமான பிரச்சனைகள் முதல் இதயமே வெடித்துவிடும் அளவிலான பிரச்சனைகள் வரையிலும் வரும்"*

என்றார் அந்த அமைப்பின் முக்கியத் தலைவரான இராதிகா சாய்நாத்[76]. பாலஸ்தீனர்களுக்கு ஆதரவாகப் பேசுபவர்களை ஏளனமாகப் பார்க்கிற போக்கினையும் பல்கலைக்கழகத்தில் பார்க்க முடிந்தது.

இஸ்ரேலுக்கு எதிரான பொருளாதாரத் தடையினைக் கோரும் பிடிஎஸ் (BDS) அமைப்பைச் சேர்ந்தவர்களையும், இன்னபிற பாலஸ்தீன ஆதரவாளர்களையும் உற்று நோக்கிவந்தவர்கள் 'கேனரி மிசன்' என்கிற பெயரில் ஒரு இணையதளத்தை நடத்திவந்தனர். அதில், பாலஸ்தீன ஆதரவாளர்களின் பெயர்களையெல்லாம் முகவரியுடன் பட்டியலிட்டு அவர்களுக்கு அச்சுறுத்தலைக் கொடுத்தனர். அந்தப் பட்டியலில் இடம்பிடித்தவர்களில் பலரும், தாமாகவே முன்வந்து பாலஸ்தீனத்திற்கு ஆதரவளிக்காமல் அமைதி காக்கத் துவங்கிவிட்டனர். இதுதான் பாலஸ்தீனத்திற்கு உண்மையாகவும் நேர்மையாகவும் உழைத்தவர்களின் நிலை. அந்த இணையதளத்தில் படங்களுடன் வெளியிடப்பட்ட கட்டுரை கொடுத்த அழுத்தத்தினால், பலருக்கு விசா வாங்குவதிலும், நிரந்தரக் குடியுரிமை பெறுவதிலும் நிறைய சிக்கல்கள் ஏற்படத் துவங்கின. அதன் தொடர்ச்சியாக, சிலருக்கு வேலை பறிபோனதும் கூட நடத்திருக்கிறது.

அந்த இணையதளத்தில் ஒருவரின் பெயர் இடம்பெற்றுவிட்டால், அவரை வாழ்க்கை முழுவதும் எங்கு சென்றாலும் எல்லையற்ற

தொல்லை கொடுப்பதுதான் இந்த யூத சியோனிசவாதிகளின் வேலை. இஸ்ரேலிய அரசை விமர்சிக்கும் அமெரிக்கவாழ் யூதர்களை இஸ்ரேலுக்குள்ளே வரவிடாமல் தடுப்பது, இஸ்ரேலில் இருக்கும் அவர்களது உறவினர்களை சந்திக்கமுடியாமல் செய்வது என இந்த கேனரி மிசனின் தயாரிக்கும் பட்டியலுக்கு அதிக முக்கியத்துவம் உண்டு[77]. 2019ஆம் ஆண்டுவரையிலும் சுமார் ஆயிரத்திற்கும் மேற்பட்டோரின் பட்டியலைத் தயாரித்து, கேனரி மிசன் இணையதளம் வெளியிட்டிருக்கிறது என்பதை நினைத்தாலே அச்சமூட்டுவதாக இருக்கிறது.

இந்தியாவில் காஷ்மீருக்கான சிறப்பு உரிமைச் சட்டமான 370 ஐ நீக்கியதும், சொந்த நாட்டிலேயே முஸ்லிம்களை அகதிகளாக்கும் சிஏஏ சட்டத்தை அறிமுகப்படுத்தியதும், அமெரிக்காவில் இருக்கும் சியோனிச மற்றும் இஸ்லாம் வெறுப்புக் குழுக்களெல்லாம் இந்துத்துவ எதிர்ப்பாளர்களை, தங்களது சொந்த எதிரிகளாக நினைத்து சண்டையிடத் துவங்கியதில் எவ்வித ஆச்சர்யமும் இல்லை. அதிலுமேகூட, இஸ்ரேலை விமர்சிப்பவர்களை எப்படியாகத் தாக்கினார்களோ, இந்துத்துவத்தை விமர்சித்தவர்களையும் அதேமாதிரியான வழிவகைகளிலேயே எதிர்த்தார்கள் என்பதும் கவனிக்கப்படவேண்டியது.

2001ஆம் ஆண்டில் வியாஸ்மானும் குசோஃப்ஸ்கியும் அதேவழியில்தான் விமர்சகர்களை சமூகத்தின் வில்லன்களாக மாற்ற முயன்றனர். அவர்கள் இருவரும் அமைப்புரீதியாக இல்லாமல், தனிப்பட்ட நட்பினை மட்டுமே கொண்டிருந்ததாக அவர்கள் சொல்லிக்கொள்கிறார்கள். ஆனால், நரேந்திர மோடியின் ஆட்சியில், அந்த தனிப்பட்ட நட்பென்பது அமைப்புகளுக்கு இடையிலான முறையான நட்புறவாக மாறியது. 2016ஆம் ஆண்டு, சியோனிசவாதியும் மத்திய கிழக்கு ஃபோரம் (MEF) அமைப்பின் நிறுவனருமான டேனியல் பைப்ஸை சர்வதேச விவேகானந்தா பவுண்டேசன் அமைப்பினால் (VIF) டெல்லிக்கு வரவழைக்கப்பட்டு, இந்தியப் பத்திரிக்கையாளர்களுடனும், ஒன்றிய அரசின் அமைச்சர்களுடனும், இராணுவ அதிகாரிகளுடனும், மதச்சார்பற்ற சமூகத்திற்கு முஸ்லிம்களால் ஏற்படும் அச்சுறுத்தல் குறித்து விவாதம் நடத்தப்பட்டது.

"இஸ்லாமிய தேசங்களை விடவும் மதச்சார்பற்ற தேசங்களான அமெரிக்கா மற்றும் இந்தியா போன்ற நாடுகளில்தான்

இஸ்லாமியவாதிகள் மிகப்பெரிய அச்சுறுத்தலாக இருக்கின்றனர் என்று டேனியல் பைப்ஸ் தனது கருத்தினைத் தெரிவித்தார்"

என்று சர்வதேச விவேகானந்தா பவுண்டேசனின் அறிக்கையில் குறிப்பிடப்பட்டிருக்கிறது[78]. அதேபோல 2019ஆம் ஆண்டில், ஷாலாப் குமார் என்கிற அமெரிக்காவின் மிகப்பெரிய பணக்காரரின் நிதியில் உருவாக்கப்பட்ட 'ரிபப்ளிகன் இந்து கோவேலிசன்' (Republican Hindu Coalition - RHC) என்கிற அமைப்பும், 'நேசனல் இந்தியன் அமெரிக்கன் பப்ளிக் பாலிசி இன்ஸ்டிடியுட்' (National Indian American Public Policy Institute - NIAPPI) என்கிற அமைப்பும் இணைந்து முஸ்லிம் எதிர்ப்புக் கட்டுக்கதைகளை உருவாக்கும் பிரான்க் கேஃப்னியையும் ஸ்டீவ் பேனனையும் அழைத்து ஒரு நிகழ்ச்சி நடத்தின. அந்த நிகழ்ச்சிக்கு, 'அமெரிக்க உற்பத்திக்கு எதிரான சீனாவின் பொருளாதாரப் போரைத் தடுத்து நிறுத்துவதற்கான ஆயுதங்களைக் கையிலெடுக்க அழைப்பு விடுக்கும் நிகழ்வு' என்று தலைப்பு வைக்கப்பட்டது.

இந்திய எல்லைக்குள் நுழைந்து சீனா அட்டூழியம் செய்வதாகவும், பயங்கரவாதிகளுக்கு புகலிடம் கொடுக்கும் தேசமாக பாகிஸ்தான் இருப்பதாகவும் அமெரிக்க வலதுசாரி இயக்கங்களிடம் சொல்வதற்கு இந்த நிகழ்ச்சியினை ரிபப்ளிகன் இந்து இன்ஸ்டிடியூட் பயன்படுத்திக்கொண்டது. சுமார் 1400 முக்கியமான இந்து-அமெரிக்க செயல்பாட்டாளர்களும் அமெரிக்க நிறுவன முதலாளிகளும் அந்த நிகழ்வில் கலந்துகொண்டதாக நிகழ்ச்சி ஏற்பாட்டாளர்கள் தெரிவித்தனர்[79].

2020ஆம் ஆண்டில் அமெரிக்காவில் இயங்கிவரும் சியோனிச மத்திய கிழக்கு ஃபோரம் அமைப்பினால் உருவாக்கப்பட்ட பல கட்டுரைகள் இந்தியாவின் பிரபலமான இணைய பத்திரிக்கைகளான ஃபர்ஸ்ட் போஸ்ட், தி பிரிண்ட் மற்றும் வலதுசாரி ஊதுகுழலான ஆப்இந்தியா போன்றவற்றில் வலம்வரத் துவங்கின. 'ஸ்டாண்ட் வித் காஷ்மீர்' என்கிற காஷ்மீர் மக்களுக்கு ஆதரவான அமைப்பை கடுமையாக விமர்சித்து 'தி பிரிண்ட்' இணைய இதழில் மத்திய கிழக்கு ஃபோரம் அமைப்பைச் சேர்ந்த மார்த்தா லீ என்பவர் ஒரு கட்டுரை எழுதினார். அதில், 'ஸ்டாண்ட் வித் காஷ்மீர்' அமைப்பினை ஒரு பயங்கரவாத அமைப்பென்றும், அதற்கு மிக ஆபத்தான செயல்திட்டம் இருக்கிறது என்றும் எழுதப்பட்டிருந்தது.[80]

அதேபோல, ஒரு சில மாதங்களுக்குப் பிறகு அதே மத்திய கிழக்கு ஃபோரத்தைச் சேர்ந்த க்ளிஃபோர்ட் ஸ்மித் என்பவர் தி பிரிண்ட் இதழில் ஒரு கட்டுரை எழுதியிருந்தார். அதில்,

“இஸ்ரேலுக்கு எதிரான பொருளாதார மற்றும் பண்பாட்டுத் தடையினைக் கோரும் அமைப்பான பிடிஎஸ் (BDS) அமைப்பு இஸ்ரேலை மட்டுமே குறிவைக்காமல் இந்தியாவையும் அடுத்ததாகக் குறிவைத்து செயல்படுகிறது”

என்று எழுதியிருந்தார் ஸ்மித்.

“இஸ்ரேல் மற்றும் இந்தியாவின் நண்பர்கள் அனைவரும் ஒருங்கிணைந்து செயல்பட்டு இந்த பிடிஎஸ் அமைப்பினை எதிர்கொள்ள வேண்டும். அதில் கொஞ்சம் தாமதித்தாலும் பின்னர் நம்மால் எதுவுமே செய்யமுடியாத அளவிற்கு அந்த அமைப்பு வளர்ந்துவிடும். அமெரிக்கப் பேரவை உறுப்பினராக இருக்கும் சோமாலிய-அமெரிக்கரான இளன் ஒமரும், அமெரிக்க இஸ்லாமிய நட்புறவு கவுன்சிலும் (CAIR), ஸ்டாண்ட் வித் காஷ்மீர் அமைப்பும் இணைந்து இந்தியாவுக்கும் இஸ்ரேலுக்கும் எதிராக ஏதோ பெரிய சதித்திட்டத்தையும் தீட்டுகிறார்கள்”

என்று எவ்வித ஆதாரமுமின்றி ஸ்மித் எச்சரித்திருந்தார்[81]. அக்கட்டுரை வெளியானபிறகு ஸ்டாண்ட் வித் காஷ்மீர இயக்கத்தின் இணையதளத்தையும் அதன் அனைத்து சமூகவலைத்தளக் கணக்குகளையும் இந்தியா முழுவதும் தடை செய்துவிட்டது இந்திய அரசு.

இந்துத்துவத்தை விமர்சிக்கும் கல்வியாளர்களை மிரட்டுவதென்பது முன்னரும் இருந்ததுதான் என்றாலும், இப்போது அதன் வேகம் அதிகரித்திருக்கிறது. இந்துத்துவத்தை விமர்சித்தால் எப்படியெல்லாம் தாக்கப்படுவார்கள் என்பதை கலிபோர்னியாவில் இருக்கும் இர்வின் பல்கலைக்கழகத்தில் நீண்டநெடுங்காலமாகப் பணிபுரியும் விநாயக் சதுர்வேதி என்பவரும், நியூஜெர்சியில் இருக்கும் ருட்கேர்ஸ் பல்கலைக்கழகத்தில் பணிபுரியும் ஆட்ரி ட்ருஷ்கே என்பவரும் தங்களுடைய சொந்த அனுபவங்களைத் தொகுத்து எழுதியிருக்கின்றனர்[82]. இந்துத்துவத்தை விமர்சித்தால் பாலியல் வன்முறை செய்துவிடுவோம் என்றும் கொலைசெய்துவிடுவோம் என்றும் தனக்கு வந்த மிரட்டல்களின் எண்ணிக்கைக்கு அளவேஇல்லை என்கிறார் ஆட்ரி ட்ருஷ்கே. தற்போது பல்கலைக்கழகத்திற்கு பாடமெடுக்க அவர் வரும்போது ஆயுதமேந்திய காவல்துறையினரின் பாதுகாப்பில்தான் அவரால் வரவேமுடிகிறது என்கிற அளவிற்கு நிலைமை மோசமாகிவிட்டது[83].

அதேபோல, காஷ்மீர் பிரச்சனை குறித்து அமெரிக்கப் பேரவையில் அதன் உறுப்பினரான பிரமீளா ஜெயபால் கொண்டு வந்த தீர்மானத்தைக் கிடப்பில் போடாமல் உடனடியாக நிறைவேற்றுமாறு அமெரிக்கப் பேரவைக்கு மாணவர் தலைவரான ஷ்ரேயா சிங் ஒரு கடிதம் எழுதியிருந்தார். அவர் 'இந்துத்துவத்திற்கு எதிரான மாணவர் இயக்கம்' (SAHI) என்கிற பெயரில் ஒரு அமைப்பு உருவாக்கியவர். அவர் அமெரிக்கப் பேரவைக்கு கடிதம் எழுதியவுடனேயே, அவருக்கு தொடர்ச்சியாக மின்னஞ்சல் வழியாக மிரட்டல் கடிதங்கள் வந்துகொண்டே இருந்திருக்கின்றன[84].

அமெரிக்காவைப் பொறுத்தவரையில் காஷ்மீரைச் சேர்ந்த முஸ்லிம்களும், காஷ்மீரைத்தவிர்த்த மற்ற இந்திய முஸ்லிம்களும் எதையும் வெளிப்படையாகப் பேசுவதென்பதே ஆபத்தானதாகவே இருந்துவருகிறது. ஒருமுறை இந்துத்துவவாதிகளின் கண்களில் சிக்கிவிட்டால், அதன்பின்னர் வாழ்க்கை முழுவதுமே அவர்களின் தாக்குதல்களுக்கும் தொல்லைகளுக்கும் கண்காணிப்புகளுக்கும் ஆளாக வேண்டியிருக்கும். பல்கலைக்கழக விவாதங்களில் தாக்கப்படுவதென்பது ஒரு சிறிய துளிமட்டும்தான். அதைத்தாண்டி நாம் கற்பனை கூட செய்யமுடியாத அளவிற்கெல்லாம் இலக்காக்கப்படுவார்கள். அவர்களுடைய பெயர்களை இணைத்து 'பயங்கரவாதிகள்' என்றும் 'பாகிஸ்தான் உளவாளிகள்' என்றும் தலைப்பிட்டு துண்டுப்பிரசுரம் அச்சிட்டு பல்கலைக்கழக நிகழ்வுகளுக்கு வெளியேயும் உள்ளேயும் விநியோகித்துவிடுவார்கள் இந்துத்துவவாதிகள். சமூக வலைத்தளங்களில் மட்டும் இருந்துவிட்டால் போதும். பல்வேறு போலிக் கணக்குகளில் இருந்து தொடர்ச்சியாக தாக்குதல் நடத்தியும் கீழ்த்தரமாகப் பேசியும் இந்துத்துவவாதிகள் ட்ரால் செய்துவிடுவார்கள்.

இந்தியாவைப் பொறுத்தவரையிலும், இலக்காக்கப்படும் போராளிகள் திடீரென்று காணாமல் போவதும், சட்டத்திற்கு மாறாக போலியாக திட்டமிட்டு காவல்துறையே கொலை செய்வதும், வழக்கேதும் போடாமலேயே சிறைவைப்பதும், விமானங்களில் பயணம் செய்வதற்கு அதிகாரப்பூர்வமற்ற தடைகளை விதிப்பது போன்றவை மூலமாக எவரையும் மிரட்டுவதும் தாக்குவதும் வலதுசாரி இயக்கங்களுக்கு எளிதானதாகவே இருந்துவருகிறது. அதனால், இந்தியாவில் இருக்கும் தங்களுடைய உறவினர்களுக்கு இவற்றில் எந்தப் பிரச்சனையும் வந்துவிடக்கூடாது என்பதற்கு அஞ்சியே, அமெரிக்காவில் இருக்கும் காஷ்மீர் மக்கள் மிகவும் கவனத்துடன்

எவ்வித எதிர்ப்பையும் எங்கேயும் காட்டாமல் அமைதியாகவே இருப்பார்கள்.

கொலராடோ பல்கலைக்கழகத்தில் மானுடவியல் இணைப் பேராசிரியராக இருக்கும் ஆதர் சியா என்பவரின் கல்வித்தகுதி குறித்து கேள்விகேட்டு பல்கலைக்கழக நிர்வாகத்திற்கு தொடர்ச்சியாக மின்னஞ்சல்கள் வந்துகொண்டே இருக்கின்றன என்கிறார் அவர். காஷ்மீரில் பிறந்து, அமெரிக்காவில் ஆசிரியராக பல ஆண்டுகளாக அவர் பணியாற்றி வருகிறார். அவர் காஷ்மீரின் நிலையைப் பாலஸ்தீனத்துடன் ஒப்பிட்டு எங்கோ எழுதியிருக்கிறார் என்று குறிப்பிட்டு அவரை ஒரு யூத வெறுப்பாளராக அடையாளப்படுத்தி பல்கலைக்கழக வேந்தருக்கே யாரோ மின்னஞ்சல் அனுப்பியிருக்கிறார்கள்[85].

> *“அமெரிக்காவின் நட்புநாடுகளான இந்தியா மற்றும் இஸ்ரேல் மீது வெறுப்பை விதைக்கும் வகையிலும், இந்து மதத்தையும் யூத மதத்தையும் அவமானப்படுத்தியும், காஷ்மீரில் வாழும் முஸ்லிம் அல்லாதோருக்கு எதிராகவும் தொடர்ந்து ஆய்வு செய்தும் கட்டுரைகள் எழுதியும் வருகிறார்”*

என்று ஆதர் சியா மீது அடுக்கடுக்கான குற்றச்சாட்டுகளை மின்னஞ்சல் மூலமாக வைத்திருக்கிறார்கள்[86].

> *“இப்படியான தொடர் மின்னஞ்சல்களைப் பார்த்தும், பல்கலைக்கழக நிர்வாகம் எனக்கு ஆதரவாகவே இருந்திருக்கிறது. இருப்பினும், ஒவ்வொருமுறை பல்கலைக்கழக நிர்வாகம் மாறும்போதும், புதிதாக பொறுப்பேற்பவர்களிடம் மீண்டும் மீண்டும் முதலில் இருந்தே நான் விளக்கம் கொடுக்கவேண்டி வருகிறது. அது எனக்கு பெரிய அயற்சியையும் மனச்சோர்வையும் கொடுக்கிறது”*

என்கிறார் ஆதர் சியா. அவருடைய பெயரும் முதன்முதலாக வெளியான தி பிரிண்ட் இதழின் கட்டுரையில் இடம்பெற்றிருந்தது என்பது குறிப்பிடத்தக்கது[87].

இணையத்தில் மோசமானவராக சித்தரிக்கப்படுவதில் வேறுபல சிக்கல்களையும் அவர்கள் எதிர்கொள்ள வேண்டியிருக்கும். அமெரிக்காவில் தொடர்ந்து வாழ்வதற்கான குடியுரிமைக்கு விண்ணப்பிக்கையில், ஆதர் சியாவை அங்கிருக்கும் அதிகாரிகள் வழக்கத்திற்கு மாறாக அதிகமான கேள்விகளைக் கேட்டிருக்கின்றனர். அவருடைய ஆய்வுகள் குறித்தெல்லாம் விரிவான விளக்கத்தை

குடியுரிமை அதிகாரிகளிடம் கொடுக்கவேண்டி வந்திருக்கிறது. அவருடன் பணிபுரியும் மற்ற பேராசிரியர்களிடம் நன்னடத்தைக் கடிதங்களெல்லாம் வாங்கிவரச் சொல்லியிருக்கிறார்கள்.

> *"என்னுடன் பணிபுரியும் பேராசிரியர்கள் சிலருக்கு என்னுடைய பிறப்பின் அடையாளத்தினாலோ அல்லது கருத்தியல் காரணமாக என்னைப் பிடிக்கவில்லை என்றால், என்னுடைய நிலை என்னவாகியிருக்கும்? அவர்களிடம் முஸ்லிம் வெறுப்பு இருந்திருந்து, அதன் காரணமாகவே என்னைப் புறக்கணிக்க நினைத்திருந்தால், என்னை நாட்டைவிட்டே விரட்டியிருப்பார்கள்தானே?"*

என்று கேட்கிறார் ஆதர் சியா.

இஸ்ரேல் குறித்து டிவிட்டரில் சில பதிவுகளை எழுதியதற்காகவே, பாலஸ்தீன ஆய்வாளரான ஸ்டீவ் சலைட்டாவுக்கு வழங்கப்பட்டிருந்த வேலையை திரும்பப் பெறுவதாக அறிவித்தது இலினொய் பல்கலைக்கழகம். அதையெல்லாம் அறிந்துதான் வைத்திருந்தார் ஆதர் சியா[88]. இந்தியாவின் உண்மையான வரலாறு குறித்தோ அரசியல் குறித்தோவெல்லாம் இந்து தேசியவாதிகளுக்கு எவ்வித அக்கறையும் இல்லை. அவற்றைப் பேசுபவர்களையும் முழுக்கப் புறக்கணித்துவிட்டு, இந்தியா என்றாலே முஸ்லிம் வெறுப்பு மட்டும்தான் என்பதாகவே செயல்படுகிறார்கள்.

> *"இந்தியா குறித்து சுதந்திரமாகவும் வரலாற்றுப்பூர்வமாகவும் எழுதும் ஆய்வாளர்களைப் பாதுக்காப்பதற்கு பல்கலைக்கழக நிர்வாகிகள் தயாராக இருக்கிறார்களா இல்லையா என்பதுதான் முக்கியமான கேள்வியாகும். எதை எழுதினாலும், 'இந்துவெறுப்பு' என்கிற ஒற்றை வார்த்தைக்குள் அடக்கிவிடுவார்களோ என்று இன்றைய அரசியல் சூழலின் காரணமாக கல்விக்கூடங்கள் அச்சப்படுவது வெளிப்படையாகவே தெரிகிறது"*

என்று 2021ஆம் ஆண்டு டிசம்பர் மாதம் எழுதிய ஒரு கட்டுரையில் சுவாதி சதுர்வேதி குறிப்பிட்டிருக்கிறார்[89].

அறிவார்ந்தவர்களையும் ஆய்வாளர்களையும் இந்து வலதுசாரிக் குழுக்கள் தொடர்ச்சியாகத் தாக்கிவருவதால், அதிலிருந்து அமெரிக்கக் கல்வியாளர்களைக் காப்பதற்காக, தெற்காசிய கல்வியாளர் செயல்பாட்டுக் குழு (SASAC) என்கிற அமைப்பை பல கல்வியாளர்கள் இணைந்து 2021ஆம் ஆண்டு ஏப்ரல் மாதத்தில் உருவாக்கினர்.

அக்குழுவின் முதல் முயற்சியாக, 'இந்துத்துவக் களத் தாக்குதல் கையேடு' என்கிற பெயரில் ஒரு சிறு நூலை உருவாக்கினர். அதில், இந்துத்துவவாதிகள் எவ்வாறெல்லாம் முற்போக்காளர்களையும், கல்வியாளர்களையும், அறிவார்ந்தவர்களையும் தாக்குகிறார்கள் என்பதைத் தொகுத்து, அவற்றை எப்படியாக எதிர்கொள்வதென்பதையும் ஆவணப்படுத்தியிருந்தனர்.

> *"வரலாறு நெடுகிலும் இந்துக்கள் தொடர்ச்சியாக திட்டமிட்டே ஒடுக்கப்பட்டுவந்ததாகவும் இன்றைக்கும் அது தொடர்வதாகவும் 'இந்துவெறுப்பு'ப் பிரச்சாரங்கள் செய்யப்படுவதாகவும் இந்துத்துவவாதிகள் சொல்கிறார்கள் என்று அந்தக் கையேட்டில் குறிப்பிடப்பட்டிருக்கிறது. ஆனால், 'இந்துவெறுப்பு' என்கிற குற்றச்சாட்டே, யூதவெறுப்பு என்கிற ஏற்கனவே சியோனிசவாதிகள் முன்வைக்கிற போலியான வாதத்தையும், இஸ்லாம் வெறுப்பையும் அடிப்படையாகக் கொண்டதுதான். உண்மையான ஆய்வாளர்களை ஒருவித நெருக்கடிக்குள் இந்த இந்துத்துவவாதிகள் தள்ளுகிறார்கள் என்பதை அந்தக் கையேடு எடுத்துரைத்திருக்கிறது.*
>
> *இனவெறிக்கு எதிராகக் குரல் கொடுப்பதாகக் காட்டிக்கொண்டபடியே இந்துத்துவக் கொள்கைகளைப் பேசும் திறன்மிக்க இந்துத்துவ ஆதரவு ஆய்வாளர்களை பணிக்கு அமர்த்தியிருக்கின்றனர் இந்து தேசியவாதிகள். அத்தகைய தந்திரம் அவர்களுக்கு நன்றாகக் கைகொடுத்திருக்கிறது. ஒரு கட்டத்தில் இப்போரில் நாங்கள் தோற்றுக்கொண்டிருக்கிறோம் என்கிற எண்ணத்தையே எங்களுக்கு அது கொடுத்துவிடுகிறது"*

என்கிறார் இந்து மதம் குறித்த ஆய்வுகளையும், விமர்சனக் கோட்பாடுகளையும் 'டிஜிட்டல் யுக மதம்' குறித்த கட்டுரைகளையும் எழுதும் டென்வர் பல்கலைக்கழகத்தின் இணைப் பேராசிரியரான தீபா சுந்தரம்[90].

இந்துவெறுப்புக்கு எதிராக செயல்படுவதாக இந்துத்துவம் என்னும் பெயரில் பரப்பப்படும் கட்டுக்கதைகளை எல்லாம் பொதுவெளியில் தோலுறித்துக் காட்டுவதற்காக, 2021ஆம் ஆண்டில் தெற்காசிய ஆய்வாளர்களும் கல்வியாளர்களும் இணைந்து முதன்முதலாக ஒரு மாநாட்டினை நடத்தினார்கள். இந்துத்துவத்தின் நயவஞ்சகத்தை உலகிற்கு அந்த மாநாடும் வெளிச்சம்போட்டுக் காட்டியது. 'உலகளவில் இந்துத்துவத்தை உடைத்தெறிதல்' என்று மிகவும் தைரியமாகவே அந்த மாநாட்டிற்கு தலைப்பிட்டிருந்தார்கள்.

அமெரிக்க இந்து தேசியவாதிகளும் இந்தியாவிலுள்ள வலதுசாரி ஊடகங்களும் அம்மாநாட்டை வன்மையாகக் கண்டித்தனர்.

"இந்து மதத்தை முழுவதுமாக சாதியுடன் இணைத்து இந்துவெறுப்பைக் காட்டுகிறார்கள். இந்துக்களையும் இந்து மதத்தையும் அவமானப்படுத்தி இந்திய நிலத்தின் உரிமைகளை இவர்கள் மறுக்கப்பார்க்கிறார்கள். அதிதீவிர பயங்கரவாத இயக்கங்களையும், பிரிவினைவாத இயக்கங்களையும் ஆதரித்து, இந்துக்கள் அழித்தொழிக்கப்பட்ட வரலாற்றினை மறைக்கப்பார்க்கிறார்கள்"

என்று அமெரிக்க இந்து ஃபவுண்டேசன் அமைப்பு குற்றஞ்சாட்டியது.

'அமெரிக்காவில் தாக்கப்படுவோமோ என்கிற அச்சத்தில் வாழும் இந்து மாணவர்களை இம்மாநாடு மேலும் அச்சுறுத்தலுக்கு உள்ளாக்கும்' என்று அமெரிக்க இந்து ஃபவுண்டேசன் கருத்து தெரிவித்தது. ஆனால் இந்து தேசியவாதத்தை ஆதரித்துப் பேசியதால் அவர்கள் சொல்லும் இந்து மாணவர்கள் பாதிப்புக்குள்ளான எந்தவொரு நிகழ்வையும் ஆதாரமாகக் குறிப்பிடவில்லை. அமெரிக்கக் கல்விக்கூடங்களில் இந்துத்துவத்தின் செயல்பாடு குறித்து பேச ஆரம்பித்த மாநாட்டிற்கு, ஊடக வெளிச்சத்தின் காரணமாக பல்கலைக்கழகங்கள் தாண்டிய அனைத்து அமெரிக்கவாழ் இந்தியர்கள் மத்தியிலும் பத்திரிக்கையாளர்களிடமும் அம்மாநாடு ஒரு பேசுபொருளாக மாறியது.

இந்தியாவில் இயங்கிவரும் இந்து தேசியவாதிகளும் இந்துத்துவ வெறியர்களும், அமெரிக்காவில் வாழும் இந்தியர்களிடம் தங்களது தத்துவங்களையும் தந்திரங்களையும் எப்படியாகக் கொண்டு சென்றார்கள் என்பதையும் பார்க்க முடிந்தது. ஒருகட்டத்தில் இந்திய இந்துத்துவவாதிகளின் துணையே தேவைப்படாமல் தன்னளவில் தன்னிச்சையாக அமெரிக்க சூழலுக்கேற்ப செயல்படும் திறனை அமெரிக்கவாழ் இந்துத்துவவாதிகள் பெற்றுவிட்டனர். அம்மாநாட்டில் கலந்துகொள்ள வருபவர்களின் பட்டியலை எடுத்து, அவர்களுக்கெல்லாம் கண்டனங்களை மட்டுமல்லாமல் மோசமாக வசைபாடும் மின்னஞ்சல்களையும் அமெரிக்க இந்துத்துவவாதிகள் அனுப்பினர். இந்திய மோடி அரசின் கொள்கைகளை விமர்சிக்கிற அனைவருக்கும் 'இந்துவெறுப்பாளர்' பட்டம் மானாவாரியாக அள்ளி வழங்கப்பட்டது. அப்படியென்றால் என்னவென்றே தெரியாதவர்களெல்லாம் இப்புதிய வார்த்தையினால் குழம்பித்தான் போனார்கள்.

2013ஆம் ஆண்டு வரையிலும் 'இந்துமதத்தைக் குறிவைத்து இந்துக்களுக்கு எதிரான வெறுப்பைக் காட்டுவதை' விசாரிக்க அமெரிக்க புலனாய்வுத் துறையில் தனியாக குற்றப் பிரிவு ஏதுமிருக்கவில்லை. ஆனால், ஏடிஎல் என்கிற யூதவெறுப்பிற்கு எதிரான அமைப்பின் உதவியுடன், இந்துக்களுக்கு எதிராகப் பேசுவதையும் அமெரிக்க இந்து ஃபவுண்டேசனின் முன்னெடுப்பில் அப்பட்டியலில் இணைக்கப்பட்டுவிட்டது. அப்போதிலிருந்தே அமெரிக்காவில் இந்துக்களாக இருப்பதாலேயே இந்துக்களுக்கு எதிராக ஏராளமான குற்றங்கள் நிகழ்த்தப்படுவதாக அமெரிக்க இந்து ஃபவுண்டேசன் தொடர்ச்சியாக பிரச்சாரம் செய்துகொண்டே வருகிறது. அமெரிக்காவில் ஆதிக்கசாதி இந்துக்களால் நடத்தப்படும் சாதிக்கொடுமைகளையும், இந்துக்களல்லாத இந்தியர்களை ஒடுக்குவதையும் முற்றுமுழுவதுமாக அந்த அமைப்பு மறைப்பதற்கும் இந்தத் தந்திரப் பிரச்சாரத்தை செய்து வருகிறது. 2019ஆம் ஆண்டில் இந்துக்களுக்கு எதிரான குற்றங்கள் பெருமளவில் அதிகரித்திருக்கிறது என்று ஒரு அறிக்கையையும் அமெரிக்க இந்திய ஃபவுண்டேசன் வெளியிட்டது[91]. ஆனால், உண்மை நிலவரம் வேறாக இருக்கிறது. 2016ஆம் ஆண்டில் அந்தக் குற்றப்பிரிவில் பத்து வழக்குகளும், 2017இல் பதினொரு வழக்குகளும். 2018இல் அமெரிக்கா முழுவதும் பதிவாகிய 7120 ஒட்டுமொத்த இன வெறுப்புக் குற்றங்களில், வெறுமனே பதினான்கு வழக்குகள் மட்டும்தான் இந்துக்களுக்கு எதிரான வெறுப்புக்குற்றங்கள். இந்த உண்மையினை மறைத்து பொய்யான வதந்திகளைப் பரப்பி சுயலாபத்தைத் தேடியிருக்கிறது அமெரிக்க இந்து ஃபவுண்டேசன்.

இந்துத்துவத்தை எதிர்த்து நிற்பது

இந்துத்துவக் குழுக்களால் கல்வியாளர்களும் ஆய்வாளர்களும் மட்டுமல்லாமல், அமெரிக்காவில் இருக்கும் பல்வேறு தரப்பினரும் பாதிப்பிற்கு உள்ளாகி வருகின்றனர். வாஷிங்க்டனைச் சேர்ந்த அமெரிக்கப் பேரவை உறுப்பினரான பிரமீளா ஜெயபாலையே உதாரணமாகக் எடுத்துக்கொள்வோம்.[92] அவர் 2019ஆம் ஆண்டு டிசம்பர் மாதத்தில், தீர்மானம் 745ஐ பேரவையில் முன்மொழிந்திருந்தார். காஷ்மீருக்கான நிரந்தர விடுதலைவேண்டியோ அல்லது காஷ்மீர் மக்களின் சுயநிர்ணய உரிமை மதிக்கப்படவேண்டும் என்று கோரியோவெல்லாம் அந்தத் தீர்மானத்தில் எதையும் அவர் குறிப்பிடவில்லை. காஷ்மீரில் அந்த ஆண்டு ஆகஸ்ட் மாதம் முதலே

விதிக்கப்பட்டிருந்த தொலைதொடர்பு தடையினை நீக்கக்கோரியும், வழக்கின்றி கைதுசெய்யப்பட்டிருக்கும் மக்களையெல்லாம் உடனடியாக விடுதலை செய்ய வலியுறுத்தியும், காஷ்மீர் மக்களின் மத உரிமைகளை மதிக்க வேண்டுமெனக் கோரியும் மட்டும்தான் அந்தத் தீர்மானத்தை அவர் கொண்டுவந்திருந்தார். இப்படியான எளிமையான அடிப்படைக் கோரிக்கைகளைக் கூட அமெரிக்கவாழ் இந்துத்துவவாதிகளால் பொறுத்துக்கொள்ள முடியவில்லை.

அந்தத் தீர்மானம் கொண்டுவரப்பட்ட அடுத்த சில வாரங்களில் இந்தியாவின் வெளியுறவுத்துறை அமைச்சரான ஜெய்சங்கர் அரசுமுறைப் பயணமாக அமெரிக்கா சென்றிருந்தார். அப்போது அவர் கலந்துகொண்ட ஒரு கூட்டத்தில் பிரமீளா ஜெயபாலும் பங்கேற்பதாக இருந்தது. ஆனால், பிரமீளா ஜெயபால் பங்குகொள்ளும் நிகழ்வில் தன்னால் பங்குபெற முடியாது என்று சொல்லி அந்த நிகழ்வையே புறக்கணித்தார் அமைச்சர் ஜெய்சங்கர். அதன் மூலம், இந்தியாவின் இந்துத்துவ அரசிற்கு அமெரிக்கவாழ் இந்தியர்கள் அனைவரும் அடிபணியாவிட்டால், புறக்கணிக்கப்படுவார்கள் என்பதை சொல்லாமல் சொல்லியிருக்கிறது இந்திய மோடி அரசு.

இந்தியாவில் காஷ்மீருக்கு வழங்கப்பட்டிருந்த சிறப்புரிமைச் சட்டமான 370ஐ திரும்பப் பெற்றுக்கொண்டது குறித்து, அமெரிக்காவின் அயல்துறை அமைச்சராக இருந்த மைக் பொம்பியோவிற்கு நியூயார்க்கின் மூன்றாவது மாவட்ட பேரவை உறுப்பினரான டாம் சுவோசி என்பவர் ஒரு கடிதம் எழுதினார். எவரொருவரையும் கலந்தாலோசிக்காமல் காஷ்மீரை முழுவதுமாக கட்டாயப்படுத்தி இணைத்திருக்கும் இந்திய அரசின் நடவடிக்கைகள் கவலையளிப்பதாக அக்கடிதத்தில் எழுதியிருந்தார் டாம். அவருடைய கடிதம் எப்படியோ சமூக ஊடகங்களில் வெளியாகிப் பரவியது. அதனைப் பார்த்த அமெரிக்க இந்துத்துவவாதிகள் கொதித்து எழுந்துவிட்டனர். டாமின் அலுவலகத்திற்கு விடாமல் தொடர்ச்சியாக அலைபேசியில் அழைத்துக்கொண்டே இருந்தனர். அவருக்கு எண்ணிலடங்கா மின்னஞ்சல்களை அனுப்பிக்கொண்டே இருந்தனர். இந்தியர்களுக்கு டாம் துரோகம் இழைத்துவிட்டதாக அமெரிக்க இந்துக்கள் குற்றஞ்சாட்டினர்.

ஆகஸ்ட் 11ஆம் தேதியன்று அமெரிக்காவின் நியூயார்க்கில் 'இந்திய தினம்' என்கிற நிகழ்வின் ஊர்வலம் நடைபெற்றுக் கொண்டிருந்தது. தன்னுடைய சொந்த தொகுதியாக இருந்ததால், டாமும் அதில் கலந்துகொண்டார். அப்போது, அமெரிக்கவாழ் காந்திய மையத்தின்

இயக்குநராகவும் காங்கிரஸ் கட்சியின் வெளிநாடுவாழ் பிரிவின் தேசிய பொதுச்செயலாளராகவும் இருந்த இராஜேந்திர டிக்பல்லி என்பவர் டாமைத் தடுத்துநிறுத்தினார். உடனடியாக அவர் எழுதிய கடிதத்தைத் திரும்பப் பெறுமாறும், பத்தாயிரம் பேர் கலந்துகொண்டிருந்த அந்த நிகழ்வில் இந்தியர்களிடம் மன்னிப்பு கேட்குமாறும் அவருக்கு நெருக்கடி கொடுத்தார். ஆனால் மன்னிப்பு கேட்க டாம் சுவோசி மறுத்துவிட்டார். உடனடியாக அந்த நிகழ்வைவிட்டு வெளியேறினார். இருப்பினும், இரண்டு நாட்களுக்குப் பிறகு, ஒரு மன்னிப்புக் கடிதத்தை டாம் சுவேசி வெளியிட்டார். காஷ்மீருக்கு ஆதரவான ஒரு கடிதத்தை எழுதுவதற்கு முன்னர், அமெரிக்காவில் வாழும் இந்தியர்களிடம் விசாரித்துவிட்டு எழுதியிருக்க வேண்டும் என்று அமெரிக்கவாழ் இந்தியர்களிடம் மன்னிப்புக் கேட்டார் டாம்.

அமெரிக்காவில் இருக்கும் இந்திய லாபியின் பலத்தை இந்த ஒரு நிகழ்வு தெளிவாக நமக்கு எடுத்துக்காட்டிவிடுகிறது. அத்துடன், அமெரிக்கவாழ் இந்தியர்களெல்லாம் அமெரிக்காவிலேயே வாழ்ந்துகொண்டிருந்தாலும், அங்கேயும் இந்து தேசியவாதம் என்கிற கருத்தியலானது இந்தியர்களிடம் எந்தளவிற்குப் பரவலாகி இருக்கிறது என்பதையும் தெரிந்துகொள்ளமுடியும்.

காங்கிரஸ் கட்சிக்கும் பாஜகவுக்கும் இருக்கிற முக்கியமான வேறுபாடாக மதச்சார்பின்மையும் இந்துத்துவக் கொள்கையும்தான் என்று சொல்லப்படுகிறது. ஆனால், காங்கிரஸ் கட்சியைச் சேர்ந்தவராகவே இருந்தாலும், அமெரிக்கவாழ் இந்தியர்களிடம் இந்துத்துவக் கொள்கை மிகப்பரவலாகவும் ஆழமாகவும் பரவியிருக்கிறது என்பதைத் தெரிந்துகொள்ளலாம்.

2020ஆம் ஆண்டு நவம்பர் மாதத்தில் அமெரிக்க அதிபர் தேர்தலுக்கு முன்னர் கார்னேகி அமைப்பு (Carnegie) அமெரிக்கவாழ் இந்தியர்களிடம் ஒரு கருத்துக்கணிப்பு நடத்தியது. அமெரிக்கவாழ் இந்தியர்களைப் புரிந்துகொள்ள அந்தக் கருத்துக்கணிப்பின் முடிவுகள் நமக்குப் பெரிதும் உதவும்.

முதலாவதாக, பெரும்பான்மையான அமெரிக்கவாழ் இந்தியர்கள் ஜனநாயகக் கட்சிக்கே ஓட்டுப்போடுபவர்களாக இருந்தபோதும், ஏறத்தாழ பத்தில் ஏழுபேர் நரேந்திர மோடிக்கு ஆதரவளிப்பவர்களாக இருக்கின்றனர்[93]. குடியேற்றம், சமத்துவம், சிறுபான்மை மதத்தினரின் உரிமைகள், இடஒதுக்கீடு போன்ற பல தாராளவாதக் கொள்கைகளை பெரும்பாலான அமெரிக்க இந்தியர்கள் ஆதரிப்பவர்களாக

இருந்தாலும், இந்தியாவின் அரசியலென்று வருகையில் பழமைவாதப் பிற்போக்குக் கொள்கையுடைவர்களாகத்தான் இருக்கின்றனர்.

> *"அமெரிக்கவாழ் இந்தியர்களில் குடியரசுக் கட்சியைச் சேர்ந்தவர்களும், இந்துக்களும், பொறியியலாளர்களும், அமெரிக்காவிலே பிறந்தவர்களும், மேற்கு இந்தியாவிலிருந்தும் வடக்கு இந்தியாவிலிருந்தும் புலம்பெயர்ந்தவர்களும் மற்றவர்களைவிட அதிதீவிர மோடியின் ஆதரவாளர்களாக இருக்கின்றனர்"*

என்று அந்த அறிக்கையில் குறிப்பிடப்பட்டிருக்கிறது.

இரண்டாவதாக, டொனால்ட் ட்ரம்பை ஆதரித்த அமெரிக்கவாழ் இந்து இந்தியர்களும், முஸ்லிம் இந்தியர்களும், கிருத்துவ இந்தியர்களுமே கூட மோடியின் ஆதரவாளர்களாக இருந்தனர். அதேபோல, ஜோ பைடனை ஆதரித்த அமெரிக்க இந்து இந்தியர்களில் பெரிய எண்ணிக்கையிலானவர்களும் மோடியின் விசிறிகளாக இருந்தனர். சிலநேரங்களில் இந்தக் குழப்பங்களையெல்லாம் ஒன்றாக வைத்துப் பார்த்தால் வேடிக்கையாகக்கூட இருக்கும்.

2020ஆம் ஆண்டில் ஜோ பைடனின் தேர்தல் பிரச்சாரத்தின்போது, அமெரிக்காவில் வாழும் ஜனநாயகக் கட்சியைச் சேர்ந்த முஸ்லிம் வாக்காளர்களை ஒருங்கிணைக்கும் பொறுப்பிற்கு அமித் ஜானி என்கிற அமெரிக்கவாழ் இந்தியர் நியமிக்கப்பட்டார்[94]. ஆனால் அவர் நரேந்திர மோடியின் ஊரைச் சேர்ந்தவராகவும் அவருடைய நீண்டகால நண்பராகவும் இருப்பவர். 1987ஆம் ஆண்டு அமித் ஜானி அமெரிக்காவிற்கு செல்வதற்கு முன்னர், இருவரும் ஆர்எஸ்எஸ் இயக்கத்தில் தொடர்புடையவர்களாக இருந்திருக்கின்றனர். அத்துடன் அமெரிக்காவில் பாஜகவின் அயல்நாட்டுப் பிரிவினைத் துவங்கியதில் அமித் ஜானியின் தந்தையான சுரேஷ் ஜானிக்குப் பெரும் பங்குண்டு. 1993ஆம் ஆண்டு அமெரிக்காவிற்கு ஆர்எஸ்எஸ் ஊழியராக நரேந்திர மோடி பயணம் மேற்கொண்டபோது, அமித் ஜானியின் வீட்டில்தான் தங்கியிருந்தார். அவர்கள் இருவரும் ஒன்றாக அமெரிக்காவில் சுற்றித் திரிந்திருக்கின்றனர். அப்படிப்பட்ட ஒருவரை ஜோ பைடனின் பிரச்சாரப் பொறுப்பாளராக, அதுவும் அமெரிக்கவாழ் முஸ்லிம் மக்களை ஒருங்கிணைக்கும் பொறுப்பாளராக நியமிப்பதெல்லாம் மிகக்கொடூரம் என்று ஜனநாயகக் கட்சியின் செயல்பாட்டாளர்கள் பலரும் எதிர்ப்புக்குரல் எழுப்பினர்.[95]

அதன்பின்னர்தான் அப்பொறுப்பில் இருந்து அமித் ஜானி நீக்கப்பட்டார். இருப்பினும் அமெரிக்கவாழ் ஆசியர்களுக்கான 'ஆசிய அமெரிக்க மற்றும் பசிபிக் ஐலாண்டர்ஸ்' (AAPI) என்கிற ஜனநாயகக் கட்சியின் ஒரு பிரிவிற்கான தேசிய இயக்குநராக தொடர்ந்து இருக்கிறார் அமித் ஜானி. ஜோ பைடனிடன் தேர்தல் பிரச்சார ஊர்வலத்தில் கலந்துகொள்ளுமாறு அமெரிக்கவாழ் பாகிஸ்தானியர்களுக்கு அமித் ஜானி அழைப்புவிடுத்ததெல்லாம் வேதனையான முரணாகத்தான் இருந்தது.

2021ஆம் ஆண்டு அமெரிக்காவில் கார்னேகி அமைப்பு இரண்டாவது முறையாக மற்றொரு கருத்துக்கணிப்பு ஆய்வினை மேற்கொண்டது. 18 முதல் 29 வயது வரையிலான அமெரிக்கவாழ் இந்திய இளைஞர்களில் 43%த்தினர் மோடியை முழுமையாக நிபந்தனையின்றி ஆதரிக்கத் தயாராக இல்லாததையும், மோடிக்கான ஆதரவு அவர்களிடம் குறைவாக இருப்பதையும் அந்த அறிக்கையில் குறிப்பிடப்பட்டிருக்கிறது. ஆனால் அதற்கு மாறாக, 50 வயதுக்கு மேற்பட்டோரில் 25% பேர் மட்டுமே மோடியின் மீது முழுநம்பிக்கை இல்லாதவர்களாக இருக்கிறார்கள். இந்தியாவில் பிறந்து அமெரிக்காவிற்கு புலம்பெயர்ந்தோரில் 53% பேரும், அமெரிக்காவிலேயே பிறந்த இந்தியர்களில் 44% பேரும் மோடியின் ஆதரவாளர்களாக இருக்கின்றனர். அதேபோல மென்பொருள் துறையில் பணிபுரிவோர் உள்ளிட்ட பொறியாளர்களில் அதிகளவில் 66% பேர் வரையிலும் மோடி ஆதரவாளர்களாக இருக்கின்றனர். ஆனால் அதற்கு மாறாக, மற்ற துறைகளில் பணிபுரிவோரில் 48% பேர்வரைதான் மோடிக்கு ஆதரவு தெரிவிக்கின்றனர்.[96] இது மிகவும் முக்கியமாக கவனிக்கப்பட வேண்டியதொரு தகவலாகும்.

அமெரிக்காவின் சிலிகான் பள்ளத்தாக்கில் இருக்கிற பெரிய மென்பொருள் நிறுவனங்களில் ஊழியர்களை பணிக்கமர்த்தும் முக்கியப் பொறுப்புகளில் இந்துத்துவவாதிகளும் இந்து மேலாதிக்கவாதிகளும் அதிகமாக இருக்கின்றனர் என்பதை இதனுடன் இணைத்துப் பார்க்கவேண்டும். அங்குதான் ஒட்டுமொத்த உலக மக்களின் தனிநபர் தகவல்களைத் திரட்டும் நிறுவனங்களெல்லாம் இருக்கின்றன. அதில்தான் இந்த இந்துத்துவ ஆதரவு இந்தியர்கள் பணிபுரிகிறார்கள்[97]. 2009 முதல் 2020 வரையிலான காலகட்டத்தில் அமெரிக்காவிற்கு வருவதற்காக மற்ற நாட்டினருக்கு வழங்கப்படும் ஹெச்1-பி வகை விசாக்கள் ஒட்டுமொத்தமாக 19 இலட்சம் பேருக்கு கொடுக்கப்பட்டிருக்கிறது. அவர்களில் 70% பேர் தொழிற்நுட்ப நிறுவனங்களில் பணிபுரிவதற்காக விசா பெற்றவர்கள்தான்.

அதிலும் 65% பேர் இந்தியர்கள் என்பது மிகமுக்கியமாக கவனிக்கப்படவேண்டியது[98].

அதன்படி ஒவ்வொரு ஆண்டுக்கும் சுமார் 1,50,000 இந்தியர்கள் அமெரிக்காவில் எதிர்கால வாக்காளர்களாக மாறுவதற்கான தகுதியைப் பெற்றுக்கொண்டிருக்கிறார்கள். அவர்களில் மூன்றில் ஒரு பங்கினர் அமெரிக்கக் குடிமக்களாகவும் மாறுகின்றனர்[99]. ஆக, அமெரிக்க அரசியல் அமைப்பிற்குள் இந்துத்துவக் கொள்கைப் பிடிப்பைக் கொண்டவர்கள் தொடர்ச்சியாக நுழைந்துகொண்டே இருக்கின்றனர். கார்னேகி அமைப்பின் அறிக்கையின்படி, வெறுமனே 39% அமெரிக்கவாழ் இந்தியர்கள் மட்டும்தான் இந்தியாவின் வளர்ச்சி குறித்தெல்லாம் கொஞ்சமேனும் கவலைப்படுகிறார்கள். மற்ற பெரும்பான்மையோருக்கு இந்துத்துவக் கொள்கைதான் முக்கியமானதாக இருக்கிறது.

சிராவ்யா டாடெபள்ளி என்பவர் 2019ஆம் ஆண்டில் ஒரு ஊழியராக அமெரிக்க இந்து ஃபவுண்டேசனில் சேர்ந்தார். இந்துக்களின் மனித உரிமைகளுக்காகக் குரல்கொடுப்பதாக நினைத்துக்கொண்டு அந்த அமைப்பில் அவர் இணைந்திருக்கிறார். ஆனால் உள்ளே சென்றபிறகுதான், அவர்கள் முழுக்க மோடியின் ஆதரவாளர்களாக மட்டுமே இல்லாமல், மோடியின் அமெரிக்கப் பிரச்சாரத் தூதுவர்களாக இருப்பதை நேரடியாகப் பார்க்கிறார். 2020ஆம் ஆண்டில் அந்த அமைப்பில் இருந்து விலகி, ‘மனித உரிமைகளுக்கான இந்துக்கள்’ என்கிற அமைப்பில் இணைந்தார். இந்துக்களின் முக்கியப் பிரச்சனைகளான சாதி ஒடுக்குமுறை மற்றும் இந்துத்துவம் உள்ளிட்டவற்றுக்கு எதிராகக் குரல் கொடுப்பதற்காக இப்புதிய அமைப்பு துவங்கப்பட்டிருக்கிறது.

இதன்மூலம், அமெரிக்க இந்து ஃபவுண்டேசனுக்கு வெளியில் கொடுக்கப்படும் பிம்பத்தினால் ஈர்க்கப்பட்டுதான் முதலில் அங்கே அவர் வேலைக்கு சேர்ந்திருக்கிறார் என்பது கவனிக்கப்பட வேண்டியிருக்கிறது. இந்துத்துவ இனவாத அமைப்பாகத்தான் அது இருந்திருக்கிறது என்பதை சிராவ்யா டாடெபள்ளி போன்றவர்களால் யூகிக்கமுடியாத அளவிற்கான போலிப் பிரச்சாரத்தை பொதுச்சமூகத்தில் செய்துகொண்டிருக்கிறது அமெரிக்க இந்து ஃபவுண்டேசன். அமெரிக்க மக்களிடம் ஒரு அடையாளத்தை உருவாக்குவதற்காக அமெரிக்க இந்து ஃபவுண்டேசன் அமைப்பினர் மிகவும் மெனக்கெடுகிறார்கள் என்று ‘தெற்காசிய சாலிடாரிட்டி முனைப்பு’ (SASI) என்கிற அமைப்பைச் சேர்ந்த நியூயார்க் நகரில்

வசிக்கும் பெயர்சொல்ல விரும்பாத ஒரு அமெரிக்கவாழ் இந்தியர் தெரிவித்தார்.

எல்ஜிபிடிக்யூஐ+ என்கிற பால்புதுமை சமூகத்தினரின் பிரச்சனைகளில் அவர்களுக்கு ஆதரவாக இருப்பதுபோலக் காட்டிக்கொள்வது, ஜார்ஜ் ஃப்ளாய்ட் கொல்லப்பட்டபோது கருப்பின மக்களுக்கு ஆதரவாக அறிக்கை வெளியிட்டது, வெள்ளையின கிருத்துவ வலதுசாரி இனவெறியை எதிர்ப்பதாக சொல்லிக்கொள்வது என தொடர்ச்சியாக முற்போக்கான இயக்கமாக பொதுச்சமூகத்திடம் ஒரு பிம்பத்தைக் கட்டமைத்தே வந்திருக்கிறது அமெரிக்க இந்து ஃபவுண்டேசன். கல்விக்கூடங்களில் இனரீதியான கேலிகிண்டல்கள் செய்வதைத் தடுப்பதற்கான இயக்கங்களிலும் அந்த அமைப்பு பங்குபெற்றிருக்கிறது. இனவெறிக்கு எதிரான அமைப்புகளிடம் இருந்து அதுதொடர்பான வார்த்தைகளையெல்லாமும் கடன்வாங்கி, இந்து மதத்தை விமர்சிப்பவர்களையும் அதே மாதிரியாக அடையாளப்படுத்துவதற்கும் அமெரிக்க இந்து ஃபவுண்டேசன் பயன்படுத்தியது. அமெரிக்கவாழ் இந்தியர்களில் சில பெருமுதலாளிகள் இருப்பதாக யாராவது எங்காவது குறிப்பிட்டாலும், அதையுமே கூட இந்துவெறுப்பினால்தான் சொல்கிறார்கள் என்று அடையாளப்படுத்தத் துவங்கிவிட்டனர்.[100]

தாராளவாதக் கொள்கைகளைக் கொண்ட அமைப்புகளுடன் அமெரிக்க இந்து ஃபவுண்டேசன் அமைப்பு நட்புறவில் இருப்பதாகவும் காட்டிக்கொண்டது. அதேவேளையில், அதிதீவிர வலதுசாரிக் கொள்கைகளை அமெரிக்கப் பேரவையில் அமல்படுத்துவதற்கு எல்லாவித உதவிகளையும் செய்துகொண்டிருக்கிறது அமெரிக்க இந்து ஃபவுண்டேசன். இப்படியாக பொதுவெளியில் முற்போக்கான தாராளவாதக் கொள்கைகளைக் கொண்ட அமைப்பாக போலியான ஒரு முகத்தையும், வலதுசாரிக் கொள்கையை அடிப்படையாகக் கொண்டு செயல்படும் அமைப்பாக மற்றொரு உண்மையான முகத்தையும் கொண்டிருக்கிற வேறொரு அமைப்பை அமெரிக்காவில் எங்குமே பார்க்க முடியாது என்று கூட சொல்லலாம்.

அமெரிக்க இந்து ஃபவுண்டேசனில் வேலைபார்த்தபோது, அங்கே அவ்வப்போது முஸ்லிம்களுக்கு எதிரான மிகமோசமான வெறுப்புக் கருத்துகள் பகிர்ந்து கொள்ளப்படுவதை சிரேயாவா கேட்டு அதிர்ந்திருக்கிறார். இதுகுறித்து அவர் 'இண்டர்ஃபெயித்திஷ்'

(Interfaithish) என்கிற இணையதளத்திற்கு அளித்த நேர்காணலில் விரிவாகத் தன்னுடைய அனுபவங்களைப் பகிர்ந்திருக்கிறார்[101].

> *"இந்தியாவில் வலதுசாரித்தன்மைகள் அதிகரித்திருப்பது கவலையளிப்பதாக இருக்கிறது. நான் அங்கம்வகித்த அமெரிக்க அமைப்புகளும் அதேபோல அதிதீவிர வலதுசாரிக் கருத்தியலைப் பேசிக்கொண்டிருந்ததை நேரில் கேட்டதும் அது எனக்கு மேலும் அதிர்ச்சியைக் கொடுத்தது. உடனடியாக அப்போதே நான் விழித்துக்கொண்டேன். அங்கிருந்து வெளியேறிவிட்டேன்"*

என்றார் சிரேயாவா[102].

முஸ்லிம் வெறுப்புமே தாராளவாதக் கொள்கையின் ஒரு அங்கமே என்பதாக இந்துத்துவவாதிகள் இயல்பாக்க முயற்சி செய்வதும் சிரேயாவாவின் அனுபவத்தில் அவர் கண்ட உண்மையாக நமக்குத் தெரிவிக்கிறார். இப்படியான நிலைப்பாட்டில் அவர்கள் மட்டுமல்லாமல் வேறுபல இயக்கங்களுமே இருக்கின்றன என்பதுதான் பெரிய கவலைதரும் தகவலாக இருக்கிறது.

அமெரிக்க அதிபராக டொனால்ட் ட்ரம்ப் பதவியேற்றதும், இஸ்ரேலியப் பிரதமரான நெத்தன்யாஹூவுடன் அமெரிக்காவை மேலும் நெருங்கிச் செல்ல வைத்தார். நெத்தன்யாஹூவைப் போன்ற அதிதீவிர வலதுசாரியுடன் தங்களை அடையாளப்படுத்திக்கொள்ள விரும்பாத அமெரிக்க இளைய தலைமுறை யூதர்கள், காலங்காலமாக அமெரிக்க யூதர்கள் பின்பற்றிவந்த சில நடைமுறைகளுக்கு எதிராகக் குரல் கொடுக்கத் துவங்கினர். தங்கள் குழந்தைகளை இஸ்ரேலுக்கு பிறப்புரிமை சுற்றுப்பயணம் என்கிற பெயரில் அவ்வப்போது அழைத்துச்செல்வதை அமெரிக்க யூதப் பெற்றோர்கள் வழக்கமாக வைத்திருக்கின்றனர். அதனை இன்றைய இளையதலைமுறை யூதர்களில் பலரும் புறக்கணிக்கத் துவங்கி இருக்கின்றனர். அதேபோல, இஸ்ரேலின் சியோனிசத்திற்கு எதிரான யூத அமைப்புகளான 'இப்போது இல்லையென்றால்' *(If Not Now)*, மற்றும் 'அமைதிக்கான யூதர்களின் குரல்' *(Jewish Voice for Peace)* போன்றவற்றிலும் இளையதலைமுறை யூதர்கள் இணைகின்றனர். அதேபோல, டொனால்ட் ட்ரம்புடன் நரேந்திர மோடி கைகோர்த்திருப்பதால், அதனை ஒரு அவமானமாக சில இளைய தலைமுறை அமெரிக்கவாழ் இந்துக்கள் கருதினர். மோடி எதிர்ப்பு என்கிற அளவிற்கு போகவில்லையென்றாலும், தற்காலிகமாகவாவது மோடி ஆதரவு நிலைப்பாட்டில் இருந்து தள்ளியிருக்கவே இளைய தலைமுறை இந்துக்கள் நினைத்தனர்.

அமெரிக்காவில் இந்துத்துவத்தை எதிர்கொண்டு சமாளிப்பது மிகவும் கடினமாக இருப்பதற்கு பல்வேறு காரணங்கள் இருக்கின்றன.

முதலாவதாக, இந்துத்துவம் மற்றும் அதனோடு தொடர்புடைய சாதிய ஒடுக்குமுறைகளை ஒழிக்க நினைப்பவர்களுக்கு, அதனால் பாதிப்படைந்து கொண்டிருக்கும் ஒடுக்கப்பட்ட மக்களின் வலி, வேதனை, அதுகுறித்த உண்மையான களநிலவரங்கள் குறித்த சரியான புரிதல்இல்லை என்பது மிகமுக்கியமாக கவனிக்கப்படவேண்டியதாகும். அமெரிக்க முற்போக்கு வெளியின் அதிகாரத்தை முழுவதுமாக கட்டுப்பாட்டில் வைத்திருப்பவர்களில் பெரும்பாலானோர் ஆதிக்கசாதி இந்துக்களாகத்தான் இருக்கின்றனர். அவர்கள் இந்துமதத்தின் அடிப்படையிலேயே கலந்திருக்கும் ஒடுக்குமுறையை புரிந்துகொள்வதற்கு பதிலாக, அதனை அப்படியே வைத்துக்கொண்டு சீர்திருத்தங்கள் செய்வதற்கான முயற்சியிலேயே அதிகநேரத்தையும் உழைப்பையும் வீணாக்குகின்றனர் என்பதே அமெரிக்க தலித் இயக்க செயல்பாட்டாளர்களின் குற்றச்சாட்டாக இருக்கிறது.

“இந்து மதத்தைச் சேர்ந்த பல்வேறு சாதிகளைச் சேர்ந்த பலரும் இந்துத்துவக் கருத்தியலை எதிர்ப்பவர்களாக இருந்தபோதும், அவர்களையெல்லாம் ஒன்றாக இணைப்பதற்கு சாதி ஒரு மிகப்பெரிய தடையாக இருக்கிறது. அமெரிக்கவாழ் ஆதிக்கசாதி இந்தியர்களுக்கு அவர்களுடைய சாதியினால் கிடைத்திருக்கும் சிறப்பு சலுகைகளை விட்டுக்கொடுக்க மனம் வருவதில்லை. நம் எல்லோரையும் இணைக்கும் புள்ளியாக ஒரு ஒருங்கிணைந்த அமைப்பு உருவாகி, நம்மைப் பிரித்து வைக்கிற சாதிய அடையாளங்களை அடித்துநொறுக்குகிற வேலையைச் செய்யாமல், அதனை அப்படியே மறைத்தோ தாண்டியோவெல்லாம் இந்துத்துவத்தை நம்மால் ஒருபோதும் தோற்கடிக்க முடியாது.”

என்கிறார் நியூயார்க் நகரில் வசிக்கும் பெயர் சொல்லவிரும்பாத ஒரு தலித் செயல்பாட்டாளார்[103].

இரண்டாவதாக, முன்னெப்போதும் இல்லாத அளவிற்கு, அதிகாரமும், செல்வாக்கும், அரசியல் முக்கியத்துவமும் அமெரிக்காவில் அமெரிக்கவாழ் இந்தியர்களுக்கு வந்துசேரத் துவங்கிவிட்டன. 1990களில் வெள்ளை மாளிகையில் யாரை எப்படி அணுகவேண்டும் என்று பயிற்சி கொடுப்பதற்கு சியோனிச அமைப்பான ஐபாக்கின் உதவியை கோபால் இராஜு என்பவர் கோர வேண்டியிருந்தது. ஆனால் இன்றோ, அமெரிக்கவாழ் இந்தியர்களே

அமெரிக்க அதிகாரத்தின் அனைத்துமட்டத்திலும் நுழைந்துவிட்டனர். பேரவை உறுப்பினர் முதல் அரசு ஊழியர்கள் வரையிலும் அவர்கள் எங்கும் நிறைந்திருக்கின்றனர்.

இந்திய வம்சாவளியான கமலா ஹேரிஸ் இன்றைக்கு அமெரிக்காவின் துணை அதிபராக இருக்கிறார். அமெரிக்கப் பேரவையில் சட்டமியற்றும் பொறுப்பில் மேலும் நான்கு இந்தியர்கள் இருக்கிறார்கள்.

> *"அமெரிக்க சட்டமன்றக் கட்டிடமான கேப்பிடல் ஹில் முழுவதிலும் இந்திய வம்சாவளியினர் குவிந்துகிடப்பதைப் பார்க்கலாம். அத்துடன் ஊடகங்களிலும், கல்விக்கூடங்களிலும் இன்னபிற தொழிற்நுட்ப நிறுவனங்களிலும் அவர்களின் எண்ணிக்கை மிகப்பெரிய அளவில் அதிகரித்திருக்கிறது"*

என்கிறார் ஜான்ஸ் ஹாப்கின்ஸ் பல்கலைக்கழகத்தில் பேராசிரியராக இருக்கும் தேவேஷ் கபூர்[104].

இந்தியாவில் மனித உரிமைகளுக்கு எதிராக என்ன மாதிரியான கொடூரங்கள் நிகழ்த்தப்பட்டாலும், அவற்றை அமெரிக்க அரசு கண்டிக்காமல் தவிர்ப்பதற்கு அமெரிக்க அதிகாரத்தில் வலுவாக இருக்கிற இந்திய லாபியே காரணமாக இருக்கிறது. 2022ஆம் ஆண்டில், மத அடிப்படையில் மக்களை ஒடுக்கும் நாடுகளில் இந்தியாவையும் கவனிக்கவேண்டிய பட்டியலில் இணைக்கவேண்டி இலன் ஒமர் என்கிற அமெரிக்கப் பேரவை உறுப்பினர் ஒரு தீர்மானத்தைக் கொண்டுவந்தார். ஆனால், அமெரிக்கவாழ் இந்தியர்களில் ஒருவருமே அதற்கு ஆதரவு கொடுக்கவில்லை.

சீனாவுடனான பனிப்போர் காலத்தை நெருங்கிக்கொண்டிருக்கிற அமெரிக்காவால், இந்து தேசியவாதத்தையெல்லாம் கவனித்துப் பார்க்கவேண்டிய பெரிய அவசியம் இன்னமும் வரவில்லை என்பதாக ஆட்சியாளர்கள் நினைக்கிறார்கள். 2022ஆம் ஆண்டு பிப்ரவரி மாதத்தில் உக்ரைனுடன் இரஷ்யா போருக்குச் சென்றபிறகும், இரஷ்யாவுடனான உறவினை இந்தியா தொடர்ந்துகொண்டிருப்பது, அமெரிக்காவிற்கு எதிரான இந்தியாவின் செயலாகத்தான் பார்க்கப்படுகிறது. ஆனால், காஷ்மீர் மக்களும், இந்திய முஸ்லிம்களும், தலித்துகளும் மற்றும் இந்துத்துவத்தை எதிர்க்கும் மற்ற அனைவரையுமே இனப்படுகொலை செய்வதற்கு இந்திய இந்துத்துவ அரசு தயாராகவே இருக்கிறது என்கிற உண்மையை மட்டும் எவரும் கண்டுகொள்வதே இல்லை.

இனப்படுகொலை செய்வோம் என்கிற அச்சுறுத்தலோடு நிற்காமல், அதனை நிகழ்த்தவும் துவங்கிவிட்டார்கள் என்பதுதான் மிகவும் கவலைக்குரியதாக இருக்கிறது.

5

காஷ்மீரும் பாலஸ்தீனமும்: இரண்டு ஆக்கிரமிப்பு நிலங்களின் கதை

“இந்தியாவிற்குப் பின்னால் ஒளிந்திருப்பது இந்துஸ்தான் என்கிற மற்றொரு தேசம்தான். அதுவே இந்திய அரசுக்கான கொள்கைகளை உருவாக்கி, விடுதலைக்கும் அடக்குமுறைக்குமான எல்லைகளைத் தீர்மானித்து, எதையெல்லாம் அனுமதிக்கலாம் எதையெல்லாம் மறுக்கலாம் என்பதை முடிவுசெய்கிறது.”

- பெரி ஆண்டர்சன், வரலாற்று ஆய்வாளர்[1]

“யூதர்களுக்கு சியோனிசமும் இஸ்ரேலும் இருப்பதைப் போல, யூதர்களல்லாத சிலருக்கும் சியோனிசத்தைப் போன்ற கொள்கையும் இஸ்ரேலைப் போன்ற தேசமும் இருக்கத்தான் செய்கிறது”

- எட்வர்ட் செய்த்[2]

“இந்தியாவும் இஸ்ரேலும் கையும் கையுறையும் போல சரியாகப் பொருந்திப் போகின்றன”

- நோம் சோம்ஸ்கி[3]

1950கள் முதலே உலகின் மிகப்பெரிய குடியரசு நாடாக இருந்துவருகிறது இந்தியா. இந்தியா என்கிற தேசத்தின் தத்துவமாக தேசியவாதக் கருத்துகள்தான் அதன் துவக்கத்தில் இருந்தே முதன்மை பெற்றுவந்திருக்கிறது என்கிறார் பெரி ஆண்டர்சன். அத்தகைய இந்தியா என்கிற கருத்தியலென்பது, வன்முறையற்ற, அகிம்சை வழியிலான, தனித்துவமும் சகிப்புத்தன்மையும் கொண்ட ஜனநாயகமாகவே தன்னைக் காட்டிக்கொள்ள விரும்பியது. அதில் முன்முடிவுகளோடுடனான சாதி வேற்றுமைகளோ, முஸ்லிம்களுக்கு எதிரான மதவெறியோ இருக்கக்கூடாது என்பதே இந்தியா என்கிற தேசம் உருவாக்கப்பட்டதன் மைய நோக்கமாகும்.

ஆனால், கொள்கையளவில் இப்படியானதாக உருவாக்கப்பட்ட இந்தியா, களத்தில் முழுமையாக அதேபோல மாறியதா என்பது சந்தேகமே.

"காந்தியக் கொள்கைகள்தான் இந்தியாவின் கொள்கைகள் என்று உலகெங்கிலும் பிரச்சாரம் செய்யப்பட்டாலும், அவையெல்லாம் காந்தியை நினைவுகூர்வதற்காக கட்டப்பட்டிருக்கும் கண்காட்சிகளில் மட்டுமே வைத்து பூட்டப்பட்டுவிட்டன"

என்கிறார் ஆண்டர்சன்[4].

"சியோனிசத்தின் உண்மையான வரலாறு, இஸ்ரேலில் மட்டுமல்லாமல் உலகம் முழுவதிலும் திட்டமிட்டு மறைக்கப்படுகிறது. இந்தியாவின் கதையும் அதேபோலத்தான் இருக்கிறது"

என்கிறார் எட்வர்ட் செய்த்[5].

"ஆங்கிலேயர்களின் காலனியாதிக்கத்தை எதிர்த்து போராட்டங்கள் நடைபெற்றபோதுமேகூட, சாதியற்ற சமத்துவ சமூகத்தை உருவாக்குவதற்கான தத்துவத்தையெல்லாம் பார்ப்பனியத் தலைவர்களும் சித்தாந்தவாதிகளும் முன்வைக்கவேஇல்லை. அதற்கு மாறாக, இந்துமத அமைப்புமுறையைத்தான் வியந்தோதினார்கள். முகலாயர்களும் ஆங்கிலேயர்களும் ஆண்ட காலத்தில் ஓரளவுக்கேனும் வலுவிழந்துபோயிருந்த பார்ப்பனிய அதிகாரத்தை மீட்டெடுப்பதற்குத் தேவையான தத்துவங்களையும் கொள்கைகளையும்தான் அவர்கள் கட்டமைத்தனர்"

என்கிறார் காஞ்சா அய்லைய்யா[6].

"இந்தியாவில் பாஜகவும் இஸ்ரேலில் நெத்தன்யாஹூவின் லிக்குத் கட்சியும், வெறுமனே முந்தை ஆட்சியாளர்களின் நிர்வாகத் தோல்விகளால் மட்டுமே வெற்றிபெற்று ஆட்சிக்கு வரவில்லை. அனைத்து மக்களையும் அரவணைத்து ஒரு சமத்துவ சமுதாயத்தை உருவாக்குவதற்குத் தடையாக இருந்து வருகிற இந்துத்துவத்தையும் சியோனிசத்தையும் வெளிப்படையாகவும் தைரியமாகவும் முந்தைய அரசுகள் எதிர்க்காத காரணத்தாலேயே இவர்கள் வெற்றிபெற்றிருக்கின்றனர்"

என்கிறார் ஆண்டர்சன்[7] [8].

சமத்துவம் மற்றும் மத சுதந்திரத்திற்கான உரிமைகளை இந்திய அரசியலமைப்புச் சட்டம் உறுதிசெய்திருக்கிறது என்றாலும், நடைமுறையில் சாதியடுக்கிலும் அதிகாரத்திலும் எந்த நிலையில் இருக்கிறோம் என்பதைப் பொறுத்துதான் எந்த உரிமையும் கிடைக்கும் என்கிற சூழல்தான் இன்றும் இருந்துவருகிறது. முஸ்லிம்களெல்லாம் ஒரு குறிப்பிட்ட எல்லைக்குள்ளே மட்டும்தான் வாழவேண்டும் என்றும், தலித்துகளெல்லாம் எப்போதும் அவமானப்படுத்தப்பட்டும் ஒடுக்கப்பட்டும் ஒதுக்கப்பட்டுமே வாழவேண்டிய நிலை தொடர்ந்து இருந்துகொண்டேதான் வருகிறது. ஆதிக்கசாதியினருக்கு எதிரில் உணவு உண்டார்கள்[9] என்பதற்காகவே கொல்லப்பட்ட தலித்துகளின் கதைகளும், பாதாள சாக்கடைக்குள் இறங்கி வெறும் கைகளால் மனித மலங்களை அள்ளும்போது இறந்தவர்களின் கதைகளும் இங்கு ஏராளமாகக் கொட்டிக்கிடக்கின்றன[10].

அமெரிக்காவிற்கும் சோவியத் யூனியனுக்கும் பனிப்போர் நடைபெற்றுக்கொண்டிருந்த காலத்தில், இந்தியாவில் கம்யூனிசம் பரவிவிடக்கூடாது என்பதில் மிகவும் கவனமாக இருந்தார்கள் இந்திய ஆட்சியாளர்கள். சோவியத்தின் நட்புநாடாக இருப்பதைப் போலக் காட்டிக்கொண்டாலும், சோவியத்தின் எல்லையைத் தாண்டி இந்தியாவில் ஆட்சியைப் பிடிக்குமளவிற்கு கம்யூனிசம் வளர்ந்துவிடாமல் பார்த்துக்கொண்டது தாராளவாத கருத்தியலைக் கொண்ட இந்தியா. அதன் தொடர்ச்சியாகத்தான், இன்றைக்கு வலதுசாரிப் புதிய பொருளாதாரக் கொள்கைகளை ஏற்கும் அளவிற்கு இந்தியாவைத் தள்ளிக்கொண்டு போயிருக்கிறது.

"முஸ்லிம் மக்களுக்கு எதிராகவும், தலித் மக்களுக்கு எதிராகவும், இன்னபிற பிற்படுத்தப்பட்ட சாதியினரை சாதியின் படிநிலைக்கேற்பவும் ஒடுக்கிக்கொண்டே இருந்தபோதும், இந்தியாவை ஒரு அமைதி தேசமாகவும் சகிப்புத்தன்மை கொண்ட தேசமாகவும் மேற்குலகம் ஏற்றுக்கொள்வதற்கு சில காரணங்கள் இல்லாமல் இல்லை. தேவைப்படும்போது சீனாவைச் சுற்றிவளைக்கவும் நெருக்கடி கொடுக்கவும் இந்தியா உதவும் என்பதாலும், இந்தியாவில் புதைந்தும், குவிந்தும் கிடக்கிற இயற்கை வளங்களைக் கொள்ளையடிப்பதற்கு சர்வதேசப் பெருமுதலாளிகளுக்கு அனுமதி வழங்கப்படும் என்பதாலும், மனிதத்தன்மையற்றதாக இருந்தாலும் மக்களை சுரண்டும் முதலாளித்துவத்திற்கு முழுவரவேற்பு கொடுக்கப்படும் என்பதாலுமே இந்தியாவில் நடக்கும் எவ்வகைக்

கொடூரங்களையும் மேற்குலக நாடுகள் கண்டுகொள்ளாமல் விடுகின்றன"

என்கிறார் பத்திரிக்கையாளர் ஆந்திரே வில்ட்செக்[11].

பொருளாதாரத்தில் இந்தியாவின் தாராளமயக் கொள்கைகளினால் தொழிலாளர்களுக்கு மிகக்குறைவான ஊதியம் கொடுத்தால் போதும் என்கிற நிலை உருவாகியிருக்கிறது. சர்வதேச பெருமுதலாளிகளுக்கு பிடித்தமான கொள்கையாக அது இருப்பதால், அவர்கள் இந்தியாவிற்கு படையெடுத்து வருகிறார்கள். மனிதர்களுக்கே இயல்பாக இருக்கிற ஆசைகளும் விருப்பங்களும் தேவைகளும் உள்ளவர்களாக அவர்கள் இந்தியர்களைப் பார்க்கவில்லை. அதற்கு பதிலாக, குறைந்த ஊதியத்திற்கு கோடிக்கணக்கில் கொட்டிக்கிடக்கிற ஊழியர்களைக் கொண்ட நிலமாகவும், உற்பத்திசெய்த பொருட்களை விற்பதற்கேற்ற சந்தையாகவுமேதான் இந்தியாவை அவர்கள் பார்த்தார்கள். அதனால் இந்தியாவில் நடத்தப்படுகிற மனித உரிமை மீறல்களையும், ஆர்எஸ்எஸ் மற்றும் இன்னபிற இந்துத்துவ இயக்கங்களையும் கண்டும்காணாமல் மேற்குலகப் பார்வையாளர்கள் திட்டமிட்டே புறந்தள்ளினர்.

2014ஆம் ஆண்டில் பாஜக ஆட்சிக்கு வந்ததிலிருந்தே, இந்தியாவின் அரசியலமைப்புச் சட்டத்தையே தலைகீழாக மாற்றியும், இந்தியாவிடம் மிஞ்சியிருந்த கொஞ்சநஞ்ச மதச்சார்பற்ற அமைதி தேசமென்கிற அடையாளத்தை அழித்தும், ஒவ்வொரு இந்தியனின் அன்றாட வாழ்வின் ஒவ்வொரு துளியிலும் இந்துமதம் என்கிற பெயரில் இந்துத்துவத்தை நுழைத்தும், 'ஒற்றை தேசம், ஒற்றை மொழி, ஒற்றை மதம்' என்கிற முழக்கத்தைத் திட்டமிட்டே திணித்தும் வருகின்றனர்.

இந்தியாவை இந்துமயமாக்கும் இந்த செயலினால், இந்தியாவில் முஸ்லிம்களுக்கான இடத்தை இல்லாமல் செய்து காவிமயமாக்கலை அதிகாரப்பூர்வமாக்கி வருகிறது பாஜக அரசு[12]. இந்தியப் பிரதமராக நரேந்திர மோடி பதவியேற்றதுமே, எல்லப்பிரகத சுதர்சன ராவ் என்பவர் இந்திய வரலாற்று ஆராய்ச்சிக் குழுவின் தலைவராக நியமிக்கப்பட்டார். சாதிய அமைப்புமுறையின் ஆதரவாளரான அவர், "சாதியென்பது ஒரு ஒடுக்குமுறை அமைப்பென்று தவறாகப் புரிந்துகொள்ளப்படுகிறது. பண்டைய காலத்தில் அது மிகச்சிறப்பானதொரு அமைப்பு முறையாக இருந்திருக்கிறது" என்று சாதியக் கட்டமைப்புக்குப் பாராட்டுச் சான்றிதழ் வழங்கினார்[13]. இந்து மதத்தில் தற்போது இருக்கிற சர்ச்சைக்குரிய

பழக்கவழக்கங்களெல்லாம் முஸ்லிம் மன்னர்களின் ஆட்சிக்காலத்தில் உருவானவைதான் என்றும் அவர் வாதிட்டார். இந்திய வரலாற்று ஆராய்ச்சிக் குழுவின் தலைவராக இருந்துகொண்டு, இராமாயணத்தையும் மகாபாரதத்தையும் ‘வரலாற்று ஆவணங்கள்’ என்று வகைப்படுத்தி வாதிடுகிறார் என்பது எவ்வளவு ஆபத்தானது.

அதன்பிறகு வெகுவிரைவாகவே இந்தியப் பள்ளிகளிலும் கல்லூரிகளிலும், இவையெல்லாம் வரலாற்று உண்மைகளைப் போல வலம்வரத் துவங்கிவிட்டன. பள்ளிப் பாடத்திட்டங்களிலும் இந்திய முஸ்லிம்கள் மற்றும் கிருத்துவர்கள் குறித்த பாடங்களின் அளவு குறைக்கப்பட்டு, இந்து மேலாதிக்கவாதிகள் குறித்த பாடங்களெல்லாம் அதிகளவில் ஆக்கிரமிக்கத்துவங்கிவிட்டன[14].

பாஜக ஆளும் மாநிலங்களின் பள்ளிகளிலும் பல்கலைக்கழகங்களிலும் இந்தியாவின் முதல் பிரதமரான நேருவைப் பற்றிய பாடங்களைக்கூட நீக்கிவிட்டார்கள். கடந்தகால வரலாற்றில் கைவைத்தது மட்டுமல்லாமல், நிகழ்கால வாழ்க்கையிலும் குழப்பத்தை ஏற்படுத்தத் துவங்கிவிட்டனர். இந்துப் பெண்களை ஏமாற்றி திருமணம் செய்துகொண்டு, முஸ்லிம் மதத்திற்கு மாற்றி, இந்தியாவில் இந்துக்களின் எண்ணிக்கையைக் குறைத்து, பெரும்பான்மை முஸ்லிம் தேசமாக மாற்றும் ‘லவ் ஜிகாத்’ திட்டத்தை இந்திய முஸ்லிம் இளைஞர்கள் செய்வதாகக் கட்டுக்கதைகளை இந்துத்துவவாதிகள் பரப்பிவிட்டனர். பாஜக ஆளும் பல மாநிலங்களில், திருமணத்தின் வழியாக மதம் மாறுவதை சட்டப்படி தடைசெய்துவிட்டனர். பசுவதைத் தடைச்சட்டங்களும் மாட்டிறைச்சி தொடர்பான சட்டங்களும் போடப்பட்டதால், அரசு நிர்வாகத்திற்கு தொடர்பில்லாத இந்துத்துவ குண்டர்கள்கூட அதிகாரமிக்கவர்களாக மாறினர்.

> *“அவனை அடிக்கிற அடியில், இனி எந்த முஸ்லிமும் எந்த இந்துப்பெண்ணையும் தலை நிமிர்ந்துக்கூட பார்க்கவே கூடாது என்கிற அளவுக்கு அடித்தோம்... ஒரு முஸ்லிமை, அவனுடைய கழிவையே கரண்டியில் எடுத்து மூன்றுமுறை உண்ணவைத்தோம்”*

என்று மோடியின் வாழ்க்கை வரலாற்று நூலை எழுதிய நிலஞ்சன் முகோ பாத்யாயாவிடம் ஒருவன் வெளிப்படையாகவே தெரிவித்திருக்கிறான். இந்தியாவில் மதங்களைத்தாண்டி காதலித்துத் திருமணம் செய்துகொள்வது கொஞ்சமேனும் அதிகரித்துக்கொண்டிருந்த சூழலில், முஸ்லிம் ஆண்களென்றாலே

மதம் மாற்றும் கருவிகளாகத்தான் இருப்பார்கள் என்கிற எண்ணத்தைப் பொதுப்புத்தியில் திணித்துக்கொண்டிருக்கிறார்கள்.

> *"இவர்கள் ஏதோ வேடிக்கையாக இதனைச் செய்கிறார்கள் என்று நினைத்துக்கொண்டு எளிதாக விட்டுவிடக்கூடாது. இந்தியாவின் பண்பாட்டுத்தளத்தில் பாஜக நடத்தும் ஒரு ஆழமான போர் இது"*

என 'ஃபாரின் அஃபேர்ஸ்' (Foreign Affairs) என்கிற இதழில் எழுதியிருக்கிறார் வழக்கறிஞர் அருந்ததி கட்ஜு[15].

சமூகத்தில் ஒரு சீரான தன்மையை உருவாக்கும் நோக்கில் மாட்டிறைச்சி மற்றும் பசுவதைத் தடைச்சட்டம் கொண்டுவரப்பட்டதாக சொல்லப்பட்டது. 2015ஆம் ஆண்டு செப்டம்பர் மாதத்தில் உத்தரபிரதேசத்தின் பிஷாரா என்கிற கிராமத்தில் மாட்டிறைச்சி வைத்திருந்ததாக சந்தேகப்பட்டு முகமது அக்லக் என்பவர், அவரது விட்டிலேயே அடித்துக்கொல்லப்பட்டார். நாடு முழுவதிலும் பரவலாக அந்தக் கொலைக்கு கண்டனங்கள் எழுந்தபோதிலும், அதனை ஒரு விபத்தாக பாஜக தலைவர்கள் மாற்ற முயன்றனர். 2016ஆம் ஆண்டு ஜூலை மாதத்தின் மத்தியில் ஒரு தலித் குடும்பத்தைச் சேர்ந்த ஏழுபேரைக்கு கொடூரமாகக் கசையடி கொடுத்து, அதன்பின்னர் ஒரு காரில் கட்டிவைத்து பொதுமக்களின் பார்வைக்கு அவர்களை அப்படியே விட்டுவைத்தது ஒரு கும்பல். இறந்த பசுமாட்டின் தோலை உறித்ததற்காகத்தான் இவ்வாறு செய்ததாகவும், அவர்களைப் பார்க்கிற ஒவ்வொருவருக்கும் இனிமேல் பயம் வரவேண்டும் என்பதற்காகத்தான் பொதுவெளியில் கட்டிவைத்ததாகவும் அக்கும்பல் கூறியது.[16]

அரசின் அதிகாரத்தை தன்கையில் எடுத்துக்கொள்ளும் உரிமையினை இதுபோன்ற கும்பல்களுக்கு மறைமுகமாக அரசே கொடுத்தது போலாகிவிட்டது. இந்தியாவுக்கென்று இருந்த மதச்சார்பின்மைக் கொள்கையை இப்போதெல்லாம் இந்து மதத்திற்கு எதிரானதாக மாற்றிப் பிரச்சாரம் செய்யப்படுகிறது. 2018ஆம் ஆண்டில், மூன்று முறை தலாக் சொல்லி தன்னுடைய மனைவியை விவாகரத்து செய்வதற்கு முஸ்லிம் ஆணிற்கு தடை விதித்து இந்திய அரசு ஒரு சட்டம் நிறைவேற்றியது.

எந்தவொரு முஸ்லிம் ஆணையும் கைது உத்தரவில்லாமலேயே கைதுசெய்து மூன்றரை ஆண்டுகள் வரையிலும் சிறையில் வைப்பதற்கான அனுமதியை இப்புதிய சட்டம் வழங்கிவிட்டது. முஸ்லிம் ஆண்களைக் குற்றவாளிகளாக பொதுச்சமூகத்தில்

கட்டமைப்பதற்கான மற்றொரு வழியாகத்தான் இந்த சட்டத்தைக் கொண்டுவந்திருப்பதாக செயல்பாட்டாளர்களும் மனித உரிமை ஆர்வலர்களும் இந்திய அரசின் மீது குற்றஞ்சாட்டினர். இப்படியான விவாகரத்து முறையை உச்சநீதிமன்றம் ஏற்கனவே தடைசெய்திருந்தபோதிலும், இப்படியொரு சட்டத்தைக் கொண்டுவருவதன் நோக்கமே எந்த முஸ்லிம் ஆணையும் எப்போது தேவைப்பட்டாலும் சிறைவைக்கும் உரிமையினை அரசு நிர்வாகத்திற்கு கொடுப்பதன்றி வேறில்லை என்பதைப் புரிந்துகொள்ள முடியும்[17].

முஸ்லிம்களின் மீதும் தலித்துகளின் மீதும் தாக்குதல் நடத்திக்கொண்டிருந்த அதே வேளையில், 'தேசவிரோதி' என்றும், 'பயங்கரவாதி' என்றும் தனக்குப் பிடிக்காதவர்களையெல்லாம் அடையாளப்படுத்தும் மற்றொரு தாக்குதலையும் இந்துத்துவவாதிகள் முன்னெடுத்தனர். 84 வயதான பழங்குடி மக்கள் உரிமைப் போராளியான ஃபாதர் ஸ்டான் ஸ்வாமி,[18] வக்கீல் சுரேந்திர காட்லிங்க், ஆய்வாளர் ரோனா வில்சன் உள்ளிட்ட ஏராளமான முன்னணி களசெயல்பாட்டாளர்களையும் போராளிகளையும் 2018ஆம் ஆண்டில் நடைபெற்ற பீமா கோரேகான் வன்முறை வழக்கில் பயங்கரவாதிகளாகக் குற்றஞ்சாட்டி சிறையில் அடைத்துவிட்டது இந்திய அரசு.

மாவோயிச நக்சலைட் அமைப்பிற்கு உதவுவதற்காக, மக்களிடம் போராட்ட குணத்தை விதைத்து, இந்திய அரசுக்கு எதிராகப் போர்ப்புரியத் தூண்டுவதாக மக்களநல செயல்பாட்டாளர்களையும் ஆர்வலர்களையும் ஆய்வாளர்களையும் கல்வியாளர்களையும் 'அர்பன் நக்சல்கள்' (நகர்ப்புற நக்சல்கள்) என்கிற புதியபெயருடன் அடையாளப்படுத்தி என்ஐஏ எனப்படுகிற தேசிய புலனாய்வு முகமை அமைப்பு வழக்குபோட்டது[19]. மோடிக்கு எதிராகக் குரல் எழுப்பிய ஒரே காரணத்திற்காகத்தான் அவர்களெல்லாம் கைதுசெய்யப்படுகிறார்கள் என்பது வெளிப்படையாகவே தெரிந்த உண்மைதான். சுரேந்திர காட்லிங் மற்றும் ரோனா வில்சன் ஆகியோரது அலைபேசிகளுக்குள் ஊடுருவி, அவர்களை பயங்கரவாதிகளாக சித்தரிப்பதற்குத் தேவையான 'ஆதாரங்களை' அவர்களது அலைபேசிகளுக்குள் 'ஆர்சனல் கன்சல்டிங்' (Arsenal Consulting) என்கிற ஒரு தனியார் தடயவியல் நிறுவனம் வைத்திருக்கிறது. அதுகுறித்து வாஷிங்டன் போஸ்ட் பத்திரிக்கையில் 2021ஆம் ஆண்டு ஜூலை மாதத்தில் ஒரு கட்டுரை வெளியிடப்பட்டிருக்கிறது[20]. அதன்பிறகு நடத்தப்பட்ட விசாரணையில், அதே போன்றதொரு

வைரஸ் மென்பொருளை மோடிக்கு எதிராகக் குரலெழுப்பும் சுமார் 14 செயல்பாட்டாளர்களின் அலைபேசிகளிலும் அவர்களுக்குத் தெரியாமலேயே நிறுவியிருக்கிறார்கள் என்பது தெரியவந்திருக்கிறது. தன்னை விமர்சிப்பவர்களுக்கு எதிராக ஒரு அரசினால் எந்தளவுக்கு மோசமாக நடந்துகொள்ளமுடியும் என்பதற்கு இவையெல்லாம் சான்றாக நமக்குக் கிடைத்திருக்கின்றன.

இருப்பினும், அப்போதும் தவறைத் திருத்திக்கொள்ளவோ மேலும் தவறிழைக்காமல் இருக்கவோ இந்திய அரசுக்கு மனமில்லை.

ஏற்கனவே பார்க்கின்சன் நோயினால் பாதிக்கப்பட்டிருந்த ஃபாதர் ஸ்டான் ஸ்வாமியை கொரோனா தாக்கி, இறுதியில் அவர் இறந்தே போனார். மற்றொரு களப்போராளியான கௌதம் நவ்லாக்காவைக் கைதுசெய்து ஒரு தற்காலிகச் சிறையில் அடைத்தனர். அங்கே 350 பேரை வெறும் ஆறே ஆறு அறைகளில் அடைத்து வைத்திருந்தனர். அவர்கள் அனைவரும் மூன்றே மூன்று கழிவறைகளைப் பகிரவேண்டிய நிலைக்குத் தள்ளப்பட்டனர். கொரோனா காலத்தில் அந்தத் தற்காலிக சிறைச்சாலையின் நிலை மேலும் மோசமாக இருந்தது.

சுமார் முப்பது ஆண்டுகளுக்கும் மேலாக பழங்குடி மக்களின் நிலம், காடு, உழைப்பு ஆகியவற்றின் உரிமைகளைப் பாதுகாப்பதற்காக மிகப்பெரிய முதலாளித்துவ நிறுவனங்களை எதிர்த்துப் போராடி வந்திருக்கிறார் ஃபாதர் ஸ்டான் ஸ்வாமி. அதேபோல காஷ்மீர் தொடர்பான இந்திய அரசின் கொள்கைகளை எதிர்த்தும், இந்திய கார்ப்பரேட் நிறுவனங்களுக்கும் ஆயுத உற்பத்தியாளர்களுக்கும் இடையில் இருக்கும் உறவினைத் தட்டிக்கேட்டும் மக்களுக்காக உழைத்தவர் நவ்லாகா. அவர்களை இந்த அரசு நடத்திய விதத்தில் இருந்து, தனது கொள்கைக்கு எதிரானவர்களை விட்டுவைக்க இந்த அரசு தயாராகவே இல்லை என்பதை நன்றாகப் புரிந்துகொள்ளலாம்.

இனமேலாதிக்கத்தின் எழுச்சி

2021ஆம் ஆண்டின் டிசம்பர் மாத இறுதியில் இந்து தேசியவாதிகளும் மேலாதிக்கவாதிகளும் ஹரித்துவார் என்னுமிடத்தில் ‘தரம் சன்சாத்’ என்கிற மூன்று நாள் மாநாட்டிற்காக வந்திருந்தனர்[21]. இந்து மதத் தலைவர்களை உள்ளடக்கிய ஒரு இந்துப் பாராளுமன்றமாகவே செயல்பட்டுவருகிறது அவ்வமைப்பு[22].

ஹிட்லரின் நாஜிக் கட்சியைப் போன்றே தங்களது வலதுகையை உயர்த்தி, முஸ்லிம் மக்களைத் துடைத்தெறிவோம் என்று உறுதியெடுத்துக்கொண்டனர்.

"இந்தியாவை இந்துக்கள் மட்டுமே வாழும் ஒரு முழுமையான இந்து தேசமாக மாற்றி, தொடர்ந்து அப்படியே வைத்திருக்க நம்முடைய இறுதிமூச்சு இருக்கும் வரையிலும் உழைப்போம் என்று நாமெல்லாம் இங்கே ஒரு தீர்க்கமான வாக்குறுதி கொடுத்து, உறுதிமொழியும் எடுத்துக்கொண்டு அதனையொரு தீர்மானமாகவே நிறைவேற்ற வேண்டும்"

என்று அந்த மாநாட்டின் மேடையிலேறி அங்கு கூடியிருந்தவர்களிடம் கோரினார் சுரேஷ் சாவன்கே என்கிற வலதுசாரிப் பத்திரிக்கையாளர்.

"மேலும் அதற்காகப் போராடி உயிர்த்தியாகமும் செய்யத் தயாராவோம். தேவைப்பட்டால் உயிர்களை எடுக்கவும் செய்வோம். எந்த சூழலிலும் எவ்விதத் தியாகத்தை செய்வதற்கும் நாம் தயங்கவே மாட்டோம். இந்தத் தீர்மானத்தை சிறப்பாக நிறைவேற்றித்தர நம்முடைய குருவும், நமது ஆசிரிய வழிகாட்டியும், நமது பாரத மாதாவும், நம்முடைய முன்னோர்களும் நமக்குத் தேவையான பலத்தைக் கொடுத்து வெற்றியையும் பெற்றுத் தருவார்கள்"

என்று பார்வையாளர்களையே வார்த்தைக்கு வார்த்தை சொல்லவைத்து ஒரு தீர்மானமாகவே மாற்றினார் சுரேஷ் சாவன்கே.

இந்தியாவின் அண்டை நாடான மியான்மரில் சிறுபான்மையின ரோகிங்யா முஸ்லிம்களை அங்கே முற்றிலுமாக அழித்தொழிக்க நடைபெறும் முயற்சிகளைக் குறிப்பிட்டு பார்வையாளர்களைத் தூண்டினார் சுவாமி பிரபோதானந்த கிரி.

"காவல்துறையினரும், அரசியல்வாதிகளும், இராணுவமும், ஒவ்வொரு இந்துவுமாக இணைந்து ஆயுதங்களைக் கையிலெடுத்து, மியான்மரைப் போல இந்தியாவிலும் அதேமாதிரியான அழித்தொழிப்பை நடத்த வேண்டும்"

என்றார் கிரி[23].

அந்த நிகழ்வின் காணொளிகளை இணையத்தில் பதிவேற்றி, சமூக வலைத்தளங்களில் பரவலாகப் பகிரப்பட்டு பரப்பப்பட்டன. எவ்விதத் தயக்கமுமின்றி வெளிப்படையாகவே முஸ்லிம்களை

இனப்படுகொலை செய்வதற்கு அழைப்புவிடுத்த தரம் சன்சத் நிகழ்வு குறித்த செய்திகள் ஊடக வெளிச்சமும் பெற்றன. இந்தத் துறவி சாமியார்களின் பேச்சுக்களெல்லாம் இந்துத்துவம் என்கிற கருத்தியலின் இறுதிக்கட்டத் திட்டமான 'அழித்தொழித்தல்' என்பதையே பிரதிபலிப்பதாக இருந்தது. 'முஸ்லிம்களை முழுவதுமாக துடைத்தெறிதல்' என்பதெல்லாம் சுமார் 98 ஆண்டுகளுக்கு முன்னர் உருவாக்கப்பட்ட ஆர்எஸ்எஸ் மற்றும் அதனோடு தொடர்புடைய இன்னபிற இந்து தேசியவாத மற்றும் மேலாதிக்க இயக்கங்களுடைய கொள்கைகளின் அடிப்படையைக் கொண்டதுதான்[24]. இந்திய அரசின் அனைத்து அதிகார மையங்களையும் நிறுவனங்களையும் இந்துமயமாக்கும் இந்துத்துவத் திட்டத்தின் ஒரு அங்கமாகத்தான் இவையெல்லாமும் நடத்தப்படுகின்றன. 'அரபு மக்களைக் கொல்வோம்' என்று அறைகூவல் விடுக்கும் இஸ்ரேலிய அதிதீவிர வலதசாரிக் குழுக்களை அப்படியே பிரதியெடுத்தது போலத்தான் இந்த இந்திய இந்துத்துவவாதிகளும் பேசிவருகிறார்கள்.

1948இல் எட்டு இலட்சத்திற்கும் மேற்பட்ட பாலஸ்தீனர்கள், அவர்கள் வாழ்ந்த நிலத்திலிருந்து விரட்டப்பட்டனர். அந்த நிலங்கள் முழுவதும் இஸ்ரேலால் ஆக்கிரமிக்கப்பட்டுவிட்டன. என்றைக்காவது ஒருநாள் தங்களது சொந்த ஊருக்குத் திரும்பமாட்டோமா என்கிற நம்பிக்கையில் இன்றைக்கும் அல்-நக்பா என்கிற பெயரில் அந்த நாளை ஒவ்வொரு வருடமும் பாலஸ்தீனர்கள் நினைவுகூறுகிறார்கள். 1948இல் பாலஸ்தீனத்தை ஆக்கிரமித்தது முதலே, ஒட்டுமொத்த பாலஸ்தீன நிலத்தையும் யூதமயமாக்கும் திட்டத்தை தொடர்ந்து செயல்படுத்தி வருகிறது இஸ்ரேல். பாலஸ்தீனர்கள் வசிக்கும் மீதமுள்ள இடங்களையும் ஆக்கிரமிப்பது, அவர்களை அழித்தொழிப்பது, ஊர்களின் பெயர்களை யூதப்பெயர்களாக மாற்றுவது, சட்டத்திலும் கல்வியிலும் அரசின் சேவைகளிலும் அன்றாட வாழ்வியல் வசதிகளிலும் பாலஸ்தீனர்களின் உரிமைகளைப் பறித்து இரண்டாம்தர மக்களாக நடத்துவது என ஏராளமான யூதமயமாக்கல் நடவடிக்கைகளை செயல்படுத்திவருகிறது இஸ்ரேல்[25].

இஸ்ரேல் என்பதே ஒரு யூத தேசமாகத்தான் அவர்கள் வரையறுத்திருக்கிறார்கள். அதேபோல, தங்களை ஒரு ஜனநாயக நாடென்றும், மேற்குலக நாடுகளின் குடும்பத்தில் தாங்களும் ஒரு அங்கம்தான் என்றும் சொல்லிக்கொள்கிறார்கள். 'மத்திய கிழக்கு நாடுகளில் இருக்கும் ஒரே ஜனநாயக நாடு' என்கிற பெயரையும் தனதாக்கிக்கொண்டு, பாலஸ்தீனர்களை அடித்து நொறுக்குவதையெல்லாம் ஏதோ சிறிய தவறு என்றோ

அல்லது எல்லை தாண்டிய பயங்கரவாதத்தை ஒடுக்குகிறோம் என்றோ அவர்கள் சொல்லிவிடமுடிகிறது. உலகிலேயே ஆதிக்க மனோபாவத்தைக்கொண்ட பலம்வாய்ந்த இராணுவக் கட்டமைப்பை வைத்திருப்பதே எல்லா பிரச்சனைகளுக்கும் காரணம் என்பதை மறைத்துவிட்டு, பிரச்சனைகள் இருப்பதாலேயே இராணுவத்தை கட்டமைத்திருப்பதாக விளக்கம் சொல்லப்படுகிறது.

இஸ்ரேல் என்கிற தேசம் உருவக்கப்பட்ட இத்தனை ஆண்டுகளில் அதற்கென்று ஒரு அரசியலமைப்புச் சட்டம் கூட எழுதப்படவில்லை. அதேபோல, அந்த தேசத்தின் எல்லை எதுவரை என்பதைக்கூட அவர்கள் இதுவரையிலும் நிர்ணயிக்கவே இல்லை. தேசத்தின் எல்லையை தனக்குப் பிடித்த பக்கமெல்லாம் விரிவுபடுத்திக்கொண்டே போகலாம் என்கிற ஆதிக்கவெறியினாலும், தங்களது செயல்பாடுகளை எந்த எழுதப்பட்ட சட்டம்கொண்டும் எடைபோட்டு குறைசொல்லிவிடக்கூடாது என்பதற்காகவும்தான் இப்படியான பாதையில் பயணிக்கிறது இஸ்ரேல். 1948ஆம் ஆண்டி ஐநா சபை முன்மொழிந்த எதையும் இன்று வரையிலும் பின்பற்றாமல், தங்களுக்கும் ஜனநாயகத்திற்கும் எவ்விதத் தொடர்பும்இல்லையென்றும் வெளிப்படையாகவே சொல்லும் இஸ்ரேலை ஜனநாயக நாடென்று எப்படிச் சொல்லமுடியும்[26].

> *“எதை வேண்டுமானாலும் செய்வதற்கு இஸ்ரேலுக்கு முழு அங்கீகாரத்தையும் அதிகாரத்தையும் வழங்குவதன் ஒரு பகுதிதான் அவர்களை ஜனநாயக நாடென்று வகைப்படுத்தும் முயற்சியாகும்”*

என்கிறார் ஆய்வாளர் ஓரென் இஃப்தாசெல்[27].

இஸ்ரேலில் நீதிமன்றங்கள் இருக்கின்றன, தேர்தல்கள் நடக்கின்றன, குடிமக்களாக இஸ்ரேலில் இருக்கிற பாலஸ்தீனர்கள் தேர்தல்களில் வாக்களிக்கவும் போட்டியிடவும் அனுமதிக்கப்படுகின்றனர். ஆனால் யூதர்களுக்கு இருப்பதோ முழுமையான இஸ்ரேலிய குடியுரிமையும், இஸ்ரேலுக்குள் வாழ்ந்தாலும் பாலஸ்தீனர்களுக்கு அளிக்கப்பட்டிருப்பது இரண்டாந்தர குடிமக்களுக்கான அடையாளம்தான். இஸ்ரேலிய ஆக்கிரமிப்புப் பாலஸ்தீனத்தில் வாழும் மக்களுக்கு அந்த அடையாளம்கூட இல்லாத நிலைதான் இன்றும் தொடர்கிறது.

இஸ்ரேலிய மனிதவுரிமை அமைப்பான பேட்டேசலேம் (B’tselem), மனிதவுரிமைக் கண்காணிப்பு, சர்வதேச மனிதவுரிமை அமைப்பான

அம்னெஸ்டி உள்ளிட்ட பல மனிதவுரிமைக் குழுக்கள், இஸ்ரேலை ஒரு இனவாத நாடாகத் தீர்க்கமாகவே அறிவித்துவிட்டன[28].

> *"மத்தியதரக் கடல் என்றழைக்கப்படுகிற மெடிட்டரேனியன் கடல் முதல் ஜோர்டான் ஆறு வரையிலுமாக தனக்குப் பிடித்த சட்டங்களைப் இயற்றிக்கொண்டும், கட்டுப்பாடில்லாத வன்முறைகளைக் கட்டவிழ்த்துக்கொண்டும் பாலஸ்தீனர்களைவிட யூதர்களே மேலானவர்கள் என்று தொடர்ந்து சொல்லிக்கொண்டே இருக்கிறது இஸ்ரேல். இரு மக்களையும் இருவேறு பகுதிகளில் பிரித்துவைத்து, இருவரையும் இருவேறு முறைகளில் நடத்திவருகிறது இஸ்ரேலிய அரசு."*

என்கிறது பேட்டேசலேம் அமைப்பு[29].

அரசியலமைப்புச் சட்டம் இல்லையென்றாலும், யூதர்களின் அடையாளத்தை மையமாகக் கொண்டு ஆட்சி நடத்தப்படுவதால், அதனை ஒரு இனமேலாதிக்க ஆட்சியாகத்தான் பார்க்கமுடியும்[30]. இது இஸ்ரேலோடு முடியும் கதையல்ல. ஜனநாயக நாடு என்கிற போர்வையில் இருந்துகொண்டு, தங்களது நாடுகளில் பெரும்பான்மையான இனக்குழுவின் அடையாளத்தையே மையமாகக் கொண்டு ஆட்சிசெய்யும் பல நாடுகள் இஸ்ரேலைப் போலவே இருக்கத்தான் செய்கின்றன. மலேசியா, இலங்கை ருவாண்டா என பல நாடுகளை அந்தப் பட்டியலில் குறிப்பிட முடியும். அந்த நாடுகளிலெல்லாம் சிறுபான்மை மக்கள் மிகக்கொடூரமாக ஒடுக்கப்படுகின்றனர். அந்தப் பட்டியலில் இணைந்திருக்கும் மற்றொரு நாடு இந்தியா[31].

> *"ஜனநாயக நாடு என்று சொல்லிக்கொண்டே, ஒரு இனத்தின் அல்லது மதத்தின் அடையாளங்களுக்கு மட்டுமே முக்கியத்துவம் கொடுக்கிற திட்டங்களையும் கொள்கைகளையும் வகுப்பதாலேயே இஸ்ரேலை ஒரு இனமேலாதிக்க நாடு என்கிறோம்"*

எனக் கூறுகிறார் இஸ்ரேலிய ஆய்வாளரான ஓரென் இஃப்தாசெல்[32]. இதனை அப்படியே மோடியின் ஆட்சியில் இருக்கிற இந்தியாவுக்குப் பொருத்திப் பார்க்கலாம். இந்தியா விடுதலை பெற்ற 1947ஆம் ஆண்டில் இருந்தே பொதுத்துறை நிறுவனங்கள் காவிமயமாக்கப்படுவது நிகழ்ந்துகொண்டே இருந்தபோதிலும், மோடியின் ஆட்சியில்தான் பன்மடங்கு அதிவேகமாக செயல்படுத்தப்படுகிறது.

சர்வதேச அளவில் இஸ்ரேலுடனான உறவினை மேம்படுத்திக் கொள்வதால் கிடைக்கிற மேற்குலக ஆதரவை கருத்தில் கொண்டு மட்டுமே இஸ்ரேலுடன் இன்றைய மோடியின் இந்தியா நெருங்கிப் போகவில்லை. அதைத்தாண்டியும் முக்கிய காரணங்கள் இருக்கின்றன. உண்மையில் இன்றைய மோடியரசு பெருமையோடும் ஆச்சர்யத்தோடுமே இஸ்ரேலைப் பார்க்கிறது. பாலஸ்தீனர்களை ஒடுக்கியபடியே ஒரு யூத தேசத்தைக் கட்டமைத்த இஸ்ரேலிடம் நிறைய கற்றுக்கொள்ள இருப்பதாகவே மோடியரசு நினைக்கிறது.

> *"இப்போது இந்தியாவில் இந்து ஆட்சியை உருவாக்க நினைக்கிற மோடி அரசு, இஸ்ரேலிடம் இருந்து ஏராளமான பாடங்களைக் கற்றுக்கொண்டு அவற்றைத் தன்னுடைய முதன்மையான எதிரிகளான முஸ்லிம்களின் மேல் அமல்படுத்திவருகிறது"*

என்கிறார் அச்சின் வனைக்.

தத்துவார்த்தமாக ஆர்எஸ்எஸ் அடிப்படையிலேயே அதற்கான வெறுப்புணர்வு ஆழமாக வேரூன்றியேதான் இத்தனை காலமாக இந்தியாவில் இருந்துவருகிறது. சியோனிசத்தின் கருத்தியல் தந்தையாகப் பார்க்கப்படுகிற விளாடிமிர் ஜபோடின்ஸ்கியும், ஆர்எஸ்எஸ் இன் முக்கியத் தலைவர்களில் ஒருவரான எம். எஸ். கோல்வால்கரும் இருமாறுபட்ட பெயரைக் கொண்ட ஒரே மாதிரியான வெறுப்புணர்வு கொண்ட கொள்கைகளையே வளர்த்தெடுத்திருக்கிறார்கள். "பாலஸ்தீன நிலத்தை ஆக்கிரமிக்க யூதர்களுக்கு பாலஸ்தீனர்கள் அனுமதி கொடுத்தால், அவர்களுக்கும் சமவுரிமை வழங்கப்படும்" என்று 1923ஆம் ஆண்டில் உறுதிகொடுத்தார் விளாடிமிர் ஜபோடின்ஸ்கி.

அவரைவிட கோல்வால்கர் மேலும் சிலபடிகள் முன்னே சென்று,

> *"இந்துக்களல்லாத மற்றவர்களெல்லாம் இந்துக் கலாச்சாரத்தையும் இந்துக்களின் மொழியையும் ஏற்றுக்கொள்ள வேண்டும், இந்து மதத்தைப் புகழ்ந்து கொண்டாடவேண்டும், இந்து தேசத்தின் பூர்வ இனத்தினரை மதிக்க வேண்டும், அல்லது இந்த இந்து தேசத்தில் கீழ்படிந்து நடக்கிறவர்களாக இருக்க வேண்டும், அதைதாண்டிய எந்த உரிமைகளையும் கோரவே கூடாது குடியுரிமைகள் உட்பட"*

என்று 1939ஆம் ஆண்டில் எழுதினார்[33].

'முஸ்லிம்களும் கிருத்துவர்களும் குறைவான உரிமைகளுடனான குடிமக்களாக இருந்துகொள்ளலாம். அதே வேளையில்,

இந்து தேசத்தின் மீதான விசுவாசத்தை அவர்கள் எப்போதும் காட்டிக்கொண்டே இருக்கவேண்டும். இல்லாவிட்டால், வன்முறையைப் பிரயோகித்தாவது அதனை அடையவேண்டும்' என்பதே கோல்வால்கர் முன்வைத்த கருத்தியலின் ஒரு பகுதிதான். அந்நிய ஆக்கிரமிப்பையும் மதமாற்றத்தையும் இந்துக்கள் தடுக்காமல் போனதால்தான், இன்றைக்கும் இந்தியாவில் முஸ்லிம்களும் கிறித்துவர்களும் இருக்கிறார்கள் என்பதை இந்துத்துவவாதிகள் தொடர்ச்சியாக பிரச்சாரம் செய்துகொண்டே இருக்கிறார்கள். ஆக, பிறக்கும்போதே ஒவ்வொரு முஸ்லிமும் தேசவிரோதிதான் என்றும், அவர்கள்தான் இந்து இராஜியத்தை அடையவிடாமல் தடுக்கிறார்கள் என்றும் தொடர்ந்து சொல்லிக்கொண்டே இருக்கிறார்கள் இந்துத்துவவாதிகள்.

இப்போது அதிகாரம் கையில் கிடைத்ததும், அதனையெல்லாம் சட்டப்பூர்வமாக அமல்படுத்துவதற்கான வழிகளை உருவாக்கிக்கொண்டிருக்கிறார்கள். அப்படித்தான் சிஏஏ என்கிற பெயரில் 'குடியுரிமை திருத்த சட்டம்' கொண்டு வந்தார்கள். அதன்படி, இந்து தேசத்தின் குடியுரிமை பெறும் தகுதி பெற்றவர்களைத் தீர்மானிக்க முடிவு செய்கிறார்கள். யூதர்களாக இருந்தாலே இஸ்ரேலிய குடியுரிமை பெறத் தகுதியானவர்கள் என்றிருப்பது போல, இந்துக்களாக இருந்தாலே இந்தியாவுக்கு வருபவர்களை குடியுரிமை பெறத் தகுதியானவர்களாக மாற்றுகிறார்கள்[34].

ஆக, இதன்மூலம் இந்துக்களின் தாயகமான இந்தியாவில் முஸ்லிம்கள் அடிபணிந்தாகவேண்டும் என்பதாக மாறும். அவர்களுடைய குடியுரிமையை நிரூபிக்க வேண்டுமென்றால், 'வீடு திரும்புதல்' என்று இந்துத்துவவாதிகள் அழைப்பதுபோல இந்துவாக மதம் மாறித்தான் ஆகவேண்டும் போலாகிவிடும்.

> "இந்த நாட்டில் யார் ஆட்சிக்கு வந்தாலும், முஸ்லிம்களை நாங்கள் வளரவே விடமாட்டோம். எங்களுடைய இந்து இளைஞர்களை எழுச்சிகொள்ள வைக்கும் பாதையில் வேகமாக பயணித்துக்கொண்டிருக்கிறோம். இறந்தபின்னர் சமாதிக்குச் சென்றுவிட்ட முஸ்லிம்களையும் இழுத்துவந்து, அவர்களை அழித்தொழிப்போம். ஒரு கட்டத்தில் அவர்கள் இந்துக்களாக மாறியே ஆகவேண்டும் என்கிற கட்டாயத்திற்கு தள்ளப்படுவார்கள். அதனை செய்யாவிட்டால், பாகிஸ்தானுக்கே அனுப்பப்படுவார்கள்"

என்று 2021ஆம் ஆண்டு ஆகஸ்ட் மாதத்தில் டெல்லியில் நடைபெற்ற ஒரு கூட்டத்தில் பெருந்திரளான மக்கள் கூட்டத்தின்முன்பு ‘இந்து இரக்ஷாதள்’ என்கிற அதிதீவிர வலதுசாரி இந்து அமைப்பைச் சேர்ந்த பிங்கி சௌத்ரி உரையாற்றினார்[35].

> *“எங்களை ஆதிக்கம் செலுத்துகிறார்கள் என்று ஒருபுறம் சொல்லிக்கொண்டே அனைவரையும் ஆதிக்கம் செய்யும் திறன் கொண்டவைதான் இந்துத்துவமும் சியோனிசமும். இன்றைய இஸ்ரேலைப் பாருங்கள், எல்லையற்ற அதிகாரத்தை வைத்துக்கொண்ட அவர்கள் வன்முறையை நிகழ்த்திக்கொண்டே இருந்தாலும், தாங்கள் பாதிக்கப்படுவதாகவும் மற்றொருபுறம் சொல்லிக்கொண்டே இருப்பார்கள்”*

என்கிறார் சத்தரது சென்[36] [37].

சிஏஏ சட்டத்தை எதிர்த்து 2020ஆம் ஆண்டில் மக்கள் போராடத் துவங்கினர். அப்போராட்டங்களை சிதைக்கும் வண்ணம், டெல்லியில் ஏழை எளிய முஸ்லிம் மக்கள் வாழும் பகுதிகளில் அம்மக்கள் படுகொலை செய்யப்பட்டதை கண்டுகொள்ளாமல் விட்டது இந்திய அரசு. இந்துத்துவ பயங்கரவாதிகளால் சுமார் 50 பேர் வரையிலும் அந்தப் படுகொலையில் கொல்லப்பட்டனர். ‘இந்தியாவையே குற்றம் சொல்லும் அளவுக்கு தைரியம் வந்துவிட்டதா’ என்று சொல்லியே அந்த ‘கும்பல் பயங்கரவாதிகள்’ அட்டூழியம் செய்திருக்கின்றனர். பீமா கோரேகான் வழக்கில் செய்ததுபோலவே, இப்போதும் பல்வேறு களப்போராளிகளைக் கைதுசெய்து சிறையில் அடைத்தது அரசு. சிஏஏவுக்கு எதிராகப் போராடிய மாணவர் தலைவரான உமர் காலித் கைது செய்யப்பட்டு, தினமும் 20 மணி நேரம் வரையிலும் தனிமைச் சிறையில் அடைத்து வைத்தனர்[38].

“இவர்கள் நடத்தும் விசாரணையே தண்டனைக்குச் சமமானது”

என்று சிறையில் இருந்து தெரிவித்தார் காலித். அதேபோல, ஷர்ஜீல் இமாம் என்கிற மற்றொரு போராளியும் சட்டவிரோத செயல்பாடுகள் தடுப்புச் சட்டத்தில் கைது செய்யப்பட்டார். சிஏஏ எதிர்ப்புப் போராட்டத்தில் நிகழ்த்திய நான்கு உரைகளைக் காரணம்காட்டி, தேசவிரோதம் உட்பட பல்வேறு குற்றச்சாட்டுகள் சுமத்தப்பட்டு சிறையில் அடைக்கப்பட்டார். இந்தியாவின் இறையாண்மைக்கும் ஒருமைப்பாட்டுக்கும் எதிராகப் போராடுவதற்கு இந்திய முஸ்லிம்களைத் தூண்டும் விதத்திலான உரைகளை அவர் நிகழ்த்தியதாக டெல்லி நீதிமன்றத்திலும் தெரிவிக்கப்பட்டது[39].

“அவருடைய பேச்சு இந்திய இறையாண்மைக்கும் ஒருமைப்பாட்டுக்குமே சவால் விடுவதாக அமைந்திருக்கிறது. இந்திய அரசின் அங்கமாக இருக்கும் அமைப்புகளுக்கு எதிராக வெறுப்புணர்வை விதைத்தும், சட்டத்திற்கு புறம்பான வகையில் அவற்றை எதிர்த்தும் அவர் பேசியிருக்கிறார்”

என்று கூறியே டெல்லி உயர்நீதிமன்றம் அவர்மீதான வழக்கை உறுதிசெய்தது.

“அசாமை இந்தியாவிலிருந்து போராட்டக்காரர்கள் பிரிக்கவேண்டும்” என்று உமர் காலித் அறைகூவல் விடுத்ததாக குற்றஞ்சாட்டப்பட்டது. ஆனால், “அசாமில் இருந்து இந்தியாவின் மற்ற பகுதிகளை இணைக்கும் சாலைகளை மறித்துப் போராட வேண்டும்” என்று அவர் கூறியதைத் திரித்து, “அசாமைத் தனிநாடாக மாற்றத்தான் உமர் காலித் போராடுகிறார்” என்று வழக்கு போட்டிருக்கிறார்கள்.

அரசின் கொள்கைகளையும் செயல்பாடுகளையும் விமர்சித்தாலே, இந்தியா என்கிற தேசத்தையே விமர்சிப்பதாகக்கூறி ‘பயங்கரவாதி’ பட்டத்தையும் சூட்டிவிடுகிறார்கள். அதேபோல, அரசின் நடவடிக்கைகளைப் பாராட்டிவிட்டாலே, ‘தேசப்பற்றாளர்’ பட்டத்தை வழங்கிவிடுகிறார்கள். சர்வதேச அளவிலான கண்டனங்களையும் இந்த அரசு கண்டுகொள்வதே இல்லை.

“எளிய மக்களின் சின்னச்சின்ன விமர்சனங்களைக் கூட பொறுத்துக்கொள்ளாமல் எவ்வித ஆதாரங்களுமின்றி அவர்களைக் கைதுசெய்வதற்கே சட்டவிரோத செயல்பாடுகள் தடுப்புச் சட்டம் பயன்படுத்தப்படுகிறது”

என்று சர்வதேச அம்னெஸ்டி மனிதவுரிமை அமைப்பு (Amnesty International) 2020ஆம் ஆண்டு ஏப்ரல் மாதத்தில் கருத்து தெரிவித்திருந்தது[40]. அதே ஆண்டு செப்டம்பர் மாத இறுதியில், அம்னெஸ்டி அமைப்பின் செயல்பாடுகளை டெல்லியில் நிறுத்திக்கொள்ளும் அளவிற்கு மோடி அரசு அழுத்தம்கொடுத்துவிட்டது. அந்த அமைப்பின் அலுவலகங்களில் தொடர்ச்சியாக சோதனைகள் நடத்தப்பட்டன. அவர்களின் வங்கிக் கணக்குகள் முடக்கப்பட்டன[41]. அதற்கு மேல் செயல்படவே முடியாத அளவிற்கு அழுத்தம் கொடுக்கப்பட்டது.

அம்னெஸ்டி மட்டுமல்லாமல் வேறுபல அமைப்புகளும் இதேபோல பாதிக்கப்பட்டன. ஒரு குறிப்பிட்ட அமைப்பை மட்டுமே தாக்குவதற்கான திட்டமாகத் தெரியவில்லை. ஒட்டுமொத்த

இந்திய சமூகத்தையும் மிரட்டி அடக்கிவைக்கும் நோக்கிலான முயற்சிகள்தான் இவை. 2014ஆம் ஆண்டில் பாஜக ஆட்சிக்கு வந்ததும், அடுத்த இரண்டே ஆண்டுகளில் சுமார் 20000 அரசு சாரா தொண்டு நிறுவனங்களின் உரிமைகள் இரத்து செய்யப்பட்டுவிட்டன. பொதுநலனுக்கு எதிராகச் செயல்படும் அமைப்புகளாக அவை இருப்பதாக அரசு கூறியது[42].

இதையெல்லாம் வைத்துப் பார்க்கும்போது, ஹரித்துவாரில் நடைபெற்ற தரம் சன்சத் மாநாட்டில் முஸ்லிம்களை அழித்தொழிப்பதற்கு இந்து சாமியார்கள் விடுத்த அறைகூவலை இந்திய அரசு கண்டுகொள்ளாமல் போனதில் ஆச்சர்யம் ஏதுமில்லை என்பதைப் புரிந்துகொள்ளலாம். அரசோ அல்லது அதிகார மையத்திலிருந்து வேறு யாரோ அவர்களைக் கண்டிப்பார்கள் என்று எதிர்பார்த்தால், அதற்கு நேர்மாறாக அப்போது ஒன்று நடந்தது. இந்திய அரசில் உயர்பதவிகளை வகித்த முன்னாள் அதிகாரிகள் பலரும் ஒன்றுகூடி, ஒரு கடிதத்தை எழுதி வெளியிட்டனர்.

"வெறுப்புப் பேச்சை யார் பேசினாலும் கண்டிக்க வேண்டியதுதான். அதுதான் நியாயமும்கூட. ஆனால், தர்ம சன்சத்தில் சில இந்து சாமியார்கள் பேசியதெல்லாம் எங்கோ யாரோ ஒரு மூலையில் அபூர்வமாகப் பேசியதுதானே தவிர, பெரும்பாலானோரின் கருத்தல்ல. எல்லா மதத்திலும் இதேபோன்ற வெறுப்புப் பேச்சை உதிர்ப்பவர்கள் இருக்கத்தான் செய்வார்கள். இந்துமதத்தில் இருந்து யாராவது ஒருவர் பேசினால் மட்டும், கண்டிக்கவேண்டும் என்று கட்டாயப்படுத்துவதும் விமர்சிப்பதும் ஒருதலைப்பட்சமான செயலாகும். எல்லோருக்குமான ஆட்சியை நடத்தத்தான் மோடி உழைக்கிறார்"

என்று அந்த அறிக்கையில் குறிப்பிடப்பட்டிருந்தது[43]. 'முஸ்லிம்களுக்கு எதிரான இனப்படுகொலையைத் தூண்டும் விதத்தில் பேசும் இந்துமத சாமியார்களை விமர்சிக்கமாட்டோம், ஆனால் அதே இந்துமத சாமியார்களை வேறு யாராவது விமர்சித்தால், அவர்களைத் தாக்குவோம்' என்பதாகவே அந்த அறிக்கை இருந்தது.

அந்த அறிக்கையில் கையெழுத்திட்டவர்களில், இந்தியாவுக்கான தூதராக பலநாடுகளில் பணிபுரிந்தவரும், ஐநாவின் பெண்கள் பிரிவிற்கான முன்னாள் துணை நிர்வாக இயக்குநராக இருந்தவருமான இலட்சுமி பூரி என்பவரும் ஒருவராவார். பெண் குழந்தைகளுக்கும் பெண்களுக்குமான உரிமைகளுக்காகக் குரல் கொடுப்பவராக பல ஆண்டுகளாக தன்னை முன்னிறுத்தி வந்தவர் அவர். மனித

உரிமைகளுக்கான அமெரிக்காவின் உயரிய இலினோர் ரூசுவல்ட் விருதினை 2016ஆம் ஆண்டில் பெற்றவர்[44].

காஷ்மீர் மக்களும் இந்திய முஸ்லிம்கள் தொடர்ச்சியாக சொல்லிவருவதைப் போலவே, 'முஸ்லிம்வெறுப்பு' என்கிற புள்ளியில் தாராளவாதக் கொள்கையைக் கொண்டவர்களாக தங்களைக் காட்டிக்கொள்கிறவர்களில் பெரும்பான்மையானோர் இந்துத்துவ வெறியர்களுடன் கைகோர்த்து இணைந்துவிடுகின்றனர். இலட்சுமி பூரியின் குடும்பமேகூட இதற்கு மிகமுக்கியமான எடுத்துக்காட்டாக இருக்கிறது. மோடியின் அமைச்சரவையில் பெட்ரோலியம் மற்றும் இயற்கை எரிவாயு அமைச்சராக இருக்கும் ஹர்தீப் சிங் பூரியைத்தான் திருமணம் செய்துகொண்டிருக்கிறார் இலட்சுமி பூரி. இந்திய மேல்தட்டு அதிகாரவர்க்கம், தனக்குக் கிடைத்துவரும் சலுகைகளைத் தொடர்ச்சியாகப் பெற்றுக்கொண்டே இருப்பதற்காக ஆட்சியாளர்களுடனேயே பயணிக்கிறார்கள்.

இந்த தரம் சன்சத் நிகழ்வெல்லாம் பெரிய விவகாரமே இல்லையென்றும் அதனைப் பெரிதுபடுத்தக்கூடாது என்றும் முன்னாள் அரசு அதிகாரிகள் உட்பட பலரும் கோரினாலும், உண்மை நிலவரம் வேறாகத்தான் இருந்துவருகிறது. ஆர்ட்டிக்கிள்-14 என்கிற இணையதள செய்தி நிறுவனம் இதுகுறித்து ஒரு ஆய்வினை மேற்கொண்டது. அந்த ஆய்வு நடத்தப்பட்டதிலிருந்து அடுத்த இரண்டாண்டுகள் வரைக்குமான காலகட்டத்தை எடுத்துக்கொண்டு தகவல்களைத் திரட்டினார்கள். அதன்படி, அந்தக் காலகட்டத்தில் மட்டுமே 'முஸ்லிம்களைக் கொல்லவேண்டும்' என்றும் 'கிருத்துவர்களைத் தாக்கவேண்டும்' என்றும் வெளிப்படையாக அறைகூவல் விடுத்த சுமார் பன்னிரெண்டு நிகழ்வுகளை இந்தியாவின் வலதுசாரிகள் நடத்தியிருக்கின்றனர் என்பது தெரியவந்துள்ளது[45]. அந்த மாநாடுகளெல்லாம் மிகத்தெளிவாகத் திட்டமிடப்பட்டு பல்வேறு அமைப்புகள் ஒருங்கிணைந்து நடத்தப்பட்டன என்பதும் கண்டறியப்பட்டுள்ளது. அதேபோன்ற மேலும் பல கூட்டங்களும், நிகழ்வுகளும், மாநாடுகளும் நடத்துவதற்கு அவர்கள் திட்டமிட்டிருப்பதையும் அந்த அறிக்கையில் ஆதாரங்களுடன் குறிப்பிட்டுள்ளார்கள். இவ்வளவு கொடூரமான திட்டமிட்ட இனப்படுகொலைத் தூண்டல்களையெல்லாம் காவல்துறையினர் கண்டுகொள்ளவே இல்லையென்பது தற்செயலாக நடந்ததுமில்லை. அந்நிகழ்வுகளின் ஏற்பாட்டாளர்கள் எவ்வித விசாரணையும் நடத்தப்படாமல் சுதந்திரமாக வெளியே சுற்றிக்கொண்டு, அடுத்தடுத்த நிகழ்வுகளைத் திட்டமிட்டும்

நடத்திக்கொண்டும் இருக்கிறார்கள். இந்திய நீதித்துறையும் அவர்களைக் கண்டுகொண்டதாகத் தெரியவில்லை.

2022ஆம் ஆண்டின் துவக்கத்தில் தரம் சன்சத் சர்ச்சைகள் தொடர்பாக மோடி பேசியபோது, இனப்படுகொலைக்கான அறைகூவலை எதிர்த்து உரிமைக்குரல் எழுப்புவதையெல்லாம் அவர் குற்றஞ்சாட்டினாரே தவிர, வெறுப்புப் பேச்சினைக் கண்டிக்க அவர் தயாராக இல்லை.

"கடந்த 75 ஆண்டுகளாக உரிமைகளைப் பற்றி மட்டுமே நாம் பேசியும் போராடியும் நேரத்தை வீணடித்துவிட்டோம். உரிமைகளுக்காக குரல் கொடுப்பதெல்லாம் ஒரு அளவு வரையிலும்தான் சரியாக இருக்கமுடியும். அதற்கு மேலாக, நாம் நம்முடைய கடமைகளை செய்வது குறித்து மட்டும்தான் சிந்திக்க வேண்டும். கடமைகளை மறந்துவிட்டால், இந்தியாவே மிகவும் பலவீனமாகிவிடும்"

என்றார்[46].

ஹரித்துவாரில் விடுக்கப்பட்ட அறைகூவலை அரசு நிறுவனங்கள் எதுவும் கண்டுகொள்ளாத சூழலில், முஸ்லிம்களுக்கு எதிரான வன்முறைகளைக் கட்டவிழ்க்கும் நிகழ்வுகளின் எண்ணிக்கை உயர்ந்துகொண்டே போனது. ஹரித்துவாரில் மிகமோசமாகப் பேசிய சுவாமி கிரிக்கு 2022ஆம் ஆண்டு ஜனவரி மாதத்தில் காசியாபாத்தில் சிறப்பான வரவேற்பு கொடுக்கப்பட்டது. அங்கே நடந்த நிகழ்வில், முஸ்லிம்களுக்கு எதிரான வன்முறையைத் தூண்டியது குறித்து அவர் விளக்கம் அளித்தார்.

"குரானைப் படித்துப் புரிந்துகொண்ட அனைவருமே ஜிகாதி பயங்கரவாதிகள்தான்... ஒவ்வொரு இந்துவும் தங்களுடைய வீட்டில் ஆயுதங்களை வைத்திருக்க வேண்டும். அப்படி வைத்துக்கொள்பவர்களுக்கு இராமர் மற்றும் கிருஷ்ணரின் ஆசீர்வாதம் நிச்சயமாக கிடைக்கும். ஜிகாதி பயங்கரவாதிகளுக்கு எதிராகப் போர் புரிவதற்கு உங்களுக்கு இப்போதே நிச்சயமாக ஆயுதங்கள் தேவை"

என்றார் சுவாமி கிரி.

"இன்றைய காலகட்டத்தில் இந்துத்துவம் மிகப்பெரிய ஆபத்தில் இருக்கிறது. அதனைப் பாதுகாப்பது ஒவ்வொரு இந்துவின் கடமையாகும். அதற்காக, ஒவ்வொரு இந்துவும் எட்டுக்

குழந்தைகளைப் பெற்றே ஆகவேண்டும். அப்போதுதான் அவர்களால் இந்துத்துவத்தையும் இந்து சமூகத்தையும் கவனமாகப் பாதுகாத்து வைக்கமுடியும்"

என்று 2017ஆம் ஆண்டில் சுவாமி கிரி வலியுறுத்தினார்[47].

இவர்களின் தாக்குதலால் மாணவிகளின் கல்வியே பாதிப்புக்குள்ளானது. கர்நாடகாவின் பல்வேறு கல்லூரிகளில் முஸ்லிம் பெண்கள் ஹிஜாப் அணிவதற்குத் தடை விதிக்கப்பட்டது. அந்த விவகாரம் நீதிமன்றத்திற்கு எடுத்துச்செல்லப்பட்டபோது, முஸ்லிம் பெண்கள் ஹிஜாப் அணிந்தே ஆகவேண்டிய கட்டாயமெல்லாம் இல்லையென்பதால், ஹிஜாபிற்கான தடையை அனுமதித்து கர்நாடக உயர்நீதிமன்றம் உத்தரவிட்டது.

இப்படியான தடைவிதிப்பது 'அரசியலமைப்புச் சட்டத்திற்கே எதிரானது' என்று பல சட்ட நிபுணர்கள் கருத்து தெரிவித்தனர். இதனை கர்நாடகாவில் இப்போது அனுமதித்தால், இந்தியாவின் பல மாநிலங்களுக்கும் பரவும் என்று கவலையும் தெரிவித்தனர்[48]. ஹிஜாப் பிரச்சனையைத் துவங்கி அதில் வெற்றியும் கண்ட இந்துத்துவவாதிகள் அடுத்த மற்றொரு சர்ச்சையைத் துவங்கினர். கர்நாடகாவில் இருக்கும் ஹலால் இறைச்சிக் கடைகளுக்கும் தடை விதிக்க வேண்டும் என்று கோர ஆரம்பித்தனர்.

2022ஆம் ஆண்டின் மத்தியில், இஸ்ரேலிய அடக்குமுறை முறைகளில் ஒன்றான முஸ்லிம்களின் வீடுகளை இடித்துத் தரைமட்டமாக்குவதை இந்திய அரசும் பிரதியெடுத்து அமல்படுத்தியது. இரமலான் மாதத்தின் முதல் நாளில், இந்துத்துவ வன்முறை கும்பலொன்று காவித் துண்டணிந்துகொண்டு, முஸ்லிம்கள் வாழும் இராஜஸ்தானின் கரௌளி பகுதிக்குச் சென்று, அங்குள்ள வீடுகளுக்கும் மசூதிகளுக்கும் முன்னால் நின்றுகொண்டு ஒலிப்பெருக்கியில் முஸ்லிம் வெறுப்புப் பாடல்களைப் பாடினர்.

"நாங்கள் மிகத்தீவிர இந்துக்கள். நாங்கள் புதிய வரலாற்றினை உருவாக்குவோம். நாங்கள் எங்களுடைய எதிரிகளின் வீடுகளுக்குள் நுழைந்து அவர்களின் தலைகளை வெட்டி வீழ்த்துவோம்... ஒவ்வொரு வீட்டிலும் எங்களுடைய காவிக்கொடி நிச்சயமாகப் பறக்கும். இராமரின் ஆட்சி மீண்டும் வரும். இங்கே ஒரேயொரு முழக்கத்தை மட்டும்தான் எழுப்பவேண்டும். ஒரேயொரு பெயரை மட்டும்தான் அனைவரும் உச்சரிக்க வேண்டும். ஜெய்ஸ்ரீராம், ஜெய்ஸ்ரீராம்"

என்று அந்த இந்துத்துவ கும்பல் ஒலிப்பெருக்கியில் முஸ்லிம் மக்கள் வாழும் பகுதிகளில் உரக்க முழங்கியது[49].

அந்த கலவரக்காரர்களுக்கு எதிர்ப்பு தெரிவித்து தங்கள் கைகளில் கிடைத்த கற்களை வீசினார்கள் முஸ்லிம் மக்கள். அதனைத் தொடர்ந்து, தாங்கள் கொண்டு வந்த ஆயுதங்களைக் கொண்டு, அந்த ஊரில் இருந்த வீடுகளையும் கடைகளையும் இந்துத்துவ கும்பலைச் சேர்ந்தவர்கள் அடித்து நொறுக்கினர். தகவல் அறிந்த காவல்துறையினர் ஊருக்குள் நுழைந்து, 'கலவரக்காரர்கள்' என்று சொல்லி முஸ்லிம் மக்களையே கைதுசெய்து சிறையில் அடைத்தனர். செய்வதறியாது சிறையில் தவித்தபோது, புல்டோசர்களைக் கொண்டுபோய் அவர்களது வீடுகளை இடித்துத் தரைமட்டமாக்கியது அரசு நிர்வாகம்.

அதே கலவரங்களும் காட்சிகளும் வடக்கு டெல்லியின் ஜஹாங்கிர்புரியிலும், மத்தியபிரதேசத்தின் கர்கோனிலும் அப்படியே தொடர்ந்தன. ஏழை, எளிய மக்களின் மீது காலங்காலமாக புல்டோசர்களை ஏவிவிட்டு, அவர்களை வாழ்விடங்களை விட்டே அடித்துவிரட்டுவதை இந்திய ஆட்சியாளர்கள் எப்போதும் செய்துகொண்டுதான் வந்திருக்கிறார்கள். 1982இல் இதேபோன்று ஜஹாங்கிர்புரியில் புல்டோசர்கள் நுழைந்து வீடுகளை இடித்திருக்கின்றன[50].

"ஆனால் இப்போது நடப்பதெல்லாம் அரசியல் காரணங்களுக்காகவும் அரசியல் இலாபத்திற்காகவும் குறிப்பிட்ட மக்களை இலக்காக்கி அவர்களது வாழ்விடங்களை பாஜக ஆட்சியாளர்கள் இடித்துத் தள்ளுகிறார்கள்"

என்கிறார்கள் நவீன் திவாரியும் சந்தீப் பாண்டேவும்[51].

பின்னர் அதே ஆண்டு ஜூன் மாதத்தில், முஸ்லிம் மக்களை இழிவாகப் பேசிய பாஜக செய்தித் தொடர்பாளர் ஒருவரைக் கண்டித்து அலகாபாத்தின் முக்கிய முஸ்லிம் செயல்பாட்டாளரான ஜாவித் முகமது தலைமையில் ஒரு போராட்டம் நடைபெற்றது. அவருடைய மகளான அஃப்ரீன் ஃபாத்திமாவும் ஒரு களப்போராளி என்பது குறிப்பிடத்தக்கது. ஜாவித் முகமதுவை சிறையில் அடைத்ததோடு மட்டுமல்லாமல், அதன்பின்னர் அவர்களது வீட்டில் சோதனை செய்யப்போவதாகச் சொல்லி, அவரது மனைவி மற்றும் மகளையும் அவர்களுடைய வீட்டில் இருந்து வெளியேற்றினர். அன்றொருநாள் வேறெங்கோ தங்கிவிட்டு மறுநாள் வீட்டிற்குத் திரும்பலாம் என்று நினைத்திருந்தவர்களுக்கு

அதிர்ச்சிதான் காத்திருந்தது. அவர்களுடைய வீட்டை புல்டோசரைக் கொண்டு மாவட்ட நிர்வாகம் இடித்துத் தரைமட்டமாக்கியதை தொலைக்காட்சியில் பார்த்து தெரிந்துகொண்டார்கள்.

> *“பட்டப்பகலில் உங்களுடைய வீட்டினை இடித்து, அதன் ஒவ்வொரு செங்கல்லையும் குப்பைகளாக்கி தெருவில் கொட்டப்படுவதை தொலைக்காட்சியிலும் செல்போனிலும் பார்ப்பதைவிடக் கொடூரமானது வேறென்ன இருக்கமுடியும்? அதனைத் தடுத்த நிறுத்தமுடியாத நிலையில் இருப்பது எவ்வளவு பெரிய துயரம்?”*

என்று எழுதியிருந்தார் அங்கஷுமன் சௌத்ரி[52].

தங்களது நிலத்தின் ஆக்கிரமிப்பை எதிர்த்துப் போராடுகிறார்கள் என்கிற ஒரே காரணத்திற்காக, பாலஸ்தீனர்களின் வீடுகளும் அவர்களது வாழ்வாதாரங்களும் இஸ்ரேலிய புல்டோசர்களால் இடித்துத் தள்ளப்படுவதை அப்படியே ஒத்ததாக இந்தியாவில் முஸ்லிம்களின் வீடுகளை இப்படியாக இடிப்பதும் இருக்கிறது.

> *“தவறே செய்யாவிட்டாலும் முஸ்லிம்களுக்கு தண்டனை கொடுப்பதே இவர்களது ஒரே நோக்கம். இந்திய அரசாகிய நாங்கள் சொல்வதை அப்படியே முஸ்லிம்கள் கேட்கவேண்டும் என்றும் அதனை எதிர்த்து உங்களால் எதுவும் செய்யமுடியாது என்றும் சொல்வதற்காகவே இதையெல்லாம் செய்கிறார்கள்”*

என்கிறார் அஃப்ரீன் ஃபாத்திமா[53].

அஃப்ரீன் ஃபாத்திமாவின் இடிக்கப்பட்ட வீடு, இன்றைக்கும் அதே மாதிரியாக தரைமட்டமாகத்தான் இருக்கிறது. வீட்டையும், நிலத்தையும் திரும்பப் பெறமுடியாத நிலைதான் இப்போதும் நீடிக்கிறது.

இந்து பெரும்பான்மையினவாதத்தின் இலக்கே முஸ்லிம் சிறுபான்மையினரை கீழ்படிந்து வாழவைப்பதுதான்.

> *“இதன்மூலம் முஸ்லிம்களின் வீடுகள் இடிக்கப்பட்ட இடத்திற்கு, வேறு இடங்களில் வாழும் இந்துக்களை இடம்பெயர ஊக்குவிக்கும் நிலையும் ஏற்படலாம். அதனால் முஸ்லிம்கள் வாழும் இந்தியாவின் மற்ற பகுதிகள் மட்டுமல்லாமல், ஜம்மு காஷ்மீரிலும் குழப்பங்கள் உருவாக வாய்ப்பிருக்கிறது. மக்களின் வாழ்விட மாற்றங்கள் தவிர்க்க முடியாததாகிவிடும்.*

சொந்த நாட்டிலேயே முஸ்லிம்கள் அகதிகளாகிப்போவார்கள். இஸ்ரேலிய ஆக்கிரமிப்பு பாலஸ்தீன நிலப்பகுதிகளுக்கு மிகவும் ஒத்ததாக இருக்கிற இந்தியப் பகுதியென்றால் அது காஷ்மீர் பள்ளத்தாக்குதான். இந்தியாவின் மற்ற பகுதிகளிலெல்லாம் முஸ்லிம்கள் பரந்துவிரிந்துதான் வாழ்கிறார்கள். ஆனால் காஷ்மீர் பள்ளத்தாக்கில்தான் ஓரிடத்தில் குவிந்து வாழ்கிறார்கள்"

என்கிறார் அச்சின் வனைக்[54].

சுயநிர்ணய உரிமைப் போராட்டத்தில் பாலஸ்தீனர்களுடன் தங்களை எப்போதும் காஷ்மீர் மக்கள் ஒப்பிட்டுப் பார்த்துக்கொள்வதை வழக்கமாக வைத்திருக்கிறார்கள். "போ இந்தியா போ", "காஷ்மீர் விடுதலை" போன்ற வாசகங்களுக்கு இணையாக ஸ்ரீநகரின் தெருக்களில், "சுதந்திர பாலஸ்தீனம்" என்கிற வாசகத்தையும் அதிகமாகப் பார்க்கலாம்.

பாலஸ்தீனத்திற்கு ஆதரவான போராட்டங்கள் நடத்தியதற்காக காஷ்மீர் இளைஞர்கள், இந்திய இராணுவத்தால் கொல்லப்பட்டதும்கூட நடந்திருக்கிறது. பாலஸ்தீனத்திற்கு ஆதரவு தெரிவித்த கலைஞர்களும் மதத்தலைவர்களும் கைதுசெய்யப்பட்டு விசாரணைக் கைதிகளாகவும் வைக்கப்பட்டிருக்கிறார்கள். பாலஸ்தீனத்திற்கான காஷ்மீர் மக்களின் ஆதரவை சிதைப்பது முக்கியமென்று இந்திய ஆட்சியாளர்கள் நினைக்கிறார்கள். காஷ்மீர் மற்றும் பாலஸ்தீனம் ஆகிய இரண்டும் 'சர்வதேச முஸ்லிம் பிரச்சனைகள்' என்கிற வட்டத்திற்குள் இருப்பதாகவும், இரண்டுக்கும் ஒரு அங்கீகாரம் கிடைத்துவிடக்கூடாது என்பதிலும் இந்திய அரசு கவனமாகவே இருந்து வருகிறது.

காஷ்மீரில் நடைபெற்ற அமைதிவழிப் போராட்டங்களில் காவல்துறையினாலும் இராணுவத்தினாலும் குழப்பம் விளைவிக்கப்பட்ட போதெல்லாம் காஷ்மீரின் இளைஞர்கள் கற்களை வீசி எதிர்ப்புத் தெரிவித்திருக்கின்றனர். பாலஸ்தீனத்தில் முதலாம் மக்கள் எழுச்சியின்போது கற்களே ஆயுதமாக இருந்ததைப் போல காஷ்மீரில் கற்கள் எதிர்ப்பாயுதங்களாக மாறியிருந்ததால், காஷ்மீரின் குழந்தைகளுக்கும் "கற்குழந்தைகள்" என்கிற பெயரும் வந்துசேர்ந்தது[55].

பாலஸ்தீனப் பிரச்சனை, காஷ்மீர் சர்ச்சைகள் என இரண்டுமே ஆங்கிலேய காலனியாதிக்கத்தின் விளைவால் எழுந்தவையே. பல்லாயிரக்கணக்கான பாலஸ்தீனர்கள் அல்நக்பா நாளில் சொந்த

நிலங்களில் இருந்து அடித்துவிரப்பட்டார்கள். அதேபோல, இந்தியப் பிரிவினைக்குப் பின்னால், பல்லாயிரக்கணக்கான மக்கள் ஜம்மு காஷ்மீரில் இருந்தும் இடம்பெயர வேண்டிய கட்டாயத்திற்குத் தள்ளப்பட்டனர். மிகப்பெரிய இனப்படுகொலையே அந்தக் காலகட்டத்தில் ஜம்மு பகுதியில் நடந்தது. அடுத்துவந்த ஆண்டுகளில் கொஞ்சம் கொஞ்சமாக பாலஸ்தீன மற்றும் காஷ்மீர் மக்களின் சுயநிர்ணய உரிமையென்பது, வெறுமனே மதரீதியான பிரச்சனை என்பதாகக் குறுக்கப்பட்டுவிட்டது. பாலஸ்தீனமென்றால் யூதர்களுக்கும் முஸ்லிம்களுக்கும் நடைபெறும் சண்டையென்றும், காஷ்மீரென்றால் இந்துக்களுக்கும் முஸ்லிம்களுக்கும் இடையிலான பிரச்சனை என்றும் நேரடியான மதச்சண்டை என்பதாகவே சித்தரிக்கப்பட்டுவிட்டது. பாலஸ்தீனம் மற்றும் காஷ்மீர் ஆகிய இருபகுதிகளில் உருவாகியிருந்த தலைவர்களும் அம்மக்களது கோரிக்கைகளை சரிவர முன்னெடுத்துச் செல்லாமல் விட்டுவிட்டனர். சுமார் பத்தாண்டுகளுக்கும் மேலாக சிறையில் இருந்தும் போராடிவந்த ஷேக் அப்துல்லா, 1975ஆம் ஆண்டு போடப்பட்ட இந்திரா-ஷேக் ஒப்பந்தத்தின்படி முதலமைச்சர் பதவியுடன் சுயநிர்ணய உரிமைக்கான கோரிக்கையைக் கைவிட்டார். அதற்கு சுமார் 20 ஆண்டுகளுக்குப் பின்னர், ஓஸ்லோ ஒப்பந்தத்தின்போதும், பாலஸ்தீன விடுதலை உரிமையினை இஸ்ரேலிடம் கொடுத்துவிட்டனர் பாலஸ்தீனத் தலைவர்கள். பாலஸ்தீனத்தில் நடைபெற்ற முதலாம் மக்கள் எழுச்சியைப் பார்த்து உற்சாகமடைந்து தங்களுடைய பகுதியிலும் 1980களில் இந்திய ஆட்சியை எதிர்த்துக் குரல் எழுப்பினர் காஷ்மீர் மக்கள்[56].

அமெரிக்க இரட்டை கோபுரத் தகர்ப்புக்குப் பின்னர் உலகெங்கிலும் பரப்பப்பட்டிருக்கிற முஸ்லிம்களுக்கு எதிரான இனவெறியின் துணைகொண்டு, அவர்களுடைய நியாயமான போராட்டங்களுமே ‘இஸ்லாமிய பயங்கரவாதம்’ என்பதாக முத்திரை குத்தப்படுகின்றன. பாலஸ்தீனம் மற்றும் காஷ்மீர் ஆகிய நிலப்பகுதிகள் இந்த வகையில் சியோனிசம் மற்றும் இந்துத்துவத்தின் இனவாத தேசியவாதங்களினால் தாக்குதலுக்கு ஆளாகின்றன. சட்டத்திற்கு புறம்பான கொலைகள், காலவரையற்ற விசாரணைக் கைதுகள், சித்திரவதைகள், உடலில் இருந்து நிரந்தரமாக கை கால்கள் இல்லாமல் செய்தல், பொருளாதார சார்புத்தன்மையை உருவாக்குதல், தீவிர கண்காணிப்பு, வீடுகள் இடிக்கப்படுதல், நடமாட்டத்திற்கு கட்டுப்பாடுகள் விதித்தல், சோதனைச் சாவடிகளை அதிகரித்தல், உளவாளிகளை ஊடுருவ வைத்தல் என பல்வேறு ஒடுக்குமுறை

வழிமுறைகளை பாலஸ்தீனத்திலும் காஷ்மீரிலும் நடைமுறைப்படுத்தி வருவதைக் கண்கூடாகப் பார்க்கமுடிகிறது[57]. இந்திய இராணுவ வீரர்கள் செய்யும் அத்துமீறல்களையெல்லாம் சிறப்பு ஆயுதப்படை அதிகாரச் சட்டத்தை (AFPSA) முகமூடியாக இந்திய அரசு பயன்படுத்திவிடுகிறது. அதுவே, அறத்திற்கும் சட்டத்திற்கும் புறம்பாக அட்டூழியங்கள் செய்யும் இஸ்ரேலியப் படைவீரர்களை தன்னுடைய முழு அதிகாரத்தைக் கொண்டு இஸ்ரேலிய அரசே பாதுகாப்பது மட்டுமல்லாமல் உற்சாகப்படுத்தவும் செய்கிறது[58].

இரண்டு நிலப்பகுதிகளுக்குமான ஒற்றுமைகள் பல இருந்தபோதிலும், பாலஸ்தீனமும் காஷ்மீரும் ஒன்றுதான் என்று இங்கே வாதிடுவது என் நோக்கமல்ல. அவை இரண்டும் வெவ்வேறு விதமான வரலாற்றையும் பின்னணியையும் கோரிக்கையையும் கொண்ட நிலப்பகுதிகள்தான். ஆனால், அந்நிலப்பகுதிகளின் அதிகாரத்தைக் கையில் வைத்திருக்கும் இஸ்ரேலும் இந்தியாவும் எவ்வாறாக ஒரேமாதிரியான முறைகளைக் கையாண்டு ஒடுக்குகிறார்கள் என்பதையும், ஒருவரைப் பார்த்து மற்றொருவர் எப்படியாகக் கற்றுக்கொண்டு அமல்படுத்துகிறார்கள் என்பதையும், தங்களுடைய நடவடிக்கைகளை எவ்வாறாக நியாயப்படுத்துக்கிறார்கள் என்பதையும் நாம் இங்கே கவனிக்க வேண்டியிருக்கிறது.

> *“பாலஸ்தீனத்தில் இஸ்ரேல் செய்வதைப்போல புதிய அடையாளத்தைக் கொண்ட ஆக்கிரமிப்பாளர்களை காஷ்மீரில் உள்நுழைக்கவில்லை என்றாலும், காஷ்மீரைத் தன்னுடைய அரசியல் மற்றும் பொருளாதார இலாபங்களுக்காக இந்துத்துவ குறிக்கோளுடன் பயன்படுத்தப்படுகிறது என்பது மறுப்பதற்கில்லை. காஷ்மீர் மக்களுக்கு அவர்களுடைய நிலத்தில் இயல்பாக வாழ்வதற்கும், தங்களுடைய தேவைக்கேற்ற முடிவுகளை எடுப்பதற்குமான தடைகளை விதித்து, அனைத்தையும் தன்னுடைய கட்டுப்பாட்டில் வைத்துக்கொள்வதே இந்துத்துவத்தின் இலக்காக இருக்கிறது”*

என்கிறார்கள் சம்ரீன் முஷ்டாக்கும் முடாசிர் அமீனும்[59].

இது போதாதென்று, அம்மக்களின் பண்பாட்டு அடையாளங்களை அழிக்கும்விதமாக காஷ்மீர் குழந்தைகளை சிறப்பு முகாம்களில் வைத்து பயிற்சி கொடுக்க வேண்டுமென்று முன்னாள் இந்தியா இராணுவ ஜெனரலான பிபின் ராவத் தெரிவித்திருக்கிறார்[60].

தன்னுடன் இணைந்திருக்கிற மேற்கு சகாரா என்கிற பகுதியை மொரோக்கோ எப்படியாக நடத்துகிறதோ அதன் சாயலை காஷ்மீரை இந்தியா நடத்துகிற விதத்திலும் பார்க்கமுடிகிறது. மேற்கு சகாராவை மொரோக்கோவின் ஒரு பகுதியாக அமெரிக்கா அங்கீகரித்தவுடன், இஸ்ரேலும் அதனை ஏற்றுக்கொண்டு மொரோக்கோவுடனான அரசுமுறை உறவினை 2020ஆம் ஆண்டு டிசம்பர் மாதத்தில் ஏற்படுத்திக்கொண்டது. ஆக இப்புதிய நட்புறவினால், மேற்கு சகாரா மக்களும், பாலஸ்தீனர்களும், காஷ்மீர் மக்களும் ஒரேமாதிரியான அடக்குமுறைகளை இனிவரும் காலங்களில் சந்திப்பதற்கான வாய்ப்புகள் அதிகரிக்கவே செய்யும்.

காஷ்மீரில் அமல்படுத்தப்பட்ட இஸ்ரேலிய மாதிரி

2019ஆம் ஆண்டு ஆகஸ்ட் மாதம் 5ஆம் தேதிக்குப் பிறகான நாட்களில் பலவிதமான கொடூரங்கள் காஷ்மீரில் அரங்கேற்றப்பட்டன. பல்லாயிரக்கணக்கான காஷ்மீர் மக்கள் விசாரணைக் கைதிகளாக்கப்பட்டனர். ஏராளமான அரசியல் தலைவர்களும் மனித உரிமைப் போராளிகளும், வீட்டுச்சிறையிலும் சிறைச்சாலைகளிலும் அடைக்கப்பட்டனர். குழந்தைகளைக் கூட அச்சிறைகள் விட்டுவைக்கவில்லை. பதின்பருவ சிறுவர்கள் கைதுசெய்யப்பட்டு ஆக்ரா மற்றும் வாரனாசி உள்ளிட்ட காஷ்மீரல்லாத மற்ற மாநில சிறைகளுக்கு அனுப்பிவைக்கப்பட்டனர். வெளிநாட்டு பத்திரிக்கையாளர்களும் சர்வதேச மனிதவுரிமைக் குழுக்களும் காஷ்மீருக்குள் செல்ல தடைவிதிக்கப்பட்டனர்.

காஷ்மீர் முழுவதிலும் தொலைதொடர்பு துண்டிக்கப்பட்டுவிட்டது. செல்போன்களும், இணையமும், தொலைபேசிகளும், அஞ்சல் சேவையுமே கூட முடக்கப்பட்டன. வாய்வழிச் செய்திகளாகவே இவை பரவின. உள்ளூர் பத்திரிக்கையாளர்கள் எடுக்கும் புகைப்படங்களையும் வீடியோக்களையும் சிறிய மெமரி கார்ட்களில் அடைத்து, காஷ்மீரில் இருந்து டெல்லிசெல்லும் மக்கள்வழியாக கடத்திக்கொண்டுபோய், அங்கிருந்துதான் அவை வெளியுலகிற்கு தெரியப்படுத்தப்பட்டன. பள்ளிகளும் அலுவலகங்களும் வங்கிகளும் வியாபாரங்களும் பல மாதங்களாக அடைத்துவைக்கப்பட்டன. வாழ்க்கை அப்படியே நகராமல் ஓரிடத்தில் நின்றதுபோலானது.

2019ஆம் ஆண்டு ஆகஸ்ட் மாதம் 5ஆம் தேதியன்றுதான் 370 மற்றும் 35ஏ ஆகிய சட்டங்களை மோடி அரசு திரும்பப் பெற்றுக்கொண்டது.

காஷ்மீருக்கு இருந்த சிறப்புரிமைகள் பறிக்கப்பட்டுவிட்டன. அத்துடன், ஒரு மாநிலமாக இருந்த காஷ்மீரை ஜம்மு-காஷ்மீர் மற்றும் லடாக் என இரண்டு யூனியன் பிரதேசங்களாகப் பிரித்தும் ஒரு சட்டம் நிறைவேற்றப்பட்டுவிட்டது. ஒட்டுமொத்த காஷ்மீர் நிலப்பரப்பும் அதிகாரப்பூர்வமாக முழுமையாக இந்தியாவுடன் இணைக்கப்பட்டுவிட்டது.

இப்படியான சட்டங்கள் அதிரடியாக நிறைவேற்றப்பட்டது காஷ்மீர் மக்களை மட்டுமல்லாமல், அவர்களுக்காக குரல் கொடுத்துவந்த பலரையும் அதிர்ச்சிக்குள்ளாக்கியது. புதிய சட்டங்களின்படி, இனிவரும் காலங்களில் காஷ்மீரல்லாத மாநிலங்களில் இருந்து எவரும் காஷ்மீருக்குள் இடம்பெயரலாம், வாழலாம், காஷ்மீரின் வாழ்விட உரிமை பெறலாம். அத்துடன் காஷ்மீரில் நிலங்களை வாங்கிக்குவிக்கவும் அனைத்து மாநில மக்களுக்கும் முழு சுதந்திரத்தையும் அச்சட்டங்கள் கொடுத்தன. பாலஸ்தீன நிலத்தில் யூதர்களைக் கொண்டுவந்து புதுக்குடியிருப்புகளை அவர்களுக்காக உருவாக்கி, பாலஸ்தீன நிலத்தின் பூர்வகுடி மக்களை சிறுபான்மையினராக்கும் இஸ்ரேலிய திட்டம், காஷ்மீரிலும் அமல்படுத்தப்படுமோ என்கிற அச்சத்தை இவையெல்லாம் கொடுத்திருக்கின்றன. முஸ்லிம்கள் பெரும்பான்மையாக வாழும் காஷ்மீரில் இந்துக்களின் வரத்து அதிகரித்து, அந்நிலத்திற்கான உரிமைகள் காஷ்மீரிகளிடம் இருந்து முழுவதுமாகவும் நிரந்தரமாகவும் பறிக்கப்படுமோ என்கிற அச்சமும் மேலெழாமல் இல்லை. இனிவரும் தேர்தல்களில் காஷ்மீர் என்கிற ஒற்றை மாநிலத்தின் கோரிக்கைகளை ஒருங்கிணைந்து முன்வைக்க முடியாமல் போகும் நிலையினை இரண்டு யூனிய பிரதேசங்களாகப் பிரிக்கப்பட்ட இப்பிரிவினை நிச்சயமாக உண்டாக்கும்.

காஷ்மீருக்கான சிறப்புரிமைகளை வழங்கிவந்த சட்டப்பிரிவுகளான 370 ஐயும் 35ஏ வையும் திரும்பப் பெற்றுவிடவேண்டும் என்பதே இந்து தேசியவாதிகள் மற்றும் மேலாதிக்கவாதிகளின் நீண்டகாலக் கோரிக்கையாக இருந்துவந்திருக்கிறது. 1947ஆம் ஆண்டில் காஷ்மீருக்கு அப்படியான சிறப்புரிமைகளை வழங்கிய அப்போதைய பிரதமர் நேருவின் மீது எப்போதும் வெறுப்பில்தான் அவர்கள் இருந்தனர். எப்படியாவது காஷ்மீரை முழுமையாக இந்தியாவுடன் இணைத்துவிட வேண்டும் என்று விரும்பினர்.

இந்துத்துவ இந்து மேலாதிக்கவாதிகளைப் பொறுத்தவரையிலும் காஷ்மீரை காலங்காலமாக பயங்கரவாதிகள் உலவும் பகுதியாகவே

பார்த்துவந்தனர். அந்த பயங்கரவாதத்தை இவ்விரு புதிய சட்டங்களும் தடுத்துநிறுத்தும் என்றுகூறி அதற்கு ஆதரவு தெரிவித்தனர். இவ்விரு புதிய சட்டங்கள் நிறைவேற்றியதன் மூலம், இந்தியாவின் பிற மாநிலங்களில் இருந்து வரும் முதலீடு அதிகரித்து, 'இப்புதிய காஷ்மீர்' வளர்ச்சியை நோக்கி அதிவேகமாக நடைபோடும் என்பதே அவர்களின் வாதமாக இருக்கிறது. நரேந்திர மோடியின் இரண்டாவது தேர்தல் பிரச்சாரத்தின் மையப்புள்ளியும் அதுவாகவே இருந்தது.

ஆகஸ்ட் 5ஆம் தேதிக்குப் பிறகு, "இனி காஷ்மீரில் தாராளமாக இடம் வாங்கலாம்" என்று சொன்னதோடு மட்டும் நிறுத்திக் கொள்ளாமல், "அழகான வெள்ளைத்தோல் காஷ்மீர் பெண்களையும் நாம் மணக்கலாம்" என்பதுவரை பல பாஜக தலைவர்கள் பேசத்துவங்கினர்[61]. அமெரிக்காவில் இயங்கிவரும் அமெரிக்க இந்து ஃபவுண்டேசன், காஷ்மீர் நிலைகுறித்து ஒரு அறிக்கையினை தயார்செய்து வெளியிட்டது[62]. காஷ்மீரின் சுயநிர்ணய உரிமையை இரத்து செய்ததன் மூலமாக, இனிமேல் காஷ்மீரில் பெண்களுக்கு சமவுரிமையும், எல்ஜிபிடிக்யூஐ+ என்கிற பால்புதுமை சமூகத்தினருக்கு பாதுகாப்பும், தலித்துகளுக்கு நல்ல எதிர்காலமும் வேலைவாய்ப்புகளும் கிடைக்கும் என்றும் தங்களுக்குத் தோன்றியதை எல்லாம் அந்த அறிக்கையில் இணைத்திருந்தனர். அவை அனைத்துமே உண்மைக்கு வெகு தொலைவில்தான் இருந்தன[63]. "எல்ஜிபிடிக்யூஐ+ சமூகத்தினருக்கு விடுதலை கிடைக்கும் என்று சொல்வதெல்லாம் 'பிங்க்வாஷிங்' என்று சொல்லப்படுகிற போலிப்பிரச்சார நடிப்பு மட்டும்தான்" என்கிறார் தி வயர் இணைய இதழின் நிறுவனரும் 'பின்க் லிஸ்ட்' என்கிற இணையதளத்தின் ஒருங்கிணைப்பாளருமான அனிஷ் கவாண்டே கூறுகிறார்[64]. 'பின்க் லிஸ்ட்' என்பது எல்ஜிபிடிக்யூஐ+ சமூகத்தினரின் உரிமைகளை உண்மையாகவே மதித்து ஆதரவு தெரிவிக்கிற இந்தியப் பாராளுமன்ற உறுப்பினர்களின் பட்டியலை வெளியிடும் ஒரு இணையதளமாகும்.

காஷ்மீர் மக்களுக்கு எதிராக நடத்தப்படும் அரசு வன்முறைகளையெல்லாம் மறைப்பதற்காக, எல்ஜிபிடிக்யூஐ+ சமூகத்தினருக்கு ஆதரவாகப் பேசுவதைப் போல நடிக்கிறார்கள். அப்படியே இவர்கள் எல்ஜிபிடிக்யூஐ+ சமூகத்தினரின் உரிமைகளை ஏற்பதாக இருந்தாலுமே, அதற்காக காஷ்மீர் மக்களின் துயரங்களைக் கண்டும்காணாமலும் போகச்சொல்வதில் என்ன நியாயம் இருக்கமுடியும். ஆனால் உண்மையில் அமெரிக்கப் பேரவையிலும் அமெரிக்க மக்களிடத்திலும் பால்புதுமை சமூகத்தினரை ஆதரிப்பதாக ஒருபுறம் சொல்லிக்கொண்டே, மறுபுறம் அச்சமூகத்தை

மிகமோசமாகத் தாக்கியும் ஒடுக்கியும்வரும் இந்திய அதிதீவிர வலதுசாரிகளை ஆதரிக்கிறார்கள் அமெரிக்க இந்து அமைப்பினர்[65].

இதனை இஸ்ரேலிடம் இருந்துதான் பலரும் கற்றுக்கொள்கிறார்கள். பாலஸ்தீனர்களின் இருப்பையும் வரலாற்றையும் மறுத்து, அவர்களது நிலத்தையும் வீடுகளையும் ஆக்கிரமித்து, அவர்களது கிராமங்களுக்கும் நகரங்களுக்கும் புதிய யூதப் பெயர்களை சூட்டி, அவர்களது உணவுமுறைகளை ஒதுக்கித்தள்ளிவிட்டு பாலஸ்தீனர்களின் அடையாளத்தையே இல்லாமல் செய்துவிடுவதுதான் இஸ்ரேலின் நீண்டகாலத் திட்டமாக இருக்கிறது. அதேபோல காஷ்மீரிலும் செய்வதற்கு இந்துத்துவவாதிகள் திட்டமிடுகிறார்கள். “இந்தியக் கருத்தியலை காஷ்மீருக்குள் நுழைப்போம்” என்கிற பாஜகவின் தலைவரான இராம் மாதவின் கருத்தும் அதையொட்டியே இருப்பதைப் பார்க்கலாம்[66]. இந்தியாவின் பெரும்பான்மையான தாராளவாதக் கருத்தியலைக் கொண்டவர்களும் இந்துத்துவவாதிகளும் காஷ்மீருக்கென்று தனியான அடையாளம் இருப்பதை மறுத்து, இந்தியாவின் பாரம்பரியத்தையோ அல்லது இந்து பெரும்பான்மையினரின் பிம்பத்தையோதான் கொண்டிருக்கவேண்டும் என்பதாக அம்மக்களைத் தொடர்ச்சியாக அழுத்தம் கொடுக்கிறார்கள்.

“2019ஆம் ஆண்டு ஆகஸ்ட் 5ஆம் தேதியன்று இந்திய அரசு நிறைவேற்றிய சட்டத்திலிருந்தே காஷ்மீர் நிலப்பரப்பு ஆக்கிரமிப்புக்கு உள்ளாவதாக சொல்வதே தவறான பார்வையாகும். கடந்தகாலத்தின் தொடர்ச்சியாகவே இப்போதைய ஆக்கிரமிப்பையும் அத்துமீறலையும் பார்க்கவேண்டும்” என்று எச்சரிக்கை விடுக்கிறார்கள் காஷ்மீரிய அறிஞர்களான சம்ரீன் முஷ்டக்கும் முடாசிர் அமீரும்[67].

> *காஷ்மீர் தொடர்பாக இயற்றப்பட்ட புதிய சட்டங்களின் காரணமாக மற்ற மாநிலத்து மக்களை காஷ்மீருக்குள் குடியேற்றுவது முக்கியமான பிரச்சனையாக சர்வதேச மக்களிடம் சொல்லப்படுகிறது. அதனால், ஏற்கனவே ஆண்டாண்டு காலமாக காஷ்மீரில் இந்திய ஆயுதப்படையினர் நடத்தும் அட்டூழியங்கள் எல்லாமே மறைமுகமாக மறைக்கப்படுகின்றன என்று அவர்கள் வாதிடுகிறார்கள். புதிய குடியேற்றங்களை காஷ்மீருக்குள் அனுமதிப்பதென்பது ஏற்கனவே காஷ்மீரில் இருக்கிற இராணுவ ஒடுக்குமுறையோடு இணைத்து அதன் அங்கமாக செயல்படுத்தும் திட்டமாகவே இருக்கிறது[68].*

அது மட்டுமல்லாமல், பூர்வகுடி என்கிற வார்த்தைக்கான பொருளையே அது மாற்றிவிடுகிறது. அங்கு காலங்காலமாக வாழும் பூர்வகுடி மக்களின் பண்பாட்டையும் வரலாற்றையும் ஒன்றுமில்லாமல் அழித்துவிடுவதே அதன் நோக்கமாகும். காஷ்மீரைத் தாயகமாகக் கருதும் பூர்வகுடி மக்களின் பார்வையே பறிக்கப்பட்டு, காஷ்மீர் என்கிற கருத்தியலையே இல்லாமல் செய்யும் முயற்சி அது[69].

2019ஆம் ஆண்டு அமெரிக்காவிற்கான இந்தியத் தூதராக இருந்த சந்தீப் சக்கரவர்த்தியின் இல்லத்தில் ஒரு விவாதம் நடைபெற்றது. அதில் காஷ்மீர் இந்து பண்டிட்டுகள் பலரும் கலந்துகொண்டனர். காஷ்மீரில் ஏராளமான புதிய குடியிருப்புகளை கட்டி அங்கே காஷ்மீர் பண்டிட்டுகளை குடியமர்த்தப்போகிறோம் என்று அக்கூட்டத்தில் வாக்குறுதி கொடுத்துக்கொண்டிருந்தார்.

"காஷ்மீரின் பாதுகாப்பு இனி மேம்படும். காஷ்மீரில் இருந்து வெளியேற்றப்பட்ட இந்து அகதிகள் மீண்டும் அங்கே திரும்பமுடியும். அதுவும் உங்களுடைய காலகட்டத்திலேயே அது நடக்கப்போகிறது. நீங்களெல்லாம் காஷ்மீருக்குப் போகும் காலம் வெகுதொலைவில் இல்லை. அப்போது பாதுகாப்பாகவும் உங்களால் வாழமுடியும். ஏற்கனவே உலகின் இதேபோன்ற பாதுகாப்பான குடியிருப்புகளைக் கட்டிய தேசத்தின் உதாரணம் நம் கண்முன்னே இருக்கிறது. அவர்களையே நாம் பின்பற்றலாம். அது நடந்த இடம் இதோ நமக்கு மிக அருகில் மத்திய கிழக்கு நாடொன்றில்தான். இஸ்ரேலிய மக்களால் அது முடியுமென்றால், நம்மாலும் முடியும். செய்துகாட்டுவோம்"

என்று சந்தீப் சக்கரவர்த்தி அக்கூட்டத்தில் பேசினார்[70].

அந்த நிகழ்வு பேஸ்புக்கிலும் நேரடியாக ஒளிபரப்பப்பட்டது. அதனைத் தொடர்ந்து அது பெரிய சர்ச்சையை ஏற்படுத்தியது. பாலஸ்தீன நிலத்தில் சர்வதேச சட்டங்களுக்கு எதிராக குடியிருப்புகளை இஸ்ரேல் அமைத்துக்கொண்டிருப்பதை அதிகாரப்பூர்வமாக இந்தியா அப்போது வரையிலும் எதிர்த்துக்கொண்டுதான் இருந்தது. அந்த நிலைப்பாட்டையே ஒதுக்கித்தள்ளும் விதமாக இந்திய அரசின் அதிகாரப்பூர்வ தூதரே பொதுவெளியில் பேசியது இந்தியாவிற்கு சங்கடமான ஒரு நிலையை ஏற்படுத்தியது. அத்துடன் 'அதனை காஷ்மீரிலும் செய்துகாட்டுவோம்' என்று அவர் வாக்குறுதி கொடுத்தது மேலும் சர்ச்சையானது.

“இஸ்ரேலைப் போன்றே காஷ்மீரிலும் செயல்படுத்துவோம் என்று வெளிப்படையாகப் பேசுவதை காலனியாதிக்க மனோபாவம் என்றுதான் சொல்லவேண்டும்”

என்றார் காஷ்மீர் நாவலாசிரியர் மிர்சா வகீது[71].

தன்னுடைய கருத்து தவறான சூழலில் வைத்துப் பார்க்கப்பட்டிருக்கிறது என்று கருத்து தெரிவித்தார் சந்தீப் சக்கரவர்த்தி[72].

‘இஸ்ரேலை அப்படியே பிரதியெடுக்க வேண்டும்’ என்று கோரிய சந்தீப் சக்கரவத்தியின் குரலானது, அவருடைய தனிப்பட்ட குரல் மட்டுமேயல்ல. ‘பானுன் காஷ்மீர்’ உள்ளிட்ட சில வலதுசாரி காஷ்மீர் பண்டிட் குழுக்கள் மட்டுமல்லாமல் பாஜகவுமேகூட, காஷ்மீரில் இந்துக்கள் மட்டுமே வசிக்கும் குடியிருப்புகளை உருவாக்கும் திட்டங்களை முன்வைத்திருக்கிறார்கள். அங்கே பாலஸ்தீனத்தின் மேற்குக் கரையில் இருப்பதைப் போன்ற உயர்தர பாதுகாப்பு வசதிகளையும், மிகப்பெரிய சுவர், தனிச்சாலைகள் மற்றும் சோதனைச் சாவடிகள் ஆகியவற்றைக்கொண்ட இராணுவக் கட்டமைப்புகளையும் உருவாக்க வேண்டும் என்பதே அவர்களின் கோரிக்கையாக இருந்துவருகின்றன[73].

“இஸ்ரேலிய ஆக்கிரமிப்புப் பாலஸ்தீனப் பகுதிகளில் ஏற்கனவே யூதர்களுக்கென்று தனியான குடியிருப்புகளையும், அவற்றுக்கு பாதுகாப்புக் கொடுக்கும் வகையில் உயர்தர இராணுவ வசதிகளையும் அமைத்திருப்பதால் அதற்கருகே வாழ்ந்துவரும் பாலஸ்தீனர்களால் இயல்பாக ஒரு தெருவில் இருந்து அடுத்த தெருவுக்குக் கூட நடந்துசெல்லமுடியாத நிலை இருக்கிறது. அதனை அப்படியே காஷ்மீரில் கொண்டுவந்தால் என்னாகும் என்பதை இப்போதைய பாலஸ்தீனர்களின் கொடூரமான வாழ்க்கைநிலையை பார்த்தாலே நமக்குப் புரிந்துவிடும்”

என்கிறார்கள் ஆசாதே ஷாஷஹானியும் சைனாப் ரமாஹியும்[74].

எந்த நிகழ்வில் சந்தீப் சக்கரவர்த்தி அவ்வாறு பேசினார் என்பதுவும் இங்கே முக்கியமாக கவனிக்கப்பட வேண்டியதாக இருக்கிறது. விவேக் அக்னிகோத்ரி இயக்கத்தில் பாலிவுட் நடிகரான அனுபம் கெர் நடித்து வெளியாகிய ‘தி காஷ்மீர் ஃபைல்ஸ்’ என்கிற திரைப்படம் வெளியாவதற்கு முன்பாக, அமெரிக்க இந்தியர்களிடம் அத்திரைப்படத்தை விளம்பரம் செய்வதற்காக நடத்தப்பட்ட நிகழ்வு அது. ஏராளமான இந்துக்கள் காஷ்மீரில் இனப்படுகொலை

செய்யப்பட்டதாகவும், அதனை வெளியுலகிற்குக் காட்டுவதற்காகவும் அத்திரைப்படத்தை எடுத்ததாக அதனை உருவாக்கியவர்கள் அங்கே தெரிவித்தார்கள்[75].

உண்மையிலேயே காஷ்மீர் பண்டிட்டுகள் பெருமளவில் இனப்படுகொலை செய்யப்பட்டார்களா? 1980-1990களில் சுமார் 120000 காஷ்மீர் பண்டிட்டுகள் காஷ்மீரை விட்டு வெளியேறியதற்கான காரணத்தை ஒவ்வொருவரும் முன்னுக்குப்பின் முரணாகத்தான் சொல்லிவருகிறார்கள். அதனை ஆய்வு செய்வதற்கு இதுவரையிலும் எந்த நடுநிலையான சர்வதே அமைப்பிற்கும் இந்திய அரசு அனுமதி வழங்கவில்லை. அதற்கு பதிலாக, காஷ்மீர் பண்டிட்டுகள் அடித்துவிரட்டப்பட்டனர் என்று இந்திய வலதுசாரிகள் தொடர்ச்சியாக செய்துவரும் பிரச்சாரமே பெரியளவில் நம்பப்பட்டு வருகிறது. 1989 முதல் 2004 வரையிலான காலகட்டத்தில், சுமார் 219 காஷ்மீர் பண்டிட்டுகள் கொல்லப்பட்டதாக இந்திய அரசின் புள்ளிவிவரங்கள் தெரிவிக்கின்றன[76]. அதேவேளையில், காஷ்மீரில் முஸ்லிம் போராட்டக் குழுக்களை அடக்குவதற்கான முயற்சிகளை எடுக்கும்போது, அங்கு வாழும் காஷ்மீர் இந்து பண்டிட்டுகளையும் தாக்கிவிடக்கூடும் என்பதால், அவர்களைத் தற்காலிகமாக காஷ்மீரை விட்டு வெளியேறுமாறும், முஸ்லிம் போராளிக் குழுக்கள் முழுவதுமாக அழிக்கப்பட்டுவிட்டபிறகு மீண்டும் எப்போது வேண்டுமானாலும் பண்டிட்டுகள் காஷ்மீருக்கு திரும்பிவிடலாம் என்றும் அப்போதைய காஷ்மீர் கவர்னராக இருந்த ஜக்மோதன்தான் வற்புறுத்தினார் என காஷ்மீர் முஸ்லிம்கள் வாதிடுகிறார்கள்[77]. வெளியேறிய காஷ்மீர் பண்டிட்டுகளை மீண்டும் திரும்பிவருமாறு பல்வேறு காஷ்மீர் விடுதலை இயக்கத்தினர் கோரத்தான் செய்தனர். அவர்கள் அப்படியாக திரும்பவரும் போது ஆதிக்கம் செலுத்தும் ஆக்கிரமிப்பாளர்களாக இல்லாமல், சக சகோதரக் குடிமக்களாக வரவேண்டுமாகக் கேட்டுக்கொண்டனர். ஆனால், இதற்கெல்லாம் மாறாக, காஷ்மீர் முஸ்லிம்களை ஒட்டுமொத்தமாகவே கொடூரமான பயங்கரவாதிகளாக சித்தரிக்கும் ஒரு கதையினை உண்மையான வரலாறு என்று சொல்லி முன்னிறுத்தப் பார்க்கிறார் இயக்குநர் விவேக் அக்னிகோத்ரி.

இப்படியாக சொல்லப்படும் ஒரு பக்கசார்பான கதையினால், காஷ்மீரைப் பொறுத்தவரையில் காஷ்மீர் பண்டிட்டுகள் மட்டுமே பாதிக்கப்பட்டவர்கள் என்றும், காஷ்மீர் முஸ்லிம்கள் அனைவரும் வன்முறைகளை ஊக்குவிக்கும் பயங்கரவாதிகள் என்றும் ஒரு பொதுக்கருத்து உருவாக்கப்பட்டுக்கொண்டே வருகிறது.

எண்ணிலடங்கா காஷ்மீர் முஸ்லிம்கள் காணாமல் போனதும், விசாரணைக் கைதிகளாக அவ்வப்போது சிறைகளுக்கு செல்ல வேண்டியிருப்பதும், அதிகார மையத்திலிருந்து எப்போதும் தள்ளியே வைக்கப்பட்டிருப்பதும், தங்களது மோசமான நிலையினை எதிர்த்துப் போராடும் உரிமைகளைக்கூட இழந்து வாழும் காஷ்மீர் முஸ்லிம்களின் துயரங்களெல்லாம் காஷ்மீர் பண்டிட்டுகள் குறித்து பரப்பப்படும் அனுதாபங்களால் சொல்லப்படாமலே மறைக்கப்பட்டு விடுகின்றன[78].

இந்தியாவில் துவங்கி அமெரிக்கா வரையிலுமாக விளம்பரம் செய்யப்பட்ட காஷ்மீர் ஃபைல்ஸ் திரைப்படம் 2022ஆம் ஆண்டின் துவக்கத்தில் திரையரங்குகளில் வெளியானது. அத்திரைப்படத்தை பாஜக பெரியளவில் வரவேற்று மக்களிடம் விளம்பரப்படுத்தியது. பாஜக ஆளும் பல மாநிலங்களில் அத்திரைப்படத்திற்கு வரிவிலக்கும் அளிக்கப்பட்டது. இறுதியாக அத்திரைப்படம் வசூல்ரீதியாகவும் பெரிய வெற்றியினைப் பெற்றது.

2019ஆம் ஆண்டு ஆகஸ்டில் காஷ்மீருக்கான சிறப்புரிமைகள் இரத்து செய்யப்பட்டதில் இருந்தே காஷ்மீர் தொடர்பான பல்வேறு நிர்வாக மாற்றங்களை இந்திய அரசு அறிவித்துக்கொண்டே இருக்கிறது. 'ஜம்மு-காஷ்மீர் மறுசீரமைப்புச் சட்டம், 2020' என்கிற பெயரில் ஒரு சட்டத்தை 2020ஆம் ஆண்டு மார்ச் மாதம் 31ஆம் தேதியன்று உள்துறை அமைச்சகம் வெளியிட்டது. அதன்படி, 'குடியிருப்பு உரிமை' அல்லது 'நிரந்தர வாழ்விட உரிமை' என்கிற பெயரில் புதிதாக ஒரு அடையாளம் அறிமுகப்படுத்தப்பட்டது. 2019க்கு முன்னர் காஷ்மீரல்லாத மற்ற மாநிலத்தைச் சேர்ந்தவர்களால் காஷ்மீரில் நிலங்கள் வாங்கவோ மாநில அரசுப்பணிகளில் சேரவோ முடியாது. அவையெல்லாம் காஷ்மீர் மக்களுக்கானவையாக ஒதுக்கப்பட்டிருந்தன. அதனை மாற்றுவதற்காக இப்படியொரு புதுச்சட்டத்தை இந்திய ஒன்றிய அரசு கொண்டுவந்தது[79].

அதன்படி, காஷ்மீரில் ஏழாண்டுகள் படித்தாலோ அல்லது 15 ஆண்டுகள் வாழ்ந்தாலோ, காஷ்மீரின் நிரந்தரக் குடியிருப்பு உரிமையைப் பெறலாம். அதனைப் பெற்றபிறகு, காஷ்மீரின் அரசு வேலைகளிலும் சேரலாம், நிலமும் வாங்கலாம். இந்தியாவின் மற்ற பகுதிகளில் இருந்து காஷ்மீருக்கு வரும் ஒன்றிய அரசு ஊழியர்கள், இராணுவப் பணியாளர்கள், துணை இராணுவப்படையினர் ஆகியோரும் பத்தாண்டுகள் வரை காஷ்மீரில் தங்கியிருந்தால், காஷ்மீர் மாநிலத்து அரசு வேலைகளுக்கு விண்ணப்பிக்கத்

தகுதி பெற்றவர்களாகிறார்கள். அவர்கள் மட்டுமல்லாமல், அவர்களுடைய குழந்தைகளுக்கும் அந்த உரிமைகள் அப்படியே போய்ச்சேரும்[80]. இனிமேல் காஷ்மீரின் பூர்வகுடி மக்களுமே இந்த குடியிருப்பு உரிமைச் சான்றிதழை வாங்கியாக வேண்டும். இந்த புதிய சட்டத்தின்மூலம், காஷ்மீரில் ஏற்கனவே தங்கியிருக்கும் பல்லாயிரக்கணக்கான இந்திய இராணுவப்படை வீரர்களுக்கும் குடியிருப்புச் சான்றிதழ் கிடைத்துவிடும்.

காஷ்மீரில் நிறைய இந்திய வணிக நிறுவனங்களும் பெருநிறுவனங்களும் இயங்கத்துவங்கி இருப்பதால், அவற்றிலிருந்து ஏராளமானோர் புதிதாக நிரந்தரக் குடியிருப்பு உரிமையினைப் பெறுவார்கள். ஆக, பொருளாதார அதிகாரம் அப்படியே அயல் மாநிலங்களில் இருந்து வருவோரின் கைகளுக்கு மாறும். அதேபோல, இராணுவத்தைச் சேர்ந்த பல்லாயிரக் கணக்கானோருக்கும் அந்த நிரந்தக் குடியிருப்பு உரிமை கிடைத்தால் அவர்களும் அதிகார மையத்தை முழுவதுமாக தங்களுடைய கட்டுப்பாட்டில் வைத்திருப்பார்கள்[81]. இதன்மூலம் மற்ற மாநிலங்களில் இருந்து பெருவாரியான இந்துக்கள் புலம்பெயர்வதற்கு சட்டப்பூர்வ அங்கீகாரம் கிடைப்பதோடு, 'அப்பாவி அகதிகள்' என்கிற அடையாளப் பெயரும் கிடைக்கும். ஆனால், தங்களுடைய உரிமைகளுக்காக காஷ்மீரின் பூர்வகுடி மக்கள் போராடுவது மட்டும் பயங்கரவாதமாகவே பார்க்கப்படும்.

> "ஒரு நிலப்பகுதியை நிரந்தரமாக ஒரு நாட்டுடன் இணைக்கையில், அந்த இணைக்கப்பட்ட பகுதிக்குள் மற்ற மக்களை குடிபெயர வைத்து பூர்வகுடி மக்களின் சதவிகிதத்தைக் குறைக்கக்கூடாது"

என்று சர்வதேச சட்டங்கள் சொல்கின்றன. ஆனால் சிறப்புரிமைகள் நீக்கப்பட்டு நிரந்தரமாக இந்தியாவுடன் இணைக்கப்பட்ட காஷ்மீரில் இதற்கு மாறாகத்தான் நடக்கிறது. இதன்மூலம் காஷ்மீரின் பல மாவட்டங்களில் இந்துக்கள் பெரும்பான்மையான எண்ணிக்கையில் வாழத் துவங்குவார்கள். அது அவர்களின் தேர்தல் வெற்றிக்கும் அதிகாரப் பறிப்புக்கும் எளிதாக உதவும்[82].

'ஜம்மு-காஷ்மீர் யூனியன் பிரதேச மறுசீரமைப்பு - மூன்றாவது சட்டம், 2020' என்னும் பெயரில் மற்றொரு புதிய சட்டத்தை இந்திய அரசாங்கம் அறிமுகப்படுத்தியது. ஏற்கனவே இராணுவத் தளவாடங்களினாலும் முகாம்களினாலும் ஏராளமான காஷ்மீர் நிலங்கள் இந்திய இராணுவத்தின் வசம்தான் இருக்கின்றன.[83] 2020 ஆண்டின் கணக்குப்படி சுமார் 53,352 ஹெக்டேர் நிலத்தினை இந்திய

இராணுவம்தான் தன்னுடைய கட்டுப்பாட்டில் வைத்திருக்கிறது. இது போதாதென்று, 2019ஆம் ஆண்டு செப்டம்பர் 18ஆம் தேதி முதல், 2019 அக்டோபர் 21 வரையிலும் மேலும் 243 ஹெக்டேர் காடுகளையும் இந்திய இராணுவம் தன்வசப்படுத்திக்கொண்டது.

இப்புதிய சட்டத்தின்படி, இந்தியாவின் சட்டப்பூர்வ குடிமக்களால், காஷ்மீரின் எந்தப் பகுதியிலும் நிலத்தை வாங்கமுடியும்[84]. இறுதியாக அதிகாரப்பூர்வமாகவே காஷ்மீர் பள்ளத்தாக்கு விற்பனைக்கு வைக்கப்பட்டிருக்கிறது.

1950களில் போடப்பட்ட நில உச்சவரம்பு சட்டங்களிலும் மாற்றத்தை ஏற்படுத்தி, காஷ்மீரில் பெரும் பணக்காரர்கள் எவ்வளவு வேண்டுமானாலும் நிலம் வாங்கிக் குவிக்கலாம் என்றாக்கப்பட்டுவிட்டது[85].

அடுத்த சில மாதங்களில், காஷ்மீரில் எந்த நிலத்தையும் அம்மக்களிடமோ அல்லது உள்ளூர் நிர்வாகத்தினரிடமோ கேட்காமல் எடுத்துக்கொள்ள இந்திய இராணுவத்திற்கு முழு அனுமதியையும் வழங்கும் சட்டமொன்றும் நிறைவேற்றப்பட்டது[86]. உதாரணத்திற்கு, 2022ஆம் ஆண்டு ஜனவரி மாதத்தில் சுற்றுலாப் பகுதிகளாக இருந்த குல்மார்க் மற்றும் சோன்மார்க் ஆகிய இடங்களில் 50.5 ஹெக்டேர் நிலங்களை அதிரடியாக இந்திய இராணுவம் கைப்பற்றியது. இராணுவப் பயிற்சிக்காக அந்த இடம் தேவைப்படுவதாக அதற்கான காரணமாகவும் சொல்லப்பட்டது. இப்படியாக, காஷ்மீர் நிலத்தை பெரும் பணக்காரர்களுக்கும், இராணுவத்திற்கும், பெருநிறுவனங்களுக்கும் தாரை வார்த்து அவர்களிடமே காஷ்மீரின் அதிகாரத்தை முழுவதுமாக ஒப்படைப்பதற்கான வழிவகைகளை இந்திய அரசு செய்துவிட்டது.

அதேபோல காஷ்மீரில் வாழும் பழங்குடி மக்களை அங்கிருந்து அப்புறப்படுத்தும் வேலையையும் இந்திய அரசு செய்யத் துவங்கிவிட்டது. 2020ஆம் ஆண்டின் இறுதியில் காஷ்மீர் காடுகளை ஆக்கிரமித்து வாழ்வதாகக் குற்றஞ்சாட்டி, காலங்காலமாக அங்கே வாழ்ந்துவரும் பழங்குடியின மக்களை அங்கிருந்து வெளியேறுமாறு அரசாணை பிறப்பித்தது இந்திய அரசு. அதன்பின்னர் அவர்களுடைய வீடுகள் இடிக்கப்பட்டுவிட்டன[87]. இதனை அப்படியே இஸ்ரேலில் வாழும் பெடோயின் பழங்குடி மக்களை இஸ்ரேலிய அரசு எப்படியாக நடத்திவருகிறது என்பதுடன் ஒப்பிடலாம். பெடோயின் பழங்குடியினர் வாழும் நக்காப் பகுதியில் இருந்து அவர்களை விரட்டியடித்து, அங்கே புதிய யூதக்குடியிருப்புகளைக்

கட்டியெழுப்பி யூதர்களைக் குடியமர்த்தி வருகிறது இஸ்ரேலிய அரசு. பெடோயின் பழங்குடியினர் காலங்காலமாக நாடோடிகளாக வாழ்ந்துவந்த காரணத்தினால் அவர்கள் வாழ்ந்த நிலங்களெல்லாம் அவர்களுடைய பெயரில் பதிவு செய்யப்பட்டிருக்கவில்லை. ஆனால் அவர்களைத் தவிர அங்கே வேறுயாரும் வரலாற்றில் வாழ்ந்ததே இல்லையென்றாலும், அவர்களது சொந்த நிலங்கள் இப்போது இஸ்ரேலிய அரசினால் பறிக்கப்பட்டுக்கொண்டே வருகிறது[88].

காஷ்மீரில் பழங்குடி மக்கள் வாழும் பகுதிகளை சுற்றுலா வளர்ச்சிக்காகப் பயன்படுத்துவதற்காக அந்நிலத்தைக் கையகப்படுத்தியது. அவர்களிடம் இருந்து பறிக்கப்பட்ட நிலங்களில் விவசாயத்திற்கு ஏற்ற பகுதியை அரசு மற்றும் சில தனியார் பெருநிறுவனங்களுக்குக் கைமாற்றிவிடவும் செய்தது இந்திய அரசு[89]. 2015 முதல் 2019 வரையிலான காலகட்டத்தில் மட்டுமே 78700 ஹெக்டேர் விவசாய நிலங்கள், விவசாயத்திற்கு தொடர்பில்லாத காரணங்களுக்காக மாற்றிவிடப்பட்டிருக்கின்றன[90]. இதன்மூலம் விவசாயத்தை நம்பிவாழும் ஏராளமான காஷ்மீர் மக்களும் விவசாயிகளும் பொருளாதாரச் சரிவினை எதிர்கொண்டு வருகிறார்கள். தற்சார்புப் பொருளாதாரத்தில் இருந்து வெளியேறி நிலையற்ற சார்பு வாழ்க்கைக்குள் செல்லவேண்டிய கட்டாயத்திற்குள் அவர்கள் தள்ளப்பட்டிருக்கிறார்கள்.

விவசாய நிலங்கள் அழிக்கப்படுவது மட்டுமல்லாமல், காஷ்மீரின் சுற்றுச்சூழலும் சேர்ந்தேதான் இதில் அழிக்கப்பட்டுக் கொண்டிருக்கிறது. காஷ்மீரின் வளங்களையும், இயற்கையையும் அழிப்பதற்கான முழு சுதந்திரமும் பெருநிறுவனங்களுக்கும் இராணுவத்திற்கும் கிடைத்துவிட்டதால், பழங்குடி மக்கள் பாதுகாத்து வந்த இயற்கைவளம் சேதமடையத் துவங்கிவிட்டது[91]. 2019ஆம் ஆண்டில் காஷ்மீர் முடக்கப்பட்ட காலத்தில், அதன் காடுகளின் பரப்பளவு குறையுமளவிற்கான சேதங்கள் ஏற்படுத்தப்பட்டன[92]. 2020ஆம் ஆண்டு ஜூன் மாதத்தில் ஜம்மு-காஷ்மீர் வனத்துறையை அரசுத்துறை நிறுவனமாக மாற்றிவிட்டார்கள். நிறுவனமானதால் கிடைத்த அதிகாரத்தைக்கொண்டு, காடுகளின் நிலங்கள் பெருநிறுவனங்களுக்குக் தாரை வார்க்கப்பட்டன. அவசர அவரசமாக இந்தியாவின் பல மாநிலங்களில் இருந்தும் ஏராளமான நிறுவனங்கள் உள்ளே வந்து காட்டின் பெருவாரியான நிலங்களை வாங்கிக் குவிக்கத் துவங்கிவிட்டன. அந்த நிலங்களையெல்லாம் யார் வாங்குகிறார்கள், எதற்காக வாங்குகிறார்கள், வாங்கிய நிலத்தில் என்ன செய்யப்போகிறார்கள் என்பதெல்லாம் தெரியாமல்

போனால், ஒரு பெரிய பருவநிலை மாற்றமே காஷ்மீரில் ஏற்பட வாய்ப்பிருக்கிறது என்று சுற்றுச்சூழல் ஆர்வலர்களும் செயல்பாட்டாளர்களும் எச்சரிக்கின்றனர்.

பாலஸ்தீனத்தின் வளங்களைக் கைப்பற்றி, முழுவதுமாக தன்னையே நம்பி இருக்கும்படியான சூழலை இஸ்ரேல் உருவாக்கியதைப் போலவே காஷ்மீரின் நிலையும் இந்திய ஒன்றிய அரசைச் சார்ந்தே இருக்கவேண்டியதாகப் மாறியது[93]. காஷ்மீர் நிலத்தை என்னவெல்லாம் இந்திய அரசு செய்யப் போகிறது என்பது குறித்து 'ஸ்ரீநகர் மெகா திட்டம் 2035' என்னும் பெயரில் ஒரு விரிவான திட்டம் உருவாக்கப்பட்டிருக்கிறது. அதன்படி, பல்வேறு குடியிருப்புகளும், அலுவலகங்களும், பிரம்மாண்டமான கட்டிடங்களுமாக உருவாக்குவதற்கான முன்மொழிவு குறித்து விரிவாகக் குறிப்பிடப்பட்டிருக்கிறது. 'சிறப்பு முதலீட்டுப் பகுதிகள்' என்கிற பெயரிலும் சில பகுதிகள் ஒதுக்கப்பட்டு, அவற்றை பெருநிறுவனங்களுக்கு வழங்குவதற்கான புரிந்துணர்வு ஒப்பந்தங்கள் கூட போடப்பட்டிருக்கின்றன. அப்படியாக வழங்கப்படும் இடங்களில், பெரிய வியாபார நிலையங்கள், திரையரங்குகள், திரைப்பட தயாரிப்பு மையங்கள், சுற்றுலாத்துறை கட்டமைப்புகள், இந்துமத வழிபாட்டுத் தளங்கள் மற்றும் மருத்துவத் தயாரிப்பு நிறுவனங்கள் ஆகியவற்றைத் திறப்பதற்கான ஒப்பந்தங்களை தனியார் பெருமுதலாளிகளுடன் இந்திய அரசு கையெழுத்திட்டிருக்கிறது. இந்த ஒப்பந்தங்களைப் பெறுவதற்காக போட்டிபோடவெல்லாம் காஷ்மீர் மக்களிடம் பெரிய முதலீடு ஏதுமில்லை. அதனால், இந்தியாவின் பிற மாநிலங்களில் இருந்தும், வெளிநாடுகளில் இருந்தும்தான் முதலீட்டாளர்கள் படையெடுத்து வருகின்றனர்.[94] அரசு உருவாக்கிய சட்டங்களால் ஒருமுறையும், கொரோனாவால் மறுமுறையுமாக இரண்டு பொதுமுடக்கங்களினால் காஷ்மீரின் தொழிற்சாலைகளும், சுற்றுலாத்துறையும், கைவினைப் பொருட்களுக்கான விற்பனை நிலையங்களும், இன்னபிற வியாபாரங்களும் பெரும் இழப்பை சந்தித்திருக்கின்றன. அத்துடன், சர்வதேச முதலீட்டாளர்கள் மாநாடுகள் எங்கெல்லாம் நடக்கிறதோ அங்கெல்லாம் கலந்து கொண்டு, காஷ்மீரில் முதலீடு செய்ய வருமாறு பன்னாட்டு முதலாளிகளையும் போட்டிக்கு அழைத்துவர முயற்சி செய்கிறார்கள் இந்திய அரசின் உயரதிகாரிகள்[95]. அதன்மூலம் தங்குதடையின்றியும் வரைமுறையின்றியும் காஷ்மீரின் இயற்கை வளங்கள் சூறையாடப்படப் போவது உறுதி. காஷ்மீரின் நீர் வளத்தின்மீது காஷ்மீரைத் தவிர்த்த இந்தியாவிற்கு எப்போதும்

ஆர்வம் இருக்கத்தான் செய்கிறது. அங்கிருந்து நீரை எடுப்பதும், அதிலிருந்தும் மின்சாரம் தயாரிப்பதும் இந்திய அரசின் திட்டங்களில் ஒன்று. ஆனால், அங்கிருந்து எடுக்கப்படும் மின்சாரங்களில் காஷ்மீருக்கு சொற்பமான பங்கே வழங்கப்படுவதால், அதிக மின்சாரத்தைத தயாரிக்க முடிந்தாலும், மின்பற்றாக்குறை மாநிலமாகவே காஷ்மீர் தொடர்ந்து இருந்து வருகிறது.

இந்திய அரசின் பல புதிய கொள்கைகளினால், வெளியில் இருந்து வரும் நிரந்தர குடியிருப்பு உரிமை பெற்றவர்களுக்கே அதிகமான வாய்ப்புகள் கிடைக்கும். புதிய பொருளாதாரக் கொள்கைகளும் ஆக்கிரமிப்புக் கருத்தியலும் ஒன்று சேரும் புள்ளியில், ஏற்கனவே காஷ்மீர் மக்களுக்கு இருந்த பணிப் பாதுகாப்பும் தற்போது பறிபோகும் சூழலும் உருவாகிவிட்டது. அரசுத் துறைகளில் காஷ்மீர் மக்களுக்கு மட்டுமே இருந்த வாய்ப்பும் பறிபோனது. வெளியில் இருந்து வரும் முதலீடுகளில் நாம் கவனிக்கத்தவறுவது எதுவென்றால், அந்த முதலீட்டினால் கிடைக்கும் இலாபமெல்லாம் மீண்டும் வெளியேதான் கொண்டுசெல்லப்படும். அதுதான் சர்வதேச கார்ப்பரேட் முதலாளித்துவத்தின் தந்திரம். காஷ்மீரைப் பொறுத்தவரையிலும் இந்திய முதலாளித்துவமும், சர்வதேச முதலாளித்துவமும் போட்டி போட்டுக்கொண்டு இப்படியான சுரண்டலை நிகழ்த்துவதற்காகவே புதிய சட்டங்களும் திட்டங்களும் போடப்பட்டிருக்கின்றன[96].

ஐக்கிய அரபு அமீரகம் இப்புதிய வாய்ப்புகளை நன்றாகப் பயன்படுத்திக் கொண்டது. காஷ்மீரின் சிறப்புரிமைகள் நீக்கப்பட்டபிறகு அங்கே முதலீடு செய்வதற்கான வாய்ப்புகளைத் தேடி அமீரகம்தான் முதன்முதலாக உள்நுழைந்தது. காஷ்மீரில் ஏரிகளுக்கான உள்நாட்டுத் துறைமுகத்தை அமைக்கப்போவதாக துபாய் துறைமுகத்தில் மிகப்பெரிய பங்குவகிக்கும் ‘டிபி வேர்ல்ட்’ *(DP World)* நிறுவனம் அறிவித்தது. அதேபோல ஸ்ரீநகரின் மிகப்பெரிய வணிக வளாகக் கட்டிடத்தைக் கட்டப்போவதாக துபாயின் ‘எமார் பிராப்பர்டீஸ்’ *(Emaar Properties)* நிறுவனம் அறிவித்தது. அமீரகத்தைத் தலைமையிடமாகக் கொண்ட லூலூ குழுமமோ காஷ்மீரில் ஒரு உணவு பதப்படுத்தும் ஆலையைத் துவங்கப் போவதாகத் தெரிவித்தது[97].

ஏற்கனவே இஸ்ரேலுடன் நட்புறவை ஏற்படுத்திக்கொண்ட அமீரகத்திற்கு, காஷ்மீரைச் சுரண்டுவதெல்லாம் தவறாகத் தெரிய வாய்ப்பில்லை.

“இந்துக்கள் எவ்வாறு இருக்க வேண்டுமென்று கோல்வால்கர் விரும்பினாரோ, அப்படியாக இருக்கிற இந்துக்கள் காஷ்மீருக்குள்ளும் சென்று அங்கே பெரும்பான்மையினராக மாறவேண்டும் என்பதே பாஜகவின் விருப்பமாகும். அதற்காக எதையும் செய்வதற்கு அவர்கள் தயாராகவே இருக்கிறார்கள்”

என்கிறார் நாவலாசிரியர் சித்தார்த் தேவ்[98].

அமைதியையும் வளர்ச்சியையும் காஷ்மீருக்குள் கொண்டுவருகிறோம் என்று வெளியுலகிற்கு அவர்கள் சொல்லிக் கொண்டிருந்தாலும், அனைத்துமே மிரட்டல் தொனியில்தான் செய்யப்படுகின்றன[99]. இந்திய அரசின் காஷ்மீர் தொடர்பான நடவடிக்கைகளை விமர்சித்தாலே ‘சட்டவிரோத செயல்பாடுகள் தடுப்புச் சட்ட’த்தில் (UAPA) கைது செய்து சிறையில் அடைக்கப்படுகிறார்கள். காஷ்மீர் போராளிகளுக்கு வீடு வாடகைக்குக் கொடுத்தாலோ, காஷ்மீரின் சுயநிர்ணய உரிமையை ஆதரித்து சமூக ஊடகங்களில் பேசினாலோ, அல்லது இந்தியாவுக்கு எதிரான கிரிக்கெட் போட்டியில் பாகிஸ்தானுக்கு ஆதரவு தெரிவித்தாலோ கூட அச்சட்டம் பாய்கிறது[100]. 2021ஆம் ஆண்டு நவம்பர் மாதத்தில் ஜம்மு-காஷ்மீர் சிவில் சொசைட்டி கூட்டணியைச் சேர்ந்த மனித உரிமைப் போராளியான குர்ரம் பர்வேசை அதே சட்டத்தில் கைது செய்திருக்கிறார்கள்[101]. அந்தச் சட்டம் பயன்படுத்திடாத இடங்களிலுமேகூட, உள்ளூர் புலனாய்வு அதிகாரிகளால் தொடர்ச்சியாக அப்பாவி மக்கள் பயமுறுத்தப்பட்டே வருகின்றனர். அவ்வப்போது பத்திரிக்கையாளர்கள் வீடுகளுக்குச் சென்று மிரட்டுவதும், போராளிகளின் வீடுகளுக்கு பக்கத்தில் வசிப்பவர்களிடம் விசாரிப்பதுமாக எப்போதும் ஒரு நெருக்கடியிலேயே மக்களை வைத்திருக்கின்றனர். பயணத் தடைகளையும் புலனாய்வு அதிகாரிகளின் விசாரணைகளையும் எதிர்கொள்ளாத காஷ்மீர் பத்திரிக்கையாளர்களே இல்லையெனலாம். அவர்களுக்கு கொடுக்கப்படுகிற தொல்லைகளைக்கூட அவர்களால் வெளியே சொல்லமுடியாத நிலையில் இருக்கிறார்கள்[102].

எளிய மக்களின் நிலை அதைவிடவும் மோசமானதாக இருக்கிறது. அவர்களால் எவ்வித எதிர்ப்பையும் விமர்சனத்தையும் எங்கேயும் முன்வைக்க முடியாத நிலைக்குத் தள்ளப்பட்டிருக்கின்றனர். பயமும் நம்பிக்கையின்மையும் அவர்களிடம் அதிகரித்திருக்கிறது. சர்வதேச ஊடகங்களிடம் கூட அவர்களால் மனம்திறந்த பேசமுடியவில்லை. அந்த வகையில் இந்தியாவும் இஸ்ரேலும் ஒரே பாதையிலேயே பயணிக்கின்றன. 2021ஆம் ஆண்டு அக்டோபர் மாதத்தில்,

ஆறு பாலஸ்தீன சமூக சேவை அமைப்புகளை 'பயங்கரவாத அமைப்புகளாக' அறிவித்துவிட்டது இஸ்ரேல்[103].

மேலும், 'புதிய ஊடகக் கொள்கை' என்கிற பெயரில் ஒரு சட்டத்தை இந்திய அரசு அமல்படுத்தியிருக்கிறது. அதன்படி, எந்தச் செய்தியெல்லாம் பொய்செய்தி என்று அரசு அதிகாரிகளே முடிவெடுத்து, அச்செய்தியை எழுதிய பத்திரிக்கையாளர்களுக்கும் வெளியிட்ட ஊடகப் பதிப்பாளர்களுக்கும் எதிராக வழக்குகள் பதியும் அதிகாரத்தையும் அரசு அதிகாரிகளுக்கு வழங்கப்பட்டிருக்கிறது[104]. உள்ளூர் பத்திரிக்கையாளர்களும் தங்களால் முடிந்த அளவிற்கு எதிர்ப்புக்குரலை எழுப்பித்தான் பார்க்கிறார்கள். இப்படியே போனால், அரசாங்கத்திற்கு உளவாளிகளாக மட்டுமே பத்திரிக்கையாளர்களால் இருக்குமுடியும் என்று அவர்கள் கவலை கொள்கின்றனர்[105]. மசூதிகளும் மத அமைப்புகளும், தொண்டு நிறுவனங்களும் அரசின் தீவிர கண்காணிப்பிலேயே இருக்கும் சூழல் உருவாகியிருக்கிறது. இதுபோன்ற எவ்வித இயக்கங்களிலும் இல்லாத எளிய காஷ்மீர் மக்களுமே கூட சமூக ஊடகங்களில் பயன்படுத்தும் வார்த்தைகளுக்காகவே தாக்குதலுக்கு ஆளாகிறார்கள். அவர்கள் பணிபுரியும் இடத்தில் வேலையிழப்பைக் கூட எதிர்கொள்ள வேண்டியிருக்கும் என்கிற அளவிற்கு அச்சுறுத்தல் இருக்கிறது[106]. ஆக, ஒட்டுமொத்தமாகவே காஷ்மீர் ஒரு ஒடுக்கப்பட்ட நிலையில் இருப்பதாகவே தெரிகிறது[107].

இன்றைக்கு காஷ்மீரில் அரசியல் களமே வெறிச்சோடி இருப்பது போலாகிவிட்டது. காஷ்மீர் விடுதலை இயக்கத் தலைவர்களெல்லாம் சிறையிலோ அல்லது வீட்டுக் காவலிலோ இருக்கிறார்கள். இந்தியாவுடன் இணைந்திருக்க வேண்டும் என்று விரும்புகிறவர்களும், ஒன்றிய இந்திய அரசின் நிர்வாகிகளும் எவ்வித விமர்சனங்களும் சொல்லமுடியாத நிலைக்குத் தள்ளப்பட்டிருக்கிறார்கள். இவர்களை இன்றைய பாலஸ்தீன தேசிய ஆணையத்துடன் ஒப்பிட்டுப் பார்த்துக்கொள்ளலாம்.

2019ஆம் ஆண்டு ஆகஸ்ட் மாதம் 5ஆம் தேதியன்று காஷ்மீர் மக்கள் மீது பெரிய தாக்குதலை ஒன்றிய அரசு செய்திருக்கிறது. காஷ்மீர் மக்களின் நிலங்களை சூறையாடுவதும், மற்ற மாநிலங்களில் இருந்து அவர்களுக்கேற்ற விசுவாசிகளை காஷ்மீருக்குள் அனுப்ப முயற்சி செய்வதுமாக, காஷ்மீரின் சிறுபான்மை-பெரும்பான்மை சதவிகிதத்தை மாற்றுவது அவர்களின் திட்டமாக இருக்கிறது. இதெல்லாம் மனிதசமூகம் செய்யக்கூடிய ஒன்றே இல்லை.[108]

எதிர்ப்பும் அதனைத் தாண்டியும்

ஆக, இந்து பெரும்பான்மையினரின் பேராதரவைப் பெறுவதற்காக எடுக்கப்படும் இந்துத்துவ முயற்சித் திட்டங்களால், முஸ்லிம்கள், கிருத்துவர்கள், பத்திரிக்கையாளர்கள், சமூக ஆர்வலர்கள், களப்போராளிகள் என சமூகத்தின் அனைத்துவிதமான மக்களும் நேரடியாக ஒடுக்கப்படுகின்றனர். அதன்மூலம் மிகப்பெரும் செல்வந்தர்களும் கார்ப்பரேட் பெருமுதலாளிகளும் இலாபமடைகிறார்கள். இதனை முதலாளித்துவத்தின் சுரண்டல் எனலாம், அல்லது புதிய பொருளாதாராக் கொள்கையின் கொடூரம் எனலாம் அல்லது ஒடுக்கப்பட்ட மக்கள் மீதான ஒடுக்குமுறை எனலாம்.

எதிர்த்துக் கேள்வி கேட்கும் அனைவருமே பாதிப்புக்குள்ளாக்கப் படுகிறார்கள். இந்துத்துவக் கொள்கைகள் அமல்படுத்தும் இடத்தில், களப்போராளிகள் இந்துக்களாக இருந்தாலுமே தாக்குதலுக்கு ஆளாகிறார்கள். பாசிசம் பேசும் தேசியவாதம் என்பதே ஒரு போலியான தேசியவாதமென்பதால், யாருக்காகப் பேசுவதாகக் காட்டிக்கொள்கிறதோ, அவர்களில் சந்தேகமோ, எதிர்க்கேள்வியோ எழுப்புகிறவர்களும் பாசிசத்தின் எதிரிகளாகவே கருதப்படுகிறார்கள்.

காஷ்மீரின் சிறப்புரிமைகளை புதிய சட்டங்கள் மூலமாக நீக்கிவிட்டு, அம்மாநிலத்தின் நிலப்பரப்பை முழுவதுமாக இணைத்துக்கொண்டு விற்பனைக்கும் சுரண்டலுக்கும் பயன்படுத்துவதெல்லாம் இந்துத்துவத்தின் நீண்டநெடுங்கால அகண்டபாரதத் திட்டத்தின் ஒரு பகுதியே ஆகும். காஷ்மீர் மக்கள்தான் இதன் நடுவே சிக்கிக்கொண்டு அல்லல்படுகிறார்கள். இதனையெல்லாம் தட்டிக் கேட்பதற்கான அரசியல் ரீதியான ஆர்வமோ தார்மீக உரிமையோ மேற்குலக நாடுகளுக்கு இல்லையென்பதை மோடி அரசு நன்கு அறிந்து வைத்திருக்கிறது.

அதேபோல, வளைகுடாப் பகுதியில் இருக்கும் முஸ்லிம் பெரும்பான்மை நாடுகளுக்கெல்லாம், சொகுசு நகரங்களை உருவாக்குவதற்கு இந்தியாவிலிருந்து குறைவான கூலிக்கு உழைப்பதற்கு தொடர்ச்சியாக தொழிலாளர்கள் தேவைப்பட்டுக் கொண்டே இருக்கிறார்கள். இப்போது கூடுதலாக, இந்தியாவும் அந்நாடுகளின் நெருங்கிய கூட்டாளிகள் ஆகிவிட்டபடியால் இந்தியாவின் தவறுகளைக் கேள்வி கேட்கவும் அவர்கள் விரும்புவதில்லை. இந்தியாவில் வேலையில்லாதவர்களின் எண்ணிக்கை அதிகரித்துக்கொண்டே வருகிறது. இருப்பினும்,

இந்தியாவில் புதிய பெரும்பணக்காரர்களின் சொத்துக்கள் மிகப்பிரம்மாண்டமாக உயர்ந்திருப்பதன் காரணமாகவே இந்தியப் பொருளாதாரம் வளர்ச்சியடைந்திருப்பது போன்ற போலியான ஒரு தோற்றத்தைத் தருகிறது. இதற்கு நடுவே கொரோனா காலத்தில் இந்தியாவில் எண்ணிலடங்கா மக்கள் இறந்த புள்ளிவிவரங்களைக்கூட சரிவர அரசு தெரிவிக்கவில்லை. இவையனைத்தும் கவனிக்கப்படாமல் எல்லாம் போகவில்லை. இந்தியா முழுவதிலும் இந்துத்துவ ஆட்சியினால் ஏற்பட்டிருக்கும் அவலநிலையை உலகம் உற்றுநோக்கிக் கொண்டுதான் இருக்கிறது. உலக அரசாங்கங்கள் எதுவும் செய்யமுடியாமலும் அல்லது செய்ய விருப்பமில்லாமலும் இருக்கிற போது, உலக மக்களெல்லாம் இந்த இந்துத்துவ அரசை கவனித்துக் கொண்டும் எதிர்ப்புக்குரலை கொஞ்சம் கொஞ்சமாக எழுப்பத் துவங்கியிருக்கிறார்கள்.

பாசிச அம்சங்களை உள்வாங்கும் அரசு, பல்வேறு வடிவங்களில் அதனை வெளிக்காட்டி வருகிறது. அவற்றில் ஒருசில அம்சங்கள் கவனிக்கப்பட்டு எதிர்ப்புகுரல்கள் எழுப்பட்டிருந்தாலும், உலக அரங்கில் அதிகமாக கவனிக்கப்படாத ஒரு அம்சம் எது தெரியுமா? இஸ்ரேலுடனான இந்தியாவின் உறவும், அங்கிருந்து பிரதியெடுத்து அவற்றை இந்தியாவில் அமல்படுத்தும் முறையும் தான். கடந்த பத்தாண்டுகளில் இஸ்ரேலுடனான நட்புறவு நினைத்துப் பார்க்க முடியாத வேகத்தில் வளர்ந்துவருகிறது.

இந்திய-இஸ்ரேலிய உறவு பலப்படுவதும் எந்தளவுக்கு ஆபத்தானது என்பது குறித்து சில அமைப்புகளும், ஆய்வாளர்களும், அறிஞர்களும், பத்திரிக்கையாளர்களும் எச்சரித்துக்கொண்டே இருக்கின்றனர். 2020ஆம் ஆண்டு ஜனவரி மாதத்தில், பிடிஎஸ் (BDS) அமைப்பின் இந்தியப் பிரிவும், இந்திய செய்தித்தளமான நியூஸ் க்ளிக்கும் (News Click), பீப்பிள்ஸ் டிஸ்பாட்ச் (People's Dispatch) என்கிற அமைப்பும் இணைந்து 'இந்திய-இஸ்ரேலிய இராணுவ உறவுகள்' என்கிற தலைப்பிலான ஒரு விரிவான அறிக்கையினை தயாரித்து வெளியிட்டார்கள். அதில், இஸ்ரேலிய இராணுவத் தத்துவமும், வழிமுறைகளும், தொழிற்நுட்பமும் பல்லாயிரம் கோடி வியாபாரத்தை மையமாகக் கொண்டது என்றும், அதில் இந்தியாவுடனான கூட்டுறவு பெரும்பங்களிக்கிறது என்றும் தெரிவிக்கப்பட்டுள்ளது.

இஸ்ரேலில் இருந்து ஆயுதங்கள் வாங்கினாலும், இராணுவக் கருத்தியலைப் பிரதியெடுத்தாலும், இறக்குமதி செய்யப்படும்

தேசத்தில் வாழும் மக்களின் நலனுக்கு அவையெல்லாம் உகந்ததல்ல என்கிறது அவ்வறிக்கை. ஜனநாயகத்திற்கே கேடு விளைவிக்கும் வழிமுறைகளைத்தான் மற்ற நாடுகளுக்கு பணத்தை வாங்கிக்கொண்டு ஏற்றுமதி செய்து வருகிறது.

> *"இஸ்ரேலுடனான இராணுவ, ஆயுத, கண்காணிப்பு உறவென்பது, இந்திய பொது மக்களுக்கும் மிகவும் மோசமான விளைவுகளை ஏற்படுத்துக்கூடியவையே"*

என்று அந்த அறிக்கையில் ஒரு எச்சரிக்கையாகவே குறிப்பிடப்பட்டிருக்கிறது[109].

இஸ்ரேலால் உருவாக்கப்பட்டு, பாலஸ்தீனர்களின் மீது பலமுறை பரிசோதிக்கப்பட்ட ஆயுதங்கள், உலகின் பல சர்வாதிகார நாடுகளுக்கு விற்கப்படுகின்றன. அந்த சர்வாதிகார ஆட்சியாளர்கள் அவற்றை எப்படியாகப் பயன்படுத்துவார்கள், யாருக்கு எதிராகப் பயன்படுத்துவார்கள் என்பதை சொல்லித் தெரிய வேண்டியதில்லை. போஸ்னியா, ருவாண்டா, மியான்மர் உள்ளிட்ட நாடுகளில் இனப்படுகொலைகள் நடந்தபோதெல்லாம் அங்கே இஸ்ரேலிய ஆயுதங்கள் விற்கப்பட்டு, அந்த இனப்படுகொலைகளில் பயன்படுத்தப்பட்டிருக்கின்றன. இஸ்ரேலிய ஆயுதத் தொழிற்சாலை என்பது வெறுமனே தொழிற்நுட்பத்தை அறிமுகப்படுத்தி ஆயுதங்களை விற்பது மட்டுமே அல்ல. அதையும் தாண்டி இஸ்ரேலிய கண்காணிப்பு வழிகளையும், இஸ்ரேலிய அரசு நிர்வாக முறைகளையுமே கற்றுக்கொடுப்பதாகும். உலகளவில் போர் எதிர்ப்புப் போராளிகளையும், சோசலிசவாதிகளையும், பூர்வகுடி மக்களின் உரிமைகளுக்காகப் போராடுபவர்களையும் எப்படியாகக் கையாள்வது என்பதையும் பாலஸ்தீன இயக்கங்களை ஒடுக்கிவரும் இஸ்ரேலிய அரசிடம் உதவிகளையும் ஆலோசனைகளையும் பெற்று ஆதிக்க அரசுகள் அமல்படுத்திவருகின்றன.

ஆக, இந்திய-இஸ்ரேலிய உறவினை வெறுமனே அரசு முறை நட்புறவாக மட்டுமே பார்க்க முடியாது. பாலஸ்தீனர்கள் இன்றைக்கு இஸ்ரேலால் எப்படியாக நடத்தப்படுகிறார்களோ, அதுபோலவே இந்தியா உட்பட உலகின் பல நாடுகளிலும் சிறுபான்மையினரும் முற்போக்குவாதிகளும் நடத்தப்படுவதற்கான கூட்டுப் பயிற்சியாகத்தான் இந்திய-இஸ்ரேலிய உறவை நாம் பார்க்கவேண்டும். அவர்கள் முன்வைக்கும் தேசியவாதத்தை ஏற்காதவர்கள் ஒடுக்கப்படுவார்கள், நசுக்கப்படுவார்கள். அதற்குத் தேவையான ஆயுதங்களையும், கண்காணிப்புக் கருவிகளையும்,

ஒடுக்குமுறை வழிமுறைகளையும் இஸ்ரேல் விற்கும். அவற்றை நம் வரிப்பணத்திலேயே நம் அரசுகள் வாங்கிக் குவிக்கும்.

இஸ்ரேலின் மிகப்பெரிய ஆயுத உற்பத்தி நிறுவனமான எல்பிட் சிஸ்டம்ஸ் (Elbit Systems) உதாரணத்திற்கு எடுத்துக்கொள்வோம்.

தங்களை ஒரு சர்வதேச பாதுகாப்பு உபகரணத் தயாரிப்பு நிறுவனம் என்று சொல்லிக்கொள்கிறார்கள். அதாவது உலகெங்கிலும் விற்பனை செய்வதற்கேற்ப சர்வதேச நிறுவனமாகக் காட்டிக்கொள்கிறார்கள். இஸ்ரேலிய இராணுவம் பயன்படுத்தும் பல மிகக்கொடிய ஆயுதங்களையெல்லாம் எல்பிட் சிஸ்டம்ஸ் தான் தயாரித்து வருகிறது. 2014ஆம் ஆண்டு முதலே பாலஸ்தீனர்களின் காஸா பகுதியில் இஸ்ரேலால் பயன்படுத்தப்பட்டு வரும் ஹெர்மெஸ்-900 என்கிற மிகக்கொடிய போர் விமானத்தை எல்பிட் சிஸ்டம்ஸ் நிறுவனம்தான் தயாரித்தது. அதேபோல பாலஸ்தீனர்கள் நிலங்களில் கட்டப்பட்டிருக்கிற பிரிவினை சுவர்களைச் சுற்றியுள்ள கண்காணிப்புக் கருவிகளையும், ஆங்காங்கே ஏராளமான எண்ணிக்கையில் அமைக்கப்பட்டிருக்கிற சோதனைச் சாவடிகளுக்கான தொழிற்நுட்பத்தினையும் எல்பிட் சிஸ்டம்ஸ்தான் உருவாக்கியிருக்கிறது.

காஸாவில் பாலஸ்தீன மக்களுக்கு எதிராக இன்றைக்கும் பயன்படுத்தப்பட்டுவரும் அதே ஹெர்மெஸ்-900 போர் விமானங்களில் நான்கினை இந்திய இராணுவத்திற்காக வாங்குவதற்கான ஒப்பந்தத்தை இந்திய அரசு இஸ்ரேலிய அரசுடன் கையெழுத்திட்டிருக்கிறது.

மிக முக்கியமாக, எல்பிட் சிஸ்டம்ஸ் நுழையும் ஒவ்வொரு நாட்டிலும் அங்கிருக்கும் நிறுவனங்களை வாங்கியபடியே வியாபாரப் போட்டியையும் ஒழித்துவிடுகிறது. அதன்மூலம், அந்த நாடுகளின் அரசுகள் வேறு வழியின்றி எல்பிட் சிஸ்டம்ஸ் நிறுவனத்தையே நாடவேண்டிய சூழலுக்குத் தள்ளப்படுகின்றன.

> "எல்பிட் எந்தெந்த நாடுகளிலெல்லாம் நுழைகிறதோ, அந்த நாடுகளில் ஏற்கனவே இருக்கிற உள்ளூர் அல்லது அண்டை நாடுகளுடனான மோதல்கள் எல்லாம் மிகமோசமான நிலைக்கு எடுத்துச் செல்லப்படுகிறது. சண்டைகளே இல்லாத நாடுகளும் எல்பிட் நிறுவனத்தை அனுமதித்த பின்னர், புதுச்சண்டைகளைத் துவங்கிவிடும் சூழல் உருவாகிவிட்டது"

என்கிறார் ஷிர் ஹெவர்[110].

சுருக்கமாகச் சொல்ல வேண்டுமென்றால், உலகெங்கிலும் போர்களை அதிகரித்துக் கொண்டே, தங்களது வியாபாரத்தைப் பெருக்குவதுதான் எல்பிட் சிஸ்டம்ஸ் நிறுவனத்தின் முக்கிய நோக்கமாகும். கொலம்பியா, ருவாண்டா, கேமரூன், அசர்பைஜான், பிலிப்பைன்ஸ் மற்றும் இந்தியா உள்ளிட்ட பல நாடுகளுக்கு பல்வேறு ஆயுதங்களை விற்றுக்கொண்டிருக்கிறது அந்நிறுவனம்.

ஆட்சியாளர்களும், பெருமுதலாளிகளும், ஆயுத உற்பத்தியாளர்களும் இனம், மதம், மொழி, தேசம் போன்ற அனைத்து அடையாளங்களையும் கடந்து, மக்களை ஒடுக்கிவைப்பதற்காக ஒருங்கிணைந்து, கைகோர்த்து செயல்படுகிறார்கள். அவர்களிடம் இருந்து அந்த ஒரு பாடத்தைக் கற்றுக்கொண்டு, மக்களுக்காக இயங்கும் இயக்கங்களெல்லாமும் சர்வதேச ஒற்றுமையை அவர்களுக்குள்ளாக ஏற்படுத்திக் கொண்டு, ஆட்சியாளர்களுக்கு எதிரான சர்வதேச அளவிலான ஒருங்கிணைந்த போராட்டங்களை முன்னெடுக்க வேண்டும்.

2020ஆம் ஆண்டு ஆகஸ்ட் மாதத்தில் 'பாலஸ்தீன ஆக்சன்' என்கிற குழுவின் ஒருங்கிணைப்பில் இலண்டனில் உள்ள இஸ்ரேலிய எலிபிட் சிஸ்டம்ஸ் நிறுவனத்தின் மூன்று அலுவலகங்களை முற்றுகையிட்டு ஒரு பெரிய போராட்டம் நடத்தப்பட்டது. ஆயுதத் தயாரிப்பு நிறுவனத்திற்கு எதிராக நேரடியாக நடத்தப்பட்ட மிக முக்கியமான போராட்டம் அது.

அந்த நிறுவனத்திற்கு எதிரான வாசகங்களைக் கொண்ட பதாகைகளை ஏந்திப் போராடினர். அந்த அலுவலகச் சுவர்களில் சிவப்பு நிற சாயத்தைப் பூசி, அந்நிறுவனம் முழுவதும் இரத்தக்கறை படிந்திருப்பதை போராட்டக்காரர்கள் சுட்டிக்காட்டினர். பாலஸ்தீனர்கள் உட்பட உலகெங்கிலும் ஒடுக்கப்பட்ட மக்களைக் கொல்வதற்கும் ஒடுக்குவதற்கும் உதவிவரும் எல்பிட் சிஸ்டம்ஸ் நிறுவனத்தின் அலுவலகங்களில் இருந்து அவர்களை வெளியேற்றுமாறு, அந்நிறுவனத்திற்கு வாடகைக்கு இடம் கொடுத்தவர்களுக்கு போராடிய மக்கள் கோரிக்கை வைத்தனர்.

இங்கிலாந்தில் நான்கு இடங்களில் ஆளில்லாத விமானத் தயாரிப்பிற்கான உதிரி பாகங்களை எல்பிட் சிஸ்டம்ஸ் நிறுவனம் உற்பத்தி செய்கிறது. அவையெல்லாம் இஸ்ரேலால் பாலஸ்தீனர்களுக்கு எதிராக இன்றைக்கும் பயன்படுத்தப்பட்டு வருகின்றன. அந்த உற்பத்தித் தொழிற்சாலைகளின் முன்பு கூடிநின்று, போர் எதிர்ப்பு முழக்கங்களை எழுப்பினார்கள் மக்கள் போராளிகள்.

அந்தக் கட்டிடங்களில் பல்வேறு முழக்கங்களை கிராஃபிட்டி என்கிற சுவர் ஓவியங்களின் மூலம் எழுதியும் எதிர்ப்பைத் தெரிவித்தனர். அவற்றில்,

"பாலஸ்தீனர்களிடம் பரிசோதிக்கப்பட்டு, காஷ்மீரிகளிடம் பயன்படுத்தப்பட்டவை"

என்று ஒரு வாசகத்தையும் அந்த ஆயுத உற்பத்தித் தொழிற்சாலைக் கட்டிடத்தில் எழுதிவைத்திருந்தனர்[111].

இந்தச் செய்தியைத்தான் உலகெங்கிலும் இன்றைக்கு நாம் கொண்டுசெல்ல வேண்டும்.

பின்குறிப்பும் நன்றிகளும்

2011ஆம் ஆண்டின் துவக்கத்தில் அல்ஜசீரா ஆங்கில செய்தித் தொலைக்காட்சிக்காக நான் இந்தியப் பகுதியில் இருக்கும் காஷ்மீருக்குச் சென்றிருந்தேன். அப்போது அங்கே பலர் காணாமல் போவது குறித்தும், காஷ்மீர் பண்டிட்டுகளின் அனுபவங்கள் குறித்தும், நான் செல்வதற்கு சுமார் ஆறு மாதங்களுக்கு முன்னர் நடைபெற்ற போராட்டங்கள் குறித்தும் செய்தி சேகரிக்கும் நோக்கில்தான் அங்கு சென்றேன்.

2010ஆம் ஆண்டின் கோடைக்காலத்தில் ஒரு காஷ்மீர் கிராமத்தைச் சேர்ந்த மூன்று பேர் இந்திய இராணுவத்தால் கொல்லப்பட்டிருந்தனர். அதற்கு நியாயம் கேட்டும், பல்லாயிரக்கணக்கான காஷ்மீர் மக்கள் தெருவில் இறங்கி 'விடுதலை' முழக்கத்துடன் போராடினர். அந்தப் போராட்டத்தை அடக்கவந்த இந்திய இராணுவம் நடத்திய தாக்குதலில் சுமார் 120 காஷ்மீர் மக்கள் கொல்லப்பட்டனர். அவர்களில் பெரும்பாலானோர் இளைஞர்கள். இந்த கொடூரத் தாக்குதல் சம்பவம், சர்வதேச கவனத்தை ஏனோ பெரியளவில் ஈர்க்கவில்லை.

நாங்கள் அது தொடர்பாக 'காஷ்மீர்: ஒரு மறக்கப்பட்ட முரண்பாடு' என்கிற தலைப்பில் ஒரு தொலைக்காட்சித் தொடரைத் தயாரித்து வெளியிடலாம் என்று முடிவு செய்தோம். தொடரின் பகுதிகள் ஒவ்வொன்றாக இணையத்தில் வெளியாகத் துவங்கியதும், இந்திய அரசு எங்களைத் தொடர்ந்து பணிசெய்ய விடாதவாறு பல கட்டுப்பாடுகளை விதித்தது. எங்களுடைய தொடர் ஒரு பக்கசார்பாக இருப்பதாகக் குற்றஞ்சாட்டினர். டெல்லியில் இருக்கும் எங்களது மூத்த நிர்வாகிகளை அழைத்து, 'காஷ்மீர் குறித்து இப்போது பேசுவதற்கான காரணமென்ன?' என்று கேட்டு விளக்கம் கொடுக்கச் சொன்னார்கள். கத்தாரில் பணிபுரியும் எங்கள் நிறுவனத்தின் ஊழியர்களுக்கு விசா வழங்காமல் தடுத்தார்கள். அவர்களில்

சிலர் இந்தியாவுக்கு சுற்றுலா செல்வதற்கு விண்ணப்பித்த விசா கோரிக்கைகள் கூட நிராகரிக்கப்பட்டன. இதற்கெல்லாம் குறிப்பாக எது காரணமாக இருக்குமென்ற கேள்விக்கான பதிலை நாங்கள் தேடிக்கொண்டே இருந்தோம். பிறகு, நாங்கள் எழுதிய, 'காஷ்மீர்: தெற்காசியாவின் பாலஸ்தீனம்' என்கிற கட்டுரைதான் முக்கியக் காரணம் என்பதைக் கண்டறிந்தோம்.

2012ஆம் ஆண்டு தெற்கு மற்றும் மத்திய ஆப்பிரிக்கப் பகுதிகளின் செய்திகளை சேகரிப்பதற்காக நான் ஆப்பிரிக்காவிற்கு இடம் பெயர்ந்தேன். ஆனால், அப்போதும் என்னை காஷ்மீர் குறித்த செய்திகள் பின்தொடர்ந்தன. காங்கோ ஜனநாயகக் குடியரசு நாட்டில் செய்தி சேகரிக்கச் சென்றபோது, அங்கே பணிபுரிந்த ஐநா சபையின் அமைதிப்படையினரை சந்திக்கும் வாய்ப்பு கிடைத்தது. அவர்கள் ஜம்மு-காஷ்மீர் இந்தியப் படையிலிருந்து வந்தவர்கள் என்பதையும் அறிந்துகொண்டேன்.

> *"காஷ்மீர் மலைகளில் தேடித்தேடி அங்கிருந்த போராளிகளை எப்படியாக வேட்டையாடினோமோ, அதேபோலத்தான் இங்கே காங்கோ கிளர்ச்சியாளர்களையும் விரட்டினோம்"*

என்றார் இராணுவ உயரதிகாரி ஒருவர். 'ஒரு நாட்டில் அடக்குமுறையை செய்துவிட்டு, இன்னொரு நாட்டில் அமைதிப்படைக்குத் தலைமைதாங்க அனுப்பியிருக்கிறார்களே' என்று மனதுக்குள் அப்போது நினைத்துக்கொண்டேன்.

ஆப்பிரிக்க கண்டத்தில் பல மேற்குலக நாடுகள் தலையீடு செய்வதும் ஆதிக்கம் செய்வதும் நமக்கு ஓரளவுக்குத் தெரிந்ததுதான். அவை குறித்து விரிவாக ஆய்வுசெய்யத்தான் நான் ஆப்பிரிக்கா சென்றிருந்தேன். ஆனால், உள்ளே சென்றுபார்த்தால், மேற்குலக நாடுகளைப் போலவே துருக்கி, அமீரகம், இந்தியா மற்றும் இஸ்ரேல் உள்ளிட்ட நாடுகளுமே ஆப்பிரிக்காவில் காலடி எடுத்து வைத்திருக்கின்றன. ஆப்பிரிக்க நாடுகளை பாலஸ்தீன ஆதரவிலிருந்து விலக்கிக் கொள்ள வைப்பதற்காகவே அங்கே நுழைந்து அவர்களுக்கு சில சின்னச்சின்ன உதவிகளைச் செய்கிறது. பல ஆப்பிரிக்க நாடுகளுடன் அரசுமுறை உறவினையும் நட்பினையும் ஏற்படுத்தினார் இஸ்ரேலியப் பிரதமரான நெத்தன்யாஹூ. விவசாயம் முதல் நீர் மேலாண்மை வரை, மனிதநேய உதவிகள் முதல் உள்நாட்டுப் பாதுகாப்பு வரை ஆப்பிரிக்க கண்டம் முழுவதிலுமுள்ள பல நாடுகளுக்கு உதவிகள் செய்ய அவருடைய ஆட்சியில் இஸ்ரேல் முன்வந்தது.

தானாகவே முன்வந்து ஆப்பிரிக்க நாடுகளுக்கு தொழிற்நுட்பமும், இராணுவ உதவியும், போராடும் மக்களை ஒடுக்குவதற்கான ஆயுதங்களையும் வழங்குவதால், இஸ்ரேல் மீது ஆப்பிரிக்க மக்கள் கடுங்கோபத்தில் தான் இருக்கின்றனர். ஆனால் 'மாஷவ் திட்டம்' என்கிற பெயரில் இஸ்ரேல் செய்துவரும் இந்த 'உதவி'களினால், ஆப்பிரிக்க கண்டத்தின் தொலைதூர நாடுகளிலும், நகரங்களிலும் கிராமங்களிலும் இஸ்ரேலின் கொடி பறப்பதைக் காணமுடிகிறது.

அதே காலகட்டத்தில் இந்தியாவிலும் பெரிய மாற்றங்கள் நிகழத் துவங்கியிருந்தன. இந்திய அரசியலில் நரேந்திர மோடியின் எழுச்சி குறித்து ஊடகங்களில் பெரிதாகப் பேசப்பட்டன. மேற்குலக ஊடகங்களைப் போலவே, என்னுடைய சக ஊடக நண்பர்களுமே மோடியின் பொருளாதாரத் திட்டங்கள் குறித்தெல்லாம் அதிகமாகப் பேசினார்களே தவிர, இப்புதிய ஆட்சியில் சிறுபான்மையினரும் காஷ்மீர் மக்களும் எதிர்கொள்ளும் பிரச்சனைகள் குறித்து பெரியளவில் யாரும் கண்டுகொள்ளவில்லை. அப்படியே அரிதாக ஒருசிலர் பேசினாலும், அவர்கள் கலகக்காரர்கள் என்று முத்திரை குத்தப்பட்டு ஒதுக்கப்பட்டார்கள். இந்தியாவில் மோடியும் இஸ்ரேலில் நெத்தன்யாஹுவும் ஆட்சியில் இருக்கும் இக்காலகட்டத்தில் இருநாடுகளும் அரசுமுறை உறவில் மிகவும் நெருங்கி வந்திருக்கின்றன. 2017ஆம் ஆண்டில் டெல்லிக்கு பயணம் மேற்கொண்டபோது, 'தன்னுடைய அரசும் மோடியின் அரசும் இணைந்து பணியாற்றி ஆப்பிரிக்காவில் சாலைகளை உருவாக்குவோம்' என்றார் நெத்தன்யாஹு.

2018ஆம் ஆண்டில், காஷ்மீரில் போராடுபவர்கள் மீது ஈயம் பூசப்பட்ட பெல்லெட் குண்டுகளால் இந்திய இராணுவப்படையினர் தாக்கியது குறித்து ஒரு ஆவணப்படம் எடுப்பதற்காக நான் மீண்டும் காஷ்மீருக்குச் சென்றிருந்தேன்.

2010ஆம் ஆண்டு முதலே காஷ்மீர் பள்ளத்தாக்கில் போராடும் இளைஞர்களை பெல்லெட் குண்டுகளால் காயப்படுத்திக்கொண்டே இருக்கிறது இந்திய இராணுவம். 2016ஆம் ஆண்டு வரையிலும், பெல்லட் குண்டுகளின் தாக்குதலினால், சுமார் 1100 காஷ்மீர் மக்கள் முழுவதுமாகவோ அல்லது பகுதியாகவோ பார்வைத் திறனை இழந்திருக்கிறார்கள். உலகிலேயே ஒரே நிலப்பரப்பில் அதிகமானோரை பார்வையிழக்கச் செய்த ஒரு கொடூரத் தாக்குதல் என்று இதனைக் குறிப்பிடலாம். மிகப் பெரிய எண்ணிக்கையிலான மக்களைக் கண்காணிப்பது, பத்திரிக்கையாளர்களை இலக்காக்குவது,

மக்களின் வீடுகளை இடித்துத்தள்ளுவது போன்ற நடவடிக்கைகளை வைத்துப் பார்த்தால், இஸ்ரேலுடைய கொடூரமான ஆதிக்கத் தந்திரங்களெல்லாம் காஷ்மீர் எல்லைக்குள்ளும் வந்துவிட்டதாகவே எனக்குத் தோன்றியது.

2019ஆம் ஆண்டு ஆகஸ்ட் மாதத்தில் காஷ்மீரின் சிறப்புரிமைகள் நீக்கப்பட்டு அதிகாரப்பூர்வமாக இந்தியாவுடன் முழுமையாக இணைக்கப்பட்டுவிட்டது. அப்போது, காஷ்மீரிலும் இஸ்ரேலைப் போலவே பாதுகாப்பான புதுக்குடியிருப்புகளை உருவாக்கி மற்ற மாநில மக்களை குடியமர்த்த வேண்டும் என்று அமெரிக்காவில் இந்திய தூதர் பேசுகிறார். அதனைத் தொடர்ந்து இந்தியாவில் சிஏஏ என்கிற புதிய சட்டம் கொண்டுவரப்பட்டு, மற்ற நாட்டிலிருந்து அகதிகளாக வரும் இந்துக்களுக்கு விரைவாகக் குடியுரிமை வழங்க ஏற்பாடு செய்யப்பட்டது. அதேவேளையில், இந்தியாவிலேயே இருக்கும் முஸ்லிம்களின் குடியுரிமை பறிக்கப்படவும் வாய்ப்பு உருவாக்கப்பட்டது. உலகெங்கிலுமுள்ள யூதர்கள் வந்து குடியுரிமை பெறலாம் என்கிற சட்டத்தை ஏற்கனவே இஸ்ரேல் உருவாக்கி வைத்திருக்கிறது. இவற்றையெல்லாம் பார்க்கும்போது இஸ்ரேலியப் பதிப்பாக இந்தியா மாறிக் கொண்டிருப்பதாகத் தெரிந்தது.

இந்த நூல் இஸ்ரேலைப் பற்றியும் இந்தியாவைப் பற்றியுமாக இருக்கலாம். ஆனால் அதேவேளையில், இந்தியா மற்றும் இஸ்ரேல் குறித்து இங்கே சொல்லப்படுகிற கதைகளின் உண்மைத்தன்மையை ஆய்வு செய்வதும், இவ்விரு நாடுகளின் உறவு எப்படியாக பலமடைந்து வருகிறது என்பது பற்றியுமான நூலும்தான் இது. அதிலும் இஸ்ரேலைப் பற்றியாவது சிலர் வெளிப்படையாகப் பேசிவிடுகிறார்கள். ஆனால் இந்தியாவைப் பற்றி பேசுவதற்கு பலருக்கும் தயக்கம் இருப்பதைப் பார்க்கமுடிகிறது. அதனை உடைப்பதற்கான ஒரு முயற்சியும்தான் இந்நூல்.

ஆகவே, இந்தியாவும் இஸ்ரேலும் அமைத்திருக்கிற கூட்டணி குறித்து விரிவாக எழுதுவதற்கான வாய்ப்பினை எனக்கு அளித்ததற்காக ப்ளூட்டோ பிரஸ்ஸுக்கு (Pluto Press) எனது நன்றியைத் தெரிவித்துக் கொள்கிறேன். நரேந்திர மோடி ஆட்சிக்கு வருவதற்கு முன்னரும் பின்னருமான இந்தியாவின் வெளியுறவுக் கொள்கைகள் குறித்து எழுதுவதற்கும் எனக்கு அவர்கள் முழு சுதந்திரம் கொடுத்தார்கள்.

என்னையும் என்னுடைய எழுத்தையும் நம்பி, இப்படியானதொரு கடினமான தலைப்பில் எழுத அனுமதித்து, நான் எழுதிக்கொடுத்ததை அன்பாகவும் பொறுமையாகவும் பொறுப்பாகவும் சரிபார்த்து

ஏற்றுக்கொண்ட பொறுப்பாசிரியர் நேதா டெஹ்ரானிக்கும் எனது நன்றிகள். நூல் வடிவமைப்பில் துவங்கி, பிழைதிருத்தம், விளம்பரப்படுத்தல் வரையிலுமாக இந்நூலுக்காக உழைத்த மெலனி பேட்ரிக், எமிலி ஆர்ஃபோர்ட், இராபர்ட் வெப், கேரி குயுண்டா என ப்ளூட்டோ பிரஸ்ஸைச் சேர்ந்த அனைவருக்கும் மனமார்ந்த நன்றிகள்.

காஷ்மீர் குறித்தான என்னுடைய பணியினைப் பாராட்டி ஊக்குவித்த அல்ஜசீரா ஆங்கிலத் தொலைக்காட்சியின் பொறுப்பாசிரியரான கார்லா போவர், முன்னாள் மேலாளர்களான முகமது நானாபாய், மற்றும் இமாது முசா ஆகியோருக்கும் நன்றிகளைத் தெரிவித்துக் கொள்கிறேன்.

'மிடில் ஈஸ்ட் ஐ' *(Middle East Eye)* என்கிற இணைய இதழில் வேலைக்கு சேர்ந்தபிறகு, இந்த நூலை எழுதும் பணியையும் துவங்கினேன். சுமார் ஓராண்டாக இந்நூலை எழுதுவதற்காக நான் உழைத்தபோது, என்னை முழுவதுமாக உற்சாகப்படுத்தியதுடன், அதற்காக எனக்கு நேரம் கொடுத்ததோடு மட்டுமல்லாமல், இந்நூலை ப்ளூட்டோ பிரஸ் மூலமாக வெளியிடவும் அனுமதித்தனர். அதற்காக டேவிட் ஹெர்ஸ், ஓமய்மா அப்தெல் லட்டிஃப் மற்றும் சைமன் ஹூப்பர் ஆகியோருக்கு என் நன்றிகள். இந்நூல் எழுதுகையில் பெரிய உற்சாகமாக இருந்த ஃபைசல் எட்ரோஸ் மற்றும் நண்பர் உமர் பாரூக் ஆகியோருக்கும் என் மனமார்ந்த நன்றிகள்.

இந்தியாவுக்கும் இஸ்ரேலுக்குமான கொள்கை ரீதியான ஒற்றுமைகள் குறித்து நிறைய கட்டுரைகள் கடந்த இரண்டாண்டுகளில் வெளியாகிக் கொண்டிருந்தாலும், முழுமையான ஆய்வுகள் பெரிதாக இல்லை. அதற்கான பணிகளின் ஆரம்பக்கட்டத்தில்தான் நாம் இருக்கிறோம். இத்தகைய சூழலில் ஏராளமான ஆய்வாளர்களும், செயல்பாட்டாளர்களும், கல்வியாளர்களும் எனக்கு நிறைய உதவியிருக்கிறார்கள். கவிதா கிருஷ்ணன், அபூர்வானந்த், நோம் சோம்ஸ்கி, ஆதர் சியா, அச்சின் வனைக், கின்வ்ராஜ் ஜாங்கித், யாரா ஹவாரி, நெர்தீன் கிஸ்வானி, அஃப்ரீன் ஃபாத்திமா, ஆர்தர் ரூபினாஃப், ஏரி துப்னோவ், அப்துல்லா மொவாஸ்வெஸ், தீபா சுந்தரம், ஷ்ரேயா சிங், நிகில் மண்டலபர்த்தி, இரப்பி அலைஸ் வைஸ், சுசித்ரா வியஜன், பிரியம்வட கோபால், மற்றும் ஏராளமான செயல்பாட்டாளர்கள் இந்நூலை முடிப்பதற்கு உதவினர். அவர்களுடைய கருத்துகளால் இந்நூல் மேம்பட்டது எனச் சொல்லலாம்.

இந்த நூலை கொரோனா உச்சத்தில் இருந்த 2020ஆம் ஆண்டில் எழுதினேன். மிகுந்த கட்டுப்பாடான அக்காலகட்டத்தில், ஆவணங்களைத் தேடுவதும், நூலகங்களுக்குப் போவதும் எளிதானதாக இருக்கவில்லை. ஹார்வர்ட் பல்கலைக்கழகத்தின் ஆப்பிரிக்க மற்றும் ஆப்பிரிக்க-அமெரிக்க ஆய்வுத்துறை சேகரித்து வைத்திருக்கும் ஆவணங்களையெல்லாம் பயன்படுத்திக்கொள்ள எனக்கு அனுமதி கொடுத்தார்கள். அதற்காக கார்னல் வெஸ், டாமி ஷெல்பி மற்றும் கியோவன்னா மிக்கோனி ஆகியோருக்கு என்றைக்கும் நான் நன்றிக் கடன்பட்டிருக்கிறேன். ஹார்வர்ட் பல்கலைக்கழகத்தின் நூலகர்களும் எனக்குத் தேவையான பல கட்டுரைகளையும் நூல்களையும் தேடியெடுத்துக் கொடுத்து உதவினர்.

அதே போல, ஐநா சபையின் இணைய நூலகத்திலிருந்தும் ஆவணங்களைப் பெறுவதற்கு ஜனைன் பிக்கர்ட் எனக்கு உதவினார்.

இந்நூலின் முதல் வரைவினை முடித்தபின்னர், என்னுடைய நெருங்கிய நண்பர்கள் சிலர், அவர்களது வார இறுதிநாட்களை எனக்காகத் தியாகம் செய்து, நூலைப் படித்து, நேர்மையான விமர்சனங்களை வழங்கி, இந்நூலை மேலும் செழுமைப்படுத்தினர். தெரசா மேத்யூஸ், சைஃப் காலித் மற்றும் லினா அல்சாஃபின் ஆகியோருக்கு என் நன்றிகள். என்னுடைய வேண்டுகோளை ஏற்றுக்கொண்டு, இந்நூலுக்கு முன்னுரை எழுதிக் கொடுக்க முன்வந்த லினாவுக்கு மிகப்பெரிய நன்றிகள்.

நம்முடைய எந்த முயற்சியும் குடும்பத்தின் ஆதரவும் நெருங்கிய நண்பர்களின் ஆதரவும் இல்லாமல் வெற்றிபெறுவது கடினம்தான். சில நேரங்களில் அவர்களுக்கே தெரியாமலேயே கூட ஏதோவொரு வகையில் நம்முடைய முயற்சிக்கு உதவியிருப்பார்கள். அந்த வகையில், சோரின் ஃபுர்கோய், மரியா கோஸ்டியா, இக்பால் மூசா, நயீம் மயத், முகமது பட்டேல், ஜாகீர் எஸ்ஸா, திவேஷா எஸ்ஸா, லைகா எஸ்ஸா, ஆமீனா மூசா, யூசுப் ஓஸ்மான், அஷ்வின் தேசாய், முகமது ஹாதத், சமீரா எஸ்ஸா, ஃபாத்திமா நைப், சபீக் பட்டேல், இராஜா அப்துல்ஹக், ஃபாத்திமா பாருக், சாஃபியா பட்டேல், ஷெரீனா காசி, ஃபாத்திமா காசிம், முகமது ஜாகரியா சுலைமான், ஆலியா சுக்தாய், சௌத் ஹைதர், சேரிஷ் சுலைமான், ஆதியா ஹுசைன், முகமது அல்சாஃபின், சோஃபியா குரேஷி, மரைனா சோஃபி, ரியாத் மின்டி, இரபைல் சோஃபி, ஃபர்சானா கர்டீ, குல்ஷன் கான், லயன் ஃபுலைஹன், சர்வத் மாலிக், ரஹீல் ஹாசன், ஓஷா மெஹ்மூத், முகமது சேத்தார், தஹ்மித் குவாசி, இரஷாத்ஆம்ரா,

முகமது ரைமான், கதீஜா மஞ்ரா, ஆயிஷா ஜேக்கப், ஃபரீத் சையது, ஆசாத் ஹஷீம், ஜீனத் ஆடம், நஷ்வா நஸ்ரெல்டின், இமாம் ரஷீத் ஓமர், வாஜாஹத், மரியா பேட்கோவா, யாசர் லீ, யூசுப் காஜீ, ஷாஜி ஹைதர், நாதேமேத்யூஸ், சுவைத் யாசீன், அலி அலரியன், ஹோரியா எல் ஹதாத், பிர்சே போரா, மல்லிகா பிலால், முகமது ஜுனைத், லீனா அலரியன், முகமது ஜியாத் ஹசன், நாதி குபானே, ஹஃப்சா ஆடில், ஃபரஸ் கானி, சலீம் பட்டேல் மற்றும் ஹஃபீஸ் ஃபுசைல் சோஃபி ஆகியோருக்கு என் நன்றிகளைப் பதிவு செய்கிறேன்.

இந்தியாவிலும், அமெரிக்காவில், காஷ்மீரிலும் எனக்குப் பெரியளவில் உதவியிருந்தும், பாதுகாப்புக் கருதி பெயர் குறிப்பிட முடியாத ஏராளமான நண்பர்களுக்கும் நான் நன்றிக்கடன் பட்டிருக்கிறேன்.

என்னுடைய பெற்றோர் ரோக்சானா மற்றும் இப்ராகிம் ஆகியோருக்கும், என்னுடைய சகோதரி ஷெனாசுக்கும் என்னுடைய பேரன்பையும் நன்றியையும் நான் உரித்தாக்குகிறேன். டர்பனிலும் ஜொஹன்னஸ்பர்கிலும் இருக்கும் அயோப் மற்றும் எஸ்ஸா கிளானுக்கும், அமெரிக்காவில் இருக்கும் டாக்டர் ரூபினா ஷா மற்றும் யூசுப் கான்ஜ்வால், ஷிஃபா கான்ஜ்வால், ஃபரூக் மேக்ரி, ஓமர் கான்ஜ்வால், சாம்ரா அகமது மற்றும் ஆஸ்மா காலிக் ஆகியோருக்கும் எனது நன்றியைத் தெரிவித்துக்கொள்கிறேன்.

என் மீது எல்லையில்லா அன்பினைக் காட்டிய காஷ்மீரில் இருக்கும் கான்ஜ்வால் மற்றும் ஷா குடும்பத்தினருக்கும் எனது நன்றிகளைத் தெரிவித்துக்கொள்கிறேன்.

இறுதியாக, என்னுடைய மனைவியின் ஆதரவும் அன்பும் இல்லாமல் இந்த நூலே உருவாகியிருக்க முடியாது என்பதால், இந்நூலை அவருக்கு சமர்ப்பிக்கிறேன்.

இந்நூலை எழுதிக் கொண்டிருக்கையில் தென்னாப்பிரிக்காவில் கொரோனாவினால் சில அன்பான மனிதர்களையும் நான் இழந்திருக்கிறேன். எனது மாமா முகமது சலீம் அயோபையும், கல்யாணமாகி ஒரு மாதமே ஆகியிருந்த என்னுடைய மற்றொரு உறவினரான ஆசார் பக்ஸையும் இழந்துவிட்டேன். அதேபோல, புற்றுநோயால் நீண்டகாலமாக அவதிப்பட்ட என்னுடைய மாமா இப்ராகிம் பட்டேலையும், அவரைத் தொடர்ந்து ஹலீமா எஸ்ஸாவையும் கொரோனா காலத்தில் இழக்க நேரிட்டது. கொரோனா காலத்தில் தனிமைப்படுத்தப்பட்டு இருந்தபோது,

மனதுக்கு நெருக்கமான பலரையும் இழந்தது மிகப்பெரிய வருத்தமாகவே இருக்கிறது. அவர்களுக்காகவும் இந்நூலை எழுதி முடித்திருக்கிறேன்.

நியூ யார்க்
ஜூலை 2022

குறிப்புகள்

1. இந்தியாவும் பாலஸ்தீனமும்: பிரிவினையை சந்தித்த இருநாடுகளின் கதை

1. Punyapriya Dasgupta (1988) *Cheated by The World: The Palestin- ian Experience*, Orient Longman, New Delhi, p. 283.
2. PR Kumaraswamy (2010) *India's Israel Policy*, Columbia University Press, New York, p. 48.
3. Jawaharlal Nehru (1937) Eighteen months in India, Kitabistan, Allahabad, p. 139.
4. Ibid., p. 143.
5. Kumaraswamy, *India's Israel Policy*, p. 44.
6. Arthur G. Rubinoff (1995) "Normalization of India-Israel Relations: Stillborn for Forty Years," *Asian Survey*, Vol. 35, No. 5, May, p. 488.
7. Kumaraswamy, *India's Israel Policy*, p. 56.
8. Ibid., p. 31.
9. Dasgupta, *Cheated by The World*, p. 283.
10. Kumaraswamy, *India's Israel Policy*, p. 38.
11. Ibid., p. 39.
12. In partition historiography, debates exist whether or not the Muslim League actually wanted a separate nation-state, or if they were using the two-nation theory to make claims for greater autonomy within a broader, more federal India in which Muslims would be able to self-govern Muslim-majority regions, and not be subject to Hindu majoritarian rule.
13. The All India Congress Committee (AICC) is considered the central decision-making body within the Indian National Congress.
14. Moin A Zaidi (20181985) "Immutable Policy of Friendship and Cooperation, New Delhi: Indian Institute of Applied Polit- ical Research," in Kumaraswamy, *Squaring The Circle: Mahatma Gandhi and the Jewish National Home*, KW Publishers, New Delhi, p. 126.
15. Ibid., p. 127.
16. Ibid., p. 129.
17. Nehru, *Eighteen months in India*, p. 142. 18. Ibid., pp. 143–4.
19. Leonard A. Gordon (1975) "Indian Nationalist Ideas about Palestine and Israel," *Jewish Social Studies*, Vol. 37, No. 3/4, Summer–Autumn, p. 226.
20. Perry Anderson (2013) *The Indian Ideology*, Verso Books, London and New York.
21. Interview with Arthur G. Rubinoff on March 25, 2021.
22. Rubinoff, "Normalization of India-Israel Relations, p. 489.
23. Rashid Khalidi (2020) *The Hundred Years' War on Palestine: A History of Settler Colonialism and Resistance, 1917–2017*, Metro- politan Books, New York, p. 25.

24. Emanuel Celler (1947) "Celler deplores Nehru's Espousal of Arab State in Palestine," *Israel Archives*, April 28, https://archives.gov.il/archives/Archive/0b07170680031e2e/File/0b07170680c6cf62 (last accessed December 2021).
25. Gordon, *Indian Nationalist Ideas about Palestine and Israel*, pp. 221–34.
26. UNSCOP (1947) "United Nations: Special Committee on Pales- tine (UNSCOP)," September 3, https://jewishvirtuallibrary.org/ united-nations-special-committee-on-palestine-unscop#chapt7 (last accessed: March 2022).
27. Kumaraswamy, *India's Israel policy*, p. 100. 28. Ibid., p. 101.
29. Ibid.
30. PS Gourgey (1947) "Letter to Eliahu Epstein," *Israel Archives*, October 2, https://archives.gov.il/archives/Archive/0b071706 80031e2e/File/0b07170680c6cf62 (last accessed December 2021).
31. Khalidi, The Hundred Years' War on Palestine, p. 56.
32. Sunil Parushotham (2019) "Violence and in the making of Indian Democracy," in Alf Gunvald Nilsen, Kenneth Bo Nielsen, and Anand Vaidya (eds.), *Indian Democracy*, Pluto Press, London, p. 42.
33. Socialcops (2015) "We Bet You Don't Know Why the Indian Census Was Created," August 24, https://blog.socialcops.com/ intelligence/we-bet-you-dont-know-why-indian-census-was- created/ (last accessed May 2022).
34. R.B. Bhagat (2001) "Census and the Construction of Communal- ism," *EPW Commentary*, November 24, http://sacw.net/2002/ CensusandCommunalism.html (last accessed: June 2022).
35. Ibid.
36. Suchitra Vijayan (2021) "Midnight's Borders: A People's History of Modern India," Melville House, New York
37. Anderson, *The Indian Ideology*, p. 77.
38. National Archives of India (1950) File No 46 (15)—AWT/ 48, Vol. 5, https://indianculture.gov.in/flipbook/120646 (last accessed: January 2022).
39. Ibid.
40. Ibid.
41. Interview with Arthur G. Rubinoff on March 25, 2021.
42. Rubinoff, Normalization of India-Israel Relations, p. 492.
43. Kumaraswamy, *India's Israel policy*, p. 14.
44. Rubinoff, Normalization of India-Israel Relations, p. 491.
45. Dasgupta, *Cheated by The World*, p. 287.
46. Dasgupta, *Cheated by The World*, p. 287.
47. Joel Beinin (2020) "Egypt's Gamal Abdel Nasser Was a Towering Figure Who Left an Ambiguous Legacy," *Jacobin*, September 28, https://jacobinmag.com/2020/09/egypt-gamal-abdel-nasser- legacy (last accessed: January 2022).
48. Ibid.
49. Wiliam C. Mann (1988) "Displaced by Aswan Dam 23 Years Ago: Egypt's Nubians Dream of Home," *LA Times*, January 3, https:// latimes.com/archives/la-xpm-1988-01-03-mn-32292-story.html (last accessed: March 2022).
50. Interview with Arthur G. Rubinoff on March 25, 2021.

51. HRW (2008) "Getting Away with Murder: 50 Years of the Armed Forces (Special Powers) Act," *Human Rights Watch*, August, https://hrw.org/legacy/backgrounder/2008/india0808/ (last accessed: July 2022).
52. Punyapriya Dasgupta (1992) "Betrayal of India's Israel Policy," *Economic and Political Weekly*, Vol. 27, No. 15/16, April 11–18, pp. 767, 769, 771–2.
53. Sampad Patnaik (2015) "Anti-colonialism is an old strategic tool of India—Shashi Tharoor merely repackaged it," *Scroll*, July 31, https://scroll.in/article/744066/anti-colonialism-is-an-old-strategic-tool-of-india-shashi-tharoor-merely-repackaged-it (last accessed: March 2022).
54. Interview with Khinvraj Jangid on August 25, 2021.
55. Interview with Arthur G. Rubinoff on March 25, 2021.
56. PTI (2021) "Jaishankar unveils plaque at 'Bhoodan Grove' in Israel," *Times of India*, October 18, https://timesofindia.indiatimes.com/india/jaishankar-unveils-plaque-at-bhoodan-grove-in-israel/articleshow/87103606.cms (last accessed: January 2022).
57. Raghunath Keshav Khadilkar (1958) *Lok Sabha Debates (Fifth Session)*, Second Series Vol. XVIII No. 7, New Delhi: Lok Sabha Secretariat, p. 1744, https://eparlib.nic.in/bitstream/123456789/1560/1/lsd_02_05_19-08-1958.pdf#search=1958%20israel.
58. Kallol Bhattacherjee (2017) "With Nehru writing to its PM, Israel gave arms to India in 1962," *The Hindu*, May 27, https://thehindu.com/news/national/with-nehru-writing-to-its-pm-israel-gave-arms-to-india-in-1962/article18591835.ece (last accessed January 2022).
59. Ibid.
60. Nicolas Blarel (2015) *The Evolution of India's Israel Policy: Continuity, Change and Compromise Since 1922*, Oxford University Press, New Delhi, p. 157.
61. Interview with Arthur G. Rubinoff on March 25, 2021.
62. Bhattacherjee, "With Nehru writing to its PM."
63. Blarel, *The Evolution of India's Israel Policy*, p. 157.
64. Stephen P. Cohen and Sunil Dasgupta (2010) *Arming without Aiming: India's Military Modernization*, Brookings Institution Press, Washington D.C., pp. 7–8.
65. Harsh V. Pant and Ambuj Sahu (2019) "Israel's arms sales to India: Bedrock of a strategic relationship," *ORF Issue Brief*, No. 311, September, Observer Research Foundation.
66. PTI (2013) "Israel secretly provided arms to India in 1971: Book," *Times of India*, November 1, https://timesofindia.indiatimes.com/india/israel-secretly-provided-arms-to-india-in-1971-book/articleshow/25068719.cms (last accessed August 2021).
67. Nicolas Blarel and Jayita Sarkar (2019) "Substate Organizations as Foreign Policy Agents: New Evidence and Theory from India, Israel, and France," *Foreign Policy Analysis*, Vol. 15, No. 3, July, pp. 413–31.
68. Lok Sabha Secretariat (1967) *Lok Sabha debates*, Vol. VI, No. 40, July 15, p. 12136, https://eparlib.nic.in/bitstream/12345 6789/2389/1/lsd_04_02_15-07-1967.pdf#search=israel%20 1967 (last accessed January 2022).
69. Ibid., p. 12135.
70. Ibid., p. 12138.
71. Yaakov Katz and Amir Bohbot (2017) *The Weapon Wizards: How Israel became a high-tech military superpower*, St. Martin's Press, New York, p 231.
72. P.R. Kumarasamy, (2010) *India's Israel Policy*, Columbia University Press, New York, p. 241.

73. MEA (2018) *India Palestine Relations*, Ministry of External Affairs, August, https://mea.gov.in/Portal/ForeignRelation/Updated_Note_on_India-Palestine_Relations_for_MEA_Website.pdf (last accessed January 2022).
74. UN (1991) "Racism and racial discrimination/Revocation of res- olution 3379 ('Zionism as racism')," https://un.org/unispal/ document/auto-insert-180327/ (last accessed June 2022).
75. African Union (1976) "Resolutions of the Twenty-Sixth Ordinary Session of the Council of Minister," AU, https://au.int/sites/ default/files/decisions/9591-council_en_23_february_1_ march_1976_council_ministers_twenty_sixth_ordinary_session. pdf (last accessed March 2022).
76. Christopher Raj (1980) "India grants full diplomatic status to PLO," *India Today*, April 30, https://indiatoday.in/magazine/ international/story/19800430-india-grants-full-diplomatic- status-to-plo-821663-2014-02-04 (last accessed January 2022).
77. United Nations Digital Library (1985) "Provisional verbatim record of the 37th meeting, held at Headquarters, New York, on Wednesday, October 16, 1985: General Assembly, 40th session," https://digitallibrary.un.org/record/100057?ln=en (last accessed November 2021).
78. Warren Unna (1985) "Indian Update," *New York Times*, October 6, https://nytimes.com/1985/10/06/books/indian-update.html (last accessed November 2021).
79. T.N. Ninan (1985) "India's middle class represents the emer- gence of a major political and economic force," *India Today*, December 31, https://indiatoday.in/magazine/cover-story/ story/19851231-indias-middle-class-represents-the-emergence- of-a-major-political-and-economic-force-802280-2014-01-29 (last accessed February 2022).
80. Nicolas Blarel (2015) *The evolution of India's Israel policy: conti- nuity, change and compromise since 1922*, Oxford University Press, New Delhi p. 223.
81. PR Guris (2017) "Dr Subramanian Swamy remembers Indira Gandhi," YouTube, March 5, https://youtube.com/ watch?v=0LQ38f1165c&ab_channel=PGurus (last accessed January 2022).
82. P.R. Kumaraswamy (2018) "My Israel Journey," *Middle East Insti- tute*, New Delhi, February 2, http://mei.org.in/dateline-76 (last accessed November 2021).
83. Rajya Sabha Debates (1988) "Endorsement of Indian Passport for Israel," Parliament of India: Official debates of Rajya Sabha Session 147, July 28, https://rsdebate.nic.in/ bitstream/123456789/281624/1/PQ_147_28071988_U285_ p107_p107.pdf (last accessed October 2021).
84. Rajya Sabha debates (1991) "NRI Status to People Of Indian Origin In Israel," Parliament of India: Official debates of Rajya Sabha, Session 160, September 11, https://rsdebate.nic.in/ bitstream/123456789/249493/1/PQ_160_11091991_S226_ p35_p36.pdf (last accessed October 2021).
85. Shailaja Neelakanthan (2017) "First Israel visas in India were issued from this MP's residence," *Times of India*, July 4, https:// timesofindia.indiatimes.com/india/first-israel-visas-from-india- were-issued-from-this-mps-residence/articleshow/59438603. cms (last accessed November 2021); Interview with Subramaniam Swamy, November 16, 2021.
86. PTI (2017) "Rajiv Gandhi only good human being in family: Subramanian Swamy," *Economic Times*, March 26, https://economictimes.indiatimes.com/news/politics-and- nation/rajiv-gandhi-only-good-human-being-in-family- subramanian-swamy/articleshow/57841096.cms?utm_ source=contentofinterest&utm_medium=text&utm_ campaign=cppst (last accessed November 2021).
87. Interview with Khinvraj Jangid on August 25, 2021.

2. இராணுவம், அரசு மற்றும் ஆயுத உற்பத்தி நிறுவனங்களின் தொழிற்கூட்டு

1. Benjamin Netanyahu (2017) "Statement by PM Netanyahu at his meeting with Indian PM Modi," Ministry of Foreign Affairs, July 5, https://mfa.gov.il/MFA/PressRoom/2017/Pages/Statement-by-PM-Netanyahu-at-his-meeting-with-Indian-PM-Modi-5-July-2017.aspx (last accessed October 2021).
2. S. Jaishankar (2021) *The India Way*, HarperCollins India, New York, p. 20.
3. Indrani Bagchi (2017) "We've waited 70 yrs for you, Israeli PM tells Modi as he lands in Tel Aviv," *Times of India*, July 5, https://timesofindia.indiatimes.com/india/weve-waited-for-70-years-for-you-israel-welcomes-pm-modi-on-historic-visit/articleshow/59445531.cms (last accessed October 2021).
4. China announced diplomatic relations with Israel on January 24, 1992, just five days before India's announcement which made it to page three of the *New York Times*.
5. Vijay Prashad (2003) *Namaste Sharon: Hindutva and Sharonism*, Leftword Books, Delhi.
6. Perry Anderson (2013) *The Indian Ideology*, Verso Books, London and New York, p. 79.
7. Ibid.
8. Ratik Asokan (2020) "A culture of resistance, in The Baffler," September 30, https://thebaffler.com/latest/a-culture-of-resistance-asokan (last accessed October 2021).
9. Samreen Mushtaq and Mudasir Amin (2020) "India's settler colonialism in Kashmir is not starting now, eliminating the natives is a process long underway," Polis Project, June 27, https://thepolisproject.com/read/indias-settler-colonialism-in-kashmir-is-not-starting-now-eliminating-the-natives-is-a-process-long-underway/ (last accessed January 2021).
10. A copy of the IoA is available on *The Wire*: Venkatesh Nayak (2019) "The Backstory of Article 370: A True Copy of J&K's Instrument of Accession," *The Wire*, August 5, https://thewire.in/history/public-first-time-jammu-kashmirs-instrument-accession-india (last accessed January 2022).
11. Kelly Buchanan (2019) "FALQs: Article 370 and the Removal of Jammu and Kashmir's Special Status," Library of Congress, October 3, https://blogs.loc.gov/law/2019/10/falqs-article-370-and-the-removal-of-jammu-and-kashmirs-special-status/ (last accessed June 2022).
12. Ratik Asokan (2020) A culture of resistance, *The Baffler*, September 30, https://thebaffler.com/latest/a-culture-of-resistance-asokan (last accessed January 2021).
13. Mona Bhan (2022) "Development: India's Foundational Myth," in Thomas Blom Hansen and Srirupa Roy (eds.), *Saffron Republic: Hindu Nationalism and State Power in India*, Cambridge, UK: Cambridge University Press.
14. Steve Coll (1991) "Israeli tourist battles with Kashmir captors," *Washington Post*, June 28, https://washingtonpost.com/archive/politics/1991/06/28/israeli-tourist-battles-with-kashmiri-captors/059fb732-528a-49d8-acc6-dfebba3bc449/ (last accessed August 2021).
15. Bernard Weinraub (1991) "Kashmir Rebels Kill Israeli Tourist, Marking New Phase in Conflict," *New York Times*, June 28, https://nytimes.com/1991/06/28/world/kashmir-rebels-kill-israeli-tourist-marking-new-phase-in-conflict.html (last accessed August 2022).
16. Punyapriya Dasgupta (1992) "Betrayal of India's Israel Policy," *Economic and political weekly*, Vol. 27 No. 15/16, April 11, p. 771.
17. Ibid.
18. P.R. Kumarasamy, (2010) *India's Israel Policy*, Columbia University Press, New York.

19. J.N. Dixit (1996), *My South Block Years: Memoirs of a Foreign Secretary*, UBS Publishers' Distributors Ltd, New Delhi; N.A.K. Browne (2017) "A Perspective on India–Israel Defence and Security Ties," *Strategic Analysis*, Vol. 41, No. 4, pp. 325–35.
20. Prabir Purkayastha (2014) "The military fulcrum of strategic rela- tions" in Gita Hariharan (ed.), *From India to Palestine*, Leftword Books, New Delhi.
21. Interview with Khinvraj Jangid, Director of the Jindal Centre for Israel Studies at OP Jindal Global University in New Delhi, August 25, 2021.
22. "Global Pacification Industry" refers to the methods of govern- ments around the world in controlling and repressing ordinary people who demonstrate dissent. As described in Jeff Halper (2015) *War Against the People: Israel, the Palestinians and Global Pacification*, Pluto Press, London.
23. Richard Bitzinger (2013) "Israeli Arms Transfer to India: Ad Hoc Defence Cooperation or the Beginnings of a Strategic Relationship?" S Rajanathan School of International Stud- ies, April, https://rsis.edu.sg/rsis-publication/idss/219-israeli-arms- transfers-to-indi/#. YWmpVEbMLP8 (last accessed October 2021).
24. UPI Archives (1992) "India to establish ties with Israel," *UPI*, January 29, https://upi.com/Archives/1992/01/29/India-to- establish-ties-with-Israel/4957696661200/ (last accessed August 2021).
25. Shir Hever (2018) *The Privatisation of Israeli Security*, Pluto Press, London.
26. Mumtaz Ahmad Shah and Dr. Tarbraz (2020) "India's Israel policy: From Nehru to Modi," *Journal of Critical Reviews*, Vol. 7, No. 9.
27. Larry Lockwood (1972) "Israel's Expanding Arms Industry," *Journal for Palestine Studies*, Vol. 1, No. 4, July, p. 83.
28. Ibid., pp. 73–91.
29. Farah Naaz (2000) "Israel's Arms Industry," *Strategic Analysis*, Vol. XXIII, No. 12, March, https://ciaotest.cc.columbia.edu/ olj/sa/sa_00naf01.html (last accessed June 2022).
30. Shir Hever's (2018) *The Privatisation of Israeli Security*, Pluto Press, London, is an instructive guide on how high public spending on the military led to calls for the privatization of the Israeli security industry that benefited Israeli elites and helped cement the occupa- tion of the Palestinian territories.
31. Lockwood, "Israel's Expanding Arms Industry," p. 89.
32. Ibid., p. 91.
33. Browne, "A Perspective on India–Israel Defence and Security Ties," p. 327.
34. Rajya Sabha (1994), "Palestine-Israel Peace Accord," Parliament of India: Official debates of Rajya Sabha, Session 170, May 5, pp. 307–10, https://rsdebate.nic.in/handle/12345 6789/193285?viewItem=search (last accessed October 2021).
35. Browne, "A Perspective on India–Israel Defence and Security Ties," p. 328.
36. Browne opened the defense attaché's office in Tel Aviv on April 7, 1997.
37. Browne writes without a shred of irony: "Dr Kalam remained a highly respected figure with the Israeli defense research commu- nity. 'I have come to pray for peace in the Holy Land,' he once remarked after visiting the famous Al Aqsa mosque in the heart of Jerusalem." p. 328.
38. Kanchi Gupta (2014) "India-Israel relations: From UPA to Modi," Observer Research Foundation, November 12, https://orfonline. org/research/india-israel-relations-from-upa-to-modi/ (last accessed October 2021).
39. Itzhak Gerberg (2008) "The changing nature of Israeli-India rela- tions: 1948–2005," PhD Thesis, University of South Africa, March, https://uir.unisa.ac.za/bitstream/

handle/10500/2936/ dissertation_gerberg_%20i.pdf;sequence=1 (last accessed October 2021).
40. CNN (2001) "India shuns calls to talk caste with U.N.," CNN, August 17, https://cnn.com/2001/WORLD/asiapcf/ south/08/17/india.caste/ (last accessed October 2021).
41. Nicolas Blarel and Jayita Sarkar (2019) "Substate Organizations as Foreign Policy Agents: New Evidence and Theory from India, Israel, and France," *Foreign Policy Analysis*, July, Vol. 15, No. 3, July, pp. 413–31.
42. Mumtaz Ahmad Shah and Dr. Tarbraz (2020) "India's Israel policy: From Nehru to Modi," *Journal of Critical Reviews*, Vol. 7, No. 9.
43. Browne, "A Perspective on India–Israel Defence and Security Ties," p. 327.
44. Jill Kimball (2021) "Costs of the 20-year war on terror: $8 trillion and 900,000 deaths," News From Brown, September 1, https:// brown.edu/news/2021-09-01/costsofwar (last accessed October 2021).
45. Even here, the legacy of Indira Gandhi and the Congress looms large. POTA was passed by the BJP, but it arguably had its roots in another piece of legislation called TADA, passed following the assassination of Indira Gandhi in 1984. Terrorist and Disrup- tive Activities (Prevention) Act OR TADA that gave the state sweeping powers. It has been reported that by 1994, close to 80,000 people had been arrested under TADA. Just 1% of these detain- ees were ever convicted of any crime. For more on POTA, read: Jayanth K. Krishnan (2004) "India's Patriot Act: POTA and the Impact on Civil Liberties in the ties in the World's Largest Democ- racy in Minnesota Journal of Law and Inequality," Vol. 22, No. 2, December.
46. Arundhati Roy (2008) "The monster in the mirror," *Guardian*, December 12, https://theguardian.com/world/2008/dec/12/ mumbai-arundhati-roy (last accessed October 2021).
47. Prashad, "Namaste Sharon."
48. Ibid.
49. Associated Press (2003) "Indians protest at Sharon visit," *Guardian*, September 9, https://theguardian.com/world/2003/ sep/10/india.israel (last accessed October 2021).
50. Amy Waldman (2003) "The Bond Between India and Israel Grows," *New York Times*, September 11, https://nytimes. com/2003/09/07/world/the-bond-between-india-and-israel- grows.html (last accessed October 2021).
51. MEA (2003) "Delhi Statement on Friendship and Cooperation between India and Israel," Ministry of External Affairs (MEA), September 10, https://mea.gov.in/bilateral-documents.htm? dtl/7730/Delhi+Statement+on+Friendship+and+ Cooperation+between+India+and+Israel (last accessed June 2022).
52. India supported the U.S.-led War on Terror, but its parliament passed a resolution in April 2003 against the war in Iraq. This did not stop support for Bush. A 2005 Pew Global Attitudes Survey found that India was the only country out of 16 countries (besides the U.S.) where a majority of those surveyed expressed confidence in Bush. For more info, see https://pewresearch.org/ global/2006/02/28/india-pro-america-pro-bush (last accessed May 2021).
53. Joseph A. D'Agostino (2003) "Conservative Spotlight: USINPAC," *Human Events*, December, https://humanevents. com/2003/12/11/conservative-spotlight-usinpac (last accessed May 2021).

54. Amy Waldman (2004) "India and Pakistan: Good Fences Make Good Neighbors," July 4, https://nytimes.com/2004/07/04/ world/india-and-pakistan-good-fences-make-good-neighbors. html (last accessed July 2022).
55. Jatin Kumar (2019) "India-Israel cooperation in border Management," Manohar Parrikar Institute for Defence Studies and Analyses, October 19, https://idsa.in/idsanews/india-israel- cooperation-in-border-management-jatin (last accessed July 2022).
56. Bitzinger, "Israeli Arms Transfer to India."
57. Amiram Cohen (2010) "NaanDan Ups India Exports 30x Since Jain Came on Board," *Haaretz*, May 24, https://haaretz. com/1.5046032 (last accessed October 2021).
58. Jonathan Spyer (2021) "The 2008 terror attacks in Mumbai helped shape Israel-India relations," *Jerusalem Post*, November 25, https://jpost.com/international/the-2008-terror-attacks-in- mumbai-helped-shape-israel-india-relations-687000 (last accessed June 2022).
59. Rhys Machold (2016) "Learning from Israel? '26/11' and the anti-politics of urban security governance," *Security Dialogue*, August 1, https://jstor.org/stable/26294164 (last accessed June 2022).
60. Ibid.
61. Ibid.
62. Ritu Sarin (2009) "From Israel, lessons on fighting terror," *Indian Express*, July 21, https://indianexpress.com/article/ news-archive/web/from-israel-lessons-on-fighting-terror/ (last accessed June 2022).
63. PTI (2009) "India lacks killer instinct," *Times of India*, July 23, https://timesofindia. indiatimes.com/city/mumbai/india-lacks- killer-instinct/articleshow/4809345.cms (last accessed June 2022).
64. Niharika Sharma (2019) "India's among the world's top three sur- veillance states," October 16, https://qz.com/india/1728927/indias-among-the-worlds-top-three-surveillance-states/ (last accessed October 2021).
65. TNN (2010) "Govt to deploy drones for recce along Red corridor," *Economic Times*, April 9, https://economictimes.indiatimes.com/ news/politics-and-nation/govt-to-deploy-drones-for-recce- along-red-corridor/articleshow/5776820.cms?from=mdr (last accessed July 2022).
66. Rajya Sabha debates (1994) "Indo-Israeli-ties," Parliament of India: Official debates of Rajya Sabha, Session 171, August 8, https://rsdebate.nic.in/bitstream/123456789/204068/2/IQ_ 171_08081994_U1819_p132_p133.pdf (last accessed October 2021).
67. Purkayastha, "The military fulcrum of strategic relations," p. 63.
68. Gili Cohen (2013) "Israel's Military Exports Totaled Some $7.5 Billion in 2012," *Haaretz*, July 23, https://haaretz.com/.premium- military-exports-to-asia-leaping-1.5298570 (last accessed October 2021).
69. Purkayastha, "The military fulcrum of strategic relations," p. 65.
70. Bitzinger, "Israeli Arms Transfer to India."
71. Ibid., p. 3.
72. Browne, "A Perspective on India–Israel Defence and Security Ties," p. 328.
73. MEA (2012), "Official Spokesperson's response to a media question on violence in Gaza," Ministry of External Affairs, November 18, https://mea.gov.in/outgoing-visit-detail. htm?20823/Official+ Spokespersons+response+to+a+media+question+on+violence +in+Gaza (last accessed October 2021).

74. Rajya Sabha (2013), "India's relation with Israel," Parliament of India: Official debates of Rajya Sabha, No. 230, December 9, https://rsdebate.nic.in/bitstream/123456789/627819/2/PQ_ 230_09122013_U56_p402_p402.pdf (last accessed October 2021).
75. Christophe Jaffrelot (2015) "The Modi-centric BJP 2014 election campaign: new techniques and old tactics," Contemporary South Asia, Vol. 23, No. 2, Special Issue on Indian Elections 2014: Explaining the landslide.
76. BJP (2014) Election Manifesto, BJP, http://library.bjp.org/ jspui/bitstream/123456789/252/1/bjp_lection_manifesto_ english_2014.pdf p. 1 (last accessed March 2022).
77. BJP (2014) Election Manifesto, BJP, http://library.bjp.org/ jspui/bitstream/123456789/252/1/bjp_lection_manifesto_ english_2014.pdf p. 1 (last accessed March 2022).
78. Ibid.
79. Prem Shankar Jha (2019) "Hindutva Has Nowhere to Go Except Down the Road to Tyranny," *The Wire*, July 4, https://thewire. in/politics/hindutva-muslims-rss-hindurashtra (last accessed March 2022).
80. Government of Israel (2014) "Statements by PM Netanyahu and Indian PM Narendra Modi," July 4, https://gov.il/en/ departments/news/eventindiaisrael040717 (last accessed March 2022).
81. Interview with Khinvraj Jangid, Director of Jindal Centre for Israel Studies at OP Jindal Global University in New Delhi, August 25, 2001.
82. MEA (2014) "Official Spokesperson's response to a media question on escalation of violence in Gaza and Israel," Ministry of External Affairs, July 10, https://mea.gov.in/ outgoing-visit-detail.htm?23602/Official+Spokespersons+ response+to+a+media+question+on+escalation+of+violence+ in+Gaza+and+Israel (last accessed June 2022).
83. Khalid, Saif (2015) "The beginning of an Israel-India 'romance'?" *Al Jazeera English*, July 10, https://aljazeera.com/ features/2015/7/10/the-beginning-of-an-israel-india (last accessed October 2021).
84. Barak Ravid (2015) "UN Human Rights Council Adopts Resolution Condemning Israel Over Gaza War Report," *Haaretz*, July 3, https://haaretz.com/.premium-unhrccondemns-israel- over-gaza-war-inquiry-1.5375179 (last accessed October 2021).
85. Suhashni Haider (2014) "India abstains from UNHRC vote against Israel," *The Hindu*, July 3, https://thehindu.com/news/India- abstains-from-UNHRC-vote-against-Israel/article60340928.ece (last accessed March 2022).
86. Sadanand Dhume (2014) "Revealed: The India-Israel Axis," *Wall Street Journal*, July 23, https://wsj.com/articles/revealed-the- india-israel-axis-1406133666 (last accessed October 2021).
87. Harpeet Bajwa (2014) "Israel to train Punjab cops in anti-terror operations," *Indian Express*, https://indianexpress.com/article/ india/india-others/Israel-to-train-punjab-cops-in-antiterror- operations/ (last accessed June 2022).
88. PTI (2018) "IPS officers visit Israel to learn best policing practices," *Economic Times*, July 13, https://economictimes. indiatimes.com/news/defence/ips-officers-visit-israel-to-learn- best-policing-practices/articleshow/48541981.cms (last accessed October 2021).
89. Jatin Kumar (2019) "India-Israel cooperation in border Management," *Manohar Parrikar Institute for Defence Studies and Analyses*, October 19, https://idsa.in/idsanews/india-israelcooperation-in-border-management-jatin (last accessed July 2022).

90. Israeli Air Force (2015) "Commander Convention. Day 2," IAF, https://iaf.org.il/4473-50213-en/IAF.aspx (last accessed October 2021).
91. Pranab Mukherjee (2015) "Media statement by the president of India upon the conclusion of his state visit to Jordan, Palestine and Israel en route from Tel Aviv to New Delhi," Representative Office of India in Ramallah, October 16, https://roiramallah.gov.in/press.php?id=54 (last accessed March 2022).
92. The number of ITEC training slots was subsequently increased to 150 in 2017.
93. Raphael Ahren (2016) "Israel and India hail growing defence ties as Rivlin visits," *Times of Israel*, November 15, https://timesofisrael.com/israel-and-india-hail-growing-defense-ties-as-rivlin-visits/ (last accessed October 2021).
94. Ibid.
95. MEA (2017) India-Israel Joint Statement during the visit of Prime Minister to Israel, Ministry of External Affairs, July 5, https://mea.gov.in/bilateral-documents.htm?dtl/28593/IndiaIsrael_Joint_Statement_during_the_visit_of_Prime_Minister_to_Israel_July_5_2017 (last accessed October 2021).
96. Press Trust of India (2017) "Pacts worth $4.3 billion inked at India-Israel CEO forum: Ficci," *Hindustan Times*, July 6, https://hindustantimes.com/india-news/pacts-worth-4-3-billion-inked-at-india-israel-ceo-forum-ficci/story-EGNs6NGfqQBqdwJ0EhhvKI.html (last accessed October 2021).
97. *Haaretz* (2017) India Air Force in Israel for First-ever Joint Military Exercise, *Haaretz*, November 2, https://haaretz.com/israel-news/india-air-force-in-israel-for-first-ever-joint-military-exercise-1.5462139 (last accessed October 2021).
98. Anna Ahronheim (2017) "Indian special forces in Israel to train with the IDF's most elite units," *Jerusalem Post*, November 19, https://jpost.com/Israel-News/India-Israel/Indian-special-forces-in-Israel-to-train-with-the-IDFs-most-elite-units-513820 (last accessed October 2021).
99. Narendra Modi (2018) "Here's what Israeli PM Netanyahu said about India and PM Modi," YouTube, https://youtube.com/watch?v=n1SxGdpbsWA&ab_channel=NarendraModi (last accessed October 2021).
100. Azad Essa (2022) "India and Israel: The arms trade in charts and numbers," *Middle East Eye*, June 3, https://middleeasteye.net/news/india-israel-arms-trade-numbers (last accessed June 2022).
101. PTI (2018) "'Grand Collar of the State of Palestine' by President Mahmoud Abbas, recognizing his key contribution to promote relations between India and Palestine," *The Hindu*, https://thehindu.com/news/national/modi-conferred-grand-collar-of-the-state-of-palestine/article22714293.ece (last accessed October 2021).
102. Aseel Al-Akhras (2018) "India and Palestine . . . strong and solid historical relations," *Wafa*, February 10, http://wafa.ps/ar_page.aspx?id=7Cy7Fga810910687554a7Cy7Fg (last accessed October 2021).
103. PTI (2018) "Amit Shah congratulates Narendra Modi for being conferred 'Grand Collar of the State of Palestine,'" *FirstPost*, February 11, https://firstpost.com/india/amit-shah-congratulates-narendra-modi-for-being-conferred-grand-collar-of-the-state-of-palestine-4345643.html (last accessed October 2021).
104. Seán Federico-O'Murchú (2020) "Read the full statement by the U.S., Israel and UAE on normalizing Israel-UAE relations," CNN, August 13, https://edition.cnn.com/2020/08/13/middleeast/mideast-trump-full-statement-uae-israel-intl/index.html (last accessed October 2021).

105. Michelle Kelemen (2020) "Morocco Agrees To Join Trump Administration's Abraham Accords," NPR, December 10, https://npr.org/2020/12/10/945136662/morocco-agrees- to-join-trump-administrations-abraham-accords (last accessed October 2021).
106. Middle East Eye (2021) "Sudan signs agreement normalizing ties with Israel," *Middle East Eye*, January 6, https://middleeasteye. net/news/sudan-us-israel-sign-abraham-accords (last accessed October 2021).
107. Jonathan Cook (2020) "How Gulf states became business partners in Israel's occupation," *Middle East Eye*, December 14, https:// middleeasteye.net/opinion/how-gulf-states-became-business- partners-israels-occupation (last accessed June 2022).
108. Anshel Pfeffer (2020) "Don't Compare MBZ and Bibi to Sadat and Begin—the UAE-Israel Deal Is Much Bigger Than Peace," *Haaretz*, August 18, https://haaretz.com/middle-east-news/. premium-bibi-and-mbz-aren-t-begin-and-sadat-uae-deal-is- much-bigger-than-peace-1.9079484 (last accessed October 2021).
109. Fay Abuelgasim (2020) "Model diplomacy: Israeli waves flag in UAE pajama photoshoot," Associated Press, September 8, https://apnews.com/article/united-arab-emirates-dubai- entertainment-israel-diplomacy-95a119884c2f6f8d88c6580ff3c b3e16 (last accessed October 2021).
110. Mohammed Soliman (2021) "An Indo-Abrahamic alliance on the rise: How India, Israel, and the UAE are creating a new transregional order," *Middle East Institute*, July 28, https://mei. edu/publications/indo-abrahamic-alliance-rise-how-india-israel- and-uae-are-creating-new-transregional (last accessed October 2021).
111. Dipanjan Roy Chaudhury (2019) India invited as Guest of Honour for 1sttimeeverby OIC; Delhi'sbigpitchin Islamic World, *Economic Times*, February 23, https://economictimes.indiatimes.com/ news/politics-and-nation/india-invited-as-guest-of-honour- for-1st-time-ever-by-oic-delhis-big-pitch-in-islamic-world/ articleshow/68125198.cms (last accessed October 2021).
112. Mohammed Soliman (2021) "An Indo-Abrahamic alliance on the rise: How India, Israel, and the UAE are creating a new transregional order," *Middle East Institute*, July 28, https://mei. edu/publications/indo-abrahamic-alliance-rise-how-india-israel- and-uae-are-creating-new-transregional (last accessed October 2021).
113. Interview with Noam Chomsky, June 26, 2021.
114. Suhashni Haider (2021) "India, Israel, UAE, U.S. decide to launch quadrilateral economic forum," *The Hindu*, October 19, https:// thehindu.com/news/national/jaishankar-takes-part-in-new- quadrilateral-with-israel-uae-and-us/article37064989.ece (last accessed October 2021).
115. Seth J. Frantzman, (2021) "The Israel-UAE-India-US partnership is a quiet revolution," *Jerusalem Post*, October 19, https://jpost. com/international/the-israel-uae-india-us-partnership-is-a- quiet-revolution-analysis-682452 (last accessed October 2021).
116. Husain Haqqani and Aparna Pande (2022) "Without summits, a West Asia 'Quad' makes progress," *The Hill*, May 28, https:// thehill.com/opinion/international/3504446-without-summits-a- west-asia-quad-makes-progress (last accessed June 2022).
117. ORF (2018) Speech by Sunjoy Joshi, on ORF, January, https:// orfonline.org/wp-content/uploads/2018/01/Speech_by_ Sunjoy_joshi.pdf (last accessed March 2022).
118. Arundhati Roy (2014) *Capitalism: A ghost story*, Haymarket Books, p. 71.
119. ORF (2018) "Inaugural Address by Benjamin Netanyahu, Prime Minister of Israel," Raisina Dialogues, January 16, https:// youtube.com/watch?v=AQ41bY5UnEo&ab_channel=ORF (last accessed October 2021).

120. Seth J. Frantzman (2020) "From Greece To India, via Israel: A New Middle East Alliance Is Expanding," *Newsweek*, November 27, https://newsweek.com/greece-india-via-israel-new-middle-east-alliance-expanding-opinion-1550780 (last accessed June 2022).
121. MFA (2017) "Statement by PM Netanyahu at his meeting with Indian PM Modi," Ministry of Foreign Affairs, July 5, https://embassies.gov.il/MFA/PressRoom/2017/Pages/Statement-by-PM-Netanyahu-at-his-meeting-with-Indian-PM-Modi-5-July-2017.aspx (last accessed June 2021).
122. In 2021, India released a list of 152 military items it was willing to export. Some of the big items included: Cruise missiles, torpedoes and light combat helicopters.
123. Azad Essa (2022) "India and Israel: The arms trade in charts and numbers," *Middle East Eye*, June 3, https://middleeasteye.net/ news/india-israel-arms-trade-numbers (last accessed June 2022).
124. Nayanima Basu and Snehesh Alex Philip (2021) "Buy weapons from us, India says as it pushes exports to compete with China in neighbourhood," *The Print*, March 16, https://theprint. in/defence/buy-weapons-from-us-india-says-as-it-pushes- exports-to-compete-with-china-in-neighbourhood/622216/ (last accessed October 2021).
125. OurCrowd (2017) "OurCrowd, Motorola Solutions and Reliance Industries Launch Incubator to give Jerusalem Startups a Global Competitive Edge," May 30, https://blog.ourcrowd.com/ incubator/ (last accessed October 2021).
126. WhoProfits (2017) "Motorola Solutions," https://whoprofits. org/company/motorola-solutions/ (last accessed October 2021).
127. Rahul Wadke (2018) Reliance Defence, Israeli company to make Kalashnikov weapons, *The Hindu*, January 15, https:// thehindubusinessline.com/companies/reliance-defence-israeli- company-to-make-kalashnikov-weapons/article9345795.ece (last accessed October 2021).
128. HRW (2021), "Gaza: Apparent War Crimes During May Fighting," in Human Rights Watch, July 27, https://hrw.org/ news/2021/07/27/gaza-apparent-war-crimes-during-may- fighting (last accessed October 2021).
129. Shubajhit Roy (2021) "Palestine to India: Silence at UN body stifles fight for rights," *Indian Express*, June 3, https://indianexpress. com/article/india/palestine-to-india-silence-at-un-body-stifles- fight-for-rights-7341617/ (last accessed October 2021).
130. Ibid.
131. Ro Khanna, "Release: Khanna, Sherman, Schweikert Urge Strongo US-India Defense Partnership," July 8, Congressman Ro Khanna, https://khanna.house.gov/media/press-releases/release-khanna-sherman-schweikert-urge-stronger-us-india- defense-partnership (last accessed July 2022).
132. Arundhati Roy (2021) "This is no ordinary spying. Our most intimate selves are now exposed," *Guardian*, July 26, https:// theguardian.com/commentisfree/2021/jul/27/spying-pegasus- project-states-arundhati-roy (last accessed September 2021).
133. Swati Chaturvedi (2016) *I am a Troll: Inside the BJP's Secret Digital Army*, Juggernaut, New Delhi.
134. Ronen Bergman and Mark Mazzetti (2022) "The Battle for the World's Most Powerful Cyberweapon," *New York Times*, January 28, https://nytimes.com/2022/01/28/magazine/nso-group- israel-spyware.html (last accessed July 2022).
135. Tribune News Service (2021) "Use of Pegasus spyware on Indians a treason, says Rahul Gandhi; demands Shah's resignation," *Tribune India*, July 23, https://tribuneindia.com/

news/nation/ use-of-pegasus-spyware-on-indians-a-treason-says-rahul-gandhi- demands-shahs-resignation-287151 (last accessed October 2021).
136. Swati Chaturvedi (2020) "I Was Targeted by NSO Spyware. Here's How Israel Is Helping Modi Undermine India's Democracy, *Haaretz*, July 25, https://haaretz.com/israel-news/. premium-i-was-targeted-by-nso-israel-is-helping-modi- undermine-india-s-democracy-1.10028100 (last accessed October 2021).

3. இந்துத்துவமும் சியோனிசமும்: நெருங்கிய உறவின் கதை

1. V.D. Savarkar (1923) "Essentials of Hindutva," Savakar, http:// savarkar.org/en/index.html (last accessed October 2021).
2. M.S. Golwalkar (1939) *We or our nationhood defined*, 2006 edition, Pharos Publishing, Delhi, pp. 87–8.
3. Theodor Herzl (1960) *The Complete Diaries of Theodor Herzl, Book One: May–June 1895*, Theodor Herzl Foundation, Inc., New York, p. 56.
4. Ajaz Ashraf (2016) "History revisited: Was Veer Savarkar really all that brave?" *Scroll*, May 27, https://scroll.in/article/808709/ the-hollow-myth-of-veer-savarkar (last accessed October 2021).
5. In 1928, the booklet was republished as "What is a Hindu?"
6. David Gilmartin and Bruce B. Lawrence (eds.) (2000) *Beyond Turk and Hindu: Rethinking Religious Identities in Islamicate South Asia*, University Press of Florida, Gainesville, FL.
7. Savarkar, "Essentials of Hindutva."
8. Ibid.
9. Vaibhav Purandare (2019) "Hindutva is not the same as Hinduism said Savarkar," *Telegraph India*, August 22, https://telegraphindia. com/india/hindutva-is-not-the-same-as-hinduism-said- savarkar/cid/1699550 (last accessed November 2021).
10. Jyotirmaya Sharma (2011) *Hindutva: Exploring the idea of Hindu nationalism*, Penguin Books, New Delhi, p. 11.
11. Chetan Bhatt (2001) *Hindu Nationalism: origins, ideologies and modern myths*, Routledge, New York, p. 10.
12. Sharma, *Hindutva: Exploring the Idea of Hindu Nationalism*, pp. 11–13.
13. Ibid., p. 11.
14. The Vedas are considered among the oldest of Hindu scriptures. Savakar, however, believed that one could be Hindu without believing the religious authority of Vedas.
15. Sharma, *Hindutva: Exploring the Idea of Hindu Nationalism*, p. 14.
16. Ibid., p. 11.
17. Anustap Basu (2020) *Hindutva as Political Monotheism*, Duke Uni- versity Press, North Carolina.
18. Sharma, *Hindutva: Exploring the Idea of Hindu Nationalism*, p. 12.
19. Kancha Ilaiah (2002) *Why I am not a Hindu*, Samya, Calcutta, p. viii. According to Ilaiah, "Dalit" is a Marathi word that means "suppressed and exploited people." Ilaiah writes that "the term 'Dalit' became really popular only after the emergence of the 'Dalit Panthers' movement in Maharashtra in the 1970s. 'Dalit' as it is usually understood encompasses only the so-called untouchable castes."
20. Ilaiah, *Why I am not a Hindu*, p. 101.
21. Ibid., p. 43.

22. Ibid.
23. Basu, *Hindutva as Political Monotheism*, p. 2.
24. Divya Dwivedi, Shaj Mohan, and J. Reghu (2020) "The Hindu Hoax: How upper castes invented a Hindu majority," *Caravan*, December 31, https://caravanmagazine.in/religion/how-upper-castes-invented-hindu-majority (last accessed June 2022).
25. Sharma, *Hindutva: Exploring the Idea of Hindu Nationalism*, p. 7.
26. Sharik Laliwala(2019) "Duringthe Quit India Movement, the Hindu Mahasabha Played the British Game," *The Wire*, August 8, https://thewire.in/history/quit-india-movement-hindu-mahasabha-british (last accessed November 2021).
27. Golwalkar (1939) *We or our nationhood defined*, p. 55.
28. Marzia Casolari's painstaking work on the links between Hindu nationalists and European fascists is an incredible feat. See Marzia Casolari (2000) "Hindutva's Foreign Tie-up in the 1930s: Archival evidence," *Economic and Political Weekly*, January 22, p. 218.
29. Ibid.
30. B.S. Moonje's diary quoted in Casolari, "Hindutva's Foreign Tie-up in the 1930s: Archival evidence," p. 220.
31. Ibid.
32. NMML, Moonje paper, subject files, n24, 1932–6, "The Central Military Education Society," undated, estimated 1935, in Marzia Casolari (2000) "Hindutva's Foreign Tie-up in the 1930s: Archival evidence," *Economic and Political Weekly*, January 22, p. 221.
33. Casolari, "Hindutva's Foreign Tie-up in the 1930s," p. 219.
34. Bimal Prasad (1962) *The origins of Indian foreign policy: The Indian National Congress and World Affairs, 1885–1947*, second edition, Bookland, Calcutta, pp 84–5.
35. J. Nehru (1946) *The Discovery of India*, Oxford University Press, New Delhi, p. 18.
36. MSA, Home Special Department, 60D (g) Pt II, 1937, "Extract from the weekly confidential report of the District Magistrate, October 21, 1938, in Casolari, "Hindutva's Foreign Tie-up in the 1930s," p. 223.
37. Savakar 'India's foreign policy', August 1, 1938, Hindu Mahasabha, quoted in Casolari, "Hindutva's Foreign Tie-up in the 1930s," p. 223.
38. Ibid.
39. Spokesperson of the Hindu Mahasabha, March 25, 1939, quoted by M. Hauner, in Casolari, "Hindutva's Foreign Tie-up in the 1930s," p. 224.
40. Speech by Savarkar on July 29, 1939 in Pune, quoted in Casolari, "Hindutva's Foreign Tie-up in the 1930s," p. 223.
41. Eviane Leidig (2020) "Hindutva as a variant of right-wing extrem-ism," *Patterns of Prejudice*, Vol. 54, No. 3, May, pp. 215–37.
42. Political Zionism focused on a state, at times, any state, anywhere; Cultural Zionism focused on revitalizing the future state as a center of Jewish culture and protection of Judaism; Labor Zionism focused on building an equitable, purportedly left, social democ-racy; revisionist Zionism or right-wing Zionism, opposed social democracy and was enamored by the fascist movements of Europe.
43. Arie M. Dubnov (2016) "Notes on the Zionist passage to India, or: The analogical imagination and its boundaries," *Journal of Israeli History*, Vol. 35, No. 2, pp. 177–214.
44. Edward Said (1979) *The Question of Palestine*, Times Books, New York, p. 29.
45. Abdul-Wahab Kayyali (1977) "Zionism and Imperialism: The His-torical Origins," *Journal of Palestine Studies*, Vol. 6, No. 3, Spring, p. 111.

46. Speech by Savarkar in 1939, Hindu Mahasabha, quoted in Casolari, "Hindutva's Foreign Tie-up in the 1930s," p. 224.
47. Harbilas Sarda (1906) *Hindu superiority: an attempt to determine the position of the Hindu race in the scale of nations*, Rajputana Printing Work, Ajmer, p. xxxi.
48. Satadru Sen (2015) "Fascism without Fascists? A comparative look at Hindutva and Zionism," *Journal of South Asian Studies*, Vol. 38, No. 4, p. 702.
49. M.S. Golwalkar (20061939) *We or our nationhood defined*, Pharos Publishing, Delhi, p. 99.
50. Moses Hess (20191862) *Rome and Jerusalem: A Study in Jewish Nationalism*, Anodos Books, p. 45.
51. Ze'ev Jabotinsky (1923) "The Iron Wall," November 4, http:// en.jabotinsky.org/media/9747/the-iron-wall.pdf (last accessed November 2021).
52. Ibid.
53. Truschke, Audrey (2020) "Hindutva's dangerous rewriting of history," *South Asia Multidisciplinary academic journal*, Vol. 24/25, https://journals.openedition.org/samaj/6636 (last accessed November 2021).
54. Khinvraj Jangid (2021) "Imagining Nations, Creating States: Nehru, Ben-Gurion and an Analogical Study of India and Israel in Post-colonial Asia," *Israel Studies*, Vol. 26, No. 1.
55. Vazira Fazila-Yacoobali Zamindar (2010) *The Long Partition and the Making of Modern South Asia*, Columbia University Press, New York.
56. Prasad, *The origins of Indian foreign policy*, p. 10.
57. Bhatt, *Hindu Nationalism*, p. 145. 58. Ibid., p. 159.
59. Ibid., p. 163.
60. Gyan Prakash (2019) *Emergency Chronicles: Indira Gandhi and Democracy's Turning Point*, Princeton University Press, Princeton, NJ.
61. Prakash, *Emergency Chronicles*, p. 82.
62. Shoaib Daniyal (2016) "Looking back: The first Parlia- ment attack took place in 1966—and was carried out by gau rakshaks," *Scroll*, August 28, https://scroll.in/article/814368/ did-you-know-the-first-parliament-attack-took-place-in-1966- and-was-carried-out-by-gau-rakshaks (last accessed November 2021).
63. Prakash, *Emergency Chronicles*, p. 147.
64. P.R. Kumarasamy (2010) *India's Israel Policy*, Columbia Univer- sity Press, New York, p. 241.
65. Achin Vanaik (2021) "Palestine Question and Changing Indian Perspectives," May 26, Facebook, https://facebook.com/ IndiaRadicalSocialist/videos/2934821333428351 (last accessed October 2021).
66. Kumarasamy, *India's Israel Policy*, p. 241.
67. Indira Gandhi (1975) "Speech and Proclamation," *New York Times*, June 27, https://nytimes.com/1975/06/27/archives/ speech-and-proclamation.html (last accessed November 2021).
68. Gyan Prakash (2019) *Emergency Chronicles: Indira Gandhi and Democracy's Turning Point*, Princeton University Press, Princeton, NJ, p. 175.
69. Ibid., p. 375.
70. Sanjeev Kelkar (2011) *Lost Years of the RSS*, Sage Publications, New Delhi, p. 133, cited in Edward Anderson and Patrick Clibbens (2018) "'Smugglers of Truth': The Indian diaspora, Hindu nation-alism, and the Emergency (1975–77)," *Modern Asian Studies*, Vol. 52, No. 5 p. 1735.
71. Anderson and Clibbens, "'Smugglers of Truth,'" p. 1731.

72. Ibid.
73. Interview with Khinvraj Jangid, director of the Jindal Centre for Israel Studies, at OP Jindal Global University in New Delhi, August 25, 2021.
74. Prabash K Dutta (2018) "Israel's invisible hand behind Operation Blue Star of 1984," *India Today*, June 6, https://indiatoday.in/ india/story/operation-blue-star-special-group-commandos- mossad-training-israel-1251738-2018-06-06 (last accessed June 2022).
75. Anderson and Clibbens, "'Smugglers of Truth,'" p. 1733.
76. Ibid., p. 1734.
77. Interview with Khinvraj Jangid, Director of Jindal Centre for Israel Studies, at OP Jindal Global University in New Delhi, August 25, 2021.
78. Ram Madhav (2021) "The Sangh and Modernity," *Open Magazine*, June 18, https://openthemagazine.com/essays/the-sangh-and- modernity/ (last accessed November 2021).

4. அமெரிக்கவாழ் இந்தியர்களும் இஸ்ரேலியர்களும்

1. Norman Finkelstein (2012) "Jewish American Relationship with Israel at the Crossroads," The New School YouTube channel, October 8, https://youtube.com/watch?v=6uxAJhF_3Iw&ab_ channel=TheNewSchool (last accessed December 2021).
2. Don Waxman (2010) "The Israel Lobbies: A Survey of the Pro- Israel Community in the United States," *Israel Studies Forum* Vol. 25, No. 1, Summer, p. 9.
3. Drop the ADL (2020) "The ADL is not an ally," https:// droptheadl.org/the-adl-is-not-an-ally/ (last accessed April 2022).
4. Paul Findley (1985) *They dare to speak out: People and Institutions Confront Israel's Lobby*, Lawrence Hill and Company, Westport, CT.
5. Finkelstein, "Jewish American Relationship with Israel at the Crossroads."
6. JTA (1987) "ADL Report Traces India's Ostracism of Israel over Several Decades," JTA, May 8, https://jta.org/archive/ adl-report-traces-indias-ostracism-of-israel-over-several-decades (last accessed November 2021).
7. Nicolas Blarel (2015) *The Evolution of India's Israel Policy: Conti- nuity, Change and Compromise since 1922*, Oxford, UK, p. 226.
8. Shekhar Gupta (1987) "US House committee to slash by $15 mn the proposed $50 mn development aid to India," *India Today*, April 30, https://indiatoday.in/magazine/international/ story/19870430-us-house-committee-to-slash-by-15-mn-the- proposed-50-mn-development-aid-to-india-798789-1987-04-30 (last accessed November 2021).
9. P.R. Kumarasamy (2010) *India's Israel Policy*, Columbia Univer- sity Press, New York, p. 227.
10. Robert Lifton (2012) *An entrepreneur's Journey: Stories From a Life in Business and Personal Diplomacy*, AuthorHouse, Bloomington, p. 256, cited in Blarel, *The Evolution of India's Israel Policy*, p. 227.
11. Kumarasamy, *India's Israel Policy*, p. 228.
12. Rajya Sabha debates (1991) "Upgrading ties with Israel," Parliament of India: Official debates of Rajya Sabha, Session 147, August 11, 1988, https://rsdebate.nic.in/bitstream/123456789/279828/1/ PQ_147_11081988_U2011_p39_p41.pdf (last accessed October 2021).
13. "Steve Lohr (1988) "Arafat says PLO accepted Israel," *New York Times*, December 8, https://nytimes.com/1988/12/08/world/ arafat-says-plo-accepted-israel.html (last accessed June 2022).
14. Kumarasamy, *India's Israel Policy*, p. 228.

15. JTA (1987) "ADL Report Traces India's Ostracism of Israel over Several Decades," *JTA*, May 8, https://jta.org/archive/ adl-report-traces-indias-ostracism-of-israel-over-several-decades (last accessed November 2021).
16. Shreya Sarkar (2021) "Indian Americans Are Progressing, But With Power Comes Responsibility," *The Quint*, September 12, https://thequint.com/us-nri-news/indian-americans-in-us-and- what-does-the-expansion-of-their-footprint-means-us-census-2020#read-more (last accessed November 2021).
17. Vijay Prashad (2012) *Uncle Swamy: South Asians in America Today*, The New Press, New York.
18. Arun Venugopal (2021) "The Truth Behind Indian American Exceptionalism," *The Atlantic*, Jan/Feb, https://theatlantic. com/magazine/archive/2021/01/the-making-of-a-model-mi- nority/617258/ (last accessed April 2022).
19. Sumitra Badrinathan, Devesh Kapur and Milan Vaishnav (2020) "How Will Indian Americans Vote? Results From the 2020 Indian American Attitudes," Survey, in Carnegie Endowment for Inter- national Peace, October 14, https://carnegieendowment.org/files/IAAS_full_final.pdf (last accessed December 2021).
20. According to the HSS (UK) website, the HSS branch in the United Kingdom was started by Indians from East Africa, https://hssuk. org/about/ (last accessed September 2021).
21. Williams (1988) cited in Prema Kurian (2007) *A place at the multi- cultural table: The Development of an American Hinduism*, Rutgers University Press, New Brunswick, NJ, p. 52.
22. Walter K. Andersen and Shridhar D. Damle (2018) "How the RSS operates in foreign countries in general and the USA in particular," *Scroll*, Aug 9, https://scroll.in/article/889509/ how-the-rss-operates-in-foreign-countries-in-general-and-the- usa-in-particular (last accessed September 2021), excerpted from Walter K. Andersen and Shridhar D. Damle (2018) *The RSS: A View to the Inside*, Penguin Random House India, Haryana, India.
23. L.K. Advani cited in Neha Thirani Bagri (2016) "How the BJP turned a small band of non-resident Indians into a global PR machine" September 28, https://qz.com/india/790858/?utm_ term=mucp (last accessed September 2021).
24. Bagri, "How the BJP turned a small band of non-resident Indians into a global PR machine."
25. Edward A. Gargan (1992) "At least 200 killed in India as Muslim- Hindu riots rage," *New York Times*, December 8, https://nytimes. com/1992/12/08/world/at-least-200-killed-in-india-as- muslim-hindu-riots-rage.html html (last accessed June 2022).
26. Edward Anderson and Patrick Clibbens (2018) "'Smugglers of Truth': The Indian diaspora, Hindu nationalism, and the Emer- gency (1975–77)," *Modern Asian Studies*, Vol. 52, No. 5, p. 1757.
27. Pieter Friedrich (2020) "Money Trail: Diaspora Diplomacy's Financial Whitewashing of Hindutva," September 27, *The Polis Project*, https://thepolisproject.com/money-trail-diaspora-diplomacys-financial-whitewashing-of-hindutva/#.YUO iMtNKiBt (last accessed September 2021).
28. Anderson and Clibbens, "'Smugglers of Truth,'" p. 1758.
29. Ibid.
30. Arun Chaudhuri (2012) "American Hindu Activism and the Politics of Anxiety," PhD dissertation, Graduate Program in Anthropology York University Toronto, Ontario September 2012, p. 64, https://collectionscanada.gc.ca/obj/thesescanada/ vol2/003/NR92758.pdf?is_thesis=1&oclc_number=913611576 (last accessed November 2021).
31. Kurien, *A place at the multicultural table*, p. 52.

32. Ibid.
33. VHP-A (1997) American Hindus Against Defamation (AHAD), https://ahad.hindunet.org/ (last accessed December 2021).
34. Prashad, *Uncle Swamy: South Asians in America Today*, p. 55.
35. Arthur J, Pais (1999) "*Bhai* Ackerman hails growing Israel-India ties on Rediff," September 20, https://rediff.com/news/1999/ sep/20us.htm (last accessed September 2021).
36. Carl Jaison (2019) "India's cheerleaders in the US Congress – A preview," Observer Research Foundation, July 29, https:// orfonline.org/expert-speak/indias-cheerleaders-in-the-u-s- congress-a-preview-53545/ (last accessed August 2022).
37. Prashad, *Uncle Swamy: South Asians in America Today*, p. 51.
38. Chaudhuri "American Hindu Activism and the Politics of Anxiety."
39. Muzaffar Chisti (2007) "The rise of remittances to India: A closer look," *Migration Policy*, February 1, https://migrationpolicy. org/article/rise-remittances-india-closer-look (last accessed December 2021).
40. Ibid.
41. Ibid.
42. Interview with a Dalit organizer, May 16, 2022.
43. Kurian, *A place at the multicultural table*.
44. Ingrid Therwath (2012) "Cyber-hindutva: Hindu nationalism, the diaspora and the Web," *Social Science Information*, Vol. 51, No. 4, p. 551–77.
45. Dean E. Murphy (2001) "Two Unlikely Allies Come Together in Fight Against Muslims," *New York Times*, June 2, https://nytimes.com/2001/06/02/nyregion/two-unlikely-allies-come-together- in-fight-against-muslims.html (last accessed May 2021).
46. "Meir Kahane (1931–1990)," *Jewish Virtual Library*, https:// jewishvirtuallibrary.org/rabbi-meir-kahane (last accessed May 2021).
47. Therwath, "Cyber-hindutva : Hindu nationalism , the diaspora and the Web."
48. Murphy, "Two Unlikely Allies Come Together in Fight Against Muslims."
49. The website "Hindu Unity" was registered until 2015. It no longer exists.
50. Prashad, *Uncle Swamy: South Asians in America Today*, p. 91.
51. Allison Marz Freedman (2009) "USINPAC and the U.S.-India Nuclear Deal: Lasting Influence or One-Shot Victory?" March 1, *CUREJ: College Undergraduate Research Electronic Journal*, Uni- versity of Pennsylvania, p. 43.
52. Ganesh S. Lakshman (2002) "American Jews moot India-US- Israel coalition against terror," *Hindustan Times*, September 14, cited in Amit Gupta (2004) "The Indian Diaspora's Political Efforts in the United States," ORF, September, https://orfonline. org/wp-content/uploads/2004/09/OccasionalPaper_n14.pdf (last accessed May 2021).
53. Robert M. Hathaway (2004) "Washington's new strategic partnership," *Indian Seminar*, https://india-seminar.com/2004/ 538/538%20robert%20m.%20hathaway.htm (last accessed May 2021).
54. Prashad, *Uncle Swamy: South Asians in America Today*, p. 67.
55. Raja Swamy (2004) "Zionism and Hindutva in the U.S.," *Ghadar*, p. 2 http://ghadar.insaf.net/June2004/pdf/zionism.pdf (last accessed November 2021).
56. Sangay Mishra (2016) *Desis Divided: The Political Lives of South Asian Americans*, University of Minnesota Press, Minneapolis, MN.

57. James Mann (2014) "Why Narendra Modi Was Banned From the U.S.," *Wall Street Journal*, May 2, https://wsj.com/articles/ why-narendra-modi-was-banned-from-the-us-1399062010 (last accessed December 2021).
58. Narendra Modi (2014) "Full text of PM Modi's speech at UNGA,"*Business Standard*, September 28, https://business-standard.com/article/current-affairs/full-text-of-pm-modi-s-speech-at- unga-114092800002_1.html (last accessed December 2021).
59. Vivian Yee (2014) "At Madison Square Garden, Chants, Cheers and Roars for Modi," September 28, *New York Times*, https:// nytimes.com/2014/09/29/nyregion/at-madison-square- garden-chants-cheers-and-roars-for-modi.html (last accessed December 2021).
60. Narendra Modi (2014) "Text of Prime Minister Shri Narendra Modi's address to the Indian community at Madison Square Garden, New York," Prime Minister's Office, September 28, https://pib.gov.in/newsite/PrintRelease.aspx?relid=136737 (last accessed December 2021).
61. Mudasir Ahmed (2019) "Deployment of Additional Troops: Kashmiris Suspect 'Sinister' Motives," *The Wire*, July 27, https:// thewire.in/government/kashmir-additional-troops-rumours- valley (last accessed June 2022).
62. Anirbam Baumik (2019) "India explains not allowing foreign journalists in J&K," *Deccan Herald*, November 15, https:// deccanherald.com/national/india-explains-not-allowing- foreign-journalists-in-jk-776602.html (last accessed June 2022).
63. I attended Stand with Kashmir events and helped volunteers connect with journalists.
64. Dharma Warrior translates roughly into "Justice warrior."
65. Shoaib Danyaal (2020) "CAA was passed three months ago. Why has the Modi government still not implemented it?" *Scroll*, https://scroll.in/article/955754/caa-was-passed-three-months- ago-why-has-the-modi-government-still-not-implemented-it (last accessed December 2021).
66. Congress (2019) "H.Res.745—Urging the Republic of India to end the restrictions on communications and mass detentions in Jammu and Kashmir as swiftly as possible and preserve religious freedom for all residents," Congress.gov https://congress.gov/bill/116th-congress/house-resolution/745/cosponsors? searchResultViewType=expanded&KWICView=false (last accessed June 2022).
67. Rashmee Kumar and Akela Lacy (2020) "India lobbies to stifle criticism, control messaging in US Congress amid rising anti- Muslim violence," in *Intercept*, March 16, https://theintercept.com/2020/03/16/india-lobbying-us-congress/ (last accessed June 2022).
68. Niha Masih (2021) "Under fire from Hindu nationalist groups, U.S.-based scholars of South Asia worry about academic freedom," *Washington Post*, October 3, https:// washingtonpost. com/world/2021/10/03/india-us-universities-hindutva/ (last accessed June 2022).
69. Feminist Critical Hindu Studies Collective (2021) "Hinduphobia is a smokescreen for Hindu nationalists," *Religion News Service*, September 10, https://religionnews.com/2021/09/10/hindu phobia-is-a-smokescreen-for-hindu-nationalists-dismantling-global-hindutva-conference/ (last accessed June 2022).
70. Mat McDermott (2020) "HAF supports US students rallying around 'Holi For Unity,'" Hindu American Foundation, March 5, https://hinduamerican.org/press/hindu-american-foundation- holi-for-unity (last accessed June 2022).

71. International Jewish Anti-Zionist Network (2015) "The Business of Backlash: The Attack on the Palestinian Movement and Other Movements for Social Justice," IJAN, March, http://ijan.org/ resources/business-of-backlash/ (last accessed June 2022).
72. Center for American Progress (2011) "Fear, Inc. The Roots of the Islamophobia Network in America," Centre for American Progress, https://palestineportal.org/wp-content/uploads/2016/10/ CAP_FearInc_RootsOfIslamophobiaNetworkInAmerica.pdf (last accessed June 2022).
73. Findley, *They dare to speak out*, p. 181.
74. Ibid., p. 180.
75. Ibid.
76. Radhika Sainath (2021) "When It Comes to Palestine, Free Speech Rights Are Under Attack," *Jacobin*, May 23, https://jacobinmag. com/2021/05/palestinian-israeli-conflict-occupation-free- speech-palestine-exception (last accessed November 2021).
77. Alex Kane (2018) "It's killing a student movement: Canary Mission's Blacklist of Pro-Palestine Activists is taking a toll," *Intercept*, November 22, https://theintercept.com/2018/11/22/ israel-boycott-canary-mission-blacklist/ (last accessed November 2021).
78. VIF (2016) Interaction with Daniel Pipes, VIF, https://vifindia. org/event/report/2016/february/27/interaction-with- daniel-pipes-president-of-the-middle-east-forum (last accessed December 2021).
79. RHC (2019) "On Present Danger: China," *Republican Hindu Coalition*, August 20, https://rhc-usa.org/2019/08/ political-all-stars-and-top-business-leaders-join-to-celebrate- prime-minister-modis-landslide-victory-and-expose-chinas- unrestricted-warfare-against-us-manfactrers/ (last accessed June 2022).
80. Martha Lee (2020) "Stand With Kashmir not an innocent hashtag, it supports violent Islamists and terrorists," *The Print*, May 26, https://theprint.in/opinion/stand-with-kashmir-not-innocent- supports-violent-islamists-terrorists/429425/?amp&__twitter_impression=true (last accessed December 2021).
81. Clifford Smith (2020) "BDS and the Islamic lobby in US has found a newtarget after Israel—democratic India," *The Print*, December 17, https://theprint.in/opinion/bds-and-the-islamic-lobby-in-us- has-found-a-new-target-after-israel-democratic-india/532861/ (last accessed December 2021).
82. Vinayak Chuturvedi (2020) "Annoy the Alt-Right in the U.S. today, and you could get 'swatted,'" *The Hindu*, November 7, https://thehindu.com/society/annoy-the-alt-right-in-the- us-today-and-you-could-get-swatted/article33038406.ece (last accessed December 2021).
83. Audrey Truckhe (2021) "Hindu Supremacists Threaten Academic Freedom in the United States," *Academe Blog* https:// academeblog.org/2021/09/18/hindu-supremacists-threaten- academic-freedom-in-the-united-states/ (last accessed December 2021).
84. Interview with Shreeya Singh on December 7, 2021.
85. Interview with Ather Zia, Assistant Professor of Anthropology at University of Colorado, November 24, 2021.
86. Ibid.
87. Ibid.
88. Sunaina Mitra (2018) *Boycott! The Academy and Justice for Pales- tine*, University of California Press, Oakland, p. 123.
89. Vinayak Chaturvedi (2021) "The Hindu Right and Attacks on Academic Freedom in the U.S.," *The Nation*, December 1, https:// thenation.com/article/culture/hindu-right-academic-freedom/ (last accessed December 2021).

90. Interview with Dheepa Sundaram, December 8, 2021.
91. HAF (2019) "Newly released US government statistics show 14 cases of hate crimes targeting Hindu Americans in 2018," Hindu American Foundation, November 14, https://hinduamerican.org/press/anti-hindu-rate-crimes-united-states-rise-fbi-report (last accessed June 2022).
92. Pramila Jayapal (2019) "India's foreign minister refused to meet me. I won't stop speaking out on human rights," *Washington Post*, December 23, https://washingtonpost.com/ opinions/2019/12/23/indias-foreign-minister-refused-meet- me-i-wont-stop-speaking-out-human-rights/ (last accessed June 2022).
93. Sumitra Badrinathan, Devesh Kapur, and Milan Vaishnav (2020) "How Will Indian Americans Vote? Results From the 2020 Indian American Attitudes," Carnegie Endowment for International Peace, October 14, https://carnegieendowment.org/files/IAAS_full_final.pdf (last accessed December 2021).
94. Azad Essa (2020) "Biden campaign accused of 'cosmetic' changes as pro-Modi aide remains," *Middle East Eye*, March 9, https:// middleeasteye.net/news/biden-appoints-hillary-clintons-muslim-advisor-canvas-muslim-vote (last accessed October 2021).
95. Azad Essa (2020) Pakistani Americans, a Biden rally and the Modi supporter who organized it," *Middle East Eye*, August 18, https:// middleeasteye.net/news/joe-biden-campaign-rally-pakistan- americans (last accessed April 2022).
96. Sumitra Badrinathan, Devesh Kapur, and Milan Vaishnav (2021) "How Do Indian Americans View India? Results From the 2020 Indian American Attitudes Survey," Carnegie Endowment for International Peace, February 9, https://carnegieendowment.org/2021/02/09/how-do-indian-americans-view-india- results-from-2020-indian-american-attitudes-survey-pub-83800 (last accessed July 2022).
97. Soumya Shankar (2019) "India's Liberal Expats Are Modi's Biggest Fans," *Foreign Policy*, May 7, https://foreignpolicy. com/2019/05/07/indias-liberal-expats-are-modis-biggest-fans/ (last accessed July 2022).
98. Badrinathan, Kapur, and Vaishnav, "How Will Indian Americans Vote?"
99. Ibid.
100. Interview with Indian American organizer with South Asia Soli- darity Initiative (SASI) in New York City, December 5, 2021.
101. The context in which Tadepalli narrated her experience is also instructive to the extent to which the Jewish and Indian commu- nities are interacting on questions of nationalism, religion and politics. Tadepalli was invited to speak about her experience during a podcast called "Interfaith-ish," in which she joined Sarah Bram- mer-Shlay, a co-founder of IfNotNow, the Jewish youth group calling for an end to U.S. support for the Israeli occupation. Both narrated their stories they grew up with around Israel and India.
102. Sravya Tadepalli (2021) "Conflicting narratives," Interfaith-ish Podcast, November, https://soundcloud.com/interfaithish/ episode92 (last accessed December 2021).
103. Interview with Dalit organizer on May 16, 2022.
104. Prakash Nanda (2021) "How Are Jewish Americans Helping The Indian Diaspora In Raising Their Clout In The US Government?" *Eurasian Times*, January 21, https://eurasiantimes.com/jewish- americans-help-the-indian-diaspora-in-raising-its-clout-in-the- usa/ (last accessed December 2021).

5. காஷ்மீரும் பாலஸ்தீனமும்: இரண்டு ஆக்கிரப்பு நிலங்களின் கதை

1. Anderson explains Hindustan is originally a Persian word that sig- nified the land beyond the Indus, was "transformed into a sectarian slogan as Hindustan by the Sangh" (the group of organizations that make up the Hindu right wing), in Perry Anderson (2013) *The Indian Ideology*, Verso Books, London and New York, p. 145.
2. Edward Said (1979) *The Question of Palestine*, Vintage Book, New York, p. 107.
3. Interview with Noam Chomsky, June 26, 2021.
4. Anderson, *The Indian Ideology*, p. 147.
5. Said, *The Question of Palestine*, p. 58.
6. Kancha Ilaiah (2002) *Why I am not a Hindu*, Samya, Calcutta, p. 114.
7. In his book The Indian Ideology, Perry Anderson compares the rise of Likud in Israel, the BJP in India, as well as the Fianna Fail in Ireland. For a more detailed analysis: Perry Anderson (2013) *The Indian Ideology*, Verso Books, London and New York, pp. 146–8.
8. Anderson, *The Indian Ideology*, p. 147.
9. Vineet Khare (2019) "The Indian Dalit man killed for eating in front of upper-caste men," BBC, May 20, https://bbc.com/ news/world-asia-india-48265387 (last accessed April 2022).
10. Mari Marcel (2016) "Drowning in Liquid Filth—in 21st Century India," in New Internationalist Magazine, March 25, 2016, https://newint.org/blog/2016/03/24/drowning-in-liquid- filth-india-in-21st-century (last accessed April 2022).
11. Noam Chomsky and Andrew Vltchek (2013) *On Western Terror- ism*, Pluto Press, London, p. 86.
12. Apoorvanand (2017) "What is behind India's epidemic of 'mob lynching'?" *Al Jazeera English*, July 6, https://aljazeera.com/ opinions/2017/7/6/what-is-behind-indias-epidemic-of-mob- lynching (last accessed September 2021).
13. Akshaya Mukul (2014) "Ancient caste system worked well, ICHR head says," *Times of India*, July 15, https://timesofindia. indiatimes.com/india/ancient-caste-system-worked-well-ichr- head-says/articleshow/38401312.cms (last accessed September 2021).
14. Alex Traub (2018) "India's Dangerous New Curriculum," *New York Review of Books*, November 6, https://nybooks.com/ articles/2018/12/06/indias-dangerous-new-curriculum/ (last accessed October 2021).
15. Arundhati Katju (2020) "The Hindu Nationalist Myth of Love Jihad," *Foreign Affairs*, December 23, https://foreignaffairs. com/articles/india/2020-12-23/hindu-nationalist-myth- love-jihad?utm_source=google&utm_medium=cpc&utm_ campaign=gap_ds &gclid=CjwKCAiAlrSPBhBaEiwAuLSDUK 9riNTPveX7uBpic4awVBvNj-4UF4O7L-beyvMgWah810CR- zaOowxoCogsQAvD_BwE (last accessed January 2022).
16. Gopal B. Kateshiya (2016) "Gujarat: 7 of Dalit family beaten up for skinning dead cow," *Indian Express*, July 20, https:// indianexpress.com/article/india/india-news-india/gujarat-7- of-dalit-family-beaten-up-for-skinning-dead-cow-2910054/ (last accessed October 2021).
17. Justin Jones (2019) "India's triple talaq law has divided even those who oppose the practice," September 16, https://qz.com/ india/1709560/will-criminalising-triple-talaq-help-indias- muslim-women/ (last accessed September 2021).
18. For decades, the state has been battling an insurgency in central India, predominantly populated by tribal communities, many of whom have remained unwilling to let their homes, land and forests become fodder for corporations or "state development."

19. Kranti Kumara (2021) "Indian courts continue to sanction open-ended imprisonment without trial," *World Socialist Website*, December 3, https://wsws.org/en/articles/2021/12/04/navl-d04.html (last accessed January 2022).
20. Niha Masih and Joanna Slater (2021) "Evidence found on a second Indian activist's computer was planted, report says," *Washington Post*, July 6, https://washingtonpost.com/world/2021/07/06/bhima-koregaon-case-india/ (last accessed January 2022).
21. The first Dharma Sansad (or a platform at which decisions are made regarding Dharma, or law, duty, or religious principles) was organized by the right-wing Vishva Hindu Parishad (VHP), also known as the Universal Hindu Council) was held in 1984, where the Ram Temple movement was launched. The movement believed that a mediaeval-era Babri Mosque in Ayodhya had been built on top of the birthplace of the God Ram. In 1992, the mosque was razed to the ground by a mob and revitalized the Hindu nationalist movement across India.
22. Lalmani Verma (2022) "Dharma sansad and mahamandaleshwar: who they are, the role they play," *Indian Express*, January 20, https://indianexpress.com/article/explained/explained-dharma-sansad-and-mahamandaleshwar-7715041/ (last accessed March 2022).
23. Al Jazeera (2021) "India: Hindu event calling for genocide of Muslims sparks outrage," *Al Jazeera English*, December 24, https://aljazeera.com/news/2021/12/24/india-hindu-event-calling-for-genocide-of-muslims-sparks-outrage (last accessed August 2022).
24. Dhirendra K Jha (2022) "Unholy Orders," *Caravan*, March 1, https://caravanmagazine.in/commentary/haridwar-dharma-sansad-vhp-rss-hate-speech (last accessed June 2022).
25. Satadru Sen (2015) "Ethnocracy, Israel and India," *History and Sociology of South Asia*, Vol. 9, No. 2, p. 109.
26. Oren Yiftachel (2006) *Ethnocracy: Land and Identity politics in Israel/Palestine*, University of Pennsylvania Press, Philadelphia, p. 100.
27. Ibid.
28. It should be noted that the goal to annex the occupied Palestinian territories predates Benjamin Netanyahu.
29. B'tselem (2021) "A regime of Jewish supremacy from the Jordan River to the Mediterranean Sea: This is apartheid," *B'tselem*, January 12, https://btselem.org/publications/fulltext/202101_this_is_apartheid (last accessed January 2022).
30. Yiftachel, *Ethnocracy: Land and Identity politics in Israel/Palestine*, p. 100.
31. My decision to use Yiftachel's characterization of Israel as an "ethnocracy" as opposed to a liberal Western democracy is not an attempt to valorize democracies in North America, Europe, or Australasia, all of whom as Oren Yiftachel writes, exercised violent means to establish ethnocracies at the time of formation or independence. These Western states remain de facto ethnocracies today, as demonstrated by the resurgence of white supremacy and anti-immigrant rhetoric and policies throughout much of Europe and North America. However, in Israel's case, the ethnocentrism of the Jewish dominance in state apparatus is underwritten by law. And whereas other settler-colonial Western states, like the U.S., Canada, or Australia have been increasingly forced to face-up to their history of genocide, colonization, and ethnic cleansing, Israel still seeks to convince (the world and itself) that the settler Jews are the original inhabitants and that this is their homeland.
32. Yiftachel, *Ethnocracy: Land and Identity politics in Israel/Palestine*, p. 94.
33. M.S. Golwalkar (20061939) *We or our nationhood defined* Pharos Publishing, Delhi, p. 104.
34. Sen, Satadru (2015) "Fascism without Fascists? A comparative look at Hindutva and Zionism," *South Asia: Journal of South Asian Studies*, Vol. 38, No. 4, pp. 690–711.

35. Kaushik Raj and Alishan Jafri (2022) "As Hindu Extremists Repeatedly Call For Muslim Genocide, The Police Ignore An Obvious Conspiracy," *Article 14*, January 10, https:// article-14.com/post/as-hindu-extremists-repeatedly-call-for- muslim-genocide-the-police-ignore-an-obvious-conspiracy- 61dba33fa759c?fbclid=IwAR28UNvALZzFq4DOUxkna6WFe- M8wEQ8SQ3IQCLPWE_i94iUmSDhkd5NSGQ (last accessed January 2022).
36. Satadru, "Fascism without Fascists?" pp. 690–711.
37. Ibid., p. 710.
38. Hindustan Times (2020) "Former JNU student Umar Khalid arrested in connection with North-East Delhi riots," *Hindustan Times*, September 14, https://hindustantimes.com/india-news/ umar-khalid-/story-lj2XPxkP50PNZ10oHIlACI.html (last accessed January 2022).
39. Umar Khalid (2021) "I have not spent a day or night in my cell without extreme anxiety: Umar Khalid from Tihar," *The Print*, May 26, https://theprint.in/opinion/i-have-not-spent-a-day- or-night-in-my-cell-without-extreme-anxiety-umar-khalid-from- tihar/665033/ (last accessed January 2022).
40. Amnesty (2020) "In the pandemic, India's middle class shrinks and poverty spreads while China sees smaller changes," Amnesty International, April 20, https://amnesty.org/en/wp-content/ uploads/2021/05/ASA2021742020ENGLISH.pdf (last accessed January 2022).
41. According to the *New York Times*, the only other Amnesty country office to shut down had been in Russia, back in 2016. Sameer Yasir and Hari Kumar (2020) "Amnesty International Shutters Offices in India, Citing Government Attacks," *New York Times*, September 29, https://nytimes.com/2020/09/29/world/asia/ india-amnesty-international.html (last accessed January 2022).
42. AB Wire (2016) "Indian Govt. bans 20,000 NGOs from receiving foreign funds, in American Bazaar," December 27, https:// americanbazaaronline.com/2016/12/27/indian-govt-bans- 20000-ngos-receiving-foreign-funds/ (last accessed March 2022).
43. Express News Service (2022) "Hate speech condemnation must not be selective: 32 ex-diplomats in open letter," *Indian Express*, January 6, https://indianexpress.com/article/india/haridwar- dharam-sansand-diplomats-letter-7708029/ (last accessed April 2022).
44. UN Women (2016) "UN Women Deputy Executive Director Lakshmi Puri receives the Eleanor Roosevelt Human Rights Award," UN Women, October 24, https://unwomen.org/en/ news/stories/2016/10/speech-by-deputy-executive-director- lakshmi-puri-receiving-eleanor-roosevelt-award (last accessed January 2022).
45. Raj and Jafri, "As Hindu Extremists Repeatedly Call For Muslim Genocide . . ."
46. The Hindu Bureau (2022) "Focus on rights made India weak, says PM," *The Hindu*, January 22, https://thehindu.com/news/ national/system-being-created-where-there-is-no-place-for- any-discrimination-pm-modi/article38296828.ece (last accessed January 2022).
47. PTI (2017) "Hindus should follow 'We two, our eight' policy: Religious guru Swami Prabodhananda Giri," *Economic Times*, May 1, https://economictimes.indiatimes.com/news/politics-and- nation/hindus-should-follow-we-two-our-eight-policy- religious-guru-swami-prabodhananda-giri/articleshow/58460719.cms (last accessed January 2022).
48. Sheikh Saaliq (2022) "Indian scholars, activists criticize school hijab ban ruling," *AP*, April 3, https://apnews.com/article/ narendra-modi-india-religion-islam-education-4956a0d0f914587 4993bbbc72939a2f4 (last accessed April 2022).
49. Azad Essa (2022) "For Indian Muslims, the end times have arrived," *Middle East Eye*, April 13, https://middleeasteye.net/ opinion/india-muslims-end-times-arrived (last accessed July 2022).

50. Iram Siddique (2022) "In Khargone, bulldozers also leave behind rubble of house built under PM Awas Yojana," in Indian Express, April 13, https://indianexpress.com/article/cities/bhopal/mp-khargone-demolition-communal-violence-houses-pm-awas-yojana-7866760/ (last accessed July 2022).
51. Naveen Tewari and Sandeep Pandey (2022) "Bulldozing houses in UP: India isn't Israel, Muslims living here 'aren't Palestinians,'" *CounterView*, June 26, https://counterview.net/2022/06/bulldozing-houses-in-up-india-isnt.html (last accessed July 2022).
52. Angshuman Choudhury (2022) "Bulldozing Indian Democracy, Israeli-Style," *The India Forum*, June 21, https://theindiaforum.in/article/bulldozing-democracy-israeli-style (last accessed July 2022).
53. Interview with Afreen Fatima, June 17, 2022.
54. Interview with Achin Vnaik, October 8, 2021.
55. Ramzy Baroud (2017) "'Children of the stones': the day Palestine was reborn," *Al Jazeera English*, December 8, https://aljazeera.com/opinions/2017/12/8/children-of-the-stones-the-day-palestine-was-reborn (last accessed April 2022).
56. Abdulla Moaswes (2019) "What's happening in Kashmir looks a lot like Israel's rule over Palestine," *+972 Magazine*, August 12, https://972mag.com/kashmir-india-israel-palestine-occupation/ (last accessed June 2022).
57. Samreen Mushtaq and Mudasir Amin (2021) "'We will memorize our home': exploring settler colonialism as an interpretive frame-work for Kashmir," *Third World Quarterly*, pp. 3012–29.
58. B'Tselem (2017) "Open-Fire Policy," *B'Tselem*, November 11, https://btselem.org/firearms (last accessed July 2022).
59. Samreen Mushtaq and Mudasir Amin (2020) "India's settler colo-nialism in Kashmir is not starting now, eliminating the natives is a process long underway," *Polis Project*, https://thepolisproject.com/read/indias-settler-colonialism-in-kashmir-is-not-starting-now-eliminating-the-natives-is-a-process-long-underway/ (last accessed January 2021).
60. Faheem Hamid Lone (2020) "Indian General Bipin Rawat argues for internment camps for Kashmir's children. This is not the first time the general of the colonial state has made such vile comments," *Stand with Kashmir*, January 17, https://standwithkashmir.medium.com/indian-general-bipin-rawat-argues-for-internment-camps-for-kashmirs-children-2b53fb18faab (last accessed January 2022).
61. The Wire Staff (2019) "BJP Workers Excited to Marry Fair Girls From Kashmir, Says UP MLA," *The Wire*, August 7, https://thewire.in/women/vikram-saini-bjp-kashmir-article-370 (last accessed April 2022).
62. HAF (2019) "FAQs about Kashmir and Articles 370/35A," HAF, https://hinduamerican.org/issues/kashmir-struggle/faq-article-370 (last accessed December 2021).
63. Ather Zia, The Specter of Gender Discrimination in the Removal of Kashmir's Autonomy," *Association for Political and Legal Anthropology*, September 1, https://politicalandlegalanthro.org/2020/09/01/the-specter-of-gender-discrimination-in-the-removal-of-kashmirs-autonomy/ (last accessed January 2021).
64. Anish Gawande (2019) "The False Link Between Article 370 and Queer Rights," *The Wire*, September 6, https://thewire.in/lgbtqia/all-you-need-to-know-about-the-false-link-between-article-370-and-queer-rights (last accessed December 2021).
65. SWK (2020) "Pinkwashing and 'Pride Kashmir,'" *Stand with Kashmir*, July 7, https://standwithkashmir.org/pinkwashing-and-pride-kashmir/ (last accessed January 2022).

66. Ram Madhav (2019) "Kashmir is ours also means every Kashmiri is ours," *Indian Express*, February 26, https://indianexpress.com/ article/opinion/columns/pakistan-terrorism-pulwama-attack- india-kashmir-unsc-5600564 (last accessed August 2022).
67. Mushtaq and Amin, "India's settler colonialism in Kashmir is not starting now . . ."
68. Mushtaq and Amin, "'We will memorise our home.'"
69. Ibid.
70. Azad Essa (2019) "India consul general in United States calls for 'Israeli model' in Kashmir," *Middle East Eye*, November 26, https://middleeasteye.net/news/india-consul-general-united- states-calls-israeli-solution-kashmir (last accessed July 2022).
71. Al Jazeera (2019) "Anger over India's diplomat calling for 'Israel model' in Kashmir," *Al Jazeera English*, November 28, https:// aljazeera.com/news/2019/11/28/anger-over-indias-diplomat- calling-for-israel-model-in-kashmir (last accessed December 2021).
72. Ibid.
73. Al Jazeera (2019) "India's BJP to revive Hindu settlement plan in Kashmir: Report," *Al Jazeera English*, July 12, https://aljazeera.com/news/2019/7/12/indias-bjp-to-revive-hindu-settlement- plan-in-kashmir-report (last accessed August 2022).
74. Zainab Ramahi and Azadeh Shahshahani (2020) "Destroying to Replace: Settler Colonialism from Kashmir to Palestine," Verso Blog, August 10, https://versobooks.com/blogs/4817- destroying-to-replace-settler-colonialism-from-kashmir-to- palestine (last accessed January 2022).
75. SWK (2019) "Why is Rutgers University hosting an Islamophobe and a sexual predator to talk about Kashmir?" *Stand With Kashmir*, https://standwithkashmir.org/why-is- rutgers-university-hosting-an-islamophobe-and-a-sexual- predator-to-talk-about-kashmir/ (last accessed January 2022).
76. Gowhar Geelani (2019) "Right-wing exaggerates the number of Kashmiri Pandits killed. Militants targeted Muslims more," *The Print*, https://theprint.in/pageturner/excerpt/right-wing- exaggerates-number-of-kashmiri-pandits-killed-militants- targeted-muslims-more/271666/ (last accessed January 2022).
77. Mihir Sharma (2019) "The Politics of Life Itself," *Jamhoor*, September 13, https://jamhoor.org/read/2019/09/13/the- politics-of-life-itself (last accessed January 2022).
78. Deepti Misri and Mona Bhan (2019) "Kashmiri Pandits must reimagine the idea of return to Kashmir," *Al Jazeera English*, August 10, https://aljazeera.com/opinions/2019/8/10/ kashmiri-pandits-must-reimagine-the-idea-of-return-to-kashmir (last accessed April 2022).
79. Hafsa Kanjwal (2020), "India accelerates its nationalist transformationof Kashmirasworldremainssilent,"*WashingtonPost*, August 4, https://washingtonpost.com/opinions/2020/08/04/ india-accelarates-its-nationalist-transformation-kashmir-world-remains-silent/ (last accessed January 2022).
80. Mushtaq and Amin, "'We will memorise our home.'"
81. Ibid.
82. Ramahi and Shahshahani, "Destroying to Replace: Settler Colo- nialism from Kashmir to Palestine."
83. Mushtaq and Amin, "'We will memorise our home,'" p. 3023.
84. Times Now Digital (2022) "Now anyone can buy land in Jammu and Kashmir, Ladakh," *Times Now*, October 27, https://timesnownews. com/india/article/centre-notifies-land-law-anyone-can-now-buy-land-in-jammu-and-kashmir-ladakh/673317 (last accessed July 2022).

85. Shrimoyee Nandini Ghosh (2019) "One nation, One flag, one constitution," *Raiot*, September 16, https://raiot.in/dismantling-370-in-kashmir-part-1/ (last accessed January 2022).
86. Auqib Javed (2020) "Why It's Easier For Army To Take Over Land In J&K," *Article 14*, July 29, https://article-14.com/post/2-legal-tweaks-make-it-easier-for-armed-forces-to-take-over-land-in-j-k (last accessed January 2022).
87. Aakash Hassan (2020) "Why are Kashmiri Muslim nomads being evicted?" *Al Jazeera English*, November 20, https://aljazeera.com/news/2020/11/20/tribal-community-face-eviction-from-forests-in-kashmir (last accessed May 2022).
88. Mahmood Mamdani (2020) *Neither Settler Nor Native: The Making and Unmaking of Permanent Minorities*, Wits University Press, Johannesburg, p. 292.
89. Raja Muzaffar Bhat "With Fresh Order, Jammu & Kashmir Will Lose Its Limited Farmlands," *News Click*, January 10, https://newsclick.in/With-Fresh-Order-Jammu-Kashmir-Lose-Limited-Farmlands (last accessed January 2022).
90. Shinzani Jain (2020) "New Delhi's Twin Agenda in J&K—Control Land Use, Destroy Food Security," *News Click*, October 13, https://newsclick.in/new-delhi-twin-agenda-jammu-kashmir-control-land-destroy-food-security (last accessed January 2022).
91. Mushtaq and Amin, "'We will memorise our home,'" p. 3023.
92. Ishan Kukreti (2019) "With state under lockdown, J&K FAC issues record forest clearances," *Down to Earth*, October 18, https://downtoearth.org.in/news/forests/amp/with-state-under-lockdown-j-k-fac-issues-record-forest-clearances-67322 (last accessed June 2022).
93. Mushtaq and Amin, "'We will memorise our home,'" p. 3024.
94. Evita Das (2020) "Was Kashmir being readied for demographic change even before Article 370 was scrapped?" *News Laundry*, September 7, https://newslaundry.com/2020/09/07/was-kashmir-being-readied-for-demographic-change-even-before-article-370-was-scrapped (last accessed January 2022).
95. Hafsa Kanjwal (2020) "India accelerates its nationalist transformation of Kashmir as the world remains silent," *Washington Post*, August 4, https://washingtonpost.com/opinions/2020/08/04/india-accelerates-its-nationalist-transformation-kashmir-world-remains-silent/ (last accessed January 2022).
96. Mushtaq and Amin, "'We will memorise our home,'" p. 3024.
97. Alexander Cornwell (2022) Dubai's DP World to build dry port in India's Jammu and Kashmir, regional leader says," *Reuters*, January 6, https://reuters.com/markets/commodities/dubais-dp-world-build-dry-port-indias-jammu-kashmir-regional-leader-says-2022-01-06/ (last accessed August 2022).
98. Siddhartha Deb (2019) "India's Looming Ethno-Nationalist Catastrophe," *New Republic*, August 7, https://newrepublic.com/article/154682/india-looming-ethno-nationalist-catastrophe (last accessed January 2022).
99. Hafsa Kanjwal (2021) "Kashmir's Already Vulnerable Civil Society is Being Crushed," *Washington Post*, December 8, https://washingtonpost.com/opinions/2021/12/08/kashmir-civil-society-khurram-parvez-democracy-summit-india/ (last accessed January 2022).
100. SWK (2021) "India is arresting Kashmiris for anything & everything under the "UAPA law," in Stand With Kashmir, December 20, https://standwithkashmir.org/india-is-arresting-kashmiri-for-anything-everything-under-the-uapa-law/ (last accessed January 2022).

101. Riffat Fareed (2021) "UN calls for release of Kashmir rights defender Khurram Parvez," *Al Jazeera English*, December 1, https://aljazeera.com/news/2021/12/1/un-calls-for-release- of-kashmir-rights-defender-khurram-parvez (last accessed April 2022).
102. Several Kashmiri journalists told me they would rather not speak publicly about the visits from the intelligence services in order to avoid further harassment.
103. OHCHR (2021) "Israel's 'terrorism' designation an unjustified attack on Palestinian civil society—Bachelet," OHCHR, October 26, https://ohchr.org/EN/NewsEvents/Pages/DisplayNews. aspx?NewsID=27708&LangID=E (last accessed January 2022).
104. Irfan Amin Malik (2020) "Why Journalists Are Worried About the New Media Policy in Jammu and Kashmir," *The Wire*, July 17, https://thewire.in/media/kashmir-new-media-policy-press- freedom, (last accessed January 2022).
105. Auqib Javeed (2020) "Kashmir's New Media Policy Menaces Its Media," *Article 14*, July 6, https://article-14.com/post/kashmir- s-new-media-policy-menaces-its-media (last accessed January 2022).
106. Safwat Zargar (2020) "'We're being watched': Kashmir decision to vet social media feeds of new employees sparks alarm," *Scroll*, https://scroll.in/article/989089/were-being-watched-kashmir- decision-to-check-social-media-feeds-of-new-employees-sparks- alarm (last accessed January 2022).
107. https://thebaffler.com/latest/a-culture-of-resistance-asokan (last accessed July 2022).
108. Muzamil Jaleel (2021) "Kashmir Meet After Two Years of Ruin: A Reckoning or a New Tack?" *Inverse Journal*, June 24, https:// inversejournal.com/2021/06/24/kashmir-meet-after-two- years-of-ruin-a-reckoning-or-a-new-tack-by-muzamil-jaleel/ (last accessed January 2022).
109. BDS India, the Indian news site News Click and the People's Dispatch (2020) "Israel-India Military Relations: Ideological Paradigms of Security," January, p. 7, https://peoplesdispatch. org/wp-content/uploads/2020/01/India-Israel-Military- Relations-2020_compressed.pdf (last accessed July 2022).
110. Shir Hever (2022) "Elbit Systems: The Israeli arms company under fire from activists," *Middle East Eye*, January 14, https:// middleeasteye.net/news/israel-uk-elbit-systems-arms-company- under-fire-activists (last accessed July 2022).
111. MEMO (2020) "Israel's largest arms manufacturer targeted in London by Palestine Action activists," *Middle East Monitor*, August 21, https://middleeastmonitor.com/20200821-israels- largest-arms-manufacturer-targeted-in-london-by-palestine-action-activists/ (last accessed July 2022).